ಧವಳ ನಕ್ಷತ್ರ

ಸಾಯಿಸುತೆ

ಸುಧಾ ಎಂಟರ್‌ಪ್ರೈಸಸ್

ನಂ. 761, 8ನೇ ಮುಖ್ಯರಸ್ತೆ, 3ನೇ ಬ್ಲಾಕ್
ಕೋರಮಂಗಲ, ಬೆಂಗಳೂರು–560 034.

Dhavala Nakshatra (Kannada): a social novel written by Smt. Saisuthe; published by Sudha Enterprises, # 761, 8th Main, 3rd Block, Koramangala, Bangalore - 560 034.

ಮೊದಲ ಮುದ್ರಣ	:	1990
ಎರಡನೇ ಮುದ್ರಣ	:	1995
ಮೂರನೇ ಮುದ್ರಣ	:	2013
ನಾಲ್ಕನೇ ಮುದ್ರಣ	:	2023
ಪುಟಗಳು	:	152
ಬೆಲೆ	:	ರೂ. 150
ಉಪಯೋಗಿಸಿದ ಕಾಗದ	:	70 ಜಿ.ಎಸ್.ಎಂ. ಮ್ಯಾಪ್‌ಲಿಥೋ
ಮುಖಪುಟ ವಿನ್ಯಾಸ	:	ಪ.ಸ. ಕುಮಾರ್
ಹಕ್ಕುಗಳು	:	ಲೇಖಕಿಯವರದು

ಸಗಟು ಮಾರಾಟಗಾರರು
ವಸಂತ ಪ್ರಕಾಶನ
360, 10ನೇ 'ಬಿ' ಮುಖ್ಯರಸ್ತೆ, 3ನೇ ಬ್ಲಾಕ್,
ಜಯನಗರ, ಬೆಂಗಳೂರು – 560 011
ದೂರವಾಣಿ : 080–40917099 / ಮೊ: 7892106719
email : vasantha_prakashana@yahoo.com
website: www.vasanthaprakashana.com

ಅಕ್ಷರ ಜೋಡಣೆ :
ಪುಷ್ಪ

ಮುದ್ರಣ :
ರೀಗಲ್ ಪ್ರಿಂಟ್ ಸರ್ವೀಸ್
ಬೆಂಗಳೂರು

ಮುನ್ನುಡಿ

ಆತ್ಮೀಯ ಓದುಗರಲ್ಲಿ,

ಮೂರು ಸಲ ಮುದ್ರಣಗೊಂಡ ಈ ಕಾದಂಬರಿ ನಾಲ್ಕನೆಯ ಸಲ ಮುದ್ರಣಗೊಂಡಿದೆ. ಓದಿದ ನೀವು ವಿಭಿನ್ನ ವಸ್ತುವೆಂದು ಶಭಾಷ್‌ಗಿರಿ ಕೊಟ್ಟಿರಿ. ಧನ್ಯವಾದಗಳು.

ಈ ಮುದ್ರಣವನ್ನು ಕೈಗೊಂಡ ಪ್ರಕಾಶಕರಿಗೂ, ಮುಖಚಿತ್ರ ಕಲಾವಿದರಿಗೂ ಧನ್ಯವಾದಗಳು.

– ಸಾಯಿಸುತೆ

"ಸಾಯಿಸದನ"
12, 2ನೇ ಮುಖ್ಯರಸ್ತೆ, 2ನೇ ಅಡ್ಡರಸ್ತೆ,
ಮಾರುತಿನಗರ, ಕೋಗಿಲೆ ಕ್ರಾಸ್,
ಯಲಹಂಕ ಓಲ್ಡ್ ಟೌನ್, ಬೆಂಗಳೂರು – 560064.
ದೂ: 080–28571361
Email: saisuthe1942@gmail.com

ನಮ್ಮಲ್ಲಿ ದೊರೆಯುವ ಸಾಯಿಸುತೆಯವರ
ಇತರ ಕಾದಂಬರಿಗಳು

ಶ್ವೇತ ಗುಲಾಬಿ
ಮಿಡಿದ ಶ್ರುತಿ
ಮೇಘವರ್ಷಿಣಿ
ನವಚೈತ್ರ
ಪೂರ್ಣೋದಯ
ಅಪೂರ್ವ ಮೈತ್ರಿ
ನಿಶೆಯಿಂದ ಉಷೆಗೆ
ಸಪ್ತರಂಜನಿ
ವಸುಧೈವ ಕುಟುಂಬ
ಪ್ರೇಮಸಾಫಲ್ಯ
ಸದ್ಗ್ರಹಸ್ಥೆ
ಕಾರ್ತೀಕದ ಸಂಜೆ
ನಾ ನಿನ್ನ ಧ್ಯಾನದೊಳಿರಲು
ಸುಪ್ರಭಾತದ ಹೊಂಗನಸು
ಕರಗಿದ ಕಾರ್ಮೋಡ
ಹೃದಯ ರಾಗ
ಅಮೃತಸಿಂಧು
ಬಣ್ಣದ ಚುಂಬಕ
ಸ್ವರ್ಣ ಮಂದಿರ
ಶ್ರೀರಸ್ತು ಶುಭಮಸ್ತು
ಗಂಧರ್ವಗಿರಿ
ಶುಭಮಿಲನ
ಸಪ್ತಪದಿ
ಚೈತ್ರದ ಕೋಗಿಲೆ
ಬೆಳ್ಳಿದೋಣಿ
ವಿವಾಹ ಬಂಧನ
ಮಂಗಳ ದೀಪ
ಡಾ॥ ವಸುಧಾ
ಮುಂಜಾನೆಯ ಮುಂಬೆಳಕು
ಸೊಬಗಿನ ಪ್ರಿಯದರ್ಶಿನಿ
ರಾಗಬೃಂದಾವನ
ಬಿಳಿ ಮೋಡಗಳು
ಅನುಬಂಧದ ಕಾರಂಜಿ
ಮಿಂಚು
ನಾಟ್ಯಸುಧಾ
ಪಸರಿಸಿದ ಶ್ರೀಗಂಧ
ಬೆಳದಿಂಗಳ ಚೆಲುವೆ
ವರ್ಷಬಿಂದು
ಸಪ್ನ ಸಂಭ್ರಮ
ನನ್ನ ಭಾವ ನಿನ್ನ ರಾಗ
ಸುಮಧುರ ಭಾರತಿ
ಮೌನ ಆಲಾಪನ
ಮತ್ತೊಂದು ಬಾಡದ ಹೂ
ಶಿಶಿರದ ಇಂಚರ
ಮುಂಗಾರಿನ ಹುಡುಗಿ
ಸಾಮಗಾನ
ಕಡಲ ಮುತ್ತು
ಆಡಿಸಿದಳು ಜಗದೋದ್ಧಾರನಾ
ಪಂಚವಟಿ
ಶ್ಯಾನುಭೋಗರ ಮಗಳು
ಮೂಡಿ ಬಂದ ಶಶಿ
ಜನನೀ ಜನ್ಮಭೂಮಿ
ಬಿರಿದ ನೈದಿಲೆ
ಶರದೃತುವಿನ ಚಂದ್ರ
ಮೋಹನ ಮುರಳಿ ಕರೆಯಿತು
ಮುಗಿಲ ತಾರೆ
ಅಗ್ನಿದಿವ್ಯ
ಧವಳ ನಕ್ಷತ್ರ
ಕಲ್ಯಾಣಮಸ್ತು
ದಂತದ ಗೊಂಬೆ
ಸುಭಾಷಿಣಿ
ಮಮತೆಯ ಸಂಕೋಲೆ
ಮಂತ್ರಾಕ್ಷತೆ
ಸಪ್ತಧಾರೆ
ಹೇಮಂತದ ಸೊಗಸು
ಬೆಳಕಿನ ಹಣತೆ
ಗ್ರೀಷ್ಮದ ಸೊಬಗು
ಗ್ರೀಷ್ಮ ಋತು
ಪ್ರಿಯ ಸಖೀ
ಚಿರಬಾಂಧವ್ಯ
ಆಶಾಸೌರಭ
ಗಿರಿಧರ

ಸಾಗುತ್ತಿದ್ದ ಮೊಪೆಡ್ ಕಟ್ ಕಟ್ ಶಬ್ದದ ನಂತರ ನಿಂತಾಗ ರೋಹಿಣಿ ಕೆಳಗಿಳಿದು ಫುಟ್‌ಪಾತ್‌ಗೆ ತಳ್ಳಿದಳು. ವೈಶಾಖದ ಬಿಸಿಲು ತೀಕ್ಷ್ಣವಾಗಿತ್ತು. ಕರ್ಚಿಫ್‌ನಿಂದ ಮುಖದ ಬೆವರೊತ್ತಿ ಹೋಟೆಲ್ ಅರೋರಾ ಮುಂದೆ ನಿಲ್ಲಿಸಿದಳು. ಬಳಲಿಕೆಯೆನಿಸಿತು, ಮಧ್ಯಾಹ್ನದ ಒಳಗೆ ಅವಳು ಕುಡಿದಿದ್ದು ಒಂದು ಲೋಟ ಕಾಫೀ ಮಾತ್ರ.

ಇಂಟರ್‌ವ್ಯೂಗೆಂದು ಕರೆಸಿದ ದೊಡ್ಡ ಮನುಷ್ಯ ಸತತವಾಗಿ ನಾಲ್ಕು ಗಂಟೆ ಕಾಯಿಸಿ ಕೊನೆಗೆ ರದ್ದು ಮಾಡಿದ್ದ ಅವಮಾನದಿಂದ ಕುದಿದು ಹೋಗಿದ್ದಳು.

"ಪಂಕ್ಚುಯಾಲಿಟಿ ಇರ್ಬೇಕು ಅಂತಾರೆ. ನಮ್ಮ ವೇಳೆಗೆ ಬೆಲೆ ಇಲ್ವಾ?" ಅವನ ಪಿ.ಎ. ಜೊತೆಯಲ್ಲಿ ವಾದಕ್ಕೆ ಇಳಿದಿದ್ದಳು. "ಅದೆಲ್ಲ ನಂಗೆ ಗೊತ್ತಿಲ್ಲ. ನಿಮ್ಮ ಪತ್ರಿಕೆಗೆ ನಮ್ಮ ಬಾಸ್ ಇಂಟರ್‌ವ್ಯೂ ಬೇಕೆಂದರೇ ನಾಲ್ಕಾರು ಗಂಟೆ ಕಾಯೋದೇನು ಹತ್ತಾರು ಸಲ ಅಲೆಯಬೇಕಾಗುತ್ತೆ" ಎಂದಾಗ ಅವನ ಮುಸಡಿಗೆ ಗುದ್ದಬೇಕೆನಿಸಿತು.

"ಗುಡ್‌ಬೈ, ಇನ್ನೆಂದೂ ನಿನ್ನ ಬಾಸ್‌ನ ಇಂಟರ್‌ವ್ಯೂಗೆ ನಾನು ಬರೋಲ್ಲ" ಛಾಲೆಂಜ್ ಎಸೆದಿದ್ದಳು. ಅವನು ಕಣ್ಣು ಕಣ್ಣು ಬಿಟ್ಟ, ಅವಳು ವಿಭಿನ್ನವಾಗಿ ಕಂಡಿದ್ದಳು.

ಖಾಲಿ ಇದ್ದ ಟೇಬಲ್ ಆರಿಸಿಕೊಂಡು ಕೂತಳು. ಬಳಲಿಕೆ, ಅಪಮಾನಕ್ಕಿಂತ ದೊಡ್ಡ ಜನರೆಂದು ಸಮಾಜದಲ್ಲಿ ಮೆರೆಯುವ ವ್ಯಕ್ತಿಗಳ ಧಿಮಾಕಿನ ಬಗ್ಗೆ ಅವಳಿಗೆ ರೋಷಕ್ಕಿಂತ ಮಿಗಿಲಾಗಿ ಜಿಗುಪ್ಸೆ.

ಮೆನು ಕಾರ್ಡು ಪಕ್ಕಕ್ಕೆ ಸೇರಿಸಿ ಬರೀ ಹಣ್ಣಿನ ರಸಕ್ಕೆ ಆರ್ಡರ್ ಮಾಡಿ ಯೋಚಿಸತೊಡಗಿದಳು. ಬದುಕು ಅವಳಿಗೆ ಒಂದು ರೀತಿಯ ಹೋರಾಟ.

ಅವಳ ಚಪ್ಪಲಿ ಕಾಲನ್ನೇ ಮೆಟ್ಟಿಕೊಂಡು ಮುಂದಕ್ಕೆ ಹೋದ ವ್ಯಕ್ತಿಯ ಕಡೆ ನೋಡಿದಳು. ಅವಳ ಪಕ್ಕದಿಂದ ಇನ್ನೊಂದು ಟೇಬಲ್ಲು ಮಧ್ಯದ ಅಂತರ ಮೂರುವರೆ ಅಡಿಯಷ್ಟಿತ್ತು. ಧಾರಾಳವಾಗಿ ಇಬ್ಬರು ಓಡಾಡಬಹುದು. ಅವಳು ಕೂಡ ತನ್ನ ಕಾಲನ್ನು ಮುಂದಿದ್ದ ಟೇಬಲ್ಲಿನ ವ್ಯಾಪ್ತಿಯಲ್ಲಿಯೇ ಇಟ್ಟು ಕೊಂಡಿದ್ದಳು. ತುಳಿದಿದ್ದು ಆಕಸ್ಮಿಕವಲ್ಲ, ಕನಿಷ್ಟ 'ಸಾರಿ' ಹೇಳುವ ಸೌಜನ್ಯ ಕೂಡ ತೋರಿರಲಿಲ್ಲ. ಅಂದರೇ ಬೇಕಾಗಿಯೇ ತುಳಿದಿದ್ದು.

ಸುತ್ತಲೂ ನೋಟ ಹರಿಸಿದಳು. ಜನ ಇದ್ದರು. ಪ್ರೇಕ್ಷಕರಾಗಬಲ್ಲರೇ ವಿನಃ ಅನ್ಯಾಯದ ವಿರುದ್ಧ ನಿಲ್ಲಲಾರರು. ಇದು ಸಿನಿಮಾಗಳಿಂದ ಕಲಿತದು ಇರಬಹುದು!

ತುಳಿದು ಹೋದ ವ್ಯಕ್ತಿಯ ಕಡೆ ನೋಡಿದರು. ಇಪ್ಪತ್ನಾಲ್ಕರಿಂದ ಇಪ್ಪತ್ತಾರರ ಒಳಗಿನ ಯುವಕ. ಬಟ್ಟೆಬರೆಗಳು ತೀರಾ ಆಧುನಿಕವಾಗಿದ್ದವು. ಸಿಗರೇಟು ಹಚ್ಚಿ ಸ್ಟೈಲಾಗಿ ಹೊಗೆ ಬಿಡುತ್ತಿದ್ದ. ನೋಟದಲ್ಲಿ ಚಿರತೆಯ ಚೂಪು ಇತ್ತು.

ತಂದಿಟ್ಟ ಹಣ್ಣಿನ ರಸವನ್ನು ರೋಹಿಣಿ ನಿಧಾನವಾಗಿ ಹೀರತೊಡಗಿದಳು. ಅವನ ನೋಟ ಇವಳತ್ತಲೇ ಇತ್ತು.

ರೋಹಿಣಿ ಮೇಲೆದ್ದಾಗ ಆತುರಾತುರದಿಂದ ಬಂದಂತೆ ನಟಿಸಿದವನೇ ಅವಳನ್ನು ಸವರಿಕೊಂಡು ಮುಂದಕ್ಕೆ ಹೆಜ್ಜೆ ಇಟ್ಟಾಗ 'ಫಳ್' ಎಂದು ಸದ್ದಾಯಿತು. ಎಲ್ಲರ ಕಣ್ಣು ಇತ್ತಲೇ.

ಆದರೆ ರೋಹಿಣಿ ಇದೇನು ನಡೆಯಲೇ ಇಲ್ಲವೆನ್ನುವಂತೆ ಬಿಲ್ಲಿನ ಹಣತೆತ್ತು ಹೊರಗೆ ನಡೆದಳು. ಉದ್ವೇಗ, ಕೋಪವಿಲ್ಲದ ಅವಳ ಮುಖ ನೋಡಿ ಹೋಟಲ್ ಮಾಲೀಕ ವಿಸ್ಮಿತನಾದ. ಆದರೆ ಅದನ್ನು ಹೆಚ್ಚು ಗಮನಿಸಿ ಮೆಚ್ಚಿ ಕೊಂಡಾತನು ಒಬ್ಬನೇ ವ್ಯಕ್ತಿ. ಮಿಕ್ಕವರು ಅವರವರ ಯೋಗ್ಯತಾನುಸಾರವಾಗಿ ಮಾತಾಡಿಕೊಂಡರು.

ತೀರಾ ಅನಿರೀಕ್ಷಿತವಾಗಿ ಪೆಟ್ಟು ತಿಂದ ವ್ಯಕ್ತಿಯ ಕೈ ಕೆನ್ನೆಯ ಮೇಲಾಡುತ್ತಿತ್ತು. ಮಾಲೀಕ ನೋಡದವನಂತೆ ನಟಿಸಿದ.

ಮೊಪೆಡ್ ಬಳಿ ಬಂದ ರೋಹಿಣಿ ಅತ್ತಿತ್ತ ನೋಡಿದಳು. ಸದ್ಯಕ್ಕೆ ಮೆಕ್ಯಾನಿಕ್ ಷಾಪ್‌ನವರೆಗೂ ತಳ್ಳಿಕೊಂಡು ಹೋಗಲು ಕಷ್ಟವೆನಿದಿದ್ದರೂ ವೇಳೆಯ ಬಗ್ಗೆ ಯೋಚಿಸಿದಳು.

ಲೋಕಲ್ ಟೆಲಿಫೋನ್ ಬೂತ್‌ಗೆ ಹೋಗಿ ಹಣ ಹಾಕಿ ಡಯಲ್ ತಿರುಗಿಸಿದಳು. "ಹಲೋ..." ಅವಳಿಗೆ ಬೇಕಾಗಿದ್ದ ದನಿಯೇ ಹರಿದು ಬಂದಿದ್ದು.

"ನಾನು .... ಕೀರ್ತಿ...." ಅವನಿಗೆ ಪರಿಸ್ಥಿತಿ ವಿವರಿಸಿ ಅಲ್ಲೇ ಇದ್ದ ಪಾನ್‌ಬೀಡಾ ಅಂಗಡಿಯ ಮುಂದೆ ಮೊಪೆಡ್ ನಿಲ್ಲಿಸಿದಳು.

"ಬಾಬು ಗ್ಯಾರೇಜ್‌ನ ಕೀರ್ತಿ ಬರ್ತಾನೆ. ಅಲ್ಲಿನ್ವರ್ಗೂ..... ಸ್ವಲ್ಪ ಗಮನವಿಟ್ರೆ.. ಸಾಕು" ಎಂದಾಗ ಅವನು ನಗುತ್ತ ತಲೆದೂಗಿದವನು ಒಂದು ಮಾತು ಎಸೆದ "ನಾನೇ ಕದ್ದು ಮಾರಿದ್ರೆ... ಏನ್ಮಾಡ್ತೀರಾ ಮಿಸ್....?"

"ಆಗ........ನೋಡೋಣ....." ಮುಂದಕ್ಕೆ ನಡೆದಳು.

ಆಟೋ ಹಿಡಿದು 'ರಘುವೀರ್' ಪತ್ರಿಕೆಯ ಆಫೀಸ್ ಸೇರುವ ವೇಳೆಗೆ ಒಂದು ಗಂಟೆಯಾಗಿತ್ತು.

"ಅವ್ರು ಇಂದು ಇಂಟರ್‌ವ್ಯೂ ಕೊಡೋಕೆ ಒಪ್ಪಿಲ್ಲ" ಸಂಪಾದಕರಿಗೆ ವಿಷಯ ಮುಟ್ಟಿಸುವುದರ ಜೊತೆಗೆ ಖಾರವನ್ನು ಕಕ್ಕಿದಳು. "ಅಪಾಯಿಂಟ್‌ಮೆಂಟ್ ಫಿಕ್ಸ್ ಮಾಡಿ ಕ್ಯಾನ್ಸಲ್ ಮಾಡೋದು ಇದೆಂಥ ಪದ್ಧತಿ."

ಅವರು ಬಹಳ ತಣ್ಣಗೇ ನುಡಿದರು. 'ಬೈ ಆಲ್ ಮೀನ್ಸ್, ಇನ್ನೊಂದು ಸಲ ಟ್ರೈ ಮಾಡೋಣ" ವಿಶ್ ಮಾಡಿ ಎದ್ದಳು.

ಇಡೀ ದಿನ ಅಪ್‌ಸೆಟ್. ಇನ್ನು ಯಾವುದೇ ಕೆಲಸ ಆಗುವುದಿಲ್ಲವೆಂದು ನಡದೇ ಮನೆಯ ಕಡೆ ಹೊರಟಳು. ಅವಳ ಹ್ಯಾಂಡ್ ಬ್ಯಾಗ್‌ನಲ್ಲಿ ಹಣವಿತ್ತು. ಅನವಶ್ಯಕವಾಗಿ ಖರ್ಚು ಮಾಡಳು.

ಸದ್ದು ಮಾಡಿದ ಗೇಟನ್ನು ತಳ್ಳಿಕೊಂಡು ಒಳಗೆ ನಡೆದಳು. ಹಳೆಯದಾದ ಗೇಟು. ರಿಪೇರಿ, ಬಣ್ಣ ಕಾಣಿಸಿಯೇ ವರ್ಷಗಳಾಗಿತ್ತು.

ಅಷ್ಟು ದೂರ ಬಂದವಳು ಹಿಂದಿರುಗಿ ಅದರತ್ತ ನೋಡಿದಳು. ಸುಭದ್ರ ವಾದ ಹಳೆಯ ಕಾಲದ ಗೇಟು. ಈಗ ಅಂದ, ಚೆಂದ ಕಳೆದುಕೊಂಡು ಶಿಥಿಲವಾಗಿತ್ತು. ಭಾರವಾದ ನಿಟ್ಟುಸಿರು ದಬ್ಬಿದಳು.

"ಯಾಕೆ ಆ ಹಳೆಯ ಮನೆ ಕಟ್ಟಿಕೊಂಡು ಇದ್ದೀರಾ! ಒಳ್ಳೆ ರೇಟು ಸಿಕ್ಕುತ್ತೆ, ಮಾರಿಬಿಡಿ" ಕೆಲವರು ಸಲಹೆ ಕೊಟ್ಟಿದ್ದರು. ಅದರ ಹಿಂದೊಂದು ದೊಡ್ಡ ಕತೆ ಇದೆಯೆಂದು ಸಲಹೆ ಕೊಟ್ಟವರಿಗೆ ಗೊತ್ತಿರಲಾರದು.

ಹಳೆಯದಾದ ಕಾಂಪೌಂಡ್, ಸುಣ್ಣ–ಬಣ್ಣ ಕಳೆದುಕೊಂಡು ಕಪ್ಪಗಾಗಿದ್ದರೂ ಭದ್ರವಾಗಿತ್ತು. ಈಗಿನಷ್ಟು ಮೋಸ, ಸ್ವಾರ್ಥ ಆಗ ಇರಲಿಲ್ಲವೇನೋ, ಪ್ರಾಮಾಣಿಕವಾಗಿ ಕಟ್ಟಿಕೊಟ್ಟಿದ್ದರು.

ಅಂಗಳದ ನೆಲಹಾಸಿನಿಂದ ಆರು ಮೆಟ್ಟಿಲು ಹತ್ತಿಯೇ ಬಾಲ್ಕನಿಯೊಳಗಿಂದ ಮನೆಯ ಮುಂಬಾಗಿಲು ಪ್ರವೇಶಿಸಬೇಕು. ಬಾಗಿಲು ಐದು ಅಡಿ ಅಗಲ, ಎಂಟು

ಅಡಿಗೂ ಮಿಕ್ಕಿ ಉದ್ದವಿದ್ದ ತೇಗದ ಬಾಗಿಲು. ಆಗ ನೂರಾರು ಕೂಡ ಇದಕ್ಕೆ ಬಿದ್ದಿರಲಾರದು. ಈಗ ಸಾವಿರಗಟ್ಟಲೆ ಲೆಕ್ಕ ಹಾಕಬೇಕಾಗಬಹುದು.

"ಇದೇನು ನೋಡ್ತಾ... ನಿಂತೆ?" ಅನ್ನಪೂರ್ಣಮ್ಮನ ಮಾತು ಅವಳನ್ನ ಎಚ್ಚರಿಸಿತು. "ಹೊಸ್ದಾಗಿ ನೋಡೋದೇನಿದೆ? ಎಲ್ಲಾ... ಮಾಮೂಲಿಯೇ..." ಒಳಗೆ ಹೋದಳು.

ನೇರವಾಗಿ ಅವಳು ತಲುಪಿದ್ದು ಪರಶುರಾಮ್ ಕೋಣೆ. ಗಟ್ಟಿಯಾದ ಕರೀ ಆರಾಮಾಸನದಲ್ಲಿ ಕೂತಿದ್ದರು. ನೋಟ ಭಾವಣಿಯತ್ತ. ಇದೇ ಭಂಗಿಯಲ್ಲಿಯೇ ಇರುತ್ತಿದ್ದುದು.

"ಅಪ್ಪಾ...." ಅವರ ಕಾಲ ಬಳಿಯಲ್ಲಿ ಕೂತು ತೊಡೆಯ ಮೇಲೆ ತಲೆಯಿಟ್ಟಳು. ಎಡಗೈ ನಿಧಾನವಾಗಿ ಅವಳ ಕೂದಲನ್ನು ಅತ್ಯಂತ ಪ್ರೀತಿಯಿಂದ ಸವರಿತು. "ಯಾಕಿಷ್ಟು... ಲೇಟು?" ಇಂದು ಮಾಮೂಲಿ ಮನಸ್ಥಿತಿಯಲ್ಲಿದ್ದರೇನೋ ಪ್ರಶ್ನಿಸಿದರು. ವಾಚ್‌ನತ್ತ ನೋಡಿದಳು. ಅವಳೇನೂ ತಡವಾಗಿ ಬಂದಿರಲ್ಲಿಲ್ಲ. "ಮನು ಇಂಡಸ್ಟ್ರೀಸ್‌ನ ಚೇರ್ಮನ್‌ನ ಇಂಟರ್‌ವ್ಯೂ ಮಾಡೋಕೆ ಹೋಗಿದ್ದೆ." ನಿಜವನ್ನು ಉಸುರಿದರೂ ಕೊನೆಯ ಫಲಿತಾಂಶವನ್ನು ಹೇಳಲಿಲ್ಲ.

ಕೆಲವರ ಸುದ್ದಿ ಬಂದಾಗ ಪರಶುರಾಮ್ ಎಕ್ಸೈಟ್ ಆಗುತ್ತಿದ್ದರು. ಅದು ಅವರಿರುವ ಸ್ಥಿತಿಯಲ್ಲಿ ಒಳ್ಳೆಯದಲ್ಲ. ಶಾಂತವಾಗಿರುವಂತೆ ನೋಡಿಕೊಳ್ಳಬೇಕು... ಇದು ಡಾಕ್ಟರರ ಆದೇಶ.

ಒಳಗೆ ಬಂದರು ಅನ್ನಪೂರ್ಣಮ್ಮ. " ಆ ಹುಡ್ಗ ಬಂದಿದೆ ನೋಡು ಎಂದಾಗ ಎದ್ದು ಹೊರ ನಡೆದಳು.

ಕೀರ್ತಿ ನಿಂತಿದ್ದ. ಹಸುಗೂಸಿನಂಥ ನಿರ್ಮಲ ನಗು ಅವನ ಮುಖದ ಮೇಲೆ.

"ತಂದಿದ್ದೀನಕ್ಕ.... ಸ್ಮಾಲ್ ರಿಪೇರಿ.... ನಾನೇ ಮಾಡ್ದೆ" ಹೆಮ್ಮೆಯಿಂದ ಹೇಳಿಕೊಂಡ. ಶಾಲೆಯಲ್ಲಿ ಓದಬೇಕಾದ ದಿನಗಳಲ್ಲಿ ದುಡಿಮೆಗೆ ನಿಂತಿದ್ದ.

ತಲೆದೂಗಿ ಒಳಗೆ ಹೋದ ರೋಹಿಣಿ ಹೊರಗೆ ಬಂದಾಗ ಕೀರ್ತಿ ಕಾಂಪೌಂಡ್‌ನ ಒಂದು ಕೊನೆಯಲ್ಲಿ ನಿಂತ ಕಾರನ್ನೊರೆಸುತ್ತಿದ್ದ.

ಕೀರ್ತಿಯ ಬಳಿ ಬಂದವಳು ಹಿಂದಕ್ಕೆ ತಿರುಗಿ ನೋಡಿ ಮೆಲ್ಲಗೆ ಉಸುರಿದಳು. "ಸ್ವಲ್ಪ ನಿನ್ನ ಬಾಸ್‌ನ ಕಳ್ಸಿಕೊಡು. ಒಂದಿಷ್ಟು ರಿಪೇರಿ ಆಗ್ಬೇಕು" ಕೀರ್ತಿ ಘೊಳ್ಳೆಂದು ನಕ್ಕುಬಿಟ್ಟವನು ಕೈಯಿಂದ ಬಾಯಿ ಮುಚ್ಚಿಕೊಂಡ.

"ಹೇಳಿದಷ್ಟು ಮಾಡೋದು ಉತ್ತಮರ ಲಕ್ಷಣ. ಅನವಶ್ಯಕವಾಗಿ ನಗೋದು

ಹುಚ್ಚರ ಲಕ್ಷಣ...." ಅವಳು ಮಾತು ಪೂರ್ತಿ ಮಾಡದ ಮುನ್ನವೇ ಅವಳ ಕೈಯಲ್ಲೀಗ ಐದು ರೂಪಾಯಿ ನೋಟನ್ನು ನೋಡಿ "ದುಂದುವೆಚ್ಚ ಬುದ್ಧಿವಂತರ ಲಕ್ಷಣವಲ್ಲ!" ಗೇಟು ತೆರೆದುಕೊಂಡು ಓಡಿಬಿಟ್ಟ.

ರೋಹಿಣಿ ಎಷ್ಟೇ ಬಲವಂತ ಮಾಡಿದರೂ ಅವನು ಮಾಡುವ ಸಣ್ಣ ಪುಟ್ಟ ಕೆಲಸಗಳಿಗೆ ಹಣ ತೆಗೆದುಕೊಳ್ಳುತ್ತಿರಲಿಲ್ಲ. ರೋಹಿಣಿಯೇ ರೇಗಿ, ಗದರಿಸಿ ಎರಡು ಸೆಟ್ ಬಟ್ಟೆ ಕೊಡಿಸಿದ್ದಳು. ಅಂದಿನ ಅವನ ಸಂತೋಷವಂತೂ ಹೇಳತೀರದು.

ಕಾರಿನತ್ತ ನೋಡಿದ ರೋಹಿಣಿ ದೀರ್ಘವಾದ ಉಸಿರೆಳೆದು ದಬ್ಬಿದಳು. ಭವ್ಯವಾದ ದಿನಗಳ ಪ್ರತೀಕವೆಂಬಂತೆ ನಿಂತಿತ್ತು. ಇಂದಿಗೂ ಪರಶುರಾಮ್‌ಗೆ ಅವರ ಬಗ್ಗೆ ಅಪರಿಮಿತ ವ್ಯಾಮೋಹ. ಅದಕ್ಕಾಗಿಯೇ ಅದನ್ನು ಜೀವಂತವಾಗಿಡುವ ಪ್ರಯತ್ನ ಮಾಡುತ್ತಿದ್ದಳು ರೋಹಿಣಿ.

ರಾತ್ರಿ ಊಟಕ್ಕೆ ಕೂತಾಗ ಅನ್ನಪೂರ್ಣಮ್ಮ ಪಿಸುದನಿಯನ್ನು ಉಸುರಿದರು. "ಅಣ್ಣ, ರೋಹಿಣಿ ಯಾಕೆ ಕಾರು ತಗೊಂಡ್ ಹೋಗ್ಲಿಲ್ಲಾಂತ ಕೇಳಿದ್ರು" ಅನ್ನ ಕಲೆಸುತ್ತಿದ್ದ ಅವಳ ಕೈಬೆರಳುಗಳು ಸ್ತಬ್ಧವಾದವು. ತುಟಿ ಕಚ್ಚಿ ನೋಟವನ್ನು ಛಾವಣಿಯತ್ತ ಸರಿಸಿದಳು.

ಪ್ರಶ್ನಾರ್ಥಕವಾಗಿ ಆಕೆಯತ್ತ ನೋಡಿದಳು. ಕಣ್ಣುಗಳಲ್ಲಿ ಅಪಾರವಾದ ನೋವು. ಅನ್ನಪೂರ್ಣಮ್ಮ ಅರ್ಥಮಾಡಿಕೊಂಡರು.

"ಅವ್ಳ ಸ್ನೇಹಿತರ ಕಾರಿನಲ್ಲಿ ಹೋದ್ಲೂಂತ ಅಂದೆ. ಅವ್ರಿಗೆ ಇಷ್ಟವಾಗ್ಲಿಲ್ವೇನೋ... ಮಧ್ಯಾಹ್ನ ಮಾಡ್ಲಿಲ್ಲ" ಎಂದರು. ರೋಹಿಣಿ ಎದ್ದೇಬಿಟ್ಟಳು.

ಅಷ್ಟರಲ್ಲಿ ಪರಶುರಾಮ್ ಸ್ವರ ಹರಿದು ಬಂತು. ವೀಲ್ ಛೇರ್‌ನ ಚಕ್ರವನ್ನು ಕೈಯಲ್ಲಿ ತಳ್ಳಿಕೊಂಡು ಬರುತ್ತಿದ್ದರು. ತೆಪ್ಪಗೆ ಕೂತು ರೋಹಿಣಿ ಅನ್ನದ ತಟ್ಟೆಯಲ್ಲಿ ಕೈಯಿಟ್ಟಳು.

ತಲೆಯೆತ್ತಲಾರದೆ ಹೋದಳು. ಅನ್ನವನ್ನು ಬೇಗ ಬೇಗ ಕಲೆಸುತ್ತ ಮೊಸರಿನ ಪಾತ್ರೆಗಾಗಿ ಕಣ್ಣಲ್ಲಿ ಅರಸಿದಳು.

"ಅನ್ನಪೂರ್ಣ, ಮಗೂಗೇ ತುಪ್ಪ ಬಡಿಸು" ಅಧಿಕಾರದ ದನಿಯಲ್ಲಿ ಹೇಳಿದರು. ಆಕೆ ಅಡಿಗೆ ಮನೆಯೊಳಕ್ಕೆ ಹೋದರು.

ದೇವರ ಕೋಣೆಯಲ್ಲಿದ್ದ ಎಣ್ಣೆಯ ಗಿಂಡಿಯಲ್ಲಿನ ಎಣ್ಣೆಯನ್ನು ತುಪ್ಪದ ಬಟ್ಟಲಿಗೆ ಸುರಿದುಕೊಂಡು ಬಂದರು. ಅವರ ಕೈ ಮೃದುವಾಗಿ ನಡುಗುತ್ತಿತ್ತು. ಈ ಸ್ಥಿತಿಯಲ್ಲಿ ಪರಶುರಾಮರ ಕೋಪ ಬೆಂಕಿಯೇ.

ತುಪ್ಪದ ಪಾತ್ರೆ ತಟ್ಟೆಯ ಬಳಿಗೆ ಬಂದಾಗಲೇ ರೋಹಿಣಿ ಅಡ್ಡ ಹಿಡಿದಳು.

"ಈಗಾಗ್ಲೇ ಎರ್ಡು ಸಲ ಹಾಕಿದ್ದೀಯಾ, ಅತ್ತೆ. ಇನ್ನಷ್ಟು ಡುಮ್ಮಿ ಆಗ್ಬಿಡ್ತೀನಿ ಅಷ್ಟೆ" ಆಕೆ ಕೈ ಹಿಂತೆಗೆದುಕೊಳ್ಳಬೇಕು. ಅಷ್ಟರಲ್ಲಿ ಸಿಡಿಲಾಗಿ ಬಡಿಯಿತು ಪರಶುರಾಮ್ ಸ್ವರ "ಸ್ವಲ್ಪ ಧಾರಾಳವಾಗಿ ಬಡ್ಸಿ. ಅವ್ಳು ಬೇಡಾಂದ ತಕ್ಷಣ ಸುಮ್ಮನಾಗಿಬಿಡ್ತೀರಲ್ಲ ಅವ್ಳಿಗೇನು ಗೊತ್ತಾಗುತ್ತೆ" ಆಕೆ ಪೂರ್ತಿ ಮೆತ್ತಗಾಗಿಬಿಟ್ಟರು. ರೋಹಿಣಿ ಹುಟ್ಟುವುದಕ್ಕಿಂತ ಮೊದಲಿನಿಂದ ಆಕೆ ಈ ಮನೆಯಲ್ಲಿ ಇದ್ದರು. ಇಂದಿಗೂ ಪರಶುರಾಮ್ ಮುಂದೆ ನಿಲ್ಲಬೇಕೆಂದರೇ ಆಕೆಯ ತೊಡೆಗಳಲ್ಲಿ ನಡುಕ ಷುರುವಾಗುತ್ತಿತ್ತು.

ರೋಹಿಣಿಯ ಸ್ವರ ಕೂಡ ಒಣಗಿತು. ನಾಲ್ಕು ಸ್ಪೂನ್ ಎಣ್ಣೆ ಕಲಸಿದ ಅನ್ನದ ಮೇಲೆ ಬಿದ್ದಾಗ ಅವಳಿಗೆ ವಾಕರಿಸಿಕೊಂಡು ಬಂತು. ಎಣ್ಣೆ ಸುರಿದುಕೊಂಡು ಅವಳಿಂದ ತಿನ್ನಲಾಗದು. ಈಗ ಎದ್ದರೆ... ಸಮುದ್ರದ ಭಯಂಕರ ಅಲೆಗಳ ಸದ್ದು ಕೇಳಿಸಿ ಸ್ತಬ್ಧವಾಯಿತು. ಅವಳು ಭಯಂಕರ ಸದ್ದನ್ನು ಆಲಿಸಬಲ್ಲಳು, ಆದರೆ ಆಮೇಲಿನ ಸ್ಥಿತಿಯನ್ನು ಮಾತ್ರ ಯೋಚಿಸಲು ಕೂಡ ಸಿದ್ಧವಿಲ್ಲ.

ಪರಶುರಾಮ್ ಮುಖ ಮತ್ತಷ್ಟು ಬಿಗಿದುಕೊಂಡಿತು. ಅನುಮಾನ... ಮೂಗು ಸರಿಯಾದ ಸ್ಥಿತಿಯಲ್ಲಿಯೇ ಇತ್ತು.

"ಇಲ್ಲಿ ತಗೊಂಡ್ಬಾ...." ಆಜ್ಞಾಪಿಸಿದರು.

ಅನ್ನಪೂರ್ಣಮ್ಮ ತತ್ತರಿಸಿದರು. ಹೊರಟ ಅವರ ಕಾಲಿಗೆ ತನ್ನ ಕಾಲನ್ನು ಅಡ್ಡವಾಗಿಟ್ಟಳು. ಎಡವಿ ಮುಂದಿದ್ದ ಛೇರ್ ಮೇಲೆ ಮುಗ್ಗರಿಸಿ ಸಾವರಿಸಿಕೊಂಡರು. ಎಣ್ಣೆ ಇದ್ದ ತುಪ್ಪದ ಪಾತ್ರೆಯಂತೂ ಛೇರ್‌ಗೆ ಬಡಿದು ನೆಲ ಸೇರಿತು.

ಇಂಥ ಸಮಯಗಳಲ್ಲಿ ಪರಶುರಾಮ್ ಬಯ್ಯರು. ತುಪ್ಪದಲ್ಲಿ ಅರ್ಧಕ್ಕಿಂತ ಎಣ್ಣೆ ಜಾಸ್ತಿ ಬೆರಕೆಯಾಗಿದೆಯೆಂದು ಅವರಿಗೆ ಸಂದೇಹ.

"ಬರೀ ಎಣ್ಣೆ... ವಾಸ್ನೇ... ಎಲ್ಲಿ ತಂದಿದ್ದು?" ಕಣ್ಣು ಕೆಂಪಗೆ ಮಾಡಿದರು.

ರೋಹಿಣಿ ಎದ್ದೇಬಿಟ್ಟಳು. ಅವರ ವ್ಹೀಲ್ ಛೇರನ್ನು ತಳ್ಳಿಕೊಂಡು ಹಾಲ್‌ಗೆ ಬಂದಳು. ಭಯಂಕರ ನೀರವತೆ, ಮೂವ್ವತ್ತರ ಉಸಿರಾಟ ಬಿಟ್ಟರೆ ಮತ್ತೊಂದು ಸದ್ದಿಲ್ಲ.

ಎರಡು ಗುಳಿಗೆಯನ್ನು ಅಂಗೈಯೊಳಕ್ಕೆ ಬಗ್ಗಿಸಿಕೊಂಡು ಬಂದು ಅವರ ಮುಂದಿಡಿದಳು. "ಇನ್ನು ಮೂರು ತಿಂಗ್ಳು ತಗೊಂಡರೆ ಸಾಕೂಂದ್ರು." ಮಾತ್ರೆಗಳನ್ನು, ಮಗಳ ಮುಖವನ್ನು ಬದಲಿಸಿ ಬದಲಿಸಿ ನೋಡಿದವರು "ಬೇಡ... ನಂಗೆ ಬೇಡ..." ಅವಳ ಕೈಯೊಳಗಿನ ಮಾತ್ರೆಗಳನ್ನು ತಳ್ಳಿಬಿಟ್ಟರು.

ರೋಹಿಣಿ ಬಲವಂತ ಮಾಡಲಿಲ್ಲ. ವ್ಹೀಲ್ ಛೇರನ್ನು ಕೋಣೆಗೆ ತಳ್ಳಿಕೊಂಡು

ಹೋದಳು. "ಬಹಳ ಹೊತ್ತಿನಿಂದ ಕೂತಿದ್ದೀರಾ, ಮಲ್ಗಿ... ಬಿಡಿ" ಆಸರೆ ಕೊಟ್ಟು ಮಂಚದ ಮೇಲೆ ಮಲಗಿದಳು. ಕಷ್ಟದ ಕೆಲಸವೇ, ಒಂದೊಂದು ಸಲ ಉಸಿರಿಡಿದಂತಾಗುತ್ತಿತ್ತು.

ಟೇಪ್ ರೆಕಾರ್ಡರ್‌ನಲ್ಲಿದ್ದ ಕ್ಯಾಸೆಟ್ ಬದಲಿಸಿ ಮೆಲ್ಲಗೆ ಟ್ಯೂನ್ ಮಾಡಿ ಹೊರಗೆ ಬಂದಳು. ಅನ್ನಪೂರ್ಣಮ್ಮ ಮಂಕಾಗಿ ನಿಂತಿದ್ದರು.

"ಹೋಗಿ ಅತ್ತೆ... ಊಟ ಮಾಡಿ" ಎಬ್ಬಿಸಿಕೊಂಡು ಹೋಗಿ ಡೈನಿಂಗ್ ಟೇಬಲ್ ಮುಂದೆ ಕೂಡಿಸಿ ತಾನೇ ತಟ್ಟೆ ಹಾಕಿದಳು. "ನೀವು ಉಪವಾಸ, ವನವಾಸ ಮಾಡ್ಬಾರ್ದು. ಆಮೇಲೆ ಈ ಮನೇನ ನೋಡಿಕೊಳ್ಳೋರು... ಯಾರು?" ಅನ್ನದ ಪಾತ್ರೆ ತೆಗೆದಳು. ತಳದಲ್ಲಿ ಅಗಳು ಉಳಿದಿತ್ತು. ಅವರ ಮುಖವನ್ನು ದಿಟ್ಟಿಸಿದಳು.

"ಒಳಗಡೆ... ಇದೆ" ತಾವೇ ಹೋಗಿ ಪಾತ್ರೆ ಹಿಡಿದು ಬಂದರು. ರೋಹಿಣಿ ತಟ್ಟೆ ತೆಗೆದಳು. ದಪ್ಪ ಅಕ್ಕಿಯ ಮುದ್ದೆ ಅನ್ನ. "ಇದೇನಿದು....?" ಆಕೆ ನಸುನಕ್ಕರು. "ಅನ್ನ ಕಣೇ, ಅಷ್ಟು ಗೊತ್ತಾಗದೇ!" ತಾವೇ ಬಡಿಸಿಕೊಂಡರು.

ಮೈಯಲ್ಲಿ ಶಕ್ತಿ ಇಲ್ಲದವಳಂತೆ ರೋಹಿಣಿ ಕುಕ್ಕರಿಸಿದಳು. ಒಂದಿಷ್ಟು ಹಣ ಆಕೆಯ ಕೈಯಲ್ಲಿ ಹಾಕಿ ಬಿಡುತ್ತಿದ್ದಳು. ಎಲ್ಲಾ ವಹಿವಾಟು ಅನ್ನಪೂರ್ಣಮ್ಮನದೇ.

ಅವಳು ಪ್ರಶ್ನಿಸುವ ಮುನ್ನವೇ ಆಕೆ ಹೇಳಿದರು. "ಅಕ್ಕಿ ತೀರಾ ದುಬಾರಿ. ಎರ್ಡು ತರಹ ಅಕ್ಕಿ ತಂದೆ. ಆ ಅಕ್ಕಿ ಬರೀ ಸಣ್ಣಗೆ ಬೆಳ್ಳಗೇ ಇರುತ್ತೆ. ಇದಕ್ಕೆ ಇರೋ ರುಚಿ ಬರೋಲ್ಲ" ಮಜ್ಜಿಗೆ ಹುಳಿ ಹಾಕಿ ಅನ್ನ ಕಲೆಸತೊಡಗಿದರು.

ಆಕೆಯ ಕಾಲು ಮುಟ್ಟಿ ನಮಸ್ಕರಿಸಬೇಕೆನಿಸಿತು! ಕಣ್ಣಂಚಿನ ನೀರು ಕೆನ್ನೆಯ ಮೇಲೆ ಜಾರುವ ಮುನ್ನವೇ ಎದ್ದು ಹೊರಗೆ ಬಂದಳು.

ಹೊರಗೆ ಗಾಳಿ ತಣ್ಣಗೆ ಬೀಸುತ್ತಿತ್ತು. ಬೃಹತ್ತಾಗಿ ಬೆಳೆದು ನಿಂತ ಸಂಪಿಗೆ ಮರದಿಂದ ಸುವಾಸನೆಯ ಗಾಳಿಯೊತ್ತು ಬರುತ್ತಿತ್ತು.

ಮನೆಯ ಮುಂದೆ ಉರಿಯುತ್ತಿದ್ದ ದೀಪದ ಬೆಳಕು ಆ ದೊಡ್ಡ ಕಾಂಪೌಂಡ್‌ಗೆ ಸಾಲದೇ ಸಾಲದೆನಿಸಿತು.

ಗೇಟು ಸದ್ದಾಯಿತು. ಮೊದಲು ಕೀರ್ತಿ ಬಂದ. ಅವನ ಹಿಂದೆ ಇನ್ನಿಬ್ಬರು. ಬಹುಶಃ ಸ್ವಲ್ಪ ವಯಸ್ಸಾದ ದಂಪತಿಗಳು ಇರಬಹುದು. ಸುತ್ತಲೂ ನೋಟ ಹರಿಸುತ್ತ ಬಂದರು.

"ಅಕ್ಕ...." ಓಡಿ ಬಂದವ ನಿಂತ. "ಇವ್ರು ಬಾಡ್ಗೇಗೆ ಮನೆ ಬೇಕೂಂದ್ರೂ." ಅವನ ಕಡೆ ನೇರವಾಗಿ ನೋಡಿದಳು. ಯಾಕೆ ಕರೆದುಕೊಂಡು ಬಂದೇ ಎನ್ನುವಂತಿತ್ತು ಅವಳ ನೋಟ. ಕತ್ತು ತೂರಿಸಿದ ತಪ್ಪು ಮಾಡಿದವನಂತೆ.

"ದೆವ್ವದಂಥ... ಮನೆ! ಆಕೆ ಉದ್ಗರಿಸಿದಾಗ ರೋಹಿಣಿ ಬೆಚ್ಚಿಬಿದ್ದು ತಿದ್ದಿದಳು "ಅಲ್ಲ, ದೇವಾಲಯದಂಥ ಮನೆ. ದೇವಸ್ಥಾನ ಸ್ವಲ್ಪ ಹಳೇದು. ಹಳತಾದಷ್ಟು ಅದಕ್ಕೆ ಪ್ರಾಮುಖ್ಯತೆ ಜಾಸ್ತಿ" ಕೋಪದಿಂದ ಬಂದಂತಿದ್ದವು ಮಾತುಗಳು.

ಆ ಮನೆಯಿಂದ ಕಾಂಪೌಂಡ್‌ನಲ್ಲಿಯೇ ಇದ್ದ ಮನೆ ಸಪರೇಟಾಗಿಯೇ ಇತ್ತು. ಈಗಾಗಲೇ ಬಂದಿಬ್ಬರು ಬಾಡಿಗೆಗೆ ಎದ್ದು ಬಿಟ್ಟು ಹೋಗಿದ್ದರು. ಇವಳೇ ಬಿಡಿಸಿ ಕಳುಹಿಸಿದ್ದಳು. ಅನವಶ್ಯಕವಾಗಿ ಬೇರೆಯವರಿಗೆ ತಮ್ಮ ಮಾತುಗಳಿಂದ ನೋವಾಗುತ್ತದೆಯೆಂದು ತಿಳಿದಿದ್ದರೂ ತಲೆ ತೂರಿಸುವ ಜನ ಅಂಥವರ ಬಗ್ಗೆ ಅವಳಿಗೆ ಜಿಗುಪ್ಸೆ ಮಾತ್ರವಲ್ಲ ಭಯ.

"ದಯವಿಟ್ಟು ಕ್ಷಮಿಸಿ. ಮನೇನ ಯಾರ್‍ಗೂ ಬಾಡಿಗೇಗೆ ಕೊಡೋಲ್ಲ!" ನಿಖರವಾಗಿ ಹೇಳಿದಳು.

ಆದರೆ ಆ ಜನ ತುಸು ಮೊಂಡರೇನೋ!

"ಇದೇ ತಲೇ ಹುಡ್ಗ ಕರ್ಕೊಂಡ್ಬಂದಿದ್ದು. ಈಗ ಇಲ್ಲಾಂದರೇ ಹೇಗೆ? ನೋಡಿ ಬೇಡನ್ನದೋರು ನಾವು" ಮಹಿಳೆ ವಾದಕ್ಕೆ ನಿಂತಳು.

ಗದರಿಸಿ ಕಳುಹಿಸುವುದೋ, ಮತ್ತೇನೋ ಮಾಡುವ ಹಾಗಿರಲಿಲ್ಲ. ಪರಶುರಾಮ್ ಕಿವಿಗಳು ಚುರುಕು. ಕರೆದು ಕೇಳಿಯಾರು, ಅದೆಲ್ಲಿಗೆ ಮುಟ್ಟುತ್ತದೆಯೋ!

ಅವನತ್ತ ಕೋಪದಿಂದ ನೋಡಿದ ರೋಹಿಣಿ "ಹೋಗಿ ಒಳ್ಗೇ ಅತ್ತೆ ಹತ್ರ ಬೀಗದ ಕೈ ಇಸ್ಕೊಂಡ್ಬಾ" ಎಂದಳು, ಕೀರ್ತಿಗೆ ತನ್ನ ತಪ್ಪು ಅರ್ಥವಾಗಿತ್ತು. ಕಣ್ಣುಗಳಲ್ಲಿಯೇ ಕ್ಷಮೆ ಬೇಡುತ್ತ ಬಂದವರನ್ನು ಮನದಲ್ಲಿ ಶಪಿಸುತ್ತ ಒಳಗೆ ಹೋದ.

ಆರಾಮಾಗಿ ಮೆಟ್ಟಿಲಿನ ಮೇಲೆ ಕೂತುಬಿಟ್ಟಳು ರೋಹಿಣಿ. ಆ ಮಹಿಳೆ ಇವಳತ್ತ ಬಗ್ಗಿ ವಿಚಾರಿಸಿದಳು.

"ಇದು ಅತ್ತೆ ಮನೇನಾ?"

ಇದು ಅಧಿಕಪ್ರಸಂಗತನವೆನಿಸಿತು. ಆದರೂ ಉತ್ತರಿಸಬೇಕಿತ್ತು.

"ಅಲ್ಲ, ಅಪ್ಪನ ಮನೆ."

ಆಕೆ ಮುಖ ಸ್ವಲ್ಪ ಅಗಲಿತು "ನಾನು ಅಂದ್ಕೊಂಡೇ, ಈಗಿನ ಹೆಣ್ಣು ಮಕ್ಳು ಕರೀಮಣಿ ಸರ, ಕಾಲುಂಗುರ ಹಾಕೋದು ಬಿಟ್ಟಿರೋದ್ರಿಂದ... ಮದ್ವೆ ಆಗಿದ್ಯೋ ಇಲ್ಲವೋ ಅನ್ನೋದು ತಿಳಿಯೋದಿಲ್ಲ" ದೀರ್ಘವಾಗಿ ರಾಗ ಎಳೆದಳು.

ಅಷ್ಟರಲ್ಲಿ ಕೀರ್ತಿ ಬೀಗದ ಕೈ ಹಿಡಿದು ಬಂದ. 'ಹೋಗಿ ನೋಡಿ' ಎನ್ನುವಂತೆ ಅತ್ತ ಕೈ ಮಾಡಿದಳು.

ಅವರು ಮನೆಯನ್ನು ಒಪ್ಪಿಬಿಟ್ಟರೇ! ಕೊಡಲೇಬೇಕೆಂಬ ಕಾನೂನು ಇಲ್ಲದೇ ಇರಬಹುದು. ಭಂಡತನದಿಂದ ಅವರು ಒಳಗೆ ಪ್ರವೇಶಿಸಿಬಿಟ್ಟರೇ! ಹಿಂದಿನ ಧೀಮಂತಿಕೆ, ನವಿರುತನ, ಸಹಾಯಗುಣ ಪರಶುರಾಮ್ ಅವರಲ್ಲಿ ಇತ್ತು, ಇಂದು ಕೂಡ.

ಕೀರ್ತಿ ಓಡಿ ಬಂದ "ಪ್ಲೀಸ್, ತಪ್ಪಾಯಿತಕ್ಕ, ಖಂಡಿತ ಇನ್ಮೇಲೆ ಯಾರನ್ನು ಕರ್ಕೊಂಡ್ಬರೋಲ್ಲ" ಕ್ಷಮೆಯಾಚಿಸಿದ.

"ಮೊದ್ಲು ಅವರನ್ನ ಕಳಿಸೋ ದಾರಿ ನೋಡು" ಮೇಲೆದ್ದಳು.

ಹತ್ತು ನಿಮಿಷ ಕಾದು ಕೀರ್ತಿ, ರೋಹಿಣಿ ಆ ಮನೆಗೆ ಬಂದಾಗ ಅವರು ಮನೆಯ ಇಂಚೂ ಇಂಚು ಪರಿಶೀಲಿಸುತ್ತಿದ್ದರು. ಕೊಳ್ಳುವವರು ಕೂಡ ಇಷ್ಟೊಂದು ಮುತುವರ್ಜಿ ವಹಿಸಲಾರರು.

"ಮನೆಯೇನೋ ಹಳೇದೇ. ಅದ್ರೆ... ಗೋಡೆಗಳು ಗಟ್ಟಿಯಾಗಿಯೇ... ಇದೆ" ಆಕೆ ಗಂಡನೊಂದಿಗೆ ಹೇಳುತ್ತಿದ್ದರು. ಆತನ ದೃಷ್ಟಿ ಛಾವಣಿಯತ್ತ.

ರೋಹಿಣಿ ಗಂಟಲು ಸರಿ ಮಾಡಿಕೊಂಡು ಕೆಮ್ಮಿದಳು. ಆದರೇನು ತಮ್ಮ ಕೆಲಸದಿಂದ ವಿಚಲಿತರಾಗಲಿಲ್ಲ.

"ಹಿಂದೆ ಯಾರಾದ್ರೂ ಬಾಡ್ಗೆಯವ್ರು... ಇದ್ರಾ?" ಇವಳತ್ತ ತಿರುಗದೆಯೇ ಆತ ಪ್ರಶ್ನಿಸಿದಾಗ "ಹ್ಲೂ..." ಅಂದುಬಿಟ್ಟ "ನಿಮ್ಗೆ ದಾರಿಯಲ್ಲಿ ಎಲ್ಲಾ ಹೇಳಿದ್ದೀನಲ್ಲ"

ಇನ್ನು ಹತ್ತು ನಿಮಿಷ ಸವೆಸಿದ ನಂತರ ರೋಹಿಣಿಯತ್ತ ತಿರುಗಿದರು. "ಮನೆಗೆ ಪೈಂಟ್ ಮಾಡ್ಸಿ ಕೊಡ್ಬೇಕಾಗುತ್ತೆ" ಎಂದರು.

ಆಕೆ ಕೂಡ ಗಂಡನಿಗಿಂತ ಹಿಂದೆ ಬೀಳಲಿಲ್ಲ. "ನೆಲ ಕೂಡ ಹಾಳಾಗಿದೆ ಅದನ್ನ ಕೂಡ ಮಾಡ್ಸಿಕೊಡ್ಬೇಕು. ನಲ್ಲಿ ಎಲ್ಲಿದೆ?" ರೋಹಿಣಿ ಮೌನವಹಿಸಿದಳು.

ಕೀರ್ತಿಯ ಜೊತೆಯಲ್ಲಿ ಹೋಗಿ ಕಾಂಪೌಂಡ್‌ನಲ್ಲಿರೋ ನಲ್ಲಿನ ನೋಡಿ ಬಂದರು. ಅವರಿಗೆ ಸ್ವಲ್ಪ ಅಸಮಾಧಾನ. ನೀರನ್ನು ಹೊರಬೇಕಲ್ಲ ಎನ್ನುವ ಚಿಂತೆ.

"ಒಳ್ಗಡೆಗೆ ಒಂದು ನಲ್ಲಿ ಹಾಕ್ಸಿಕೊಡಿ" ಹೇಳಿದರು.

ಮತ್ತೆ ಅವರುಗಳೇ ಮಾತಾಡಿಕೊಂಡರು. ಈ ದೊಡ್ಡ ಕಾಂಪೌಂಡ್‌ನಿಂದ ಏನೇನು ಪ್ರಯೋಜನ ಪಡೆಯಬಹುದು. ತಮ್ಮ ಸಾಮಾನನ್ನು ಮನೆಯಲ್ಲಿ ಎಲ್ಲೆಲ್ಲಿ ಜೋಡಿಸಬೇಕು ಎಂಬುದನ್ನು ಕೂಡ ಚರ್ಚಿಸಿದರು.

ಇಲ್ಲಿ ರೋಹಿಣಿ ಮೌನಪ್ರೇಕ್ಷಕಳು ಅವರ ವರ್ತನೆ ಬಾಡಿಗೆಯವರ ತರವಲ್ಲ, ಕೊಂಡವರಂತೆ ಮಾತಾಡಿದರು.

"ದೊಡ್ಡ ಮನೆಯಲ್ಲಿ ಎಷ್ಟು ಜನ ಇದ್ದೀರಾ?" ಆಕೆ ಏನನ್ನೋ ಮನಸ್ಸಿನಲ್ಲಿಟ್ಟು

ಕೊಂಡು ಕೇಳಿದಳು. ರೋಹಿಣಿಗೆ ನಗು ಬಂತು. "ಆ ಮನೆಗೆ ಬಂದು ಬಿಡ್ತೀರಾ? ಹೇಗೂ ನಾವು ಮೂರೇ ಜನ. ಅಲ್ಲೇ ವಿಶಾಲವಾಗಿರುತ್ತೆ ನಿಮ್ಗೆ, ನೆಲನು ಚೆನ್ನಾಗಿರುತ್ತೆ, ಗೋಡೆ ಪೈಂಟ್ ಕೂಡ ಇಷ್ಟೊಂದು ಕೆಟ್ಟದಾಗಿಲ್ಲ. ಒಳ್ಳೇ ನಲ್ಲಿ ಕೂಡ ಇದೆ."

ರೋಹಿಣಿ ಮಾತಿಗೆ ಕೀರ್ತಿ ಬೆಪ್ಪಾದ.

ಆಕೆಯ ಮುಖ ಮೊರದಗಲವಾಯಿತು. "ಆಯ್ತು ಹಾಗೇ ಮಾಡಿ ಅದೇ ನೂರೈವತ್ತು ಕೊಡ್ತೀವಿ" ಎಂದರು.

ಹಿಂದಿನವರು ಕೊಡುತ್ತಿದ್ದ ಬಾಡಿಗೆಯನ್ನು ಕೀರ್ತಿಯೇ ಹೇಳಿರಬಹುದೆಂದು ಕೊಂಡಳು.

"ಅದ್ನ ನೋಡ್ತೀವಿ!" ಹೊರಟಾಗ ತಡೆದು ನಿಲ್ಲಿಸಿದಳು. "ನಿಮ್ಗೇ ಮಕ್ಳು ಮೊಮ್ಮಕ್ಳು ಇರ್ಬೇಕಲ್ಲ! ಅಥ್ವಾ ಇಬ್ಬರೇನೋ...." ಕೇಳಿದಳು.

ಉತ್ಸಾಹದಲ್ಲಿ ಇಡೀ ಕುಟುಂಬದ ಲೆಕ್ಕ ಕೊಟ್ಟರು. ಈಗ ಬೇರೆ ಬೇರೆ ವಾಸಿಸುತ್ತಿರುವ ಇಬ್ಬರು ಹೆಣ್ಣು ಮಕ್ಕಳ ಕುಟುಂಬಗಳನ್ನು ತಮ್ಮಲ್ಲಿಯೇ ಇರಿಸಿಕೊಳ್ಳುವ ಅಪೇಕ್ಷೆ ವ್ಯಕ್ತಪಡಿಸಿದರು.

ರೋಹಿಣಿ ಅವಾಕ್ಕಾದಳು. ಅವರ ಮಾತಿನ ಧಾಟಿ ನೋಡಿದರೆ ಗಲಾಟೆ ಮಾಡದೇ ಹೊರಗೆ ನಡೆಯುವಂತೆ ಕಾಣಲಿಲ್ಲ. ಮೂರ್ಖ ಜನರು ಮಾತ್ರವಲ್ಲ, ಭಂಡರಾಗಿ ಕಂಡರು.

ಬಹುಶಃ ಪರಶುರಾಮ್‌ಗೆ ನಿದ್ದೆ ಬಂದಿದೆಯೋ ಇಲ್ಲವೋ! ಇವರುಗಳ ದೊಡ್ಡ ಬಡಬಡಿಕೆಯ ಬಾಯಿಗೆ ಎಚ್ಚರಾಗಿಬಿಟ್ಟರೇ, ಸ್ವಲ್ಪ ನಾರ್ಮಲ್ಲಾಗಿ ಕಾಣುವ ಅವರು ಅಚ್ಚ ನಾರ್ಮಲ್‌ಗೆ ಮರಳಬಹುದು? ಚಿಂತಿತಳಾದಳು.

"ನೋಡ್ತೀನಿ!" ಮುಂದೆ ಹೊರಟವರನ್ನು ತಡೆದಳು. "ಎಲ್ಲಾ ದೊಡ್ಡದಾಗಿಯೇ ಇದೆ. ಸಾಮಾನು ಸರಂಜಾಮಿನೊಂದಿಗೆ ಬಂದ್ಬಿಡಿ. ನೂರು ರೂಪಾಯಿ ಬಾಡ್ಗೇ ಕೊಟ್ಟರೂ ಸಾಕು, ಅಥ್ವಾ ಕೊಡದಿದ್ರೂ ತೊಂದರೆ ಇಲ್ಲ. ಈ ಮನೆಗಿರುವ ಕೆಟ್ಟ ಹೆಸರು ತೊಡೆದುಹೋದರೇ ಸಾಕು" ಒಂದು ಪ್ಲಾನ್ ಮಾಡಿದಳು. ಅವರನ್ನು ಹೊರ ಹಾಕುವುದು ಅನಿವಾರ್ಯವಾಗಿತ್ತು.

ಅವರಿಬ್ಬರ ಕಿವಿಗಳು ಮುಂದಾದವು. ಇಷ್ಟು ದೊಡ್ಡ ಮನೆ ಬರೀ ನೂರು ರೂಪಾಯಿ ಬಾಡಿಗೆಗೆ. ಕನಸಿನಲ್ಲು ಕೂಡ ನಂಬದಂಥ ಮಾತು.

"ಏನದು?" ಆಕೆ ಕಣ್ಣರಳಿಸಿದಳು.

ಬೃಹತ್ತಾದ ಸಂಪಿಗೆಯ ಮರದತ್ತ ನೋಡಿ ನಿಟ್ಟುಸಿರು ಚೆಲ್ಲಿದಳು.

"ಆ ಮರದ ಕೆಳ್ಗೇ ನಮ್ಮಕ್ಕ ಪ್ರಾಣ ಬಿಟ್ಟಿದ್ದು. ಸಹಜವಾದ ಸಾವಲ್ಲ, ಆತ್ಮಹತ್ಯೆ,

ಅತೃಪ್ತ ಮನಸ್ಸಿನಿಂದ ಸತ್ತಿದ್ದು. ರಾತ್ರಿ ಅಳ್ತಾ ಮನೆ, ಇಲ್ಲೆಲ್ಲ ಓಡಾಡ್ತ ಇರ್ತಾಳೆ, ಏನು ಮಾಡೋಲ್ಲ. ನೀವುಗಳು ಹೆದ್ರಿಕೊಳ್ಳದಿದ್ರೆ... ಸಾಕು" ಎಂದಳು.

ಅವರ ನೋಟ ಮರದ ಬಳಿ ನಿಂತಿತು. ಸ್ವಲ್ಪ ಹಳೆಯದಾದ ಮರ. ಹೂ, ಎಲೆಗಳಿಂದ ದಟ್ಟವಾಗಿ ತುಂಬಿಕೊಂಡಿತ್ತು. ಅದರ ನಡುವೆ ಒಂದು ಹೆಣ್ಣನ್ನು ಕಂಡಂತಾಯಿತು ಅವರಿಗೆ.

ಆತ ಉಗುಳು ನುಂಗಿದವನೇ ಜನಿವಾರ ಹಿಡಿದು ಗಾಯತ್ರಿ ಮಂತ್ರ ಜಪಿಸಲು ಷುರು ಮಾಡಿಬಿಟ್ಟ.

"ಅಯ್ಯೋ, ಹೋಗೋಣ ನಡೀರಿ. ನೂರು ರೂಪಾಯಿಗಲ್ಲ, ಹತ್ತು ರೂಪಾಯಿಗೆ ಕೊಟ್ಟರೂ ಈ ಮನೆ ಬೇಡ. ನಾವುಗಳು ಪ್ರಾಣಗಳ್ನ ಒಪ್ಪಿಸ್ಬೇಕಾ?" ಗಂಡನ ಕೈ ಹಿಡಿದುಕೊಂಡು ಎಳೆದುಕೊಂಡು ಹೋಗಿಯೇ ಬಿಟ್ಟಳು.

ಕೀರ್ತಿ ಮಿಕಿ ಮಿಕಿ ನೋಡುತ್ತ ನಿಂತ.

ಮೆಚ್ಚಿಗೆಯಿಂದ ಸಂಪಿಗೆಯ ಮರದತ್ತ ನೋಡಿದಳು.

"ಅಕ್ಕ, ಈ ವಿಷ್ಯ ಎಲ್ಲರಿಗೂ ಅವ್ರುಗಳು ಹೇಳಿಕೊಂಡ್ರೆ..." ಕೀರ್ತಿ ಆತಂಕಗೊಂಡ. "ಒಳ್ಳೇದೇ ಆಯ್ತು, ಈಗ ಬರೋ ಜನನು ಕಮ್ಮಿ. ಸದ್ಯ ಯಾರೂ ಬರ್ದಿದ್ರೆ ಸಾಕು. ಅವ್ರುಗಳು ತೋರೋ ಕೆಟ್ಟ ಸಹಾನುಭೂತಿಯಿಂದ ನಾವು ಸತ್ತು ಹುಟ್ಟಬೇಕಾಗಿದೆ. ಗೋ ಟು ಹೆಲ್...." ದೃಢತೆ ಇತ್ತು ಅವಳ ಸ್ವರದಲ್ಲಿ.

'ತಪ್ಪಾಯಿತಕ್ಕ....." ಕಾಲು ಹಿಡಿದುಬಿಟ್ಟ ಕೀರ್ತಿ. "ಅತ್ತೆ ಹೇಳಿದ್ರೂ... ಅದ್ಕೇ ಕರ್ಕೊಂಡ್ಬಂದೇ. ಇಬ್ಬರೇ ಇರೋದೂಂದ್ರು, ವಯಸ್ಸಾದವ್ರು ಭಗವದ್ಗೀತೆ ಓದಿಕೊಂಡು ಇರ್ತಾರೇಂದ್ಕೊಂಡೇ" ಪಶ್ಚಾತ್ತಾಪಗೊಂಡಿದ್ದ.

"ಆಯಿತಲ್ಲ... ಒಳ್ಗಡೆ...ಬಾ" ಒಳಗೆ ಕರೆದೊಯ್ದಳು.

ಅನಾಥ ಹುಡುಗ. ಅವನಿಗೆ ಯಾರೂ ಇರಲಿಲ್ಲ. ಗ್ಯಾರೇಜ್‌ನಲ್ಲಿಯೇ ಮಲಗುತ್ತಿದ್ದ. ಯಜಮಾನನ ತುಂಬ ಅಂತಃಕರಣದಿಂದ ಸುಖವಾಗಿಯೇ ಇದ್ದನೆಂದು ಕೊಳ್ಳಬೇಕು!

ಹಣ ಬೇಡವೆಂದರೂ ಊಟ, ತಿಂಡಿ ಕೊಟ್ಟರೇ ಖುಷಿಪಡುತ್ತಿದ್ದ.

ಅನ್ನಪೂರ್ಣಮ್ಮ ತಮಗಾಗಿ ಅನ್ನ ಮಾಡಿಕೊಂಡ ಪಾತ್ರೆಯಲ್ಲಿ ಒಂದಿಷ್ಟು ಅನ್ನ ಇತ್ತು. ನಾಲ್ಕು ಹೋಳು ಉಪ್ಪಿನಕಾಯಿ ಸುರಿದು ಕಲೆಸಿಕೊಂಡು ಬಂದು ಅವನಿಗೆ ಕೊಟ್ಟಳು.

"ಸಾರು, ಹುಳಿ ಏನಿಲ್ಲ" ಅಲ್ಲೇ ಕೂತಳು. ಅವಳಿಗೆ ಅಂಥ ವಿಷಯಗಳಲ್ಲಿಯೇನು ಸಂಕೋಚವಿಲ್ಲ.

ಕೀರ್ತಿ ಗಬಗಬನೆ ತಿಂದು ಮುಗಿಸಿ ಹೋಗಿ ಕೈ ತೊಳೆದು ಬಂದ.

ತಮ್ಮ ಗ್ಯಾರೇಜ್‌ನಲ್ಲಿ ಬಂದು ನಿಲ್ಲುತ್ತಿದ್ದ ಕಾರು, ಮೊಪೆಡ್‌ನಿಂದಲೇ ದೊಡ್ಡ ಮನೆಯವರ ಪರಿಚಯವಾದುದ್ದು. ಎಲ್ಲರ ಹಾಗೆ ಧಿಮಾಕ್‌ನಿಂದ ನೋಟು ತೆಗೆದು ಎಸೆಯದೇ ಪ್ರೀತಿಯಿಂದ ಮಾತಾಡಿಸುತ್ತಿದ್ದ ರೋಹಿಣಿ ಅತ್ಯಂತ ಪ್ರಿಯವಾಗಿದ್ದಳು. ಅವಳು ನಡೆದ ಕಡೆಯ ಮಣ್ಣನ್ನು ಎತ್ತಿಕೊಂಡು ಕಣ್ಣಿಗೆ ಒತ್ತಿಕೊಳ್ಳುವಷ್ಟು ಗೌರವ.

ಅವನನ್ನು ಕಳಿಸಿ ಬಾಗಿಲು ಹಾಕಿಕೊಂಡು ಒಳಗೆ ಬಂದಳು. ಈ ದೊಡ್ಡ ಮನೆಯಲ್ಲಿ ಅವರು ಅಡಿಗೆ–ಮನೆ, ಬಾತ್‌ರೂಮನ್ನು ಬಿಟ್ಟರೇ ಮೂರು ಕೋಣೆಗಳನ್ನು ಮಾತ್ರ ಉಪಯೋಗಿಸುತ್ತಿದ್ದುದು. ಮಿಕ್ಕವುಗಳ ಬಾಗಿಲು ಮುಚ್ಚಿದರೂ ಆಗಾಗ ತೆಗೆದು ಕ್ಲೀನ್ ಮಾಡಿಡುತ್ತಿದ್ದಳು.

ಅವಳ ತಾತನ ಕಾಲದಲ್ಲಿ ಮೂವತ್ತು–ನಲ್ವತ್ತು ಜನರಿದ್ದರಂತೆ. ಶ್ರೀಮಂತಿಕೆ ಕ್ಷಯಿಸಿದಂತೆ ಅವರುಗಳು ಎಲ್ಲೆಲ್ಲೋ ಹೋಗಿಬಿಟ್ಟಿದ್ದರು. ಹೋಗುವಾಗ ತಾವು ಬಯ್ಯಬಹುದಾದಷ್ಟು ಬಯ್ದುಬಿಟ್ಟಿದ್ದರು. ಈಗ ಇದ್ದಿದ್ದು ಅಂಥ ಬೆಲೆಯುಳ್ಳದ್ದೇನು ಅಲ್ಲ! ವೈಭವ ಗತಕಾಲದ ನೆನಪು ಮಾತ್ರ.

ನಿಶ್ಶಬ್ದವಾಗಿದ್ದ ತಂದೆಯ ಕೋಣೆಯನ್ನು ಹೊಕ್ಕಳು. ಅವರಿದ್ದುದು ಒಂದು ರೀತಿಯ ನಿದ್ದೆಯ ಮಂಪರಿನಲ್ಲಿ. ನಿದಾನವಾಗಿ ಎದೆ ಏರಿಳಿಯುತ್ತಿತ್ತು.

ಹೊದಿಕೆಯನ್ನು ಸರಿಮಾಡಿ ಹೊರಗೆ ಬಂದಳು. ಹಾಲ್‌ನಲ್ಲಿ ಹಾಸಿಗೆ ಬಿಡಿಸಿಕೊಂಡಿದ್ದ ಅನ್ನಪೂರ್ಣಮ್ಮ ಮಲಗುವ ಸನ್ನಾಹದಲ್ಲಿದ್ದರು.

"ಅಣ್ಣನಿಗೆ.... ನಿದ್ದೆ ಬಂದಿದ್ಯಾ?" ಕೇಳಿದರು.

ಹೌದೆನ್ನುವಂತೆ ತಲೆಯಾಡಿಸಿ ಹಾಸಿಗೆಯ ಬಳಿಯಲ್ಲಿಯೇ ಕೂತು ಇಷ್ಟು ಹೊತ್ತಿನವರೆಗೂ ಬಾಡಿಗೆಗಾಗಿ ಮನೆ ನೋಡಲು ಬಂದವರ ಜೊತೆ ಆದ ರಾದ್ಧಾಂತ ವಿವರಿಸಿದಳು.

"ಮುಂದಿನ ಮನೆ ಬಾಡ್ಗೆಗೆ ಕೊಡೋ ವಿಚಾರ ಬಿಟ್ಟುಬಿಡಿ, ಅತ್ತೆ, ಅಪ್ಪ ಶಾಂತವಾಗಿರ್ಲ್ಲೀ" ಎಂದಳು. ಎದ್ದು ತನ್ನ ಕೋಣೆಗೆ ಹೋದಳು.

ಇಡೀ ರಾತ್ರಿ ಕೂತು ಬಾಡಿಗೆಗಾರರ ಬಗೆಗೆ ಒಂದು ಲೇಖನ ಸಿದ್ಧಪಡಿಸಿದಳು.

ಪರ್ಸ್ ತೆಗೆದು ಹಣ ಎಣಿಸಿ ಹೋಗಿ ಮಲಗಿದಳು.

* * *

ರಘುವೀರ ಪತ್ರಿಕೆಯ ಆಫೀಸಿಗೆ ಬಂದಾಗ ಸೀನಿಯರ್ ಪ್ರೂಫ್ ರೀಡರ್ ವೆಂಕಟರತ್ನಂ ಅವಳಿಗೆ ಫೋನ್ ಬಂದಿದ್ದ ವಿಷಯ ತಿಳಿಸಿದರು.

"ಇನ್ನರ್ಧ ಗಂಟೆಯಲ್ಲಿ ಮತ್ತೊಮ್ಮೆ ಫೋನ್ ಮಾಡ್ತಾರಂತೆ" ತಮ್ಮ ಕೆಲಸದಲ್ಲಿ ಮಗ್ನರಾದರು.

ಮತ್ತೇನೇ ಕೇಳಿದರೂ ಅವರು ಹೇಳಲಾರರು. ಯಾರಿರಬಹುದು ಎಂದುಕೊಂಡರೂ ಅವಳು ತಲೆ ಕೆಡಿಸಿಕೊಳ್ಳಲಿಲ್ಲ. ಎಡಿಟರ್ ಕೋಣೆಯಿಂದ ವಾಪಸ್ಸು ಬಂದಾಗ ವೆಂಕಟರತ್ನಂ ತೆಗೆದಿಟ್ಟ ಫೋನಿನತ್ತ ಕಣ್ಣಲ್ಲಿಯೇ ತೋರಿಸಿದರು.

"ಲೈನ್ ಮೇಲೆಯೇ ಇದ್ದಾರೆ, ಮಾತಾಡಿ" ತಿದ್ದುಪಡಿ ಮಾಡಿದ ಪೇಪರ್‌ಗಳನ್ನು ಜೋಡಿಸಿಕೊಂಡು ಮೇಲೆದ್ದರು. "ಸಂಪಾದಕರು... ಕರದ್ರು ನೋಡಿ" ಎನ್ನುತ್ತಲೇ ಫೋನೆತ್ತಿದಳು.

ಮೌನವಾಗಿ ಫೋನ್ ಹಿಡಿದಿದ್ದವಳು ಸುಮ್ಮನಿಟ್ಟು ನಡೆದುಬಿಟ್ಟಳು. ಅವಳಿಗೆ ಮಾತಾಡಬೇಕೆನಿಸಲಿಲ್ಲ. ಚಕಚಕ ಹೊರ ನಡೆದುಬಿಟ್ಟಳು.

ಮೊಪೆಡ್ ಬಳಿ ನಿಂತಿದ್ದ ಕೀರ್ತಿ ಕೈಯೆತ್ತಿದ. ಅತ್ತ ನಡೆದವಳು ರೇಗಿದಳು.

"ನೀನ್ಯಾಕೆ ತಗೊಂಡ್ಬಂದೇ, ಸಂಜೆ ನಾನೇ ಬರ್ತಾಯಿದ್ದೆ" ಅತ್ತಿತ್ತ ನೋಡಿದಳು. ರಭಸದಿಂದ ಓಡಿಯಾಡುವ ಟೂ ವೀಲರ್ಸ್, ಫೋರ್ ವೀಲರ್ಸ್.... ಪುಟ್ಟ ಹುಡುಗ ಕೀರ್ತಿಯತ್ತ ನೋಡಿದಳು. "ನಿನ್ಹತ್ರ ಲೈಸೆನ್ಸ್ ಇಲ್ಲ. ವೆಹಿಕಲ್ ಕಿತ್ತುಕೊಂಡು ಒಳ್ಗೇ ಹಾಕ್ತಾರೆ" ಅವಳ ಗದರುವಿಕೆಯಿಂದ ಅವನ ಮುಖವೇನು ಚಿಕ್ಕದಾಗಲಿಲ್ಲ.

ಟೈಮ್ ನೋಡಿದಳು. ಎರಡೂವರೆಗೆ ಹತ್ತು ನಿಮಿಷವಿತ್ತು.

"ಊಟ ಮಾಡಿದೆಯೇನೋ, ಕೀರ್ತಿ?" ಕೇಳಿದಳು.

"ಇಲ್ಲಕ್ಕ, ಈಗ್ಹೋಗಿ ಮಾಡ್ಬೇಕು. ಯಜಮಾನ್ರು ಬಂದಿಲ್ಲ. ತುಂಬ ಕೆಲ್ಸ ಇತ್ತು" ಹೇಳಿಕೊಂಡ. ದಿನವು ಯಜಮಾನ ಬಂದೇ ಊಟಕ್ಕೆ ದುಡ್ಡು ಕೊಡಬೇಕು. ಅಂದಂದಿನ ಹಣ ಅಂದಂದಿಗೆ ಸರಿಹೋಗುತ್ತಿತ್ತು.

ಮೊಪೆಡ್ ಹತ್ತಿ "ಕುತ್ಕೋ...." ಎಂದಳು.

ಕೋರ್ಟಿನ ಹಿಂಭಾಗದ ಪಾರ್ಕ್ ಬಳಿ ವೆಹಿಕಲ್ ನಿಂತಿತು.

ಐದರ ಒಂದು ನೋಟು ಕೊಟ್ಟು "ಒಳ್ಳೆ ಬಿಸಿ ಊಟ ಸಿಕ್ಕುತ್ತೆ, ತಿಂದ್ಬಾ...." ಕಳಿಸಿದಳು.

ಮ್ಯಾಗಝೀನ್ ಅಂಗಡಿಯತ್ತ ನಡೆದಳು. ಒಂದೆರಡು ಪತ್ರಿಕೆ ಖರೀದಿಸಿ ಅವನಿಗಾಗಿ ಕಾದಳು.

ಬಹುಶಃ ಕೀರ್ತಿಯ ವಯಸ್ಸು ಹತ್ತರಿಂದ ಹನ್ನೆರಡರ ಒಳಗೆ ಇರಬೇಕು. ಆಟವಾಡುತ್ತ ಓದುವ ಕಾಲ. ಅವನಿಗೆ ಆ ಕಲ್ಪನೆಯೇ ಇರಲಿಲ್ಲ. ಇಡೀ ದಿನ ಗ್ಯಾರೇಜಿನಲ್ಲಿ ಕೆಲಸ ಮಾಡಿ ಮಲಗುತ್ತಿದ್ದ. ಅವನ ಕೆಲಸಕ್ಕೆ ವೇಳೆಯ ಮಿತಿ

ಇರಲಿಲ್ಲ. ಇಂಥಿಂಥದ್ದೇ ಮಾಡಬೇಕೆಂಬ ನಿಯಮವೂ ಇರಲಿಲ್ಲ. ಬಂದ ವೆಹಿಕಲ್‌ಗಳನ್ನು ಒರೆಸುವುದರಿಂದ ಹಿಡಿದು ಫ್ಲಗ್ ಕ್ಲೀನ್ ಮಾಡುವುದು, ಟೈರುಗಳಿಗೆ ಗಾಳಿ ತುಂಬುವುದು, ಬಿಚ್ಚು ಅಂದಿದನ್ನ ಬಿಚ್ಚುವುದು, ಜೋಡಿಸು ಎಂದಾಗ ಜೋಡಿಸುವುದು, ತಪ್ಪಾದಾಗ ಮೆಕ್ಯಾನಿಕ್‌ಗಳಿಂದ ಏಟು ತಿನ್ನಬೇಕಾಗುತ್ತಿತ್ತು.

ಆದರೆ ಯಜಮಾನ ಬಾಬು ಇದ್ದರೆ ಮಾತ್ರ ಅವನನ್ನು ಹೊಡೆಯುವುದೇನು ಬಯ್ಯುವುದನ್ನು ಕೂಡ ಯಾರೂ ಮಾಡರು.

"ಆ ಹುಡ್ಗನ ಮೇಲೆ ಕೈಯೆತ್ತಿದರೆ ಮೂಳೆ ಪುಡಿ ಪುಡಿಯಾಗಿಬಿಡುತ್ತೆ. ನಿಮ್ಮ ಹೆಂಡ್ತಿ, ಮಕ್ಳನ್ನ ನೆನೆಸಿಕೊಳ್ಳಿ" ಎಚ್ಚರಿಸುತ್ತಿದ್ದರು. ತಬ್ಬಲಿ ಹುಡುಗನ ಮೇಲೆ ಅವರಿಗೆ ವಿಪರೀತ ಮರುಕ.

"ಅಕ್ಕ ಆಯ್ತು... ಎರ್ಡು ಪ್ಲೇಟು ಅನ್ನ ತಿಂದೆ" ಎರಡರ ಕೆಂಪು ನೋಟಿನ ಮೇಲೆ ಒಂದರ ನಾಣ್ಯ ಇಟ್ಟು ಅವಳತ್ತ ನೀಡಿದ. "ನನ್ನತ್ರ ಹಣ ಬೇಡಕ್ಕಾ– ಬೀಡಿ, ಸಿನಿಮಾಗೇಂತ ಹುಡುಗ್ರು ಕಿತ್ತುಕೊಂಡು ಬಿಡ್ತಾರೆ" ಕಾರಣ ಕೊಟ್ಟ ಹಿಂದಿರುಗಿಸುತ್ತಿರುವುದಕ್ಕೆ. ಆ ಹಣವನ್ನು ಅವಳು ಪರ್ಸ್‌ಗೆ ಸೇರಿಸಿದಳು.

ಹಿಂದಿನ ರಾತ್ರಿ ಪರಶುರಾಮ್‌ಗೆ ಜ್ವರವಿದ್ದುದ್ದರಿಂದ ಬೇಗನೇ ಮನೆಗೆ ಬಂದಳು. ಅನ್ನಪೂರ್ಣಮ್ಮ ಹಾಲ್‌ನಿಂದ ವರಾಂಡಕ್ಕೆ ಬಂದರು.

"ಜೋರಾಗಿ ಮಾತಾಡ್ಬೇಡ. ಹಾಕ್ಟ್ರು ಬಂದು ಇಂಜಕ್ಷನ್ ಕೊಟ್ಟು ಹೋಗಿದ್ದಾರೆ" ಪಿಸುದನಿಯಲ್ಲಿ ಹೇಳಿದಾಗ ಅವಳೆದೆ ಹಾರಿತು, ನಿರಂತರ ಆತಂಕ ಅನುಭವಿಸುತ್ತ ಬಂದಿದ್ದರೂ ಅದರಿಂದ ಮುಕ್ತವಾಗಿರಲಿಲ್ಲ.

ಒಂದು ಕಡೆ ಕೂತುಬಿಟ್ಟಳು ರೋಹಿಣಿ.

"ಏನಾದ್ರೂ.....ತರ್ಲಾ?" ಅನ್ನಪೂರ್ಣಮ್ಮ ಇನ್ನಷ್ಟು ಸಮೀಪಕ್ಕೆ ಬಂದರು. ಬೇಡವೆನ್ನುವಂತೆ ತಲೆಯಾಡಿಸಿದಳು.

ತಂದೆಯ ದೇಹದ ಸ್ಥಿತಿಯಂತೆ ಮನಸ್ಸು ಕೂಡ ಹದಗೆಟ್ಟದೆಯೆಂದು ಅವಳಿಗೆ ಗೊತ್ತು. ಗತ್ತು ಗಾಂಭೀರ್ಯದ ವ್ಯಕ್ತಿ ಪರಶುರಾಮ್ ಅತ್ಯಂತ ಕರುಣಾಮಯಿಯೆಂದು ಅವಳಿಗೆ ಗೊತ್ತು. ಇಂದಿನ ಎಲ್ಲಾ ಎಡವಟ್ಟುಗಳಿಗೆ ಅದೊಂದು ಕಾರಣವು ಕೂಡ!

ಸುಧಾರಿಸಿಕೊಂಡ ಮೇಲೆ ತಲೆಯೆತ್ತಿದ್ದಳು "ಡಾಕ್ಟರನ್ನು ಯಾರು ಕರ್ಕೊಂಡ್ಬಂದ್ರು?" ಸೋತಂತಿತ್ತು ಅವಳ ಸ್ವರ.

ಅನ್ನಪೂರ್ಣಮ್ಮ ಸ್ವಲ್ಪ ಅಳುಕಿದರು. ಅವಳ ಅಪ್ಪಣೆ ಪಡೆಯದೆಯೇ ಕಾಂಪೌಂಡ್‌ನಲ್ಲಿದ್ದ ಮನೆಯನ್ನು ಬಾಡಿಗೆಗೆ ಕೊಟ್ಟು ಬಿಟ್ಟಿದ್ದರು.

"ಹೀಗೇ..." ಏನು ಹೇಳದೇ ಒಳಗೆ ಹೋಗಿಬಿಟ್ಟರು.

ರೋಹಿಣಿ ಎಂಥ ದೃಢ ಮನಸ್ಸಿನ ಹುಡುಗಿಯೆಂದು ಅವರಿಗೆ ಗೊತ್ತು ಅವಳ ಆತ್ಮವಿಶ್ವಾಸ ಹಿಮಾಲಯದಷ್ಟು ಎತ್ತರ. ಕೆಲವೊಮ್ಮೆ ಅವಳ ಸಹನೆ ಭೂಮಿಯಷ್ಟು ವಿಸ್ತಾರ. ಬುದ್ಧಿಮತ್ತೆಗೆ ಬೇರೆಯವರು ಬೆರಗಾಗಬೇಕು.

ಹೊರಗಡೆ ಬಂದು ನಿಂತಳು. ನಾಲ್ಕರ ಸುಮಾರು. ಎಂದಿನಷ್ಟು ಬಿಸಿಲು ಇರಲಿಲ್ಲ. ಮುಳುಗುವ ಸೂರ್ಯ ಸಂಧ್ಯೆಯೊಡನೆ ಮಾತ್ರವಲ್ಲ, ಮೋಡಗಳಲ್ಲೂ ಕಣ್ಣು ಮುಚ್ಚಾಲೆಯಾಡುತ್ತಿದ್ದ. ಅಂತೂ ಸಂಪೂರ್ಣ ವಾತಾವರಣ ಶಾಂತವಾಗಿತ್ತು.

ಹಿಂದಿನಿಂದ ಬಂದ ಅನ್ನಪೂರ್ಣಮ್ಮ ಅವಳ ಭುಜದ ಮೇಲೆ ಕೈಯಿಟ್ಟರು. ಅಣ್ಣನ ಬಡಬಡಿಕೆ ಜಾಸ್ತಿಯಾಗಿದೆ. ಏನೇನೋ ಮಾತಾಡ್ತಾರೆ. ಹಿಂದಿನ ವೈಭವದಲ್ಲಿಯೇ ಇದೆ ಅವ್ರ ಮನಸ್ಥಿತಿ" ವಿವರಿಸಿದರು. ಅವಳು 'ಹ್ಞೂ' ಗುಟ್ಟಿದಳು.

ಇದೇನೂ ಅವಳಿಗೆ ಹೊಸ ವಿಷಯವಲ್ಲ. ಬಹುಶಃ ಅವರು ಅರೆ ಹುಚ್ಚರಾಗಿ ಐದು ವರ್ಷಗಳೇ ಕಳೆದುಹೋಗಿತ್ತು. ಇಂದಿನ ಪರಿಸ್ಥಿತಿಗಳಿಗೆ ಅವರ ಮನಸ್ಸು ಹೊಂದಿಕೊಳ್ಳಲಾರದು!

ಗೇಟು ಸದ್ದಾಯಿತು. ಇಬ್ಬರ ನೋಟ ಅತ್ತ ಹರಿಯಿತು. ಒಂದು ಸಣ್ಣ ಬೆಡ್ಡಿಂಗ್, ಸೂಟ್‌ಕೇಸ್ ಹಿಡಿದು ಒಬ್ಬ ಯುವಕ ಪ್ರವೇಶಿಸುತ್ತಿದ್ದ.

ಹಿಂದೆ ಕೆಲವರು ಪರಶುರಾಮ್‌ನಲ್ಲಿ ಸಹಾಯ ಬೇಡಲು ಬರುತ್ತಿದ್ದರು. ಈಗ ಅಂಥ ಅವಕಾಶವಿಲ್ಲ!

ಮೆಲ್ಲಗೆ ಅನ್ನಪೂರ್ಣಮ್ಮನತ್ತ ನೋಟ ಹರಿಸಿದಳು. "ಯಾರತ್ತೆ.... ಅವ್ರು?" ಈಗ ಏನಾದರೂ ಹೇಳುವುದು, ಮಾತಾಡುವುದು ಆಕೆಗೆ ಬೇಕಿರಲಿಲ್ಲ. "ಸ್ವಲ್ಪ ನೀನು ಒಳ್ಗಡೆ ನಡೀ" ತಳ್ಳಿಕೊಂಡೇ ಹೋದರು ಒಳಗಿನವರೆಗೂ ಅವಳಿಗಂತೂ ಆಶ್ಚರ್ಯ.

ನೇರವಾಗಿ ತನ್ನ ಕೋಣೆಗೆ ಹೋಗಿ ಕೂತುಬಿಟ್ಟಳು. ತಂದೆಯನ್ನು ಬಿಟ್ಟರೇ ಅನ್ನಪೂರ್ಣಮ್ಮ ಒಬ್ಬರೇ ಬಂಧು! ಸಮಸ್ತವನ್ನು ತಲೆಯ ಮೇಲೆ ಹೊತ್ತವರಂತೆ ಈ ಮನೆಗಾಗಿ ದುಡಿಯುತ್ತಿದ್ದರು ಆಕೆ! ಆದ್ದರಿಂದ ಕೆಲವು ಸ್ವತಂತ್ರಗಳು ಅನ್ನಪೂರ್ಣಮ್ಮನಿಗೆ ಇತ್ತು. ಅದನ್ನು ರೋಹಿಣಿ ಮನಃಪೂರ್ವಕವಾಗಿ ಒಪ್ಪಿಕೊಂಡಿದ್ದಳು.

ಅರ್ಧ ಗಂಟೆಯ ನಂತರ ಆಕೆ ಬಂದಾಗ ನೋಡಿದರೂ ನೋಡದಂತೆ ಇದ್ದಳು.

"ಮುಂದ್ಗಡೆ ಮನೆ ಬಾಡ್ಗೇಗೆ ಕೊಟ್ಟೆ" ಎಂದರು.

ತಲೆಯ ಮೇಲೆ ಕೈಯೊತ್ತು ಕೂತುಬಿಟ್ಟಳು. "ಅದ್ರಿಂದ ನಮ್ಗೆ ಬರೀ ಕಹಿ

ಅನುಭವಗಳೇ ಆಗಿದೆ. ಛೆ... ತಪ್ಪು ಮಾಡಿದ್ರಿ......!" ಬೇಸರ ವ್ಯಕ್ತಪಡಿಸಿದಳು ತಣ್ಣಗೆ.

"ನಂಗೇನೂ ಹಾಗೆ ಅನ್ನಿಸೋಲ್ಲ. ಇರೋದು ಒಂಟಿ ಹುಡ್ಗ. ಯಾತಕಾದ್ರೂ ಆಗ್ತಾನೆ! ಅವ್ನೇ ಹೋಗಿ ಬೆಳಿಗ್ಗೆ ಡಾಕ್ಟ್ರನ ಕರ್ಕೊಂಡ್ಬಂದಿದ್ದು ನಾನೊಬ್ಬೇ ಎಲ್ಲಿ ಹೋಗ್ಲಿ?" ಎಂದಾಗ ತುಟಿ ತೆರೆಯಲಿಲ್ಲ ರೋಹಿಣಿ.

ಆಮೇಲೆ ಏನೇನೋ ಹೇಳಿದರು. ಕಿವಿಗೆ ಬೀಳದಂತೆ ಕೂತಿದ್ದಳು. ಹಿಂದೆ ಆಳುಕಾಳು ಇದ್ದ ಮನೆ. ಈಗಲೂ ಕೆಲವೊಮ್ಮೆ ಪರಶುರಾಮ್ ಅದೇ ಭ್ರಮೆಯಲ್ಲಿ ಇರುತ್ತಿದ್ದರು. ಹಾಗೆಯೇ ನೋಡಿಕೊಳ್ಳಬೇಕಾಗಿತ್ತು ಕೂಡ ಒಂದು ರೀತಿಯ ಹೋರಾಟ ಅವಳದು.

ರಾತ್ರಿಯವರೆಗೂ ಅವಳು ಹೊರಗೆ ಹೋಗಲಿಲ್ಲ. ಮೌನವಾಗಿ ತಂದೆಯ ಬಳಿಯಲ್ಲಿ ಕೂತಿದ್ದಳು. ಟೆಂಪರೇಚರ್ ರೆಕಾರ್ಡರ್ ನೂರೊಂದು ತೋರಿಸುತ್ತಿತ್ತು.

"ನಾನು ಇಲ್ಲಿ ಇರ್ತೀನಿ. ಹೋಗಿ ಊಟ ಮಾಡ್ಕೊಂಡ್ಬಾ" ಅನ್ನಪೂರ್ಣಮ್ಮ ಅವಳನ್ನ ಕಳಿಸಲು ಮುಂದಾದರು.

ಮೌನವಾಗಿ ಎದ್ದು ಹೊರಗೆ ಬಂದಳು. ಸದಾ ನಿಶ್ಯಬ್ದವಾಗಿರುವ ಕಾಂಪೌಂಡ್‌ನಲ್ಲಿ ಹಿಂದೂಸ್ಥಾನಿ ಧಾಟಿಯ ಸಣ್ಣ ದನಿಯ ಗಾಯನ. ಮುಂದುಗಡೆಯ ಮನೆಯಲ್ಲಿ ಲೈಟು ಉರಿಯುತ್ತಿದ್ದುದು ಅವಳ ಗಮನಕ್ಕೆ ಬಂತು. ಭಯಂಕರ ಕತ್ತಲೆಯಲ್ಲಿ ಸಣ್ಣ ಕ್ಯಾಂಡಲ್‌ನ ಪ್ರಕಾಶ ಕೂಡ ಚೇತೋಹಾರಿಯೆನಿಸಿತು.

ಗಾಯನ ಸ್ವಲ್ಪ ಜೋರಾಗಿ ಒಮ್ಮೆಲೇ ನಿಂತುಹೋಯಿತು.

"ನಮಸ್ತೆ...ಮೇಡಮ್..." ಸ್ವರ ಬಂದತ್ತ ನೋಟ ಎತ್ತಿದಳು. ಮಬ್ಬು ಬೆಳಕಿನಲ್ಲಿ ಆ ಯುವಕ ಗೋಚರಿಸಿದ. "ನಮಸ್ತೆ..." ಎಂದಳು.

ಶುಭ್ರವಾದ ಬಿಳಿಯ ಪಂಚೆ, ಬನೀನು ತೊಟ್ಟು ಅದರ ಮೇಲೊಂದು ಟವಲು ಹೊದ್ದಿದ್ದ. ಅಡಿಯಿಂದ ಮುಡಿಯವರೆಗೂ ನೋಟ ಹರಿಸಿದಳು. ಸಂಕೋಚಗೊಂಡವನಂತೆ ಕಂಡ. ಅದು ಅವನ ಮುಖಕ್ಕೆ ಶೋಭಿಸುವುದಿಲ್ಲವೆಂದು ಕೊಂಡಳು.

"ದೊಡ್ಡಮ್ಮಾವ್ರು ಬಹಳ ಹೆದ್ರಿಕೊಂಡೇ ನಂಗೆ ಮನೆ ಬಾಡಿಗೆಗೆ ಕೊಟ್ರು. ನಿಮ್ಮಗಳಿಗೆ ಮುಜಗರವಾಗದ ಹಾಗೆ ನಡ್ಕೋತೀನಿ" ವಿನಯದಿಂದ ಹೇಳಿದ.

ಅಷ್ಟರಲ್ಲಿ ಅನ್ನಪೂರ್ಣಮ್ಮ ಬಂದರು.

"ಇದೇ ಹುಡುಗಾನ!' ಎನ್ನುವಂತೆ ನೋಡಿದಳು.

"ನಾನೆಲ್ಲ ಹೇಳಿದ್ದೀನಿ. ಯಾವ್ದೇ ವಿಷ್ಯದಲ್ಲಿ ತಕರಾರು ಇಲ್ಲ. ಸದ್ಯಕ್ಕೆ ಮದ್ವೆ

ಆಗೋಲ್ಲ. ಅಪ್ಪ, ಅಮ್ಮ ಹತ್ತಿರದ ಬಳಗದವರಾರೂ ಇಲ್ವಂತೆ." ಆಕೆಯೇ ವಕಾಲತ್ತು ವಹಿಸಿದಂತಿತ್ತು.

"ಅಂತೂ ಮದ್ವೆ ಆಗೋಲ್ಲಾಂತ ನಮ್ಮತ್ತೆಗೆ ಪ್ರಮಾಣಪತ್ರ ಕೊಟ್ಟದ್ದೀರೀ" ಅವನತ್ತ ನೋಡಿದಳು.

ಹಲ್ಲು ಬಿಡದೇ ಸಂಕೋಚದ ನಗೆ ಹರಿಸಿದ.

"ಖಂಡಿತ ಮೇಡಮ್, ನನ್ನ ಬಿಟ್ಟು ಯಾರು ಇಲ್ಲಿಗೆ ಬರೋಲ್ಲ. ಹೆಚ್ಚು ಕಮ್ಮಿ ಇಷ್ಟು ದಿನ ಫುಟ್‌ಪಾತ್‌ನಲ್ಲೇ ಇದ್ದೆ. ನನ್ನ ಸಂಬ್ಳದಲ್ಲಿ ಬಾಡ್ಗೇ ಮನೆ ಹಿಡಿಯೋದು ತುಂಬ ಕಷ್ಟ" ಹೇಳಿಕೊಂಡ.

"ಒಂದು ವಿಷ್ಯ, ನಮ್ಮುಂದೆ ಹತ್ರ ಯಾವ ಕಾರಣಕ್ಕೂ ಮಾತಾಡ್ಬಾರ್ದು" ಶಾಪಿಸಿದಳು. ಸರಿಯೆನ್ನುವಂತೆ ತಲೆಯಾಡಿಸಿದ. ಅನ್ನಪೂರ್ಣಮ್ಮನತ್ತ ನೋಡಿ ಒಳಗೆ ಹೋದಳು.

ಯಾರಿಗೂ ಮುಂದಿನ ಮನೆ ಬಾಡಿಗೆಗೆ ಕೊಡಬಾರದೆನ್ನುವ ತೀರ್ಮಾನ ಅವಳದು. ಯಾಕೋ ತಾಯಿಯಂತೆ ಜೋಪಾನ ಮಾಡಿರುವ ಅನ್ನಪೂರ್ಣಮ್ಮನ ಮನಸ್ಸಿನ ಬೇಸವನ್ನುಂಟು ಮಾಡಲು ಅವಳಿಗೆ ಇಷ್ಟವಾಗಿರಲಿಲ್ಲ.

ಮಧ್ಯರಾತ್ರಿಯ ವೇಳೆಗೆ ಪೂರ್ತಿ ಜ್ವರ ಬಿಟ್ಟು ಪರಶುರಾಮ್ ಆರಾಮಾಗಿ ನಿದ್ರಿಸಿದ್ದರು.

ಬೆಳಿಗ್ಗೆ ಎಂದಿಗಿಂತ ಬೇಗ ಮನೆ ಬಿಡಲು ತೀರ್ಮಾನಿಸಿದಳು. ಬಾಲಾಪರಾಧಿಗಳನ್ನು ಸಂದರ್ಶಿಸಿ ಅವರ ಬಗ್ಗೆ ಲೇಖನ ಸಿದ್ಧಪಡಿಸಲು ಎಡಿಟರ್ ತಿಳಿಸಿದ್ದರಿಂದ ಮೊದಲೇ ಅಪಾಯಿಂಟ್‌ಮೆಂಟ್ ಪಡೆದುಕೊಂಡಿದ್ದಳು.

ದಢದಢ ಮೆಟ್ಟಿಲು ಇಳಿಯುವ ವೇಳೆಗೆ ಅನ್ನಪೂರ್ಣಮ್ಮ ಕೂಗಿದರು. "ಅಣ್ಣನಿಗೆ ಎಚ್ಚರವಾಗಿದೆ. ಆಮೇಲೆ ಕೇಳ್ತಾರೆ. ಮಾತಾಡ್ಸಿ....ಹೋಗು" ವಾಚ್ ಕಡೆ ನೋಡಿದವಳು ಹಿಂದಕ್ಕೆ ಹೆಜ್ಜೆ ಹಾಕಿದಳು.

ದಿಂಬಿಗೊರಗಿ ಕೂತಿದ್ದ ಪರಶುರಾಮ್ ಮುಗುಳ್ನಗೆ ಬೀರಿದರು "ಹಲೋ ಮೈ ಡಿಯರ್ ಡಾಟರ್.... ಇನ್ನ ಕಾಲೇಜಿಗೆ ಹೋಗಿಲ್ವಾ?" ಅವಳ ಕಾಲೇಜು ದಿನಗಳಿಗೆ ಮರಳಿದ್ದರು.

"ಈಗ ಹೊರಟಿದ್ದೀನಿ, ಅಪ್ಪ...." ಎಂದಳು.

"ಎಲ್ಲಿ..... ಡ್ರೈವರ್?" ಹುಬ್ಬು ಗಂಟಿಕ್ಕಿದ್ದರು.

"ಕಾರೊರೆಸುತ್ತ ಇದ್ದಾನೆ. ಹೋಗ್ಬರ್ತೀನಿ" ಅವರ ಬಳಿಗೆ ಹೋಗಿ ಹಣೆಯ ಮೇಲೆ ಕೈ ಇಟ್ಟಳು. ತುಸು ಬೆಚ್ಚಗಿತ್ತು ಅಷ್ಟೆ. "ಡಾಕ್ಟ್ರು.... ಬರ್ತಾರೆ. ಇನ್ನೊಂದು

ಇಂಜಕ್ಷನ್ ಸಾಕೂಂದ್ರು...." ಒಂದು ತರಹ ಮುಖ ಮಾಡಿದಳು.

ಗಟ್ಟಿಯಾಗಿ ಸ್ವಲ್ಪ ಜೋರಾಗಿಯೇ ನಕ್ಕರು. ನಗುವಿನ ನಂತರ ಬಡಬಡಿಕೆ, ಆದಾದ ನಂತರ ಕಣ್ಣೀರು. ಇದು ಯಾವುದೂ ಹೊಸದಲ್ಲ.

ಹೊರಗೆ ಬಂದು ಕಣ್ಣೀರು ತೊಡೆದುಕೊಂಡಳು. ನೆನಪಿನಾಳದ ಚಿತ್ರಗಳೆಲ್ಲ ಸುಳಿದು ಸುಳಿದು ಮರೆಯಾದವು.

ಕಾರಿನಲ್ಲಿ ಕೂತಳು. ಅದು ಸ್ಟಾರ್ಟ್ ಆಗುವ ವೇಳೆಗೆ ಅವಳಿಗೆ ಸಾಕು ಸಾಕಾಯಿತು. ಈ ಕಾರಿಗಾಗಿ ಅವಳು ಸ್ವಂತ ಮೆಕ್ಯಾನಿಕ್ ಕೂಡ.

ಗೇಟಿನಿಂದ ಹೊರಗೆ ಬಂದಾಗ ಅವಳಿಗೆ ಆರಾಮವೆನಿಸಿತು. ಬಾಬು ಮೆಕ್ಯಾನಿಕ್ ಮುಂದೆ ನಿಲ್ಲಿಸಿ ಕೀರ್ತಿಯ ಜೊತೆ ಹೊರಗೆ ಬರುವ ವೇಳೆಗೆ ಮೊಪೆಡ್ ಅವಳ ಜೊತೆಯಲ್ಲಿತ್ತು. ಇದನ್ನು ಏಕೈಕ ವ್ಯಕ್ತಿ ಅತ್ಯಂತ ಕುತೂಹಲದಿಂದ ಗಮನಿಸಿದ್ದ.

"ಮಧ್ಯಾಹ್ನ ಒಂದ್ಸಲ ಮನೆ ಕಡೆ ಹೋಗ್ಬಾ" ಕೀರ್ತಿಗೆ ಹೇಳಿ ಮೊಪೆಡ್ ಸ್ಟಾರ್ಟ್ ಮಾಡಿಕೊಂಡು ಹೊರಟಳು.

ಪತ್ರಿಕಾ ಆಫೀಸ್ ತಲುಪಿದ ಕೂಡಲೇ ಅವಳಿಗೆ ಇನ್ನೊಂದು ಕೆಲಸ ವಹಿಸಿದರು ಎಡಿಟರ್.

"ಇವತ್ತು ಪ್ರಮೋದ್ ಬಂದಿಲ್ಲ. ತಮ್ಮ ಕ್ಯಾಬಿನೆಟ್ ವಿಸ್ತರಿಸುವ ಬಗ್ಗೆ ಮುಖ್ಯಮಂತ್ರಿಗಳು ಪತ್ರಿಕಾಗೋಷ್ಠಿ ಕರೆದಿದ್ದಾರೆ" ಎಂದರು.

ರಿಮ್ಯಾಂಡ್ ಹೋಂನಲ್ಲಿ ಅಪಾಯಿಂಟ್‌ನ ಬಗ್ಗೆ ತಿಳಿಸಿದಳು.

"ಗೋ ಟು ಹೆಲ್. ಇದು ಇಂಪಾರ್ಟೆಂಟ್ ಹೋಗ್ಬಾ" ಅಸಹನೆ ವ್ಯಕ್ತಪಡಿಸಿದರು.

ಪ್ರಮೋದ್‌ನ ಶಪಿಸುತ್ತಲೇ ಹೊರಗೆ ಬಂದಳು. ಅವಳಿಗೆ ಇಂಥ ಪತ್ರಿಕಾ ಗೋಷ್ಠಿಗಳ ಬಗ್ಗೆ ಆಸಕ್ತಿ ಇಲ್ಲ. ಅಂಥ ಲೇಖನಗಳಲ್ಲಿ ಅವಳ ಕ್ರಿಯೇಟಿವಿಟಿಗೆ ಹೆಚ್ಚು ಕೆಲಸವಿಲ್ಲ.

ವೆಹಿಕಲ್ ರೆಡಿಯಾಗಿತ್ತು. ಬೇಸರದಿಂದಲೇ ಹತ್ತಿದಳು. ಆಟೋದಿಂದ ಇಳಿದ ಪ್ರಮೋದ್ ಕೈಯಾಡಿಸುತ್ತ ಓಡಿಬಂದ.

"ಥ್ಯಾಂಕ್ಯೂ ಗಾಡ್, ಇದು ನಿಮ್ಮ ಕೆಲ್ಸ.... ಹೋಗ್ಬಾ" ಕೆಳಗಿಳಿಯಲು ಹೊರಟಾಗ ತಡೆದ "ಎಷ್ಟು ಮಜಾ ಇರುತ್ತೆ, ನಡೀ." ಕಾರು ಮುಂದಕ್ಕೆ ಹೊರಟಿತು.

ಪತ್ರಿಕೆಯವರ ಎಲ್ಲಾ ರೀತಿಯ ಪ್ರಶ್ನೆಗಳಿಗೂ ಒಂದೇ ರೀತಿಯ ಉತ್ತರ. ಜಾತಿಯ ಪ್ರಾತಿನಿಧ್ಯ, ಪಂಗಡಗಳ ಪ್ರಾತಿನಿಧ್ಯ, ಧರ್ಮಗಳ ಪ್ರಾತಿನಿಧ್ಯ, ಈ ರೀತಿಯಾಗಿ ಸೀಟು ಹಂಚಿಕೆ.

ಪದೇ ಪದೇ ಪ್ರಸ್ತಾಪವಾಗುವ ಜಾತಿ, ಕೋಮು, ಧರ್ಮಗಳ ಬಗೆಗಿನ ಮಾತುಗಳಿಂದ ಅವಳ ಮೈ ಉರಿದುಹೋಯಿತು. ಸಮಾಜದಲ್ಲಿ ಜಾತೀಯತೆ ಬೆರೆಸುವಿಕೆ ಯಾರಿಂದ? ಮೂಲ ರಾಜಕೀಯದವರಾದರೂ ಪತ್ರಿಕೆಯವರ ಸಹಾಯ ಇದ್ದೇ ಇರುತ್ತಿತ್ತು!

ಹೊರಗೆ ಬಂದ ಕೂಡಲೇ ತನ್ನೆದೆಯ ಕಹಿಯನ್ನು ಪ್ರಮೋದ್ ಮುಂದೆ ಕಕ್ಕಿದಳು. "ಜಾತಿ ಮೂಲಕವೇ ಸ್ಥಾನಗಳ್ನ ಸಂಪಾದಿಸಿಕೊಳ್ಳಬೇಕೆ! ಛೆ.... ಯೋಗ್ಯತೆ... ಅರ್ಹತೆಗೆ ಅನುಸಾರವಾಗಿ ಪದವಿಗಳನ್ನು ಗಳಿಸುವುದು ಯಾವ ಕಾಲಕ್ಕೆ?"

ಕಾರಿನ ಡೋರನ್ನ ದಢಾರನೆ ತೆರೆದು ಮುಚ್ಚಿದಳು. ಸಾಮಾಜಿಕ ಬದುಕಿನ ಕೆಲವು ವಿಷಯಗಳ ಬಗ್ಗೆ ಅವಳಿಗೆ ರೋಷ.

ಪ್ರಮೋದ್ ನಗುತ್ತಲೇ ಬಂದು ಕೂತ "ನನ್ನ ಪ್ರಕಾರ ಜಾತೀಯತೆ ಮೇಲಿನ ಪಂಕ್ತಿಯಲ್ಲೇ ಸೃಷ್ಟಿಯಾಗುತ್ತೆ. ದಿಕ್ಕು ತೋಚದಾಗ ವ್ಯಕ್ತಿ ಜಾತಿಯ ಹಗ್ಗ ಹಿಡೀತಾನೆ. ತೀರಾ ನಿರಾಶೆಯ ವಿಷಯ" ಅವನು ಕೂಡ ತನ್ನ ವಿರೋಧ ತೋರಿದ.

ಆದರೆ ಆಫೀಸಿಗೆ ಬರುವ ವೇಳೆಗೆ ಅದೇ ವೆಂಕಟರತ್ನಂ ನಿರ್ವಿಕಾರಚಿತ್ತನಾಗಿ "ನಿಮಗೊಂದು ಫೋನ್ ಬಂದಿತ್ತು. ನೀವು ಸಿಕ್ಕೋವರ್ಗೂ ಆಗಾಗ ಪ್ರಯತ್ನಿಸ್ತೀವೀಂತ ಹೇಳಿದ್ದಾರೆ" ಎಂದರು.

ಅಲ್ಲೇ ಕುರ್ಚಿಯ ಮೇಲೆ ಕುಕ್ಕರಿಸಿದಳು. ಅವಳಿಗೇನು ಕೂಡುವ ಇಚ್ಛೆ ಇರಲಿಲ್ಲ. ಫೋನ್ ಸದ್ದಾಯಿತು. ಎತ್ತಿದಳು. "ಹಲೋ... ಹಲೋ.... ಹಲೋ..." ಅವಳೇನು ಮಾತಾಡಲಿಲ್ಲ, ಹಿಡಿದೇ ಇದ್ದಳು.

ಆಮೇಲೆ ಮೌನವಾಗಿಟ್ಟು ಹೊರಗೆ ನಡೆದಳು. ವೆಂಕಟರತ್ನಂ 'ನಿಮಗೆ ಫೋನ್' ಅನ್ನುವ ಮೊದಲು ತಪ್ಪಿಸಿಕೊಂಡು ಹೊರಗೆ ನಡೆಯಬೇಕಿತ್ತು.

ಪ್ರಿಂಟಿಂಗ್ ಸೆಕ್ಷನ್‌ನಿಂದ ಹೊರಗೆ ಬರುವ ವೇಳೆಗೆ ಮಹೇಂದ್ರ ನಿಂತಿದ್ದ. ಅವನ ಕಿರುನಗೆಯನ್ನು ಬಲವಂತದ ಮುಗುಳ್ನಗೆಯೊಂದಿಗೆ ಸ್ವೀಕರಿಸಿದಳು.

"ಅಂತು ನೀನು ಫೋನ್‌ನಲ್ಲಿ ಸಿಕ್ಕೋಲ್ಲಾಂತ ಡೆಫನೆಟ್ ಆದ್ಮೇಲೇನೆ ಇಲ್ಲಿಗೆ ಬಂದು ಹಿಡಿದಿದ್ದು" ಎಂದ. ಅವನಿದ್ದ ಸ್ಥಿತಿಯಲ್ಲಿ ಒಬ್ಬ ಸಾಮಾನ್ಯ ಪ್ರೆಸ್ ರಿಪೋರ್ಟರ್ ಬಗ್ಗೆ ಇಷ್ಟೊಂದು ತಲೆ ಕೆಡಿಸಿಕೊಳ್ಳಬೇಕಾಗಿರಲಿಲ್ಲ.

ಹುಬ್ಬು ಹಾರಿಸಿ ನಗೆ ಬೀರಿದಳು. "ಅಂಥ ಪ್ರಮೇಯವೇನಿತ್ತು? ಸಂಪಾದಕರಿಗೆ ವಿಷಯ ಮುಟ್ಟಿಸಿಬಿಟ್ಟಿದ್ದರೆ ಕತ್ತಿಡಿದು ನಿಮ್ಮ ಮುಂದೆ ನಿಲ್ಲಿಸ್ತಾ ಇದ್ರು" ಸ್ವರದಲ್ಲಿ ಅಸಹನೆ ಹರಿದಾಡಿದ್ದು ಅವನಿಗೆ ಗೋಚರವಾಯಿತು.

"ಆರ್ ಯು ಫ್ರೀ? ಮನೆಗೆ ಬಂದೇ ಇನ್ವೈಟ್ ಮಾಡೋಣಾಂತ.

ತಪ್ಪಿಸಿಕೊಳ್ಳೋ ಎಲ್ಲಾ ಹಾದಿ ಮೊದ್ಲೇ ಮುಚ್ಚಿಬಿಡ್ಬೇಕು" ನೇರವಾಗಿ ನೋಡುತ್ತ ಹೇಳಿದ.

ಅವನೊಂದಿಗೆ ಹೊರಗೆ ಹೆಜ್ಜೆ ಹಾಕಿದಳು. ತಿಳಿದವರು ಅವನಿಗೆ ತೋರುವ ವಿಶೇಷ ಮರ್ಯಾದೆಯನ್ನು ಕಿರಿಗಣ್ಣಿನಿಂದಲೆ ಗಮನಿಸುತ್ತಿದ್ದಳು. ಈರ್ಷೆಯೆಲ್ಲ ಒಂದು ರೀತಿಯ ಜಿಗುಪ್ಸೆ.

ಕಾರಿನತ್ತ ಹೊರಟಾಗ ಮಹೇಂದ್ರನನ್ನು ಕೇಳಿದಳು. "ಏನು ವಿಷ್ಯ? ಮನೆಗೆ ಬಂದೇ ಕರೆಯಬೇಕೆನ್ನೋ ಫಾರ್ಮಾಲಿಟೀಸ್ ಬೇಡ. ಇಲ್ಲೇ ಕೊಟ್ಟು ಬಿಡು ಇನ್ವಿಟೇಷನ್"

ಕಾರ್ ಡೋರ್ ತೆರೆಯುತ್ತಿದ್ದವನು ಒರಟಾಗಿ ತಳ್ಳಿ ಹಿಂದಕ್ಕೆ ಬಂದ. "ರೋಹಿ, ಐ ಡೋಂಟ್ ಲೈಕ್. ಬಿಹೇವ್ ಪ್ರಾಪರ್ಲಿ. ನಾನೇ ಬರ್ತೀನೀಂತ ಹೊರಟಿದ್ದಾಗ ಬೇಡ ಅನ್ನೋದು ಸೌಜನ್ಯವಲ್ಲ" ಆಕ್ಷೇಪಿಸಿದ.

"ಅದೆಲ್ಲ ಏನಿಲ್ಲ. ಸುಮ್ನೇ ನಿನ್ನ ಅಮೂಲ್ಯವಾದ ವೇಳೆ ಅನವಶ್ಯಕವಾಗಿ ಯಾಕೆ ವ್ಯಯವಾಗ್ಬೇಕೂಂತ? ಓ.ಕೆ. ನೀನು ಮನೆ ಹತ್ರ ನಡೀ. ನಾನು ಮೊಪೆಡ್ ತಗೊಂಡ್ಬರ್ತೀನಿ" ಎಂದು ಹಿಂದಕ್ಕೆ ಹೆಜ್ಜೆಯಿಟ್ಟಾಗ ತೋಳಿಡಿದು ನಿಲ್ಲಿಸಿದ. "ನಂಗೆ ಈ ತರಹ ಬಿಹೇವ್ ಮಾಡೋದು ಇಷ್ಟ ಆಗೋಲ್ಲ."

ಅವನ ಕೈಯನ್ನು ಪಕ್ಕಕ್ಕೆ ಸರಿಸಿದಳು.

"ಆಮೇಲೆ ಆರಾಮಾಗಿ ಕೂತು ಚರ್ಚೆ ಮಾಡೋಣ. ಈಗ್ಬಾ..." ಟಪಟಪ ಚಪ್ಪಲಿ ಸದ್ದು ಮಾಡುತ್ತ ಹೊರಟುಬಿಟ್ಟಳು.

ಮಹೇಂದ್ರ ನಿಂತಲ್ಲಿಯೇ ವಿಗ್ರಹವಾದ.

ಮೊಪೆಡ್ ಇಳಿದ ಕೂಡಲೇ ಮನೆಯ ಮುಂದೆ ಗಮನಿಸಿದಳು. ಮಹೇಂದ್ರನ ಕಾರು ಇರಲಿಲ್ಲ. ಬಹುಶಃ ಬರಲಾರ. ಅದೇನು ಅವಳಿಗೆ ನಷ್ಟವಾಗಿ ಕಾಣಲಿಲ್ಲ.

ಒರಟಾಗಿ ಮೊಪೆಡ್ ಸ್ಟಾಂಡ್ ತಳ್ಳಿ ಮನೆಯ ಮೆಟ್ಟಿಲು ಹತ್ತುತ್ತಿದ್ದವಳನ್ನು ಒಂದು ಸ್ವರ ಹಿಡಿದು ನಿಲ್ಲಿಸಿತು.

"ಮೇಡಂ... ಒಂದು ವಿಷ್ಯ..."

ದನಿ ಬಂದತ್ತ ತಿರುಗಿದಳು. ಬಾಡಿಗೆಗೆ ಬಂದ ಯುವಕ ನಿಂತಿದ್ದ. ಹೆಸರು, ಉದ್ಯೋಗ ಕೂಡ ಅವಳು ವಿಚಾರಿಸಿರಲಿಲ್ಲ.

ಅಗೆದಿದ್ದ ಕಡೆ ಬೆಟ್ಟು ಮಾಡಿದ "ದೊಡ್ಡಮ್ಮಾವರು..." ಷುರು ಮಾಡಿದಾಗ ಸಾಕು ಎನ್ನುವಂತೆ ಕೈಯೆತ್ತಿದಳು. "ಅವ್ರು ಹೇಳಿದ್ಮೇಲೆ ಮುಗ್ದುಹೋಯ್ತು. ನಂಗೇನು ಹೇಳೋದ್ಬೇಡ" ಒಳಗೆ ನಡೆದಳು.

ಅಷ್ಟೊಂದು ಸ್ಥಳ ಬಿಟ್ಟು ದೊಡ್ಡ ಕಾಂಪೌಂಡ್ ಆಸುಪಾಸಿನಲ್ಲಿಯೇ ಇರಲಿಲ್ಲ. ಈಗಿನವರಾದರೆ ಹತ್ತಾರು ಮನೆ ಕಟ್ಟಿಸಿ ಬಾಡಿಗೆಗೆ ಕೊಟ್ಟು ಇನ್‌ಕಂಗೆ ದಾರಿ ಮಾಡಿಕೊಳ್ಳುತ್ತಿದ್ದರೇನೋ!

ನೀರು ತಂದಿತ್ತ ಅನ್ನಪೂರ್ಣಮ್ಮನತ್ತ ನೋಡಿದಳು. "ಯಾರಾದ್ರೂ... ಬಂದಿದ್ರಾ?" ಆಕೆ ಇಲ್ಲವೆನ್ನುವಂತೆ ತಲೆಯಾಡಿಸಿದರು. "ಈಗ ಯಾರು ಬರ್ತಾರೆ? ಆಗ ಸದಾ ತುಂಬಿರುತ್ತಿದ್ದರು. ಗಂಟೆಗಟ್ಟಲೆ ಕಾದು ಬಿದ್ದಿರೋರು. ಏನು ನಯ, ಏನು ವಿನಯ – ಪ್ರಾಣ ಕೊಡುವಷ್ಟು ವಿಶ್ವಾಸ ತೋರುತ್ತಿದ್ದರು. ಈಗ ಈ ಕಡೆ ಓಡಾಡಿದ್ರೂ ಅಪ್ಪಿತಪ್ಪಿ ನೋಟ ಹರಿಸೋಲ್ಲ" ಜನರ ಬಗ್ಗೆ ಖಾರ ಕಕ್ಕಿದರು, ನಸುನಕ್ಕು ನೀರು ಕುಡಿದಿಟ್ಟಳು.

"ಅದು ಸಿಂಪಲ್ ವಿಷಯ, ನಾವು ಬದುಕಿರುವುದು ಹೃದಯವಂತ ಇರೋ ಜನರ ಮಧ್ಯದಲ್ಲಲ್ಲ. ಇದು ಮೆಂಟಯಲಿಷ್ಟು ವರ್ಲ್ಡ್. ಯಾವದೇ ಸ್ವಾರ್ಥ, ಪ್ರಯೋಜನವಿಲ್ಲದ ಒಬ್ಬ ವ್ಯಕ್ತಿ ಇನ್ನೊಬ್ಬ ವ್ಯಕ್ತಿಯೊಡನೆ ಮಾತುಕೂಡ ಆಡಲಾರ. ಈಗ ಮನುಷ್ಯ ಸದಾ ಲಾಭ, ನಷ್ಟದ ಯೋಚ್ನೆಯಲ್ಲಿಯೇ ಇರ್ತಾನೆ. ಈಗ ಅವ್ರುಗಳೆಲ್ಲ ಬಂದು ನಿಲ್ಲೋಕೆ ಅಪ್ಪನಿಂದ ಏನಾದೀತು? ಬಂದವ್ರಿಗೆ ಮಾತ್ರವಲ್ಲ ನಮ್ಗೂ ಕೂಡ ತೊಂದರೆ. ಅವ್ರ ನಿರೀಕ್ಷೆಯ ಮಟ್ಟದಲ್ಲಿ ನಾವು ಉಪಚರಿಸಲಾರೆವು" ಎಂದವಳು ದೀರ್ಘವಾಗಿ ಉಸಿರೆಳೆದು ದಬ್ಬಿದಳು.

ಹಿಂದೆ ಸಭೆ, ಸಮಾರಂಭ, ವಿವಾಹ ಮುಂತಾದ ಇನ್ವಿಟೇಷನ್‌ಗಳು ಕಂತೆಗಟ್ಟಲೆ ಬಂದು ಬೀಳುತ್ತಿದ್ದವು. ಈಗ ಬಂದು ಆಹ್ವಾನಿಸುವವರಾಗಲಿ, ಕೊಟ್ಟು ಹೋಗುವವರಾಗಲಿ ಇರಲಿಲ್ಲ.

ತನ್ನ ಕೋಣೆಗೆ ಹೊರಟವಳು ನಿಂತು "ಅತ್ತೆ , ಮಹೇಂದ್ರ ಬರ್ಬಹ್ದು" ಅವ್ರ ಮನೆಯಲ್ಲಿ ಏನಾದ್ರೂ ಫಂಕ್ಷನ್ ಇರ್ಬಹ್ದು" ಪರ್ಸ್ ಅಲ್ಲೇ ಇಟ್ಟು ನಡೆದಳು.

ದೊಡ್ಡ ಅತ್ಯಂತ ಗಟ್ಟಿಮುಟ್ಟಾದ ಮರದ ದೊಡ್ಡ ಮಂಚ. ಹೋಗಿ ಉರುಳಿಕೊಂಡಳು. ಪುಸ್ತಕ, ಪೇಪರ್ ಕೆಲವು ಕರ್ಟಿಂಗ್ಸ್, ಪೆನ್ ಕೂಡ ಅರ್ಧ ಮಂಚವನ್ನು ಆಕ್ರಮಿಸಿಕೊಂಡಿತ್ತು. ಅದು ಅವಳಿಗೆ ಇಷ್ಟ ಕೂಡ. ಪ್ರಿಯ ಬಂಧುಗಳ ನಡುವೆ ಎನ್ನುವಂತೆ ನಿದ್ರಿಸುತ್ತಿದ್ದಳು.

ಬಾಗಿಲ ಮೇಲೆ ಬೆರಳಿನಿಂದ ಕುಟ್ಟುವ ಸದ್ದು ಹಿಂದೆಯೇ "ಮೇ ಐ ಕಮಿನ್" ಮಹೇಂದ್ರನ ಸ್ವರ. ಎದ್ದು ಕೂತಳು. "ಯೆಸ್, ನಿನ್ನ ಮೊಪೆಡ್‌ಗಿಂತ ನಿನ್ನ ಕಾರು ಸ್ಲೋ" ತಮಾಷೆ ಮಾಡಿದಳು.

ಅತ್ತಿತ್ತ ನೋಡಿ ಮಹೇಂದ್ರ ಕೂತ. ಟೀಕ್, ರೋಜ್ ವುಡ್‌ನ ಹಳೆಯ ಆಸನಗಳು. ಒಟ್ಟುಗೂಡಿಸಿದರೆ ಲಕ್ಷಾಂತರ ರೂಪಾಯಿಗಳ ಸ್ವತ್ತು. ಚಿನ್ನ, ಬೆಳ್ಳಿ

ಅಲ್ಲವಾದ್ದರಿಂದ ಜಯಚಂದ್ರ ಒಯ್ದಿರಲಿಲ್ಲ.

ಒಂದು ಇನ್ವಿಟೇಷನ್ ತೆಗೆದು ಅವಳಿಗೆ ಕೊಟ್ಟ. "ನನ್ಮಗಳ ಬರ್ತ್‌ಡೇ ನಾಳಿದ್ದು. ಖಂಡಿತ ಬರ್ಬೇಕು" ತೆಗೆದು ನೋಡಿದಳು. ಅತ್ಯಂತ ಕಲಾತ್ಮಕವಾಗಿ ಮಾಡಿದ್ದರು. ಎರಡು ದೊಡ್ಡ ಗುಲಾಬಿಗಳ ನಡುವೆ ಪುಟ್ಟದಾದ ಒಂದು ಮೊಗ್ಗು.

ಕನಿಷ್ಟ ಒಂದು ಆಹ್ವಾನ ಪತ್ರಿಕೆಗೆ ಹತ್ತು ರೂಪಾಯಿಗಳಾದರೂ ಬಿದ್ದಿರಬೇಕು. ಬಿದ್ದಿರುತ್ತೆ. ಹಣ ಕೊಟ್ಟು ಮಾಡಿಸುವ ಕಷ್ಟ ತೆಗೆದು ಕೊಂಡಿರಲಾರರು.

"ಖಂಡಿತ......ಬರ್ತೀನಿ" ಒಂದೆಡೆ ಇಟ್ಟಳು.

"ಡ್ಯಾಡಿ ಬೇಜಾರು ಮಾಡಿಕೊಂಡ್ರು. ನೇರವಾಗಿ ಅವರ ಬಳಿಗೆ ಬಂದಿದ್ದರೆ ಒಂದು ಒಳ್ಳೆ ಕೆಲಸ ಕೊಡಿಸಿರಲಾರರೇ" ಹತ್ತಾರು ಸಲ ಮಾಡಿದ ಪ್ರಸ್ತಾಪವೇ, ಅವಳಿಗೆ ಇಂಟರೆಸ್ಟ್ ಇಲ್ಲ.

ರೋಹಿಣಿ ಮೇಲೆದ್ದಳು. "ಮಗಳು ಹುಟ್ಟಿದ ಹಬ್ಬದ ಸಂಭ್ರಮದ ಮೂಡ್‌ನಲ್ಲಿ ಇದ್ದೀಯ, ಯಾಕೆ ಸುಮ್ನೆ ತಲೆ ಕೆಡಿಸ್ಕೋತೀಯಾ ಈಗೇನು! ಈಗೇನು... ತಗೋತೀಯಾ?" ಅವನ ಮಾತುಗಳಿಗೆ ವಿರಾಮ ಹಾಕಿದಳು.

"ಏನು ....ಬೇಡ!" ಮೇಲೆದ್ದ.

ಅವಳು ಕೂಡ ಬಲವಂತ ಮಾಡಿ ನಿಲ್ಲಿಸಿಕೊಳ್ಳಲು ಇಷ್ಟಪಡಲಿಲ್ಲ. ಈ ವಾತಾವರಣದಲ್ಲಿ ಮಹೇಂದ್ರ ಹೆಚ್ಚು ಹೊತ್ತು ಇರಲಾರೆನೆಂದು ಅವಳಿಗೆ ಗೊತ್ತು.

"ಹೇಗಿದ್ದಾರೆ?" ಕೇಳಿದ.

"ನಾರ್ಮಲ್...." ಅಷ್ಟೇ ಚುಟುಕಾಗಿ ಉತ್ತರಿಸಿದಳು.

ಅಷ್ಟರಲ್ಲಿ ಅನ್ನಪೂರ್ಣಮ್ಮ ಹಣ್ಣಿನ ಷರಬತ್ತು ಹಿಡಿದು ಬಂದರು. "ಆಗ್ಲೇ ಹೊರಟುಬಿಟ್ಯಾ! ಇದೊಂದಿಷ್ಟಾದ್ರೂ ಕುಡ್ದು ಹೋಗು" ಹೇಳಿದರು. ಗಟಗಟನೆ ಕುಡಿದು ಲೋಟ ಅವರ ಕೈಯಲ್ಲಿಯೇ ಕೊಟ್ಟ.

ಗೇಟಿನವರೆಗೂ ಬಂದು ಬೀಳ್ಕೊಟ್ಟಳು. ಗೇಟಿನ ಶಬ್ದಕ್ಕೆ ಮಹೇಂದ್ರ ಕಿವಿ ಮುಚ್ಚಿಕೊಂಡ. ಅವನೇ ಹೇಳಲು ಹೊರಟವನು ಸುಮ್ಮನಾದ ಅಷ್ಟೆ ಚುರುಕಾಗಿ ಸಮರ್ಥಿಸಿಕೊಳ್ಳುವುದು ಮಾತ್ರವಲ್ಲದೇ ಬಾಯಿ ಮುಚ್ಚಿಸಬಲ್ಲಳೆಂದು ಅವನಿಗೆ ಗೊತ್ತು.

"ಬರ್ತೀಯಾ.... ತಾನೆ?" ಕಾರು ಹತ್ತುವ ಮುನ್ನ ಪ್ರಶ್ನಿಸಿದ. ಸರಿದು ಹೋಗುವ ಬಿಳಿಯ ಮೋಡಗಳಂತೆ ನಕ್ಕು ಬಿಟ್ಟಳು. "ಅರೆ, ನಿಂಗ್ಯಾಕೆ ಅನುಮಾನ! ಖಂಡಿತ ಬರೋ ಪ್ರಯತ್ನ ಮಾಡ್ತೀನಿ. ಆಕಸ್ಮಿಕವಾಗಿ ಯಾವುದಾದ್ರೂ ಅಡ್ಡಿ ಆತಂಕ ಒದಗಿದರೆ ಮಾತ್ರ ನಾನು ಜವಾಬ್ದರಳಲ್ಲ, ಅಷ್ಟೆ."

ಅವಳು ಬರಲಾರಳೆನ್ನುವ ಅನುಮಾನ "ಆ ದಿನ ರಜ ಹಾಕ್ಬಿಡು" ಒತ್ತಾಯಿಸಿದ.

ರೋಹಿಣಿ ಬಾಯಿ ಮೇಲೆ ಕೈಯಿಟ್ಟುಕೊಂಡಳು. "ಸುಮ್ನೆ ಮನೆಯಲ್ಲಿ ಟೆನ್ಷನ್ ಕ್ರಿಯೇಟ್ ಮಾಡ್ತೀಯ. ಹೇಳಿ ಕೇಳಿ ಮಂತ್ರಿಗಳ ಮನೆ. ನಾನು ಪತ್ರಿಕಾ ವರದಿಗಾರಳು. ಸ್ವಲ್ಪ ಸ್ವಲ್ಪ ದೂರ ದೂರವೆ ಇರುವುದೂ ಇಬ್ಬರಿಗೂ ಕ್ಷೇಮ" ಎಂದಳು.

ಮಹೇಂದ್ರನಿಗೆ ತಾನು ರೋಹಿಣಿಯಷ್ಟು ಬುದ್ಧಿವಂತ ಅಲ್ಲವೇನೋ ಅನ್ನಿಸಿತು. ಅಷ್ಟೇ ಅಲ್ಲ, ಅವಳ ಧೈರ್ಯ, ಸಮಸ್ಯೆಗಳನ್ನು ಎದುರಿಸುವ ರೀತಿ ಕೂಡ ತನಗೆ ತಿಳಿದಿಲ್ಲವೆನಿಸಿತು.

"ನಿನ್ನಿಷ್ಟ, ನೀನು ಬರೋದು ಮುಖ್ಯ ನಂಗೆ" ಕಾರು ಹತ್ತಿ ಕೈ ಬೀಸಿದ.

ಮಹೇಂದ್ರನ ತಂದೆ ಪರಶುರಾಮ್ ಆಪ್ತ ಗೆಳೆಯರು. ಆದರೆ ಅವರ ಮುಂದೆ ಕೈಕಟ್ಟಿ ನಿಲ್ಲುವಂಥ ವಿಧೇಯತೆ. ಆತ ಸ್ವಲ್ಪ ನಿಂತು ಹಿಂದಿರುಗಿ ನೋಡಿದ್ದರೆ ಇಂದಿನ ಪದವಿ ಸ್ಥಿತಿಗಳಿಗೆ ಯಾರು ಕಾರಣವೆಂದು ಗೊತ್ತಾಗುತ್ತಿತ್ತು.

ತೀರಾ ನಿಸ್ಸಹಾಯಕ ಸ್ಥಿತಿಗೆ ಬಂದಾಗ ಅವರಲ್ಲಿ ಕೆಲಸ ಕೊಡಿಸಲು ಕೇಳಲು ಹೋಗಿದ್ದಳು. ಒಮ್ಮೆ ಮರೆತವರಂತೆ ನಟಿಸಿದ್ದರೇ ಇನ್ನೊಮ್ಮೆ ಅಪಾಯಿಂಟ್‌ಮೆಂಟ್ ನಿರಾಕರಿಸಿದ್ದರು. ಮಗದೊಮ್ಮೆ ಆಕಸ್ಮಿಕವಾಗಿ ಸಿಕ್ಕಾಗ ಪರಿಚಯವೇ ಇಲ್ಲದವರಂತೆ ಹಾದು ಹೋಗಿದ್ದರು.

ಮಹೇಂದ್ರನ ತಂದೆ ತಮ್ಮ ಬಿಡುವಿನ ಅಮೂಲ್ಯ ಸಮಯವನ್ನೆಲ್ಲ ಈ ಮನೆಯಲ್ಲಿ ಕಳೆದಿದ್ದರು. ಅದು ಹತ್ತು ವರ್ಷದ ಹಿಂದಿನ ಮಾತು. ಆಗ ರಾಜಕೀಯದ ಓನಾಮ ಅಭ್ಯಾಸ ಮಾಡುತ್ತಿದ್ದ ದಿನಗಳು. ಆಗ ಸ್ನೇಹಿತರಾದ ಪರಶುರಾಮನ ಗುರುವಾಗಿ ಕೂಡ ಸ್ವೀಕರಿಸಿದ್ದರು.

ಎದುರಾದ ಅನ್ನಪೂರ್ಣಮ್ಮ ಗೊಣಗಿದರು. "ಎಷ್ಟೊಂದು ದುರಹಂಕಾರ! ಹೇಗೂ ಬರೋದು ಬಂದ. ಅಣ್ಣನ ನೋಡಿ ಹೋಗಿದ್ರಾಗಿತ್ತು. ಕೃಜತ್ಞತೆ ಇಲ್ಲದ ಜನರ."

ಅವಳ ಪ್ರಪಂಚ ಈಗ ವಿಶಾಲವೆನಿಸಿತು. ಈಗ ಯಾವುದೂ ಅವಳಿಗೆ ಆಶ್ಚರ್ಯವೆನಿಸುತ್ತಿರಲಿಲ್ಲ. 'ಮೌಲ್ಯ'ವೆನ್ನುವ ಜನಪದ ಕೆಲವು ವ್ಯಕ್ತಿಗಳ ಬಾಯಿಂದ ಹೊರಡುವ ಪದಪುಂಜ, ಅದನ್ನ ದಾಖಲು ಮಾಡುವ ಪೇಪರ್ ಮೇಲೆ ಮಾತ್ರ ಕಾಣಬಹುದಿತ್ತು.

ಅವನು ಇನ್ವಿಟೇಷನ್ ಬರೀ ಅವಳೊಬ್ಬಳಿಗೆ ಮಾತ್ರ ಕೊಟ್ಟಿದ್ದ. ಮತ್ತೊಮ್ಮೆ ಬಿಡಿಸಿ ನೋಡಿದಳು. 'ರಶ್ಮಿ' ಮುದ್ದಾದ ಹೆಸರು.

ನೆರಳಾಡಿತು, ತಲೆಯೆತ್ತಿದಳು. ಬಾಡಿಗೆಗಿರುವ ಯುವಕ ನಿಂತಿದ್ದ. ಏನು ಎನ್ನುವಂತೆ ನೋಡಿದಳು.

"ಅತ್ತೆಯವರು..." ಎಂದ ನಮ್ರತೆಯಿಂದ ಕೇಳಿದರೂ ಕೇಳದಂತೆ. ನಿಮ್ಗೂ... ಅತ್ತೆ!" ನಕ್ಕುಬಿಟ್ಟಳು. "ಅವ್ರು ಎಲ್ಲರಿಗೂ ಅತ್ತೇನೇ ಆಗಿದ್ದಾರೆ" ಮಹೇಂದ್ರ ಕೂಡ ಅತ್ತೆ ಎಂದೇ ಕೂಗುತ್ತಿದ್ದುದು. ಕೀರ್ತಿ ಸಂಬೋಧಿಸುತ್ತಿದ್ದುದ್ದು ಹಾಗೆಯೇ.

ಆಕೆಯನ್ನು ಅರಸಿಕೊಂಡು ಅಡಿಗೆಯ ಮನೆಗೆ ಬಂದಳು. ಸೊಪ್ಪಿನ ಪಲ್ಯಕ್ಕೆ ಒಗ್ಗರಣೆ ಹಾಕುತ್ತಿದ್ದವರು ಸಣ್ಣ ದನಿಯಲ್ಲಿ ಏನೋ ಹಾಡಿಕೊಳ್ಳುತ್ತಿದ್ದರು.

"ನಿಮ್ಮ ಟೆನೆಂಟ್ ಬಂದಿದ್ದಾರೆ. ಅಂತು ಬಹಳನೆ ಹಚ್ಚಿಕೊಂಡ ಹಾಗೆ ಕಾಣಿಸುತ್ತೆ" ನವಿರಾಗಿ ಹಂಗಿಸಿದಳು.

ಸೊಪ್ಪಿನ ಪಾತ್ರೆ ಇಳಿಸಿಟ್ಟು ಹೊರಗೆ ಹೋದರು. ಒಬ್ಬ ಅಡಿಗೆಯವನ ಜೊತೆಗೆ ಇನ್ನಿಬ್ಬರು ಸಹಾಯಕರು ಇಲ್ಲಿ ರಾರಾಜಿಸುತ್ತಿದ್ದುದು ಅವಳ ನೆನಪಿನಲ್ಲಿತ್ತು. ಲೋಟ, ತಟ್ಟೆಗಳು ಬಳಕೆಯಾಗುತ್ತಿದ್ದವು ಬೆಳ್ಳಿಯದೇ.

ಉರಿಯುತ್ತಿದ್ದ ಸ್ಟೌವ್ ಆರಿಸಿ ಹೊರಗೆ ಬಂದಳು. ಹತ್ತು ನಿಂಬೆಹಣ್ಣು ಷರಟಿನೊಳಗೆ ತುಂಬಿಕೊಂಡು ಬಂದ ಕೀರ್ತಿ ನೆಲದಲ್ಲಿ ಸುರಿದ.

"ಏನೋ... ಇದು?" ಕೇಳಿದಳು.

"ನಿಂಬೆಹಣ್ಣು..." ತಲೆ ಕೆರೆದುಕೊಂಡ,

"ಅದು ನಂಗೂ ಗೊತ್ತು. ಯಾಕೆ ತಂದೆ? ಯಾರು ತರೋಕೆ ಹೇಳಿದ್ರು?" ಸ್ವಲ್ಪ ರೇಗಿಕೊಂಡಳು.

ಈ ಮನೆಯ ಮೇಲೆ ಕೀರ್ತಿಗೆ ಏನು ಅಭಿಮಾನವೋ, ಅವರಿವರು ಭಕ್ಷೀಸ್ ಆಗಿ ಕೊಡುವ ರೂಪಾಯಿಗಳನ್ನು ಏನಾದರೂ ಕೊಂಡು ತರಲು ಖರ್ಚು ಮಾಡುತ್ತಿದ್ದ. ಆದರೆ ರೋಹಿಣಿ ಅದನ್ನ ಲೆಕ್ಕವಿಟ್ಟು ಅವನದಾಗಿ ಶೇಖರಿಸುತ್ತಿದ್ದಳು.

"ಅತ್ತೆ... ಹೇಳಿದ್ರು" ಓಡಿಬಿಟ್ಟ.

ಈಗ ಅವರು ಇಲ್ಲದಿದ್ದರಿಂದ ಆರಾಮಾಗಿ ಸುಳ್ಳು ಹೇಳಿಬಿಟ್ಟಿದ್ದ. ಪರಶುರಾಮ್ ವ್ಹೀಲ್ ಛೇರ್ ದೂಡಿಕೊಂಡು ಹೊರ ಬಂದಾಗ ಅತ್ತ ಧಾವಿಸಿದಳು.

"ನನ್ನ ಕೂಗಬಹುದಿತ್ತಲ್ಲ!" ಛೇರ್ ತಳ್ಳಿಕೊಂಡು ಬಂದು ಮುಂದಿನ ಬಾಲ್ಕನಿಯಲ್ಲಿ ನಿಲ್ಲಿಸಿದಳು. ಪರಶುರಾಮ್ ಅತ್ತ ಕೈ ತೋರಿಸಿ "ಯಾರು? ಎಂದು ಕೇಳಿದರು.

ಸುಳ್ಳು ಯಾವಾಗಲೂ ಅಪಾಯವೆಂದು ಗೊತ್ತು, ನಿಜವನ್ನೇ ತಿಳಿಸಿದಳು. "ಮುಂದಿನ ಮನೆಯಲ್ಲಿ ಇದ್ದಾರೆ?" ಬಾಡಿಗೆಗೆ ಎನ್ನುವ ವಿಷಯ ಬಿಟ್ಟಳು. ಅದು

ತಂದೆಗೆ ಇಷ್ಟವಿಲ್ಲ, ಇನ್ನು ಕೂಡ ಅವಮಾನವೆಂದು ಭಾವಿಸುವ ಮನಸ್ಥಿತಿಯಲ್ಲಿದ್ದಾರೆಂದು ಅವಳಿಗೆ ಗೊತ್ತು.

ಬರುವಂತೆ ಸನ್ನೆ ಮಾಡಿದರು, ಬಂದು ನಿಂತ. ಎತ್ತಿ ಕಟ್ಟಿದ ಪಂಚೆಯನ್ನು ಬಿಟ್ಟು ಸರಿಯಾಗಿ ನಿಂತ, ಅಡಿಯಿಂದ ಮುಡಿಯವರೆಗೂ ನೋಡಿದರು. ಅಗಲವಾದ ಹಣೆ, ಹೊಳೆಯುವ ಕಣ್ಣುಗಳು, ಪುಟ್ಟ ಬಾಯಿ ಮೇಲಿನ ಹೊರೆ ಮೀಸೆ, ಅಸ್ತವ್ಯಸ್ತವಾದ ಒತ್ತು ಕೂದಲು, ಉದ್ದವಾದ ನಿಲುವು, ದೃಢವಾದ ಮೈಕಟ್ಟು.

"ಎಲ್ಲಿದ್ದೀರಾ?" ಕೇಳಿದರು ಮೃದುವಾಗಿ.

ಪಾದಗಳೂರಿದ ಜಾಗವನ್ನು ನೋಡಿದ. ಈಗ ಇಲ್ಲೇ ಇದ್ದೀನಿ ಎಂದು ಹೇಳುವ ಉದ್ದೇಶವಿರಬೇಕು. ಪರಶುರಾಮ್ ತುಟಿಗಳ ಮೇಲೆ ನಗು ತೇಲಿತು.

"ಈಗ ಇಲ್ಲೇ ಇದ್ದೀರಾ, ನಂಗೂ ಗೊತ್ತು ಎಲ್ಲಿಯವರು? ಏನು ಉದ್ಯೋಗ ಮಾಡ್ತಾ ಇದ್ದೀರಾ?" ಎಂದು ತಿಳಿಯುವ ಉದ್ದೇಶವೇ ನನ್ನ ಪ್ರಶ್ನೆಯದು ಎಂದರು.

ಎರಡು ಸಲ ಉಗುಳು ನುಂಗಿ ರೋಹಿಣಿಯತ್ತ ನೋಡಿ ಕಣ್ಣುಗಳಲ್ಲಿ ತನ್ನ ನಿಸ್ಸಹಾಯಕತೆ ಪ್ರಕಟಿಸಿದ. ಪರಶುರಾಮ್‌ಗೆ 'ಅಯ್ಯೋ' ಎನಿಸಿತು.

"ನಾನು ಕೇಳ್ತಾ ಇದ್ದರೇ ಸುಮ್ಮನೇನೇ ಇದ್ದೀಯಲ್ಲ. ಮೂಗ ಅಂತ ಯಾಕೆ ಹೇಳ್ಲಿಲ್ಲ? ಅಂಗವಿಕಲತೆ ಸ್ವಯಂಕೃತ ಅಪರಾಧವಲ್ಲ, ಸಹಾನುಭೂತಿ ತೋರಿಸಿ ಅವ್ರಲ್ಲಿ ಕೀಳರಿಮೆ ಉಂಟುಮಾಡೋಕ್ಕಿಂತ ಈ ರೀತಿ ಆತ್ಮಸ್ಥೈರ್ಯ ಕುಗ್ಗಿಸೋದು ತಪ್ಪು" ಮಗಳನ್ನ ಖಂಡಿಸಿದರು.

ಅವಳು ನಿಂತಲ್ಲಿ ಕಲ್ಲಾದಳು. ಇಲ್ಲಿ ಎಲ್ಲವು ತಿರುಗುಮುರುಗಾಗಿ ಅವಳತ್ತ ಬಂದಿತ್ತು ಬಾಣ. ಅವಳು ಏನಾದರೂ ಹೇಳುವ ಮುನ್ನ ಒಂದು ಕೈಯಿಂದ ವೀಲಿಂಗ್ ಛೇರ್ ತಿರುಗಿಸುತ್ತ ಒಳಗೆ ಹೋಗಿಬಿಟ್ಟರು ಪರಶುರಾಮ್.

ಅವನತ್ತ ನೋಡಿದಳು "ನೀವೇನು ಮೂಗನಾ?" ಅವಳಿಗೆ ಕೋಪ ಬಂದಿದೆಯೆಂದು ಅವನಿಗೆ ಸ್ಪಷ್ಟವಾಗಿತ್ತು. "ಇಲ್ಲಿ, ಮೇಡಮ್, ದೊಡ್ಡ ಯಜಮಾನರತ್ರ ಮಾತಾಡ್ಬೇಡಾಂತ ನೀವೇ ಹೇಳಿದ್ರಿ. ಅದ್ಕೇ ಮೌನವಾಗಿದ್ದೆ. ಯಾವ್ದೇ ಕಾರಣಕ್ಕೆ ನಾನು ಮನೆನ ಕಳ್ದುಕೊಳ್ಳೋಲ್ಲ" ಎಂದ. ಅವನದು ತಪ್ಪಿಲ್ಲವೆನಿಸಿತು.

ಇಂದಲ್ಲ ನಾಳೆ ಈ ವಿಷಯ ಅತ್ತೆಯ ಮೂಲಕವಾದರೂ ತಂದೆಗೆ ಗೊತ್ತಾಗುತ್ತದೆ. ವ್ಯಕ್ತಿಯ ಮೂಲಭೂತ ಹಕ್ಕುಗಳನ್ನು ಮೊಟಕು ಮಾಡುವುದು ಪರಶುರಾಮ್ ಪ್ರಕಾರ ದೊಡ್ಡ ಅಪರಾಧ. ತಾನು ಮಾತನಾಡಬಾರದೆಂದು ಹೇಳಿದ್ದೇ ದೊಡ್ಡ ಅಪರಾಧವಾಗಿ ಅವರಿಗೆ ಕಾಣಬಹುದು – ಚಿಂತಿತಳಾದಳು.

"ನೋಡಿ ಮಿಸ್ಟರ್, ಬೈ ದಿ ಬೈ.... ನಿಮ್ಹೆಸರು...." ಕೇಳಿದಳು.

ಅವನು ತಲೆ ಕರೆದುಕೊಂಡು "ಶ್ರೀಕಾಂತ, ಶಶಿಕಾಂತ್, ನಿಶಾಂತ್, ಬಾಪಟ್" ಎಂದಾಗ ಅವಳು ಕಣ್ಣರಳಿಸಿದಳು. "ಮೈಗಾಡ್, ಇಷ್ಟು ದೊಡ್ಡ ಹೆಸರು! ಕೂಗೋದು ಹೇಗೆ?" ಸುಂದರವಾಗಿ ನಕ್ಕ "ಛೋಟಾ ಮಾಡಬಹುದು. ಶ್ರೀ ಅನ್ನಿ, ಶ್ರೀಕಾಂತ್ ಅನ್ನಬಹುದು. ಸ್ವಲ್ಪ ನಿಧಾನವಾದ ಸಂದರ್ಭಗಳಲ್ಲಿ ಶಶಿಕಾಂತ್ ಅಂತ ಕೂಗಬಹ್ದು. ರೋಚಕ ಸಂದರ್ಭಗಳಲ್ಲಿ ನಿಶಾಂತ್ ಅನ್ನಬಹ್ದು. ಹೇಗೆ ಕೂಗಿದ್ರೂ ಮಾತಾಡ್ತೀನಿ. ಒಬ್ಬೊಬ್ರು ಒಂದೊಂದು ತರಹ ಕೂಗಿ ಅಭ್ಯಾಸ ಮಾಡಿದೆ. ಬಾಪಟ್ ಅನ್ನೋದು ಕೋಪದಲ್ಲಿ ಬಯ್ಯೋಕೆ ಚೆನ್ನಾಗಿರುತ್ತೆ."

ದೀರ್ಘವಾಗಿ ಉಸಿರೆಳೆದು ದಬ್ಬಿದಳು ರೋಹಿಣಿ. "ಅತ್ತೆ , ಏನಂತ ಕೂಗ್ತಾರೆ?" ತಿಳಿಯಬೇಕೆನಿಸಿತು ಅವಳಿಗೆ.

"ಪೋರ್ಟರ್ ಅಂತಾರೆ. ಒಂದಷ್ಟು ದಿನ ಪೋರ್ಟರಾಗಿ ಕೆಲ್ಸ ಮಾಡ್ದೇ. ಯಾಕೋ ಬೇಸರವಾಯ್ತು. ಈಗ ಒಂದು ಪ್ರೈವೇಟ್ ಪ್ರೆಸ್‌ನಲ್ಲಿ ಕಾಂಪೋಜಿಟರ್ ಆಗಿದ್ದೀನಿ. ಈಗ್ಲೂ ನನ್ನ ಟ್ರೈನಿ ಅಂತ್ಲೇ ಅವ್ರು ಡಿಸೈಡ್ ಮಾಡಿ ಸಂಬ್ಳ ಕೊಡ್ತಾ ಇರೋದು" ಹೇಳಿಕೊಂಡ.

ಅವಳಲ್ಲಿ ಸಹಾನುಭೂತಿಯುಂಟಾಯಿತು. ಇಂಥವರಿಗೆ ಪರಶುರಾಮ್ ಸಹಾಯ ಮಾಡಿದ ದಿನಗಳಿತ್ತು. ಈಗ ಅವರು ನಿಸ್ಸಹಾಯಕರು.

"ಎಷ್ಟು ಸಂಬಳ ಕೊಡ್ತಾರೆ?" ತಿಳಿಯಲು ಅಪೇಕ್ಷಿಸಿದಳು.

"ಊಟ, ತಿಂಡಿಗೆ ಆಗುತ್ತೆ. ಪರ್ಮನೆಂಟ್ ಜಾಬ್ ಅಲ್ಲ. ಜಾಬ್ ಸೆಕ್ಯೂರಿಟಿ ಇಲ್ಲ. ಯೂನಿಯನ್ ಮೂಲಕ ಹೋರಾಡೋ ಅಂಥದ್ದಲ್ಲ. ಮಾಲೀಕರ ಕರುಣೆ ಮತ್ತು ಅಂಡರ್‌ಸ್ಟಾಂಡಿಂಗ್‌ನಲ್ಲಿ ನಡೆದು ಹೋಗುವಂಥದು" ಅವನಿಗೆ ಹೇಳಲು ಇಷ್ಟವಿಲ್ಲವೆಂದು ಅರ್ಥ ಮಾಡಿಕೊಂಡಳು.

ಬಾಗಿಲು ದಾಟಿ ಒಳಕ್ಕೆ ಹೋದವಳು ಹಿಂದಕ್ಕೆ ತಿರುಗಿ ಅವನತ್ತ ನೋಡಿದಳು. ಹೊಳೆಯುವ ಕಣ್ಣುಗಳಲ್ಲಿ ಅಪಾರವಾದ ತೀಕ್ಷ್ಣತೆ ಇದೆಯೆನಿಸಿತು. 'ಬುದ್ಧಿವಂತ' ಮನ ಹೇಳಿತು. ಎಷ್ಟೋ ಜನರ ಬುದ್ಧಿವಂತಿಕೆ ಸಮಾಜಕ್ಕೆ ಪ್ರಯೋಜನಕ್ಕೆ ಬರದೇ ಬೀದಿಯ ಧೂಳಿನಲ್ಲಿ ಬೆರೆತುಹೋಗುತ್ತಿರುವುದು ಅವಳಿಗೇನು ತಿಳಿಯದಲ್ಲ.

ಈಗಿನ ಸ್ಥಿತಿಯಲ್ಲೂ ಪರಶುರಾಮ್‌ರವರ ಕೋಪ, ದಯಾಗುಣ, ಅನುಕಂಪದ ಸ್ವಭಾವವೇನು ಕಡಿಮೆಯಾಗಿರಲಿಲ್ಲ. ಕೆಲವೊಮ್ಮೆ ಈ ಗುಣಗಳು ಅವರ ಚಿತ್ತಸ್ವಾಸ್ಥ್ಯ ಕೆಡಿಸಿ ಹುಚ್ಚರ ಗುಂಪಿನಲ್ಲಿ ನಿಲ್ಲಿಸಿಬಿಡುತ್ತಿತ್ತು.

"ಎಕ್ಸ್‌ಕ್ಯೂಜ್ ಮಿ..." ತಂದೆಯ ಕಾಲಿನ ಬಳಿಗೆ ಕೂತು ಅವರ ತೊಡೆಯ ಮೇಲೆ ತಲೆಯಿಟ್ಟಳು. "ಸುಮ್ನೆ ಹೆಚ್ಚು ಮಾತು ಬೇಡವೆಂದು ನಾನೇ ತಾಕೀತು ಮಾಡ್ದೆ. ಹಾರ್ಟ್ ತುಂಬ ದುರ್ಬಲವಾಗಿದೆ. ಡಾಕ್ಟರೇ ಕಾಷನ್ ಕೊಟ್ಟಿದ್ದಾರೆ"

ಮಗಳ ಕೆನ್ನೆಯನ್ನು ನೇವರಿಸಿದರು. ಅವರ ಕೋಪ ಕರಗಲು ಅವಳು ಹಿಡಿದ ಸುಲಭವಾದ ಮಾರ್ಗ ಇದು.

ಅವರ ತುಟಿಯಂಚಿನಲ್ಲಿ ವಿಷಣ್ಣತೆಯ ನಗು ಹಾದುಹೋಯಿತು. "ಕ್ಷಮೆ ಕೇಳೋಕೆ ಏನಿದೆ? ನನ್ನ ಹಾರ್ಟ್ ದುರ್ಬಲವಾಗಿದ್ರೆ... ಎಂದೋ ಒಡೆದು ಹೋಗ್ತಾ ಇತ್ತು. ಅದು ತುಂಬ ಸಬಲವಾಗಿರೋ ಹೊತ್ಗೆ ಇಷ್ಟು ದಿನ ಇರೋದು, ಅದರ ಬಗ್ಗೆ ಚಿಂತೆ ಬೇಡ" ವಿಮುಖರಾದರು.

"ಎಲ್ಲಿ ಈಚೆಗೆ ಕೀರ್ತಿ.... ಬರ್ಲಿಲ್ಲ?" ಕೇಳಿದರು.

"ಆಗ್ಲೇ ಕೂಡ ಬಂದಿದ್ದ" ಮೇಲೆದ್ದಳು.

"ಅವ್ನ ಓದಿನ ವ್ಯವಸ್ಥೆ... ಏನ್ಮಾಡ್ದೇ?" ಎಂದೋ ಪ್ರಸ್ತಾಪವಾದ ವಿಷಯವನ್ನು ಇಂದು ಜ್ಞಾಪಿಸಿದರು. ಅವಳ ತಲೆ ಅನಾಯಾಸವಾಗಿ ತಗ್ಗಿತು "ಅವ್ನೇ ಓದೋಕೆ ಇಷ್ಟಪಡ್ತಾ ಇಲ್ಲ" ಮೆಲ್ಲಗೆ ಉಸುರಿದಳು.

ಅವರ ಮುಖದ ಭಾವನೆಗಳನ್ನು ಅಳೆಯಲು ಇಷ್ಟಪಡಲಿಲ್ಲ. ಮೆಲ್ಲಗೆ ತಿರುಗುವ ಗಾಲಿಯನ್ನು ತಳ್ಳಿಕೊಂಡು ಹೋಗಿ ಅವರನ್ನು ಮಂಚದ ಮೇಲೆ ಮಲಗಿಸಿ ಹೊರಗೆ ಬಂದಳು.

ಅಂದಿನ ರಾತ್ರಿಯೇ ಸೀಬೆ, ಸಪೋಟಾ ಗಿಡಗಳೆಲ್ಲ ಬುಡಸಹಿತ ಕಡಿದು ಬಿದ್ದಿದ್ದವು. ಇದು ಮೊದಲನೆಯ ಸಲವಲ್ಲ ನಡೆಯುತ್ತಿರುವುದು. ಸಂಪಿಗೆ ಮರವೊಂದು ಇದಕ್ಕೆ ಸಾಕ್ಷಿಯೆನ್ನುವಂತೆ ನಿಂತಿತ್ತು.

ನಿಶಾಂತ್ ಮಲಗಿದ್ದ ಮನೆಯ ಮುಂಬಾಗಿಲಿಗೆ ಚಿಲಕ ಹಾಕಿದ್ದು ಮಾತ್ರವಲ್ಲ – ಅದರಲ್ಲಿ ಒಂದು ರೀತಿಯ ಘಾಟಾದ ಹೊಗೆ ತುಂಬಿಕೊಂಡಿತ್ತು. ಉಸಿರುಗಟ್ಟಿಸುವಂಥದ್ದು.

ಅವನು ಹೊರಗೆ ಬಂದಾಗ ಕಣ್ಣುಗಳು ಬೆಂಕಿಯ ಉಂಡೆಗಳಾಗಿದ್ದವು. ಅನ್ನಪೂರ್ಣಮ್ಮ ಆತಂಕಗೊಂಡರು. ನಿಂಗೆ ಎಚ್ಚರವಾಗಿಲ್ವಾ?" ಗಾಬರಿಯಿಂದ ಕೇಳಿದರು. ಅವನಿನ್ನು ಮಂಕುನಲ್ಲಿಯೇ ಇದ್ದ. "ಏನು ಕೇಳ್ತಾ ಇದ್ದೀರಾ?"

ರೋಹಿಣಿ ಒಂದು ತರಹ ನೋಡಿದಳು. "ಏನಿಲ್ಲ ಶ್ರೀಕಾಂತ್, ಶಶಿಕಾಂತ್, ನಿಶಾಂತ್, ಬಾಪಟ್ ಅವರೇ ಸುಖವಾದ ನಿದ್ದೆ ಆಯ್ತಾಂತ ಕೇಳ್ತಾ ಇದ್ದಾರೆ, ಅಷ್ಟೆ" ಮನೆಯೊಳಗೆ ಹೋದವಳು ಕೆಮ್ಮುತ್ತ ಹೊರಗೆ ಬಂದಳು.

ಸಪೋಟಾ, ಸೀಬೆ ಮರಗಳನ್ನು ಕಡಿದಿದ್ದು ಅಸಹಜವೆನಿಸದಿದ್ದರೂ ಇದು ಮಾತ್ರ ಆತಂಕದ ವಿಷಯವಾಗಿ ಕಂಡಿತು.

ಮರಗಳ ಬಳಿ ಹೋಗಿ ನಿಂತಳು. ಹೃದಯ ತುಂಬಿ ಬಂತು. ಕಣ್ಣಂಚಿನ

ಕಂಬನಿ ಕೆನ್ನೆಯ ಮೇಲೆ ಜಾರದಂತೆ ತಡೆದಳು. ಬುಟ್ಟಿ ಬುಟ್ಟಿ ಹಣ್ಣುಗಳನ್ನು ಅವರಿವರ ಮನೆಗಳಿಗೆ ಸಾಗಿ ಹೋಗುತ್ತಿತ್ತು. ಒಂದು ರೂಪಾಯಿ ಪಡೆದವರಲ್ಲ ಪರಶುರಾಮ್. ದೊಡ್ಡ ರೀತಿಯ ಆದಾಯವನ್ನಾಗಿ ಮಾಡಿಕೊಳ್ಳಬಹುದಿತ್ತು. ಇದು ಎಲ್ಲರ ಅಭಿಪ್ರಾಯ ಕೂಡ ಆದರೆ ಅವರು ಒಪ್ಪರು.

ಮುರಿದು ಬಿದ್ದ ರೆಂಬೆ, ಕೊಂಬೆಗಳನ್ನು ನೋಡಿದಳು. ಆತುರಕ್ಕೆ ಕಡಿದಿದ್ದರಿಂದ ಮರಗಳ ಅಸ್ತಿತ್ವವೇನು ನಾಶವಾಗಿರಲಿಲ್ಲ. ಅದು ಪ್ರಯಾಸದಿಂದ ಎದ್ದು ನಿಲ್ಲಲು ಕೆಲವು ಕಾಲ ತೆಗೆದುಕೊಳ್ಳಬಹುದು.

ಹಿಂದಕ್ಕೆ ಬಂದು ತೀರಾ ಭಯಗ್ರಸ್ತರಾಗಿ ನಿಂತಿದ್ದ ಅನ್ನಪೂರ್ಣಮ್ಮನಿಗೆ ಹೇಳಿದಳು.

"ಅತ್ತೆ, ಈ ವಿಷಯ ಅಪ್ಪನ ಕಿವಿಗೆ ಬೀಳ್ಬಾರ್ದು. ಏನಾದ್ರೂ ಮಾಡೋಕೆ ಸಾಧ್ಯವೇನೋ, ನೋಡ್ತೀನಿ" ಮೆಟ್ಟಿಲೇರಿ ಬಾಲ್ಕನಿಗೆ ಹೋದವಳು ಪಕ್ಕಕ್ಕೆ ಕತ್ತು ತಿರುಗಿಸಿದಳು.

ಶ್ರೀಕಾಂತ್ ಶಶಿಕಾಂತ್ ನಿಶಾಂತ್ ಬಾಪಟ್ ಕಣ್ಣು ಕಣ್ಣು ಬಿಡುತ್ತ ನಿಂತಿದ್ದ. ಅಂಥದ್ದೇನೂ ನಡೆಯಲೇ ಇಲ್ಲವೆನ್ನುವಂಥ ನಿರ್ಮಲ ಮುಖ ಭಾವ.

ಮೆಟ್ಟಿಲು ಇಳಿದು ಕೆಳಗೆ ಬಂದಳು. "ಎಲ್ಲಾ ಕಿಟಕಿಗಳನ್ನು ತೆಗೆದಿಡಿ. ಮಿಸ್ಟರ್ ಬಾಪಟ್ ಸಾಹೇಬರೇ. ಹೊಗೆ ಹೇಗೆ ತುಂಬಿಕೊಂಡಿತು? ಅದಕ್ಕೆ ಕಾರಣವೇನು ಅನ್ನೋದನಾದ್ರೂ ಯೋಚಿಸಿದ್ರಾ?" ಇಲ್ಲವೆನ್ನುವಂತೆ ತಲೆಯಾಡಿಸಿದ.

"ಸ್ವಲ್ಪ....ಬನ್ನಿ" ಆ ಮನೆಗೆ ಕರೆದೊಯ್ದಳು.

ಈಗ ಘಾಟಿನ ಪ್ರಮಾಣ ಪೂರ್ತಿ ಕಡಿಮೆಯಾಗಿತ್ತು. ಇನ್ನೆರಡು ಮುಚ್ಚಿದ ಕಿಟಕಿಗಳನ್ನು ರೋಹಿಣಿ ತೆರೆದಳು. ಕರ್ರಗೆ ಉಂಡೆಯಾಗಿ ಬಿದ್ದಿದ್ದ ವಸ್ತು ಈಗ ನಿರುಪಯುಕ್ತವಾಗಿತ್ತು. ಕೆಳಗೆ ಬಗ್ಗಿ ಮುಟ್ಟಲು ಹೋದಾಗ ನಿಶಾಂತ್ ಕೈ ಹಿಡಿದುಕೊಂಡವನು ಬಿಟ್ಟ.

"ಅದೇನೂಂತ ತಿಳಿಯದೇ ಕೈಯ್ಯಲ್ಲಿ ಮುಟ್ಟೋದು ಅಪಾಯ" ಅವಳು ನೋಟವೆತ್ತಿದಾಗ ತಪ್ಪು ಮಾಡಿದವನಂತೆ ತಲೆ ಕೆರೆದುಕೊಂಡ. "ಒಂದು ಇಕ್ಕಳ ತರ್ತೀನಿ" ಹೋದ.

ಆ ವಸ್ತುವನ್ನು ಇಕ್ಕಳದಲ್ಲಿ ಹೊರಗೆ ಹಿಡಿದು ತಂದು ಒಂದೆರಡು ಸಲ ಮೂಗಿನ ಬಳಿಯಲ್ಲಿ ಹಿಡಿದು ನೋಡಿದ. ಕೆಳಗೆ ಹಾಕಿ ಆ ಉಂಡೆಯನ್ನು ಛಿದ್ರ ಛಿದ್ರ ಮಾಡಿದ. ಅದು ಬರೀ ಬಟ್ಟೆಯಿಂದ ಅವ್ಯಕ್ತವಾಗಿತ್ತು. ನಾಲ್ಕಾರು ಎಣ್ಣೆಗಳ ಜೊತೆ ಕೆಮಿಕಲ್ ಮಿಕ್ಸ್ ಆಗಿದೆಯೆನಿಸಿತು.

"ಎಸೆದವ್ರಿಗೆ ಪ್ರಾಣ ತೆಗೆಯುವ ಉದ್ದೇಶವಿರಲಾರದು. ಬರೀ ಜ್ಞಾನ ತಪ್ಪಿಸಬೇಕೆನ್ನೋ... ಅಭಿಲಾಷೆ...." ಒಮ್ಮೆ ರೋಹಿಣಿಯತ್ತ ನೋಡಿ ಸುಮ್ಮನಾದ. ತಾನು ಇಷ್ಟು ಹೇಳಿದ್ದು ಹೆಚ್ಚಾಯಿತೇನೋ ಎನ್ನುವ ಭಾವನೆ.

ತುಸು ಯೋಚಿಸಿ ಒಂದು ನಿರ್ಧಾರಕ್ಕೆ ಬಂದಳು. 'ಮಿಸ್ಟರ್ ಬಾಪಟ್ ಸಾಹೇಬರೇ, ನೀವು ಇಲ್ಲಿಂದ ಬೇಗ ಹೋಗಿಬಿಡೋದು ಒಳ್ಳೆಯದು. ನಾಳೆ ನಿಮ್ಮ ಪ್ರಾಣಕ್ಕೆ ಸಂಚಕಾರ ಬಂದರೆ ನಾವು ಜವಾಬ್ದಾರಿ ಹೊತ್ತುಕೊಳ್ಳ ಬೇಕಾಗುತ್ತೆ. ನಮ್ಮ ತೊಂದರೆಗಿಂತ ನಿಮ್ಮ ಹಿತಾನ ಮನಸ್ಸಿನಲ್ಲಿಟ್ಕೊಂಡ್ ಮನೆ ಖಾಲಿ ಮಾಡಿ" ಎಂದಾಗ ನಿಶಾಂತ್ ಕಣ್ಣುಗಳಲ್ಲಿ ಕ್ಷಣ ಗಲಿಬಿಲಿ ಇಣಕಿದರೂ ನೋಟ ದೃಢವಾಯಿತು.

"ಫುಟ್‌ಪಾತ್‌ನಲ್ಲಿ ಇರೋಕ್ಕಿಂತ ಇಲ್ಲಿ ಸಾಯೋದು ಹಾಯಿ. ಆದ್ರೆ..... ಹಾಗೆಲ್ಲ ನಾವು ಸಾಯೋಲ್ಲ. ನನ್ನ ಜಾತ್ಕದಲ್ಲಿ ನಂಗೆ ತೊಂಬತ್ತು ವರ್ಷ ಆಯಸ್ಸು. ಅದನ್ನ ಕಂಪ್ಯೂಟರ್ ಜ್ಯೋತಿಷ್ಯ ಕೂಡ ನಿಜಾಂತ ಒತ್ತಿ ಹೇಳಿದೆ. ನಿಮ್ಗೆ ನನ್ನ ಸಾವಿನ ಭಯ ಬೇಡ. ದಯವಿಟ್ಟು ಮತ್ತೊಮ್ಮೆ ಬಿಟ್ಟು ಹೋಗೋಕೆ ಹೇಳ್ಬೇಡಿ" ಪ್ರಾರ್ಥಿಸಿಕೊಂಡ. ಯಾಕೋ ಇದು ಅವಳಿಗೆ ಸರಿಯೆನಿಸಲಿಲ್ಲ.

ಧೀರೋದಾತ್ತವಾಗಿ ಕಾಣುವ ಅವನ ಮುಖದಲ್ಲಿ ಮುಜುಗರ ತರಿಸುವ ಭಾವನೆಗಳು ಮೂಡುವುದು ಅವಳಿಗೆ ಬೇಡವೆನಿಸಿತು. ಮೌನವಾಗಿ ಒಳಗೆ ಹೋದಳು.

ಅವಳು ರೆಡಿಯಾಗಿ ಹೊರಡಲು ಹೊರಗೆ ಬರುವ ವೇಳೆಗೆ ನಿಶಾಂತ್ ತಲೆಗೊಂದು ಟವಲ್ ಸುತ್ತಿ ಆಯುಧಗಳ ಸಹಾಯದಿಂದ ಕೊಂಬೆ ರೆಂಬೆಗಳನ್ನು ಕತ್ತರಿಸಿ ಬೇರೆ ಬೇರೆ ಮಾಡಿ ಗುಡ್ಡೆ ಹಾಕುತ್ತಿದ್ದ.

"ಇದೇನು ಮಾಡ್ತಾ ಇದ್ದೀರಾ?" ಪ್ರಶ್ನಿಸಿದಳು.

"ಮತ್ತೇನು ಮಾಡ್ತೀರಾ, ಹೀಗೆ ಬಿದ್ದಿರೋಕೆ ಬಿಟ್ಟರಾಗುತ್ತ? ಇದಿಷ್ಟು ನನ್ನ ಕೆಲಸ. ಇದನ್ನೆಲ್ಲ ಹೊರ್ಗೆ ಸಾಗಿಸೋದನ್ನ ಕೀರ್ತಿ ವಹಿಸಿಕೊಂಡಿದ್ದಾನೆ" ತಲೆಯ ಟವಲನ್ನು ಬಿಚ್ಚಿ ಮುಖದ ಬೆವರನ್ನು ತೊಡೆದುಕೊಂಡ.

"ನಿಮ್ಗೆ ಕೀರ್ತಿ ಹೇಗೆ ಗೊತ್ತು?" ಕುತೂಹಲದಿಂದ ಕೇಳಿದಳು. ನಿರ್ಮಲವಾಗಿ ನಕ್ಕುಬಿಟ್ಟ. "ಹೀಗೇ.... ಇಲ್ಲಿಗೆ ಆಗಾಗ ಬರ್‍ತಾ ಇರ್‍ತಾನಲ್ಲ, ತುಂಬ ಮಾತಿನ ಹುಡ್ಗ. ಬೇಗ ಪರಿಚಯ ಮಾಡ್ಕೊಂಡ್ ಬಿಡ್ತಾನೆ" ಮಾತನ್ನು ಜಾರಿಸಿದ.

ಇದನ್ನೆಲ್ಲ ಹೇಗೆ ಹೊರಗೆ ಹಾಕಿಸಬೇಕೆನ್ನುವ ಸಮಸ್ಯೆಯೇನೋ ಪರಿಹಾರವಾಯಿತು. ಹಿಂದಿನ ಆಳುಗಳು ವಾರಕ್ಕೊಮ್ಮೆ ಬಂದು ಮುಖ ತೋರಿಸಿ ಹೋಗುತ್ತಿದ್ದರು. ಅವರೆಲ್ಲ ಈ ಮನೆಯಲ್ಲೇ ಕೆಲಸಕ್ಕೆ ಇದ್ದಾರೆಂದು ಭ್ರಮೆ ಹುಟ್ಟಿಸಲು ಅಷ್ಟೆ. ಅದನ್ನು ಪರಶುರಾಮ್ ನಂಬಿದ್ದಾರೋ ಬಿಟ್ಟಿದ್ದಾರೋ ಗೊತ್ತಿಲ್ಲ.

ಪರ್ಸ್ ತೆಗೆಯುತ್ತಿದ್ದವಳನ್ನು ತಡೆದ. "ನಿಮ್ಹತ್ರನೇ ಇರಲೀ, ಹೇಗೂ ಮೊನ್ನೆ ಸಂಬಳ ಕೊಟ್ಟಿದ್ದಾರೆ. ಅದ್ರ ಜೊತೆ ನಿಮ್ಮ ಭಕ್ಷೀಸು ಇಟ್ಟರೇ ಖರ್ಚಾಗಿಹೋಗುತ್ತೆ. ಬೇಕಾದಾಗ ಇಸ್ಕೋತೀನಿ" ಕೈ ಕೈ ಹೊಸೆದ.

ಇದು ತನಗೆ ಇಷ್ಟವಾಗದೆಂದು ಅವನಿಗೆ ಹೇಗೆ ಹೇಳಿಯಾಳು.

ನೇರವಾಗಿ ಮನೆಯ ಒಳಗಿನವರೆಗೂ ನೋಟ ಹರಿಸಿದಳು. ಅನ್ನಪೂರ್ಣಮ್ಮ ಆತುರಾತುರವಾಗಿ ಬಂದರು.

"ಕಾರು ತಗೊಂಡ್ಹೋಗು. ಅಪ್ಪಿ ತಪ್ಪಿ ಅದು ನಿಲ್ಲುವ ಜಾಗದ ಕಡೆ ಕಣ್ಣಾಡಿಸಿದರೇ... ಸುಮ್ನೇ ಗದ್ದಲ ಮಾಡ್ತಾರೆ" ಎಂದು ಉಸುರಿದರು.

ರೋಹಿಣಿ ಭೂಮಿ, ಆಕಾಶದ ಕಡೆ ನೋಡಿದಳು. ಮೂರು ಕಾರುಗಳಿದ್ದ ದಿನಗಳನ್ನು ಕಂಡಿದ್ದಳು. ಈಗ ಇದ್ದಿದ್ದು ಒಂದು. ಅದು ಅವ್ಯವಸ್ಥೆ. ಪರಶುರಾಮ್‌ಗೆ ಹೇಗೆ ಅರ್ಥವಾಗುವಂತೆ ಹೇಳಿಯಾಳು?

ಹತ್ತಿ ಕೂತು ಸ್ಟಾರ್ಟ್ ಮಾಡಿದಳು. ಭಯಂಕರ ಶಬ್ದದೊಂದಿಗೆ ಸ್ಟಾರ್ಟ್ ಆಗಿದ್ದು ನಿಂತುಬಿಟ್ಟಿತು. ಮತ್ತೆ ಅವಳ ಮುಖದಲ್ಲಿ ಪೂರ್ತಿ ಬೆವರು ಹರಿದ ಮೇಲೆಯೇ ಅದು ಸದ್ದು ಮಾಡಿದ್ದು.

ಅದು ಬಾಬು ಮೆಕ್ಯಾನಿಕ್ ಷಾಪ್ ತಲುಪಿದರೆ ಸಾಕು, ಅಲ್ಲಿಯೇ ಅವಳ ಮೊಪೆಡ್ ಕಾದು ನಿಲ್ಲುತ್ತಿದ್ದುದು.

ನಿಶಾಂತ್ ಎದೆಯ ಮೇಲೆ ಕೈಕಟ್ಟಿ ನೋಡುತ್ತಿದ್ದ. ಬದುಕಿನ ವಿರುದ್ಧ ಮೌನ ಹೋರಾಟ ಅವನ ಕಣ್ಣುಗಳಲ್ಲಿ ಮೆಚ್ಚಿಗೆ ಮೂಡಿತು.

ನಿಂತಿದ್ದ ಅನ್ನಪೂರ್ಣಮ್ಮನ ಬಳಿ ಹೋದ. "ಅತ್ತೆ, ಕಾರಿನ ರಿಪೇರಿಗೆ ಬಿಡೋದು" ಎಂದ. ಆಕೆ ಅತ್ತಿತ್ತ ನೋಡಿದಳು. "ಇಂಥ ಮಾತುಗಳ್ನ ಯಾರ್ಮುಂದು ಆಡ್ಬೇಡ" ಎಂದವರು "ಕೈ ತುಂಬ ಹಣವಿದ್ದರೆ ತಾನೇ ರಿಪೇರಿಗೆ ಬಿಡೋದು. ತಂದೆ ಮನಸ್ಸಿನ ಸಮಾಧಾನಕ್ಕೆ ಬಾಬು ಮೋಟಾರ್ಸ್‌ವರ್ಗ್ಗೂ ತಗೊಂಡ್ ಹೋಗ್ತಾಳೆ ಅಲ್ಲಿಂದ ಮೊಪೆಡ್ ಸವಾರಿ" ಆಕೆಯ ಕಣ್ಣಂಚು ಒದ್ದೆ ಆಯಿತು!

"ಎಲ್ಲಾ ಸರ್ಯಾಗಿದ್ದಿದ್ದರೇ ಮದ್ವೆ ಆಗಿ ಎರ್ಡು ವರ್ಷ ಆಗ್ಬೇಕಿತ್ತು. ಹಣ, ಅಂತಸ್ತು ಅಂತ ಸಾಯೋ ಜನರ ಮಧ್ಯೆ ಒಳ್ಳೆಯತನಕ್ಕೆ ಬೆಲೆ ಎಲ್ಲಿದೆ?" ಒಂದಷ್ಟು ಹೇಳಿಕೊಂಡು ಮನಸ್ಸು ಹಗುರ ಮಾಡಿಕೊಂಡರು.

ನಿಶಾಂತ್ ಮತ್ತೊಮ್ಮೆ ಮುಖದ ಬೆವರನ್ನು ತೊಡೆದ.

"ಬರ್ತೀನಿ ಅತ್ತೆ, ಹೊತ್ತಾಗಿಹೋಯ್ತು. ಆ ಮಾಲೀಕ ಅನ್ನಿಸ್ಕೊಂಡೋನು ಯಂತ್ರಗಳಿಗಿಂತ ಹೆಚ್ಚು ಮಾಡ್ತಾನೆ" ಅವಸರಿಸಿಕೊಂಡು ತನ್ನ ಮನೆಯತ್ತ ಹೋದ.

ಆಫೀಸ್‌ಗೆ ಹೋದ ಕೂಡಲೇ ಅವಳಿಗೆ ಎಡಿಟರ್ ರೂಮಿನಿಂದ ಕಾಲ್ ಬರೋದು ಬಿಟ್ಟು ಮಾಲೀಕರ ಕೋಣೆಯಿಂದ ಬುಲಾವ್ ಬಂತು. ಏನೋ ಇಂಪಾರ್ಟ್‌ಟೆಂಟ್ ಆದ ವಿಷಯವೇ ಇರಬೇಕೆಂದುಕೊಂಡಳು.

ಹೋಗಿ ವಿಶ್ ಮಾಡಿದಾಗ ಕೂಡುವಂತೆ ಸನ್ನೆ ಮಾಡಿದರು. ಒಂದು ಕಾಲದಲ್ಲಿ ಇವರೆಲ್ಲ ಅವಳ ತಂದೆಯಿಂದ ಸಹಾಯ, ಸಹಕಾರ ಪಡೆದವರೇ. ಆದರೆ ಅದನ್ನೆಂದು ಅವಳು ತೋರಿಸಿಕೊಳ್ಳುತ್ತಿರಲಿಲ್ಲ.

"ಯಮುನಾ ಸಿಮೆಂಟ್ಸ್ ಛೇರ್‌ಮನ್ ಇಂಟರ್‌ವ್ಯೂ ಕೊಡೋಕೆ ಒಪ್ಪಿದ್ದಾರೆ. ನೀನೇ....ಹೋಗ್ಬಾ...." ಮಾಲೀಕ ನೆನೆಸಿಕೊಂಡ ವ್ಯಕ್ತಿ ಹೇಳಿದ.

ಯಾಕೆ ಇಂಥ ಒತ್ತಡ ಬರುತ್ತಿದೆಯೆಂದು ಅವಳಿಗೆ ಅರ್ಥವಾಗಲಿಲ್ಲ. ಮತ್ತೆಂದೂ ಅವನನ್ನು ಇಂಟರ್‌ವ್ಯೂ ಮಾಡೆನೆಂದು ಶಪಥ ತೊಟ್ಟು ಬಂದಿದ್ದಳು. ಹಿಂದಿನ ಕಹಿ ಒಂದಿಷ್ಟು ಇತ್ತು ಅವರಿಗೆ. ಬೃಹದಾಕಾರದ ಕೊಳವೆ ಹೊರ ಹಾಕುವ ಕಲ್ಮಶ, ಧೂಳುಗಳು ಸುತ್ತಲ ಪರಿಸರವನ್ನು ಎಷ್ಟು ಅಶುದ್ಧಿಗೊಳಿಸುತ್ತಿಯೆಂಬುದರ ಬಗ್ಗೆ ಫೋಟೋಗಳು ಮಾತ್ರವಲ್ಲ, ಅನಾರೋಗ್ಯಕ್ಕೆ ಈಡಾದ ಪ್ರತಿ ಕುಟುಂಬ, ವ್ಯಕ್ತಿಯನ್ನು ಸಂದರ್ಶಿಸಿ ಪ್ರತಿಯೊಂದಕ್ಕೂ ಫ್ಯಾಕ್ಟರಿಯ ಮ್ಯಾನೇಜ್‌ಮೆಂಟ್‌ನತ್ತ ಬೆಟ್ಟು ಮಾಡಿದ್ದಳು. ಸರಕಾರವನ್ನು ಕೂಡ ಟೀಕಿಸಲು ಹಿಂಜರಿದಿರಲಿಲ್ಲ.

ತಾನು ಆ ಹಗರವನ್ನು ಮರೆಯಬಲ್ಲೆ. ತನ್ನ ಪ್ರೊಫೆಷನ್‌ನಲ್ಲಿ ಅಂಥ ವಿಷಯಗಳೆಷ್ಟೋ ಎಂದು ಹಗುರವಾಗಿ ತೆಗೆದುಕೊಳ್ಳಬಲ್ಲೆ. ಆದರೆ ಮ್ಯಾನೇಜ್‌ಮೆಂಟ್ ಸುತ್ತಲಿದ್ದ ಪಾಪಾಸು ಕಳ್ಳಿ ಅದನ್ನು ಜೀವಂತವಾಗಿಯೇ ಇಟ್ಟಿರುತ್ತದೆ.

"ಅಂಥ ದೊಡ್ಡ ಚಾಣಾಕ್ಷ ವ್ಯಕ್ತಿಯನ್ನು ಸಂದರ್ಶಿಸಲು ನಮ್ಮಿಂತ ಸೀನಿಯರ್ ಆದ ಇಂದ್ರಜಿತ್ ಸಮರ್ಥರು. ಅವ್ರನ್ನು ಕಳ್ಸಿಕೊಡಿ" ತನ್ನ ಒಪ್ಪಿಗೆ ಇಲ್ಲವೆಂದು ಈ ರೀತಿ ನೋಡಿದರು.

ಮಾಲೀಕರು, ಸಂಪಾದಕರ ಕಡೆ ನೋಡಿದರು.

"ವಾಟ್ ಟಾಕಿಂಗ್, ಯು ಆರ್ ನಾನ್ಸೆನ್ಸ್. ನಿನ್ನ ಬಗ್ಗೆ ನಿಂಗೆ ಕಾನ್‌ಫಿಡೆನ್ಸ್ ಕಮ್ಮಿ. ಅದು ಒಳ್ಳೆಯದಲ್ಲ. ನೀನೇ ಹೋಗ್ಬಾ" ಎಂದರು.

"ಓ.ಕೆ. ಸರ್...." ವಿಶ್ ಮಾಡಿ ಹೊರಗೆ ಬಂದಳು.

ಇಷ್ಟು ದೊಡ್ಡ ನಗರದಲ್ಲಿ ದೊಡ್ಡ ದೊಡ್ಡ ಸ್ಥಾನದಲ್ಲಿರುವ ಎಲ್ಲಾ ವ್ಯಕ್ತಿಗಳು ಅವಳ ತಂದೆಯಿಂದ ಉಪಕೃತರಾದವರೇ! ಹಿಂದೆ ಮುಂದೆ ನಿಂತು ಓಲೈಸುತ್ತಿದ್ದ. ಅವಳನ್ನು ಎತ್ತಿ ಮುದ್ದಾಡುತ್ತಿದ್ದವರೆಲ್ಲ ಇಂದು ಅಪರಿಚಿತರೇ! ಹಾಗೇ ನಟಿಸುತ್ತಿದ್ದರು ಕೂಡ. ಅದನ್ನು ಒಪ್ಪಿಕೊಂಡಿದ್ದಳು ರೋಹಿಣಿ. ಕನಿಷ್ಠ ಪರಿಚಯದ ನೋಟ ಕೂಡ ಬೀರುತ್ತಿರಲಿಲ್ಲ ಅವಳು.

ದಢದಢ ಮೆಟ್ಟಿಲು ಇಳಿದು ಕೆಳಗೆ ಬಂದಳು. ಮೊಪೆಡ್‌ನತ್ತ ಬಂದವಳು ಅವಳು.

"ಅರೇ, ನೀವಿಲ್ಲಿ..." ನಿಶಾಂತ್‌ನ ನೋಡಿದಳು.

ಷರಟು ಸರಿ ಮಾಡಿಕೊಂಡು "ಚಾರ್ಲಿ ಚಾಪ್ಲಿನ್‌ರ ದಿ ಗ್ರೇಟ್ ಡಿಕ್ಟೇಟರ್ ಮಾರ್ನಿಂಗ್ ಷೋ ನಡೀತಾ ಇದೆ. ಅದ್ಕೇ ಹೊರಟಿದ್ದೀನಿ" ಎಂದ. ಅವಳ ತುಟಿಯಂಚಿನಲ್ಲಿ ಸಣ್ಣನೆಯ ಮುಗುಳ್ನಗು ಅರಳಿತು.

"ಅಂತೂ ಕೆಲ್ಸಕ್ಕೆ ಚಕ್ಕರ್..." ಎಂದಳು.

"ಎರ್ಡು ರಾತ್ರಿ ಉಪವಾಸವಿದ್ದು ಬಿಡ್ತೀನಿ" ಎರಡು ಬೆರಳೆತ್ತಿದ. "ಅಂತು.... ಫಿಲಂ... .ಹುಚ್ಚು!" ಮೊಪೆಡ್ ಹತ್ತಿದಳು. ಕೈ ಬೀಸಿದ.

ಅಪಾಯಿಂಟ್‌ಮೆಂಟ್ ಕೊಟ್ಟ ಸರಿಯಾದ ವೇಳೆಗೆ ಹೋಗಿ ಕೂತಳು. ಅರ್ಧಗಂಟೆ, ಒಂದು ಗಂಟೆ, ಕಡೆಗೆ ನಾಲ್ಕು ಗಂಟೆ ಕಾದರೂ ಹೊರಬರುವ, ಸಂದರ್ಶನ ಕೊಡುವ ಯಾವ ಸುಳಿವು ಸಿಕ್ಕದಾಗ ಮೇಲೆದ್ದಳು.

ಇಷ್ಟು ಹೊತ್ತು ಕೂತರೂ ಕಾಫೀ, ಹಣ್ಣಿನ ರಸ ಕೂಡ ಕೊಡುವ ಸೌಜನ್ಯ ತೋರಿರಲಿಲ್ಲ. ಅವಳೆದೆಯಲ್ಲಿ ಭಯಂಕರ ಬೆಂಕಿ. ಯಮುನಾ ಸಿಮೆಂಟ್ಸ್‌ನಲ್ಲಿ ಹಿಂದೆ ಪರಶುರಾಮ್ ಅವರದೇ ನಲವತ್ತು ಪರ್ಸೆಂಟ್ ಷೇರುಗಳು ಇದ್ದವು. ಈಗ ... ಇಲ್ಲ.

ಓದುತ್ತಿದ್ದ ಪುಸ್ತಕವನ್ನು ಹ್ಯಾಂಡ್ ಬ್ಯಾಗ್‌ಗೆ ಸೇರಿಸಿ ಮೇಲೆದ್ದಳು.

"ಬರ್ತೀನಿ..." ಪಿ.ಎ.ಗೆ ಹೇಳಿದಳು.

"ಸ್ವಲ್ಪ ಹೊತ್ತು ಇರೀ. ಅರ್ಜೆಂಟ್ ಡಿಸ್‌ಕಸ್‌ನಲ್ಲಿ ಇದ್ದಾರೆ. ಸ್ವಲ್ಪ ವೈಟ್ ಮಾಡಿ... ನಾನು ನಿಮ್ಮ ಆಫೀಸ್‌ಗೆ ಫೋನ್ ಮಾಡಿದ್ದೀನಿ" ಎಂದ. ಅವನ ತುಟಿಯಂಚಿನಲ್ಲಿ ಅಣಕದ ನಗು, ಸ್ವರದಲ್ಲಿ ವ್ಯಂಗ್ಯ.

ಸಹನೆ ಕಳೆದುಕೊಳ್ಳದೇ ಇನ್ನಷ್ಟು ಹೊತ್ತು ಕೂತಳು. ಒಳಗಡೆ ಡಿಸ್‌ಕಸ್ ನಡೆಯುತ್ತಲೇ ಇತ್ತು. ಬಹುಶಃ ಸದ್ಯಕ್ಕೆ ಮುಗಿಯುವ ಸಂಭವವಿಲ್ಲ.

ಸೀದಾ ಆಫೀಸ್ ದಾಟಿ ಮೆಟ್ಟಿಲುಗಳನ್ನು ಇಳಿದು ಕೆಳಗೆ ಬಂದಳು. ಇದು ಬೇಕೆಂದೇ ಮಾಡಿದ ಅವಮಾನ. ಬೇರೆ ಪತ್ರಕರ್ತ, ವರದಿಗಾರರ ಬಳಿಯಲ್ಲಿ ಅತ್ಯಂತ ನವಿರಾದ, ಗೌರವಾನ್ವಿತವಾದ ಸಂಬಂಧವಿಟ್ಟು ಕೊಂಡಿದ್ದಾರೆಂದು ಅವಳಿಗೆ ಗೊತ್ತು. ತನ್ನ ಪ್ರತಿಭಟನೆ ಬರೀ ಒಂಟಿ ದನಿಯಾಗುತ್ತದೆಯೆಂದು ಅವಳಿಗೆ ಗೊತ್ತು.

ಸರಿಯಾದ ವೇಳೆ ನೋಡಿದಳು. ಆರೂ ಇಪ್ಪತ್ತು. ಮೊಪೆಡ್‌ನತ್ತ ಕಾಲುಗಳನ್ನು ಚುರುಕುಗೊಳಿಸಿದಳು. ಅವಳ ತಾಳ್ಮೆ ಪೂರ್ತಿ ಸತ್ತು ಹೋದದ್ದರಿಂದ ನೇರವಾಗಿ

ಮನೆಗೆ ಹೋದಳು.

ಈ ಕೆಲಸ ಹೋಗಬಹುದು. ಹೋದರೆ ಹೋಗಲಿ, ಯಾರಿಗೆ ಬೇಕಾಗಿದೆ?

ಮೊಪೆಡ್ ನೋಡಿ ಓಡಿ ಬಂದ ಕೀರ್ತಿ "ಇವತ್ತು ಬೇಗ ಬಂದಿದ್ದೀಯಕ್ಕ. ಕಾರು ಮುಂದಕ್ಕೆ ಕೂಡ ಮೂವ್ ಆಗೋಲ್ಲ. ಪೂರ್ತಿ ಇಂಜಿನ್ ಬಿಚ್ಚಬೇಕೂಂದ್ರು... ಯಜಮಾನ್ರು"

ನಸುನಗುತ್ತಲೇ ತಲೆದೂಗಿ "ನಿನ್ಕೆಲ್ಸ ಮುಗಿದ ಮೇಲೆ ಬಾ...." ಮೊಪೆಡ್‌ನ ಚಕ್ರಗಳು ಮುಂದಕ್ಕೆ ತಿರುಗಿದವು.

ಇಡೀ ಕಾಂಪೌಂಡ್ ಕ್ಲೀನಾಗಿತ್ತು. ರಾತ್ರಿ ನಡೆದ ಘಟನೆಗೆ ಸಾಕ್ಷಿಯೆನ್ನುವಂತೆ ಅರ್ಧಂಬರ್ಧ ಕಡಿದ ಸೀಬೆ, ಸಪೋಟ ಮರಗಳು ನಿಂತಿದ್ದವು.

ಗೇಟಿನ ಕರ್ಕಶ ಶಬ್ದಕ್ಕೆ ಕಿವಿಗಳನ್ನು ಮುಚ್ಚಿಕೊಳ್ಳಬೇಕೆನಿಸಿತು ಅವಳಿಗೆ.

ನಿಶಾಂತ್ ಓಡಿ ಬಂದ. "ಇವತ್ತು ಬೇಗ ಬಂದಿದ್ದೀರಾ ಅತ್ತೆ ಕೂಡ ಬರಬಹುದ್ದೂಂತ ಅಂದ್ರು" ಅವನತ್ತ ನೋಡಿದಳು. ತೀರಾ ಪ್ರಶಾಂತವಾಗಿ ಕಂಡ.

"ಹೇಗಿತ್ತು ಫಿಲಂ?" ಕೇಳಿದಳು.

"ಚೆನ್ನಾಗೇ ಇತ್ತು. ನಂಗೆ ತುಂಬ ಇಷ್ಟವಾಯ್ತು ಕೂಡ. ಕನ್ನಡ ಬಿಟ್ಟು ನಂಗೆ ಬೇರೆ ಭಾಷೆ ಗೊತ್ತಿಲ್ಲ. ಭಾಷೆ ಗೊತ್ತಿಲ್ಲದ ಚಿತ್ರಕ್ಕೆ ಹೋದರೆ ಒಂದು ರೀತಿಯ ಕಾಂಪ್ಲೆಕ್ಸ್ ಕಾಡುತ್ತೆ" ಎಂದವ ಅರ್ಥಪೂರ್ಣ ನಗೆ ಬೀರಿದ.

ಮೊಪೆಡ್‌ನ ನಿಲ್ಲಿಸಿದ ರೋಹಿಣಿ ಅಲ್ಲಿಯೇ ಹೊರಗಿನ ಮೆಟ್ಟಿಲುಗಳ ಮೇಲೆ ಕೂತಳು. ಬಳಲಿಕೆಯಿಂದ ಅವಳ ಮುಖ ಬೆವರಿತ್ತು.

ಪರಶುರಾಮ್ ಸಹಾಯ, ಸಹಕಾರ ಮನೋಭಾವ ಒಳ್ಳೆಯ ಗುಣಗಳೇ ಇಂದು ಶತ್ರುಗಳಾಗಿದ್ದವು. ಯಾಕೆ? ಅದನ್ನು ಪ್ರಬಂಧವಾಗಿಯೇ ಬರೆಯಬೇಕು.

"ರಾತ್ರಿಯ ಘಟನೆಯ ಬಗ್ಗೆ ಯಾಕೆ ಪೊಲೀಸ್‌ಗೆ ಕಂಪ್ಲೇಂಟ್ ಕೊಡ್ಬಾರ್ದು?" ನಿಶಾಂತ್ ಸ್ವಲ್ಪ ಧೈರ್ಯವಹಿಸಿದ.

"ಏನೂ ಪ್ರಯೋಜನವಿಲ್ಲ. ಹಿಂದೆ ಹಲವಾರು ಸಲ ಆಗಿತ್ತು. ನಾನು ಪೊಲೀಸ್ ಸ್ಟೇಷನ್‌ಗೆ.... ಅವ್ರು ಇಲ್ಲಿಗೆ ಓಡಾಡಿದ್ದೇ ಆಯ್ತು. ಯಾವ್ದೇ ಇಂಪ್ರೂಮೆಂಟ್ ಕಾಣೋಕೆ ಆಗ್ಲಿಲ್ಲ. ನೋಡೋಣ" ಆಕಾಶದತ್ತ ನೋಡಿ ನಿಟ್ಟುಸಿರು ಚೆಲ್ಲಿದಳು.

ಬಿರುಗಾಳಿಯ ಮಧ್ಯದ ಒಂಟಿ ಬಳ್ಳಿ. ಆದರೆ ಅದರ ಬಲ ಮತ್ತು ಆತ್ಮಸ್ಥೈರ್ಯ ಅಗಾಧ.

"ಎನೀ ಹೌ ನೀವು... ಹುಷಾರಾಗಿರಬೇಕು, ಬಾಪಟ್ ಮಹಾಶಯರೇ, ತೊಂದರೆಗೆ ಒಳಗಾಗೋದ್ಬೇಡ" ಎಂದು ಮೇಲೆದ್ದವಳು "ಎಂದಿಗಿಂತ ಎರಡು

ರಾತ್ರಿಯ ಉಪವಾಸದ ಯೋಜನೆ" ನಿಶಾಂತ್ ನಕ್ಕುಬಿಟ್ಟ.

ರೋಹಿಣಿ ಬಳಿಗೆ ಹೋಗಿ ಕೂತಳು. ಹತ್ತಾರು ಜನರ ಜೊತೆ ಆಳುಕಾಳು ಇರುವಂಥ ದೊಡ್ಡ ಮನೆ. ಇಲ್ಲೇ ಹುಟ್ಟಿ ಬೆಳೆದ ತನಗೇ ಅಭ್ಯಾಸವಾಗಿ ಹೋಗಿದ್ದರು. ಹೊರಗಿನ ಜನ ಒಂಟೊಂಟಿಯಾಗಿ ಇರಲು ಅಂಜುತ್ತಾರೆ.

"ಯಾವಾಗ್ಬಂದೆ.....?" ಅನ್ನಪೂರ್ಣಮ್ಮ ಒಂದು ಲೋಟ ನೀರು ತಂದು ಕೊಟ್ಟರು. "ಈಗ್ಲೇ, ಅಪ್ಪ ಹೇಗಿದ್ದಾರೆ? ಡಾಕ್ಟ್ರು ಬಂದಿದ್ದರ?" ಕೇಳಿ ನಂತರವೆ ಕುಡಿದಿಟ್ಟಳು.

ಆಕೆ ಸಪ್ಪಗಾದರು. "ಬೆಳಗಿನಿಂದ ಮಾತಿಲ್ಲ, ಕತೆಯಿಲ್ಲ. ಊಟ ತಗೊಂಡ್ಹೋದ್ರೆ ಎಸೆದಾಡಿಬಿಟ್ರು. ಈ ಅರೆ ಹುಚ್ಚುಗಿಂತ ಪೂರ್ತಿ ಹುಚ್ಚೇ ಮೇಲು! ಬಾಯಿ ತಪ್ಪಿ ಅಂದು ನಾಲಿಗೆ ಕಚ್ಚಿಕೊಂಡರು ಆಕೆ.

ರೋಹಿಣಿ ತುಟಿ ಉಗುಳು ನುಂಗಿದಳು. ಅವಳ ತಂದೆ ಪೂರ್ತಿ ಹುಚ್ಚರಲ್ಲ. ಅರೆ ಹುಚ್ಚರ? ಹೌದೆನ್ನಲಾರಳು, ಇಲ್ಲವೆನ್ನಲಾರಳು.

"ಅತ್ತೆ, ನಾಳೆಯಿಂದ ನೀವು ಅಪ್ಪನ ಕೋಣೆಗೆ ಹೋಗ್ಲೇಬೇಡಿ. ನಾನು ಅವ್ರನ್ನ ನೋಡ್ಕೋತೀನಿ: ಎದ್ದು ತನ್ನ ಕೋಣೆಗೆ ಹೋಗಿ ಬಾಗಿಲು ಹಾಕಿಕೊಂಡಳು.

ದಿಂಬಿಗೆ ಮುಖ ಹಚ್ಚಿ ಕಣ್ಣೀರು ಸುರಿಸಿದಳು. ತಂದೆಯ ಈ ಸ್ಥಿತಿಗೆ ಅವರು ಮನುಷ್ಯರಾಗಿ ಬದುಕಿದ್ದು ಕಾರಣವೇ? ಬೇರೆಯವರ ಕಷ್ಟಕ್ಕೆ ಮರುಗಿದ್ದು ವಿಷವಾಯಿತೇ?

ಎಷ್ಟೋ ಹೊತ್ತು ಕಣ್ಣೀರು ಸುರಿಸುತ್ತಲೇ ಇದ್ದಳು.

* * *

ಬೆಳಗ್ಗೆ ಎದ್ದು ಡೈರಿ ನೋಡಿದವಳೇ ಇಂಪಾರ್ಟೆಂಟ್ ಎಂದು ರೌಂಡ್ ಮಾರ್ಕ್ ಮಾಡಿದಳು. ಇಂದು ಮಹೇಂದ್ರನ ಮಗಳ ಬರ್ತ್‌ಡೇ. ಹಾಲಿ ಮಿನಿಸ್ಟರೊಬ್ಬರ ಮೊಮ್ಮಗುವಿನ ಹುಟ್ಟಿದ ಹಬ್ಬ.

ಇಂಥ ಹಲವು ಹಬ್ಬಗಳು ನಡೆದೇ ಹೋಗುತ್ತೆ. ಅದರ ಬಗ್ಗೆ ಅವಳಿಗೆ ಅಂತಹ ಆಸಕ್ತಿಯೇನು ಇರಲಿಲ್ಲ. ಆದರೆ ಇಂದು ಮಹೇಂದ್ರನ ಮಗುವಿನ ಬರ್ತ್‌ಡೇ ಪಾರ್ಟಿಗೆ ಹೋಗಲೇಬೇಕು!

ಹೊರಡೋವಾಗ ಅನ್ನಪೂರ್ಣಮ್ಮನಿಗೆ ಹೇಳಿದಳು: "ಅತ್ತೆ, ಇವತ್ತು ಮಹೇಂದ್ರನ ಮಗುವಿನ ಹುಟ್ಟಿದ ಹಬ್ಬ. ಹಾಗೇ ಹೋಗಿ ಬಂದುಬಿಡ್ತೀನಿ. ಮತ್ತೆ ಇಲ್ಲಿಗೆ ಬಂದು ಆ ಕೊನೆಗೆ ಹೋಗೋದೂಂದ್ರೆ... ಕಷ್ಟ"

ರೋಹಿಣಿಯನ್ನು ಅಡಿಯಿಂದ ಮುಡಿಯವರೆಗೂ ನೋಡಿದರು ಅನ್ನ

ಪೂರ್ಣಮ್ಮ. ಸಾಧಾರಣ ಪ್ರಿಂಟೆಡ್ ರೇಶಿಮೆ ಸೀರೆ, ಕೂದಲಿಗೆ ಸಿಕ್ಕಿಸಿದ್ದ ಕ್ಲಿಪ್, ಹಣೆಯಲ್ಲಿ ಒಂದು ಸಣ್ಣ ಬೊಟ್ಟು, ಬರೀ ಕುತ್ತಿಗೆ, ಕೈಯಲ್ಲಿ ಮಾತ್ರ ಎರಡು ಬಂಗಾರದ ಬಳೆಗಳು ಇದ್ದುವು. ಅವಳ ಕಾಲೇಜಿನ ದಿನಗಳಿಂದ ಜೊತೆಯಾಗಿತ್ತು.

"ಮನೆಗೆ ಬಂದ್ಹೋಗು" ಎಂದರು.

ಬ್ಯಾಗನ್ನು ಹೆಗಲಿಗೇರಿಸುತ್ತ ಅವರತ್ತ ನೋಡಿದಳು. "ಯಾಕೆ? ಅಪ್ಪ, ಒಂದಿಷ್ಟು ತಿಂಡಿ ತಿಂದಿದ್ದಾರೆ. ನೀನು ಅವ್ರ ರೂಮಿಗೆ ಹೋಗಲೇ ಬೇಡ. ಸ್ವಲ್ಪ ನಾರ್ಮಲ್ ಆಗಿದ್ದಾರೆ. ಬೇಕಾದ್ರೆ... ಕೀರ್ತಿನ ಕಳ್ಸಿ ಕೊಡ್ತೀನಿ" ಆಕೆಯ ಮುಖದಲ್ಲಿ ವೇದನೆ ವ್ಯಕ್ತವಾಯಿತು.

"ಅದ್ಕಲ್ಲ, ಈ ವೇಷದಲ್ಲಿ ಹೋಗೋದು ಚೆನ್ನಾಗಿರೋಲ್ಲ."

ಮೆಟ್ಟಿದ ಚಪ್ಪಲಿಯನ್ನು ಅಲ್ಲಿಯೇ ಬಿಟ್ಟು ಕನ್ನಡಿಯ ಮುಂದೆ ಹೋಗಿ ನೋಡಿದಳು. ಅವಳ ರೂಪು, ಉಡುಪು ಅತ್ಯಂತ ಅಸಹನೀಯವಾಗಿಯೇನು ಕಾಣಲಿಲ್ಲ.

ಹೊರಗೆ ಬಂದಳು "ಏನಾಗಿದೆ ನನ್ನ ವೇಷಕ್ಕೆ?" ಹೊರಗೆ ಹೊರಟವಳನ್ನು ಅನ್ನಪೂರ್ಣಮ್ಮ ತಡೆದು ನಿಲ್ಲಿಸಿದಳು. "ನೀನು ಹೋಗೋದು ದೊಡ್ಡವರ ಮನೆಯ ಮಗುವಿನ ಬರ್ತ್‌ಡೇಗೆ. ಈಗ್ಲೇ..." ತನ್ನ ಕೈಯಿಂದ ಆಕೆಯ ಬಾಯಿ ಮುಚ್ಚಿದಳು. "ಏನಾಗಿಲ್ಲ, ಮುಂದು ಏನೂ ಆಗೋಲ್ಲ' ಇವೆಲ್ಲ ಹಾಗಿಂದ ಹಾಗೇ ನಡ್ದು ಹೋಗುವ ಅವಸ್ಥೆಗಳು ಅಷ್ಟೆ" ಹೆಜ್ಜೆಗಳನ್ನು ಚುರುಕಾಗಿ ಎತ್ತಿಟ್ಟಳು.

ಮೆಟ್ಟಿಲು ಇಳಿಯುವ ವೇಳೆಗೆ ನಿಶಾಂತ್ ಎದುರಾದ. "ನಮಸ್ತೆ ಮೇಡಂ..." ಷರಟಿನ ಕಾಲರ್ ಸರಿಮಾಡಿಕೊಂಡ "ಇದೇನು ಇನ್ನು ಹೊರಟಿಲ್ಲ. ಮತ್ತೆ ಯಾವುದಾದ್ರೂ ಮಾರ್ನಿಂಗ್ ಷೋ ಪ್ರೋಗ್ರಾಮ?" ನವಿರಾಗಿ ಹಾಸ್ಯ ಮಾಡಿದಳು.

"ಅಂಥದೇನು.... ಇಲ್ಲ ಆಗಾಗ ಉಪವಾಸ ಮಾಡೋದು ಕಷ್ಟವಾಗುತ್ತೆ. ಹೋಗದ ದಿನ ಮಾಲೀಕ ಸಂಬಳ ಕಟ್ ಮಾಡ್ತಾನೆ."

ಮೊಪೆಡ್ ತಳ್ಳಿಕೊಂಡು ಹೊರಟಳು. ತಾನೇ ಹೋಗಿ ಗೇಟ್ ತೆಗೆದ ನಿಶಾಂತ್. ಎಂದಿನ ಕರ್ಕಶ ಶಬ್ದವಿಲ್ಲ. ಅವಳ ಹುಬ್ಬುಗಳೇರಿದವು.

"ಅದ್ಕೇ ಎಣ್ಣೆ ಹಾಕಿ ಸರಿ ಮಾಡಿದ್ದೀನಿ. ಇನ್ನು ಮುಂದೆ ನೀವು ಕಿವಿ ಮುಚ್ಚಿಕೊಳ್ಳಬೇಕಾಗಿಲ್ಲ" ಎಂದ. ಅವನ ನೇರ ನೋಟದಲ್ಲಿ ಪರಿಶುಭ್ರ ಬೆಳಕಿತ್ತು. ಇದು ಹೇಗೆ ಸಾಧ್ಯ? ಅವನ ಆತ್ಮವಿಶ್ವಾಸವನ್ನು ಮೆಚ್ಚಿಕೊಂಡಳು.

ಮೊಪೆಡ್ ಹೋದತ್ತಲೇ ನೋಡುತ್ತ ನಿಂತ.

ನಿಶಾಂತ್ ಎರಡು ಹೆಜ್ಜೆ ಮುಂದಿಡುವ ವೇಳೆಗೆ ಮೊಪೆಡ್ ವಾಪಸ್ಸು,

ಸ್ಟಾರ್ಟಿಂಗ್‌ನಲ್ಲಿಯೇ ನಿಲ್ಲಿಸಿ ಹೇಳಿದಳು.

"ನಾನು ಬರೋದು ರಾತ್ರಿ ಆಗುತ್ತೆ. ಸಂಜೆ ಬೇಗ ಕೆಲ್ಸ ಮುಗಿದ್ರೆ .... ಮನೆಗೆ ಬಂದ್ಬಿಡಿ ಬಾಪಟ್. ನಂಗೆ ಇಲ್ಲಿನ ಯೋಚ್ನೇಯಲ್ಲಿ ತಲೆನೇ ಕೆಟ್ಟು ಹೋಗುತ್ತೆ."

"ಓ.ಕೆ. ಮೇಡಂ...." ಸೆಲ್ಯೂಟ್ ಹೊಡೆದು ಹಲ್ಲು ಬಿಟ್ಟ.

ಮಧ್ಯಾಹ್ನ ಆಫೀಸ್‌ಗೆ ಫೋನ್ ಮಾಡಿ ಮಹೇಂದ್ರ ಮತ್ತೊಮ್ಮೆ ಜ್ಞಾಪಿಸಿದ. "ಸಂಜೆ ಏಳಕ್ಕೆ...ಮರ್ತುಬಿಡ್ತೀಯಾ! ಕಾರು ಕಳ್ಸಿ ಕೊಡ್ಲಾ?" ಪ್ರಶ್ನೆಯನ್ನು ಸೇರಿಸಿದ. ಅವಳು ಒಪ್ಪಲಾರಳೆಂದು ಅವನಿಗೆ ಗೊತ್ತು.

"ನೆನಪಿದೆ, ವೆಹಿಕಲ್ ಕಳಿಸೋದೇನು ಬೇಡ" ಫೋನಿಟ್ಟಳು.

ಮಹೇಂದ್ರ ಒಳ್ಳೆಯವ! ಅವಳಿಗೆ ನಗು ಬಂತು. ಕೆಟ್ಟವರಿಗೂ ಒಳ್ಳೆಯವರಿಗೂ ನಡುವೆ ಇರುವ ವ್ಯತ್ಯಾಸವೆಷ್ಟು? ಯಾವ ರೀತಿಯಲ್ಲಿ ಈ ಜನರನ್ನು ವಿಭಜಿಸಿ ಹೆಸರನ್ನಿಡುವುದು?

ಬೆಣ್ಣೆಯಂಥ ಮಾತುಗಳನ್ನು ಆಡುತ್ತ ಇಂಚಿಂಚು ಒಳ್ಳೆಯತನವನ್ನು ಅವಹೇಳನ ಮಾಡುತ್ತ ಹಣ ಮಾಡುವ ಜನರೇ ಜಾಸ್ತಿ.

"ಕರೀತಾರೆ, ಏನು ಕನಸು ಕಾಣ್ತಾ ಇದ್ದೀರಾ" ಸೀನಿಯರ್ ವರದಿಗಾರ ಸೆಲ್ವಿದಾಸ್ ಸಿಗರೇಟಿನ ಬೂದಿ ಕೆಡವುತ್ತ ಬಂದಾಗ ನಸುನಗುತ್ತ ಮೇಲೆದ್ದಳು. "ಕನಸು ಕಾಣೋ ಇಷ್ಟವೇ. ಸುಂದರ ಕನಸುಗಳನ್ನು... ಅದ್ರೆ ಬೀಳೋ ಕನಸುಗಳೇ ಬೇರೆ. ಅದ್ಕೇ ಕನಸು ಕಾಣೋದ್ನ ಬಂದ್ ಮಾಡ್ಬಿಟ್ಟಿದ್ದೀನಿ. ಈ ನಾಗರಿಕವೆನ್ನಿಸಿ ಕೊಂಡಿರುವ ಸಮಾಜದಿಂದ ದೂರವಿರುವ ಮುಗ್ಧ, ಒಳ್ಳೆ ಮನಸ್ಸಿನ ಜನ ಸುಂದರ ಕನಸುಗಳನ್ನು ಕಾಣಲೀ" ತನ್ನ ಬ್ಯಾಗ್ ತಗೊಂಡು ಹೊರಗೆ ನಡೆದಳು.

ಎಲ್ಲರು ಮೆಚ್ಚುವ, ಕೆಲವರನ್ನು ಬೆಚ್ಚಿಬೀಳಿಸುವ ಅಪರೂಪದ ಸ್ವಭಾವ ರೋಹಿಣಿಯದೆಂದು ಎಲ್ಲರಿಗೂ ಗೊತ್ತು.

ಶ್ರೀಮಂತ, ಸಮಾಜ ಸುಧಾರಕ, ಬಹಳಷ್ಟು ಜನಕ್ಕೆ ಬೇಕಾಗಿದ್ದ ಪರಶುರಾಮ್ ಮಗಳೆಂಬ ಹಮ್ಮನ್ನು ಅವಳೆಂದೂ ತೋರಿಸಿಕೊಂಡಿರಲಿಲ್ಲ.

ಮೀಟಿಂಗ್ ಮುಗಿಸಿಕೊಂಡು ಪ್ರೆಸ್ ಕ್ಲಬ್‌ನಿಂದ ಹೊರಬಿದ್ದಾಗ ಆರು ಗಂಟೆ. ಅಲ್ಲೇ ಟಾಯ್‌ಲೆಟ್‌ನಲ್ಲಿ ಮುಖ ತೊಳೆದು ಒಂದಿಷ್ಟು ತಲೆ, ಮುಖ ಸರಿ ಮಾಡಿಕೊಂಡಿದ್ದಳು. ಪ್ರಸೆಂಟೇಷನ್‌ನ ನೆನಪಾಯಿತು. ಏನು ಕೊಡುವುದು? ಅವರುಗಳಿಗೆ ಏನು ಕೊಟ್ಟರೂ ಕಡಿಮೆಯೇ.. ಅಹಂಭಾವದ ಜನ.

ಉಡುಗೊರೆಗಳ ದೊಡ್ಡ ರಾಶಿಯಲ್ಲಿ ತನ್ನ ಪ್ರಸೆಂಟೇಷನ್ ಎಲ್ಲಿ ಕರಗಿ ಹೋಗುತ್ತೋ!

ಟಾಯ್ಸ್ ಮಾರ್ಕೆಟ್‌ನಲ್ಲಿ ಕಣ್ಣಿಗೆ ಬಿದ್ದ ಗೊಂಬೆ ಖರೀದಿಸಿ ಪ್ಯಾಕ್ ಮಾಡಿಸಿದಳು. ಮೊಪೆಡ್ ಬಳಿಗೆ ಬಂದಾಗ ಒಂದು ಹೆಣ್ಣಿನ ಕೈ ಹಿಡಿದು ನಾಲ್ಕರ ವಯಸ್ಸಿನ ಮಗು ಅಂಗಡಿಯಿತ್ತ ತೋರಿಸುತ್ತ ರಚ್ಚೆ ಹಿಡಿದಿತ್ತು. ಸಹನೆಗೆಟ್ಟ ತಾಯಿಯ ಏಟುಗಳು ಮಗುವಿನ ಮೈಯನ್ನು ಸವರಿ ನೋಡುತ್ತಿತ್ತು.

ಉಡುಗೊರೆಯ ಪ್ಯಾಕೆಟ್ ಬಿಚ್ಚಿ ಗೊಂಬೆಯನ್ನು ಮಗುವಿನತ್ತ ಚಾಚಿದಳು. ಬಿಕ್ಕುತ್ತಲೇ ಆಸೆಯ ಕಣ್ಣುಗಳಿಂದ ನೋಡಿತು ಮಗು.

"ಅಯ್ಯೋ, ಏನು ಬೇಡಿ. ಸಂಬಳ ಬಂದ್ಮೇಲೆ ಕೊಡುಸ್ತೀನೀಂದ್ರೆ... ಕೇಳೋಲ್ಲ" ಆಕೆ ನಾಚಿಕೆಯ ಮುದ್ದೆಯಾಗಿದ್ದಳು.

"ಪರ್ವಾಗಿಲ್ಲ, ಇದು ಕಡ್ಮೇ ಬೆಲೆದೇ" ಸಂಕೋಚಕ್ಕೆ ಅವಕಾಶ ಕೊಡದಂತೆ ಮೊಪೆಡ್ ಹತ್ತಿ ಒಮ್ಮೆ ಹಿಂದಿರುಗಿ ಮಗುವಿನತ್ತ ನೋಡಿದಳು. ಮುಗ್ಧ ಮಗುವಿನ ಕಣ್ಣಲ್ಲಿ ಅಪಾರ ಹರ್ಷ. ಸಾಧ್ಯವಾಗಿದ್ದಿದ್ದರೇ ನೂರು ಕೃತಜ್ಞತೆಯ ಮಾತುಗಳನ್ನು ಹೇಳಿತು. ಕೈಯಾಡಿಸಿದಳು.

ಆ ಕಡೆಯ ಫುಟ್‌ಪಾತ್‌ನಲ್ಲಿದ್ದ ನಿಶಾಂತ್ ನಿಬ್ಬೆರಗಾದ. ಅಷ್ಟು ಬೆಲೆ ಬಾಳುವ ಗೊಂಬೆ ಯಾವುದೋ ಮಗುವಿಗೆ! ಇಂಥ ಜನರನ್ನು ಸಮಾಜ ಕರೆಯುವುದು 'ಹುಚ್ಚರೆಂದೇ'. ಅವರೆದೆಯ ಮಾನವೀಯ ಅನುಕಂಪವನ್ನು ಗುರ್ತಿಸುವವರು ಯಾರೋ! ಇಂಥ ವ್ಯಕ್ತಿಗಳಿಗೆ ಅದು ಅಗತ್ಯವಿರಲಾರದು.

ಅವಳ ಮೊಪೆಡ್ ಮಹೇಂದ್ರನ ಮನೆ ಅಂದರೇ ಹಾಲಿ ಮಿನಿಸ್ಟರ್ ಗಿರಿಯಲ್ಲಿರುವ ಅವರಪ್ಪನ ಸರ್ಕಾರಿ ಬಂಗ್ಲೆ ತಲುಪಿದಾಗ ಪೂರ್ತಿ ಕತ್ತಲಿನ ಜೊತೆ ವಾಚ್ ಏಳು ಮುಕ್ಕಾಲು ತೋರಿಸುತ್ತಿತ್ತು.

"ಮೇಡಂ..." ಸ್ವರ ಕೇಳಿಸಿತು.

ಸುತ್ತಲು ಹುಡುಕಿದ ನೋಟ ಒಂದೆಡೆ ನಿಂತಿತು. "ಅತ್ತೆಯವ್ರು ನಿಮ್ಗೇ ಕೊಟ್ಟುಬಿಡೂಂತ ಹೇಳಿದ್ರು" ಎಂದ. ಅರೆ ಮನಸ್ಸಿನಿಂದಲೇ ತಗೊಂಡಳು. ಏನಾದರೂ ಹೇಳುವ ಮುನ್ನವೇ ನಿಶಾಂತ್ ಹೋಗಿಬಿಟ್ಟ.

ಮನೆಯ ದೊಡ್ಡ ಹಾಲ್ ಜೊತೆ ಅದಕ್ಕೆ ಸೇರಿದಂತಿದ್ದ ಗಾರ್ಡನ್‌ನಲ್ಲಿ ಬರ್ತ್‌ಡೇ ಪಾರ್ಟಿಯ ಅರೇಂಜ್‌ಮೆಂಟ್. ಇನ್ನು ಕೇಕ್ ಕತ್ತರಿಸಿರಲಿಲ್ಲ. ಯಾವ ಮುಖ್ಯ ವ್ಯಕ್ತಿಗಳಿಗೆ ಕಾಯುತ್ತಿದ್ದರೋ!

ಯಾರ ಕೈಯೋ ಕುಲುಕುತ್ತಿದ್ದ ಮಹೇಂದ್ರ ತಂದೆ ಅವಳತ್ತ ನೋಡಿದರೂ ನೋಡದಂತಿದ್ದರು. ಮಗುವಾಗಿದ್ದಾಗ ತನ್ನನ್ನು ಎತ್ತಿಕೊಂಡು ತಂದೆಯ ಪ್ರಸನ್ನತೆಗಾಗಿ ಕಾಯುತ್ತಿದ್ದ ವ್ಯಕ್ತಿ.

ಗಾರ್ಡನ್‌ನ ಮೂಲೆಯಲ್ಲಿ ಛೇರ್ ಮೇಲೆ ಹೋಗಿ ಕೂತಳು. ತಾವು ಒಂದು ಪುಟ್ಟ ಮಗುವಿನ ಹುಟ್ಟಿದ ಹಬ್ಬಕ್ಕೆ ಬಂದಿದ್ದೀವಿ ಎನ್ನುವ ಪರಿವೆ ಅತಿಥಿಗಳಿಗೆ ಇದ್ದಂತೆ ಇರಲಿಲ್ಲ.

ಗ್ಲಾಸ್‌ಗಳಲ್ಲಿದ್ದುದು ಗುಟುಕರಿಸುತ್ತ ನಾಟಕದ ಮಾತು, ಅಭಿಯನಗಳ ರಿಹರ್ಸಲ್ ನಡೆಸುತ್ತಿದ್ದರು. ಇವರೆಲ್ಲ ಸ್ಟೇಜ್ ಮೇಲಿನ ಪಾತ್ರಧಾರಿಗಳು.

ಅರ್ಧ ಗಂಟೆಯ ನಂತರ ಕೇಕ್ ಕಟ್ ಮಾಡಿ ಹ್ಯಾಪಿ ಬರ್ತ್ ಡೇ ಹೇಳಿದ್ದು ಅವಳಿಗೆ ಕೇಳಿಸಿತು. ಕೂತಲ್ಲಿಂದಲೇ ಆಲಿಸಿದಳು.

"ಏಯ್...ರೋಹಿ...." ಜಯಚಂದ್ರನ ದನಿ.

ಮೆಲ್ಲಗೆ ತಲೆಯೆತ್ತಿ ಮುಗುಳ್ನಕ್ಕಳು "ಯಾವಾಗ್ಬಂದೆ? ಮಹೇಂದ್ರ ನೀನು ಬರುತ್ತೀಯಾಂದ್ರೆ..... ನಂಬಿಲ್ಲ" ಗ್ಲಾಸ್ ಹಿಡಿದೇ ಅವಳ ಎದುರಿನಲ್ಲಿ ಕೂತು "ಕಂಪನಿ ಸೇಕ್‌ಗೆ ಅಷ್ಟೆ" ಎಂದ.

"ಹೇಗಿದ್ದಾರೆ ಅತ್ಗೇ, ಮಗು ಎಲ್ಲಾ?" ಕೇಳಿದಳು ಏರುಪೇರಿಲ್ಲದ ದನಿಯಲ್ಲಿ. ಜಯಚಂದ್ರ ಅತ್ತಿತ್ತ ನೋಟ ಹರಿಸಿದ. "ನೀನು ನೋಡ್ಲೇ ಇಲ್ವಾ? ಅವ್ರು..... ಬಂದಿದ್ದಾರೆ" ಹೇಳಿದ. ಸಂಕೋಚ ಹರಿದಾಡಿದಂತಿತ್ತು ನಾಲಿಗೆಯಲ್ಲಿ.

"ಮೈ ಗಾಡ್ .... ನನ್ನ ಪ್ರಶ್ನೆಗೆ ಇದು ಉತ್ತರವಲ್ಲ. ಪ್ರಶ್ನೆಯು ಅನವಶ್ಯಕವೇ! ಅವರನ್ನು........ನೋಡ್ದೆ! ಚೆನ್ನಾಗೇ......ಇದ್ದಾರೆ" ಗದ್ದಕ್ಕೆ ಕೈಯಾನಿಸಿದಳು.

ಜಯಚಂದ್ರ ನೇರವಾಗಿ ತಂಗಿಯ ನೋಟವನ್ನು ದಿಟ್ಟಿಸಲಾರದೆ ಹೋದ. ಅವನಲ್ಲಿ ಯಾವುದೋ ಅಳುಕು. ಪದೇ ಪದೇ ಉಗುಳು ನುಂಗಿದ. ಗ್ಲಾಸ್‌ನಲ್ಲಿದ್ದುದ್ದನ್ನು ಗಟಗಟನೆ ಕುಡಿದ.

ರೋಹಿಣಿ ಮೇಲೆದ್ದಳು "ನಾನು ಹೊರಡ್ತೀನಿ. ನಿನ್ನ ಪ್ರೋಗ್ರಾಂ ಲಿಸ್ಟ್‌ನಲ್ಲಿ ಮನೆಗೆ ಬಂದು ಹೋಗೋದ್ನ ಏನಾದ್ರೂ ಸೇರಿಸಿದ್ದೀಯಾ?" ಕೇಳಿದಳು. ಅವಳಿಗೆ ಒಂದು ರೀತಿಯ ಜಿಗುಪ್ಸೆ.

"ನಿನ್ಹತ್ರ ಮಾತಾಡೋದಿತ್ತು...ಬರ್ತೀನಿ. ಯಾವಾಗ ಸಿಕ್ತೀಯಾ?" ಸರಿಯಾಗಿ ಮಾತನಾಡಲಾರದೆ ತಡವರಿಸಿದ.

ಬ್ಯಾಗ್ ಕೈಗೆತ್ತಿಕೊಂಡು ಅಣ್ಣನತ್ತ ನೋಡಿದಳು. "ಯಾವಾಗ ಬೇಕಾದ್ರೂ... ಬಾ" ಎಂದವಳು ಜನರ ನಡುವೆ ಸುಳಿದು ಕಣ್ಮರೆಯಾದಳು. 'ನೀನು ನನ್ನ ಸ್ವಂತ ಅಣ್ಣ. ಬರುತ್ತೀನೆಂದು ಹೇಳಿದಾಗ ಕಾಯಲಾರನೇ' ಎನ್ನುವಂತಿತ್ತು ಅವಳ ನೋಟ.

ಯಾರೊಂದಿಗೋ ಮಾತಾಡುತ್ತಿದ್ದ ಮಹೇಂದ್ರ ಅವಳತ್ತ ಧಾವಿಸಿ ಬಂದ "ಯಾವಾಗ್ಬಂದೆ? ಇಷ್ಟು ಸಾಧಾರಣ ಕಲ್ಲುಗಳ ನಡುವೆ ವಜ್ರ ಕೋರೈಸಬೇಕಿತ್ತಲ್ಲ!"

ಮೆಚ್ಚಿಗೆಯಿಂದ ಛೇಡಿಸಿದ.

ಅವನ ಮಾತುಗಳತ್ತ ಗಮನವನ್ನೇ ಹರಿಸದೆ ಮಗುವಿನ ಮುಂದೆ ತುಂಬಿದ್ದ ಹೆಂಗಳೆಯರ ದಂಡನ್ನು ನೋಡಿ "ಎಕ್ಸ್‌ಕ್ಯೂಸ್ ಮೀ... ಸುಮ್ನೇ ಅಲ್ಲಿ ಹೋಗಿ ಮಗುವನ್ನು ಹರಸಿ ಏನೇನೋ ಮಾತಾಡುವ ನಾಟ್ಕ ನನ್ನಿಂದಾಗದು. ಅಪ್ಪನಿಗೆ ತಲುಪಿಸಿದರೇ ಹಾರೈಕೆಗಳು ಮಗುವಿಗೆ ತಲುಪಿದಂತಲ್ಲವಾ." ಪ್ರಸೆಂಟೇಷನ್ ಅವನ ಕೈಗಿತ್ತಳು. "ಇದು ಅತ್ತೆ ಕಳಿಸಿದ ಉಡುಗೊರೆ. ನನ್ನದಂತೂ ಅಲ್ಲ. ಇನ್ನ ಬರ್ತೀನಿ" ಎಂದು ಎರಡು ಹೆಜ್ಜೆ ಮುಂದಕ್ಕೆ ಇಟ್ಟಳು.

ಇದನ್ನು ದೂರದಲ್ಲಿ ನಿಂತು ತಮ್ಮ ಸಹೋದ್ಯೋಗಿ ಜೊತೆ ಮಾತನಾಡುತ್ತಿದ್ದ ಭೀಮರಾವ್ ಕಿರುಗಣ್ಣಿನಿಂದಲೇ ಗಮನಿಸುತ್ತಿದ್ದರು. ರೋಹಿಣಿಯ ಮುಖದ ನೈತಿಕತೆ ಬೆರೆತ ಸ್ವಾಭಿಮಾನದ ಬೆಳಕನ್ನು ಕಂಡರೆ ಯಾಕೋ ಅವರೆದೆ ಅದರುತ್ತಿತ್ತು.

ಮಹೇಂದ್ರ ತಟ್ಟನೆ ಅವಳ ಕೈ ಹಿಡಿದುಕೊಂಡ "ಇದೇನು ಹುಡ್ಗಾಟ, ಜಯಚಂದ್ರ ಕೂಡ ಬಂದಿದ್ದಾನೆ" ಎಳೆದೊಯ್ದು ಒಂದು ಕಡೆ ಕೂಡಿಸಿದ. "ನಾನು ಬರೋವರ್ಗೂ ಖಂಡಿತ ಎದ್ದು ಹೋಗ್ಬಾರ್ದು...." ಬೇರೆ ಕಡೆ ಹೊರಟಾಗ ಅವಳಿಗೆ ತಲೆ ಕಿತ್ತು ತಿನ್ನುವಂಥ ಬೇಸರ.

ಬರುವವರು ಬರುತ್ತಲೇ ಇದ್ದರು. ಒಬ್ಬರ ಮುಖದಲ್ಲೂ ಸಹಜವಾದ ನಗುವಿಲ್ಲ. ಗೆಳೆತನ, ಸಹಜ ಸ್ನೇಹವಿಲ್ಲದ ವಾತಾವರಣ. ಇಲ್ಲಿ ನೆರೆದ ಜನಗಳೇ ನಾಳೆ ಭೀಮರಾವ್ ಪರಿಸ್ಥಿತಿ ಸ್ವಲ್ಪ ಏರುಪೇರಾದರೂ ಇತ್ತ ಸುಳಿಯರು. ಇದು ಅವಳ ಅನುಭವ.

ಜಯಚಂದ್ರನನ್ನು ಎಳೆದುಕೊಂಡು ಬಂದ ಮಹೇಂದ್ರ "ಸ್ವಲ್ಪ ರೋಹಿಣಿಯ ಕಾವಲಿಗೆ ಇರು. ರಜನಿ ಒಂದಿಷ್ಟು ರೋಹಿಣಿಯನ್ನು ನೋಡಲಿ" ಕ್ರೋಧ ಅವನ ನಾಲಿಗೆಯ ತುದಿಯಲ್ಲಿ ಅರಿವಾಗದಂತೆ ಇಣಕಿತು.

"ಅಂದರೆ ನಾನು ಬೆಳಿಗ್ಗಿನವರ್ಗೂ ಕಾಯಬೇಕಾಗುತ್ತೆ. ಇನ್ನೊಂದು ದಿನ ಬರ್ತೀನಿ....." ಮೇಲೆದ್ದಾಗ ಕೂಡಿಸಿದ "ಒಂದು ಹತ್ತು ನಿಮಿಷ...." ಜನಗಳ ಮಧ್ಯೆ ತೂರಿ ಹೋದ.

ಜಯಚಂದ್ರ ತಂಗಿಯ ಕಡೆ ನೋಡಿದ "ಈಗ ನೀನು ಅಲ್ಲಿರಬೇಕಿತ್ತು ಅಪ್ಪನ..." ಕೈ ತಟ್ಟಿ ಸುಮ್ಮನಿರಿಸಿದಳು. "ಅಲ್ಲಿಗಿಂತ ಇಲ್ಲಿ ಮರ್ಯಾದೆ ಹೆಚ್ಚಿಗಿದೆ. ಇಂಥ ಮಂತ್ರಿಯವರ ಸೊಸೆ, ಮಹೇಂದ್ರನಂಥ ಇಂಡಸ್ಟ್ರಿಯಲಿಸ್ಟ್ ಮಡದಿ ಎನ್ನಿಸಿಕೊಳ್ಳುವಾಗ ಬರೀ ಗೊಂಬೆ ಆಗ್ಬೇಕಿತ್ತು. ಈಗ ಸ್ವಂತಿಕೆ ಇದೆ. ಜನ ನನ್ನ ಹೆಸರಿನಿಂದ್ಲೇ ನಾನು ಗುರ್ತಿಸಿಕೊಳ್ಳಬಲ್ಲೆ. ನಿನ್ತಂಗಿ ಅನ್ನಿಸ್ಕೊಳ್ಳೋದು ಕೂಡ ನಂಗಿಷ್ಟವಿಲ್ಲ. ಪರಶುರಾಮ್ ಅಂಥ ವ್ಯಕ್ತಿಯ ಮಗಳೆನ್ನುವ ಗೌರವವೇ ಸಾಕು"

ಎಂದಳು ದಿಟ್ಟತನದಿಂದ. ಜಯಚಂದ್ರನ ಬಾಯಿಗೆ ಬೀಗ ಬಿತ್ತು.

ತಂಗಿ ಮೆತ್ತಗಾಗಿರುತ್ತಾಳೆಂದುಕೊಂಡಿದ್ದ. ಅದು ಸುಳ್ಳಾಗಿತ್ತು.

ರಜನಿಯ ಕೈ ಹಿಡಿದೇ ಕರೆತಂದ ಮಹೇಂದ್ರ ಪರಿಚಯಿಸಿದ "ನಿನ್ನ ತಂದೆಗೂ, ನನ್ನ ತಂದೆಗೂ ಸ್ನೇಹಿತರಾಗಿದ್ದ ಪರಶುರಾಮ್ ಅವ್ರ ಮಗಳು ರೋಹಿಣಿ. ಈಗ ರಘುವೀರ ಪತ್ರಿಕೆಯ ರಿಪೋರ್ಟರ್ ಆಗಿದ್ದಾಳೆ."

ರಜನಿ ಬಣ್ಣ ಹಚ್ಚಿದ ತುಟಿಗಳು ಬಿರಿಯಲೋ ಬೇಡವೋ ಎನ್ನುವಂತೆ ಬಿರಿಯಿತು. ಆದರೆ ಮೂಗಿನ ತುದಿ ಕೋಪ, ಅವಮಾನದಿಂದ ಕೆಂಪಾಗಿತ್ತು. ತಾನು ಅವಳಿದ್ದ ಕಡೆಗೆ ಹೋಗಿ ಪರಿಚಯಿಸಿಕೊಳ್ಳಬೇಕಾ? ಅದಕ್ಕೆ ಕಾರಣನಾದ ಗಂಡನ ಬಗ್ಗೆ ಕೋಪದಿಂದ ಕುದಿಯುತ್ತಿದ್ದಳು.

ಅವಳ ಮನಸ್ಸು ಸುಲಭವಾಗಿ ಓದಿಕೊಂಡಳು. ರೋಹಿಣಿ "ಸಾರಿ ಫಾರ್ ದಿ ಟ್ರಬಲ್ ಮಿಸಸ್ ಮಹೇಂದ್ರ. ಇಲ್ಲಿವರ್ಗೂ ಬಂದಿದ್ದು ನಿಮ್ಗೆ ತೊಂದರೆ ಅನ್ನಿಸಿದೆ" ಅವಳ ಬಿಳುಪು ಬಣ್ಣ ರಜನಿಯ ಕಣ್ಣು ಕುಕ್ಕುವಂತಾಯಿತು.

ತಟ್ಟನೆ ಮುಖ ತಿರುಗಿಸಿಕೊಂಡು ಹೋಗಿಬಿಟ್ಟಳು. ಮಹೇಂದ್ರ ಅವಳು ಹೋದತ್ತ ನೋಡಿ ಹಲ್ಲು ಕಡಿದ. ಅವಳ ದುರಹಂಕಾರದ ಬಗ್ಗೆ ಅವನಿಗೆ ಗೊತ್ತು.

"ಬ್ಲಡಿ...." ನಾಲಿಗೆ ತುದಿಗೆ ಬಂದ ಬೈಗಳನ್ನು ನುಂಗಿಕೊಂಡ, ಮಹೇಂದ್ರ "ಬರೀ ಧಿಮಾಕಿನ ಜನ. ಸರಳವಾದ ಬದುಕೇ ಅವಳಿಗೆ ಗೊತ್ತಿಲ್ಲ" ಹಲ್ಲು ಕಡಿದ.

"ಬೇರೆ ರೀತಿ ವರ್ತಿಸಿದ್ರೆ ಆಶ್ಚರ್ಯಪಡಬೇಕಿತ್ತು, ಅಷ್ಟೆ. ಬರ್ತೀನಿ..." ಕೈ ಜೋಡಿಸಿದಳು. ಮಹೇಂದ್ರ ಉಗುಳು ನುಂಗಿದ.

"ಡ್ಯಾಡ್, ಹತ್ರ ಮಾತಾಡೋಲ್ವಾ?" ನಿರುತ್ಸಾಹದಿಂದ ಕೇಳಿದ.

"ಬೇಡ ಅನ್ನಿಸುತ್ತೆ, ಈಗ ಮಾತಾಡಿಸೋಕೆ ಹೋದರೆ ಅವ್ರಿಗೆ ಬರೀ ತೊಂದರೆ. ಯಾಕೆ, ಬೇಡ ಬಿಡು" ಭೀಮರಾವ್ ಮಾತನಾಡಿಸುವ ಇಚ್ಛೆ ಅವಳಿಗಿರಲಿಲ್ಲ.

ಆದರೆ ಜಯಚಂದ್ರ ಒಪ್ಪಲಿಲ್ಲ.

"ಸರಿ ಇರೋಲ್ಲ, ಸುಮ್ನೇ ಬಾ...." ಕೈ ಹಿಡಿದುಕೊಂಡು ಕರೆದುಕೊಂಡು ಹೋದ. ಮೊದಲೇ ಪಿ.ಎ.ಗೆ ಸೂಚನೆ ಸಿಕ್ಕಿತೇನೋ, "ಇದು ಪಬ್ಲಿಕ್ ಫಂಕ್ಷನ್ ಅಲ್ಲ. ಆರ್ಡಿನರಿ ವರದಿಗಾರರಿಗೆ ಇಲ್ಲಿ ಪ್ರವೇಶವಿಲ್ಲ."

"ಥ್ಯಾಂಕ್ಯೂ ಮಿಸ್ಟರ್..." ಜಯಚಂದ್ರನತ್ತ ನೋಡಿ "ಇನ್ನೊಂದ್ಸಲ ಅವ್ರನ್ನ ಮೀಟ್ ಮಾಡ್ತೀನಿ. ಅಂಥ ಅವಕಾಶಗಳು ಬೇಕಾದಷ್ಟು ಸಿಕ್ಕುತ್ತೆ..." ಅವನಿಂದ ಬೀಳ್ಕೊಟ್ಟು ಹೊರಗೆ ಬಂದಾಗ ಮಹೇಂದ್ರ ನಿಂತಿದ್ದ.

ಅವನ ಮುಖದಲ್ಲಿ ಕೋಪ, ಬೇಸರಕ್ಕೆ ಮೀರಿದ ಜಿಗುಪ್ಸೆ ಇತ್ತು. ಅದು ಸ್ವಲ್ಪ ಕ್ರೋಧಕ್ಕೆ ಬದಲಾದರೂ ಪಿಸ್ತೂಲ್ ತಗೊಂಡು ಇವರನ್ನೆಲ್ಲ ಸುಟ್ಟು ಬಿಡುವಂಥ ಆಕ್ರೋಶ ಅವನಲ್ಲಿ ಕುದಿಯುತ್ತಿತ್ತು.

ಅವನು ಅತಿಯಾಗಿ ಬಹುಶಃ ಪ್ರಾಣಕ್ಕಿಂತ ಹೆಚ್ಚಾಗಿ ಪ್ರೀತಿಸುತ್ತಿದ್ದ ಹೆಣ್ಣನ್ನ ಅವನಿಂದ ದೂರ ಮಾಡಿದವರು ಈ ಸ್ವಾರ್ಥ ಜನರೇ. ಅವನಿಗೆ ಈಗ ಮಡದಿಯೊಂದಿಗಿನ ಪ್ರೇಮ, ಪ್ರಣಯವೆಲ್ಲ ನಾಟಕ. ಇವನು ಬಲವಂತದ ಪಾತ್ರಧಾರಿ.

"ಸಾರಿ...ರೋಹಿ" ಎಂದ ಮಹೇಂದ್ರ.

ರೋಹಿಣಿ ಹೂ ಬಿರಿದಂತೆ ನಕ್ಕುಬಿಟ್ಟಳು. "ಯಾಕೆ ಸಾರಿ ಕೇಳಿದೇಂತ ನಂಗಂತೂ ಗೊತ್ತಾಗ್ಲಿಲ್ಲ" ಎಂದವಳು ಜಯಚಂದ್ರನತ್ತ ತಿರುಗಿದಳು. "ಅಪ್ಪನ್ನ ಅಲ್ಲ ಮನೇನ ನೋಡ್ಕೋಕ್ಕಾದ್ರೂ... ಬರ್ತೀಯಾ?" ಮಾಮೂಲಿನ ಸ್ವರದಲ್ಲಿಯೇ ಕೇಳಿದಳು. ಅವನಿಗೆ ಮುಖದ ಮೇಲೆ ಗುದ್ದಿದಂತಾಯಿತು. "ಅತ್ತಿಗೇಗಾ.... ಕೇಳ್ಬೇಕಾ? ಖಂಡಿತ ಬರ್ತಾರೆ, ನಾಳೆ ಮಧ್ಯಾಹ್ನದ ಊಟಕ್ಕೆ ಅಲ್ಲಿಗೆ ಬಾ...." ಎಂದವಳು ಮೊಪೆಡ್ ಹತ್ತಿದಳು.

ಮಹೇಂದ್ರ, ಜಯಚಂದ್ರ ಅವಳು ಹೋದತ್ತಲೇ ನೋಡಿದರು. ಅವರಿಬ್ಬರ ಚಿಂತನೆಗಳಿಗೆ ಅವಳೇ ವಸ್ತು. ಆದರೆ ಇಬ್ಬರ ಧಾಟಿಯೂ ಬೇರೆ ಬೇರೆಯೇ.

"ಅನ್‌ಲಕ್ಕೀ, ಇವತ್ತು ಅವ್ಳು ನಿನ್ನ ಪಕ್ಕ ಇರ್ಬೇಕಿತ್ತು" ಮಹೇಂದ್ರನಿಗೆ ಹೇಳಿದ. ಅವನ ಮಾತನ್ನು ತಳ್ಳಿ ಹಾಕಿದ. "ನೋ, ನಾನು ಅನ್ ಲಕ್ಕೀ.... ಅವ್ಳು ಬಂಧಮುಕ್ತ ಪಕ್ಷಿಯಂತೆ ಹಾರಾಡಿಕೊಂಡಿದ್ದಾಳೆ. ನಾನೇ.... ನಾನೇ...." ಹಲ್ಲುಗಳನ್ನು ಬಿಗಿಯಾಗಿ ಕಚ್ಚಿ ಮುಂಗೈಯನ್ನು ಮುಷ್ಟಿ ಮಾಡಿ ಗಾಳಿಯಲ್ಲಿ ಗುದ್ದಿದ.

ಜಯಚಂದ್ರ ಬೆಚ್ಚಿಬಿದ್ದ. ಇವನಿಗೇನಾಗಿದೆ? ದೊಡ್ಡ ಪ್ರತಿಷ್ಠಿತ ವ್ಯಕ್ತಿಯ ಮಗಳನ್ನು ಮದುವೆಯಾಗಿದ್ದ. ಆದ್ದರಿಂದ ರಾಜ್ಯದಿಂದ ರಾಷ್ಟ್ರ ಮಟ್ಟಕ್ಕೆ ಏರಿದ್ದವು ಅವನ ಸ್ಥಾನಮಾನಗಳು. ಅದು ಹೆಮ್ಮೆಯ ವಿಷಯವಲ್ಲವೇ? ಇವನು ಕೂಡ ಮೂರ್ಖ ವ್ಯಕ್ತಿಯಾಗಿ ಕಂಡ.

"ನಂಗೆ ಏನೇನು ಅರ್ಥವಾಗೋಲ್ಲ!" ಜಯಚಂದ್ರ ನುಡಿದ. ಮಹೇಂದ್ರ ಉದಾಸ ನಗೆ ಬೀರಿದ. "ಅದೇನು ಆಶ್ಚರ್ಯವಲ್ಲ!" ಭಾರವಾದ ಹೆಜ್ಜೆಗಳನ್ನು ಹಾಕುತ್ತ ಒಳಗೆ ನಡೆದ.

ಇಂದು ಭಾರವಾಗಿತ್ತು ರೋಹಿಣಿಯ ಮನ. ಕನಿಷ್ಟ ತಂದೆಯನ್ನ ನೋಡಬೇಕೆಂದುಕೊಳ್ಳಲಿಲ್ಲ ಜಯಚಂದ್ರ.

"ಮೇಡಂ..." ತಕ್ಷಣ ಪಕ್ಕಕ್ಕೆ ಎಳೆಯಲ್ಪಟ್ಟಳು. ಹಿಂದಿನಿಂದ ರಭಸದಿಂದ

ನುಗ್ಗಿದ ವ್ಯಾನ್ ಮೊಪೆಡ್ ಮೇಲೆ ಹಾದುಹೋಯಿತು.

ಇದು ಕಣ್ಮುಚ್ಚಿ ತೆರೆಯುವುದರಲ್ಲಿ ನಡೆದುಹೋಗಿತ್ತು. ಮೊಪೆಡ್ ಸ್ಥಿತಿ ನೋಡಿ ತಾನು ಕ್ಷಣದಲ್ಲಿ ಪಾರಾಗದಿದ್ದಿದ್ದರೆ ಇರಬೇಕಾಗಿದ್ದ ಸ್ಥಿತಿಯನ್ನು ನೆನೆಸಿಕೊಂಡಳು. ಅವಳೆದೆ ಝಲ್ ಎಂದಿತು.

ನಿಶಾಂತ್ ತಾನೇ ಹೋಗಿ ಮೊಪೆಡ್ ಈ ಕಡೆಗೆ ಎಳೆದು ತಂದ. ಆಕಾರ ಮಾತ್ರವಲ್ಲ, ರಿಪೇರಿಯಾಗದಷ್ಟು ಛಿದ್ರವಾಗಿತ್ತು.

ನೋಟವೆತ್ತಿ ನಿಶಾಂತ್ ಕಡೆ ನೋಡಿದಳು. "ಥ್ಯಾಂಕ್ಸ್, ಐಯಾಂ ಗ್ರೇಟ್‌ಫುಲ್ ಟು ಯು ಅನ್ನೋದಾಗ್ಲಿ ಹೇಳೋದು ಸರಿಯೆನಿಸೋಲ್ಲ. ಮತ್ತೇನು ಹೇಳ್ಲಿ!"

ನಿಶಾಂತ್ ಪ್ರಶಾಂತವಾಗಿ ನಗೆ ಬೀರಿದ ಆ ಸಂದರ್ಭದಲ್ಲಿಯೂ ಕೂಡ.

"ಏನು ಹೇಳೋದು...ಬೇಡಿ" ಎಂದವನು ಹೋಗುತ್ತಿದ್ದ ಆಟೋ ನಿಲ್ಲಿಸಿ "ನೀವ್ಹೋಗಿ....ಇದಕ್ಕೆ ಏನಾದ್ರೂ ವ್ಯವಸ್ಥೆ ಮಾಡಿ ಬರ್ತೀನಿ" ಅವನು ಹಿಂದೆಯೇ ಉಳಿದ.

ಸಾವಿನಡಿಗೆ ಹೋದವಳು ಸ್ವಲ್ಪದರಲ್ಲಿ ಪಾರಾಗಿ ಹಿಂದಕ್ಕೆ ಬಂದಿದ್ದಳು. ಅವಳ ಮಿದುಳು ಚುರುಕಾಯಿತು. ವ್ಯಾನ್ ಉದ್ದೇಶಪೂರ್ವಕವಾಗಿ ತನ್ನ ಮೇಲೆ ಹಾದುಹೋಗಲು ಸಿದ್ಧವಾಗಿತ್ತೆ. ಯಾಕೆ? ಆ ಪ್ರಶ್ನೆಗೆ ಅವಳು ಉತ್ತರಿಸಲಾರಳು.

ಮನೆಯ ಮುಂದೆ ಆಟೋದಿಂದ ಇಳಿದಾಗ ವಿಶಾಲ ಬಂಗ್ಲೆಯ ಒಂಟಿ ದೀಪದ ನೆರಳಿನಿಂದ ಆವೃತವಾದ ಬಾಲ್ಕನಿಯಲ್ಲಿ ನಿಂತಿದ್ದ ಅನ್ನಪೂರ್ಣಮ್ಮ ಕಾಣಿಸಿಕೊಂಡಳು.

ಎಷ್ಟೇ ನಿಗ್ರಹಿಸಿಕೊಂಡರೂ ಅವಳ ಕೊರಳುಬ್ಬಿತು. ಆಟೋದವನಿಗೆ ಹಣ ಕೊಟ್ಟು ಗೇಟ್ ತೆರೆದಳು. ಹಿಂದಿನ ಹಾಗೆಯೇ ಅದು ಈಗ ಸದ್ದು ಮಾಡುತ್ತಿರಲಿಲ್ಲ. ನಿಶಾಂತ್‌ನ ಚಿಕಿತ್ಸೆ ಫಲಕಾರಿಯಾಗಿತ್ತು.

"ಎರ್ಡು ಮೂರು ಸಲ ನಿಮ್ಮಪ್ಪ ಕೇಳಿದ್ರು. ಇಂದ್ಯಾಕೋ ಚಡಪಡಿಸ್ತಾ ಇದ್ರು. ಯಾವಾಗ ನಿಮ್ಮುಖ ನೋಡುತ್ತೀನೋ ಅನ್ನಿಸಿಬಿಟ್ಟಿತ್ತು..." ಆಕೆಯ ಕಂಠ ಕೂಡ ನಡುಗುತ್ತಿತ್ತು. ಅವಳ ಗಮನಕ್ಕೆ ಬಂತು.

ವರಾಂಡದಯಲ್ಲಿ ಕೂತಿದ್ದ ಕೀರ್ತಿ ಎದ್ದು ಬಂದ. "ಯಾಕಕ್ಕ ಲೇಟು? ಮೊಪೆಡ್ ಕೆಟ್ಟು ಹೋಯ್ತಾ? ನಾನು ಅಂದ್ಕೊಂಡೇ..." ಭವಿಷ್ಯ ತಿಳಿದವನಂತೆ ಹೇಳಿದ.

ಯಾರ ಮಾತಿನತ್ತಲೂ ಗಮನ ಕೊಡದವಳಂತೆ ರೋಹಿಣಿ ನೇರವಾಗಿ ತಂದೆಯ ಕೋಣೆಗೆ ಹೋದಳು. ಭಾವಣಿ ದಿಟ್ಟಿಸುತ್ತ ಮಲಗಿದ್ದರು.

"ಅಪ್ಪ..." ಅವರ ಪಕ್ಕದಲ್ಲಿಯೇ ಹೋಗಿ ಕೂತಳು. ಇತ್ತ ನೋಟ ಹರಿಸಿದರು. "ಯಾಕೆ ಇಷ್ಟೊತ್ತು?" ಶಾಲೆಗೆ ಹೋಗಿ ತಡವಾಗಿ ಬಂದ ಮಗುವನ್ನು ಪ್ರಶ್ನಿಸುವಂತಿತ್ತು.

ರೋಹಿಣಿ ನಿಜ ಉಸುರಲು ಸಿದ್ಧವಿರಲಿಲ್ಲ. "ಮೀಟಿಂಗ್ ಇತ್ತು..." ಅವರ ಕೈಯನ್ನು ತನ್ನ ಕೈಯೊಳಗೆ ತಗೊಂಡು ತುಟಿಗೊತ್ತಿಕೊಂಡಳು. ಒಳ್ಳೆಯದಕ್ಕೆಲ್ಲ ಎತ್ತಿದ ಕೈ, ದೀನರಾಗಿ ಬಂದವರಿಗೆ ಸಹಾಯಹಸ್ತ ನೀಡಿದ ಕೈ–ಅವಳಿಗೆ ತಂದೆಯ ಬಗ್ಗೆ ಹೆಮ್ಮೆ, ಅಭಿಮಾನ, ಗೌರವ.

"ಊಟ ತಗೊಂಡ್ ಬರ್ಲಾ...." ಕೇಳಿದಳು.

"ಜಯಚಂದ್ರ ಈಗ ಹೇಗಿದ್ದಾನೆ?" ಎಂದಾಗ ಬೆವತಳು. ಆ ನೆನಪುಗಳು ಯಾವುವೂ ಅವರಿಗೆ ಬೇಡ. ಈಗ ಊಟ.... ತರ್ತೀನಿ" ಹೊರಗೆ ಬಂದಳು.

ಅವರು ಅರೆ ಹುಚ್ಚರಾಗಿರುವುದೇ ವಾಸಿ. ಸ್ವಲ್ಪ ಮಾಮೂಲಿಗೆ ಬಂದರೂ ಆಘಾತಕ್ಕೆ ಒಳಗಾಗುತ್ತಾರೆಂದು ಅವಳಿಗೆ ಗೊತ್ತು.

"ಅತ್ತೆ...ಅಪ್ಪ.." ಎಂದರು.

ಅನ್ನಪೂರ್ಣಮ್ಮ ತಲೆದೂಗಿದರು. "ಏನೇನೋ ಮಾತಾಡಿದರು. ವೀಲ್ಛೇರ್‌ನಲ್ಲಿ ಕೂತೇ ಇಡೀ ಮನೆಯ ಸುತ್ತಾಟ ನಡೆಸಿದರು. ನಿಮ್ಮದ್ವೆ ವಿಷ್ಯ ನೆನೆಸಿಕೊಂಡು ಅತ್ತರು. ಜಯಚಂದ್ರನನ್ನು ಶಪಿಸಿದರು. ನಂಗಂತು ಭಯವಾಯ್ತು" ಆಕೆ ಎದೆಯ ಮೇಲೆ ಕೈ ಇಟ್ಟುಕೊಂಡರು.

ರೋಹಿಣಿ ಸ್ವಲ್ಪ ಹೊತ್ತು ಹಾಗೆಯೇ ನಿಂತಿದ್ದಳು.

"ನಾಳೆ ಜಯಚಂದ್ರ, ಅತ್ಗೇ, ಮಗು ಬರ್ಬಹ್ದು. ಔತಣದ ಅಡ್ಗೇ ಮಾಡು. ಅಪ್ಪನ್ನ ಅವ್ರುಗಳು ನೋಡೋದೇ ಬೇಡ್ವೋ... ಆಮೇಲೆ ಯೋಚಿಸೋಣ" ಎಂದವಳು ನಡೆದುಬಿಟ್ಟಳು.

ಮುಖ ತೊಳೆದು ಬಟ್ಟೆ ಬದಲಾಯಿಸಿ ತಂದೆಗೆ ತಾನೇ ಊಟವನ್ನು ಒಯ್ದಳು. ಅವರು ಏನು ತಿನ್ನಲಿ, ಬಿಡಲಿ ಉಪ್ಪಿನಕಾಯಿ, ತುಪ್ಪ, ಪಲ್ಯ, ಹಪ್ಪಳ, ತೊವ್ವೆ, ಸಾರು, ಹುಳಿಗಳನ್ನು ಒಯ್ಯಬೇಕು. ಇದು ಅವರ ತಾಕೀತಲ್ಲ. ಹಿಂದಿನ ಭವ್ಯತೆಯ ನೆನಪಿನಲ್ಲೇ ಅವರು ಇರಲಿ ಎಂಬುದು ರೋಹಿಣಿಯ ಅಭಿಪ್ರಾಯ.

ತಾನೇ ಅವರಿಗೆ ಕೈ ಆಸರೆ ನೀಡಿ ಕೂಡಿಸಿದಳು. ತಟ್ಟೆಯನ್ನೂ ಅವಳ ಮುಖವನ್ನೂ ಬದಲಿಸಿ ಬದಲಿಸಿ ನೋಡಿದರು. ಮಗುವಿನಂತೆ ಅಳಲು ಶುರು ಮಾಡಿಬಿಟ್ಟರು.

ಅಂತಹ ಸಮಯಗಳಲ್ಲಿ ಸಂತೈಸುವುದಾಗಲಿ, ಸಮಾಧಾನಿಸುವುದಾಗಲಿ ಅವಳಿಂದಾಗದು. ಎಷ್ಟು ಜನರ ನೋವಿಗೆ ಸ್ಪಂದಿಸಿರುವ ಹೃದಯವೋ, ಸ್ವಾರ್ಥ

ಜನರ ಕೃತ್ಯಗಳಿಗೆ ಸಿಡಿದೆದ್ದ ಮನಸ್ಸೋ –ಇಂದು ನಿಸ್ಸಹಾಯಕವಾಗಿ ಕಣ್ಣೀರು ಮಿಡಿಯುತ್ತಿತ್ತು.

ತಟ್ಟೆಯನ್ನು ಪಕ್ಕಕ್ಕಿಟ್ಟು ಅವರಾಗಿ ಸಮಾಧಾನವಾಗುವವರೆಗೂ ಕಾದು ಕೂತಿದ್ದಳು.

ಅಳು ಕಮ್ಮಿಯಾದಾಗ ಮೃದುವಾದ ಟವಲ್‌ನಿಂದ ಕಣ್ಣು, ಕೆನ್ನೆಗಳನ್ನೊರೆಸಿ ಬಲವಂತವಾಗಿ ಹಾಲು ಕುಡಿಸಿ ಮಲಗಿಸಿ ಹೊರಗೆ ಬಂದಳು. ಅನ್ನಪೂರ್ಣಮ್ಮ ಹಾಸಿದ್ದ ಹಾಸಿಗೆಯ ಮೇಲೆ ಮಂಕಾಗಿ ಕೂತಿದ್ದರು.

"ಮಲಕ್ಕೋ ಅತ್ತೆ" ವರಾಂಡಕ್ಕೆ ಬಂದವಳು ಬಡಿಸಿದ್ದ ತಟ್ಟೆಯನ್ನು ಕೀರ್ತಿಯ ಮುಂದಿಟ್ಟಳು. "ಕೈ ಕಾಲು ತೊಳ್ಕೊಂಡ್ ಊಟ ಮಾಡ್ಬಿಡು."

"ನಂಗೇನು... ಹಸಿವಿಲ್ಲಕ್ಕ" ಎಂದ.

ಸುಮ್ಮನೆ ಮಾಡು ಎನ್ನುವಂತೆ ಕಣ್ಣಲ್ಲಿಯೇ ಸನ್ನೆ ಮಾಡಿ ಹೊರಗೆ ಬಂದು ನಿಂತಳು. ನಿಶಾಂತ್ ಪುಟ್ಟ ಮನೆ ಇನ್ನೂ ಬೀಗ ಹಾಕಿತ್ತು.

ಒಂದೂವರೆ ಗಂಟೆಯ ಹಿಂದೆ ನಡೆದು ಹೋದ ಘಟನೆಯನ್ನು ನೆನಪಿಸಿ ಕೊಂಡಳು. ಅಲ್ಲಿಗೆ ನಿಶಾಂತ್ ಹೇಗೆ ಬಂದ? ಆಕಸ್ಮಿಕವೇ ಅಥವಾ ಮೊದಲೇ ಗೊತ್ತಿತ್ತೇ? ಅಥವಾ ಸಂಬಂಧಪಟ್ಟವನೇ? ಅವಳಿಗೆ ಅವನ ಬಗ್ಗೆ ಸರಿಯಾಗಿ ಏನೂ ಗೊತ್ತಿಲ್ಲ!

ಅರ್ಧ ಗಂಟೆಯ ನಂತರ ನಿಶಾಂತ್ ಗೇಟು ತೆರೆದುಕೊಂಡು ಬಂದ. ತೊಟ್ಟಿದ್ದ ಜೀನ್ಸ್ ಪ್ಯಾಂಟ್ ತುಂಬ ಕೊಳೆಯಾದಂತೆ ಕಂಡಿತು.

"ಸ್ವಲ್ಪ..... ಬನ್ನಿ" ಕರೆದಳು.

ಎರಡು ಕೈಗಳನ್ನೊರೆಸಿ ಕರ್ಚಿಫ್‌ನ ಜೇಬಿನೊಳಕ್ಕೆ ತುರುಕುತ್ತ ಬಂದ. ಮುಖದಲ್ಲಿ ಬೆವರಿನ ಅಂಶವಿತ್ತು.

"ಮೊಪೆಡ್ ರಿಪೇರಿ ಆಗದ ಸ್ಥಿತಿ ತಲುಪಿದೆ. ಇನ್ಸೂರೆನ್ಸ್ ಹಣಕ್ಕೆ ಪ್ರಯತ್ನಿಸಬೇಕು. ಆಮೇಲೆ ನೇರವಾಗಿ ಗುಜರಿ ಅಂಗ್ಡಿಗೆ ತಳ್ಳಿಬಿಡ್ಬೇಕು ಅಷ್ಟೇ ಮೇಡಂ" ಎಂದ.

ಏನನ್ನೋ ಕೇಳಬೇಕೆಂದುಕೊಂಡವಳು ತಡೆದು "ಹೋಗಿ ಊಟ ಮಾಡಿ, ಮೊಪೆಡ್ ವಿಷ್ಯ ಆಮೇಲೆ ಯೋಚಿಸಿದರಾಯ್ತು" ಅಂದಳು.

ಸರಿಯೆನ್ನುವಂತೆ ನಿಶಾಂತ್ ಹೊರಟ. ಅನವಶ್ಯಕವಾಗಿ ಮನೆಯೊಳಕ್ಕೆ ಬರುತ್ತಿರಲಿಲ್ಲ, ಮಾತಾಡುತ್ತಿರಲಿಲ್ಲ. ಅವನಲ್ಲಿ ಮೆಚ್ಚುವಂಥ ಗುಣ ಅದು.

ಒಂದೈದು ನಿಮಿಷಗಳ ತರುವಾಯ ಅತ್ತ ನಡೆದವಳು ಬಾಗಿಲು ಬಡಿದಳು.

ನಿಧಾನವಾಗಿ ಹಿಂದಕ್ಕೆ ಸರಿಯಿತು.

"ಬನ್ನಿ.....ಮೇಡಂ...." ಮೊದಲೇ ತಿಳಿದವನಂತೆ ಆಹ್ವಾನಿಸಿದಾಗ ಅವಳಿಗೆ ಆಶ್ಚರ್ಯವಾಯಿತು.

ಒಳಗೆ ನಡೆದಳು. ಶ್ರೀಕಾಂತ್ ಶಶಿಕಾಂತ್ ನಿಶಾಂತ್ ಬಾಪಟ್ ಊಟಕ್ಕೆ ಕೂತಿದ್ದ ತಟ್ಟೆಯಲ್ಲಿ ಬೆಳಗ್ಗೆ ಮಾಡಿದ್ದ ಅರಿದ ಚಪಾತಿಗಳು ಇತ್ತು. ಅದರ ಮೇಲೆ ಒಂದಿಷ್ಟು ಪಲ್ಯ.

"ಬೆಳಿಗ್ಗೆ ಮಾಡಿಟ್ಟು ಹೋಗ್ತೀರಾ?" ಕೇಳಿದಳು.

ಲೋಟದಲ್ಲಿನ ನೀರನ್ನು ಪೂರ್ತಿ ಕುಡಿದಿಟ್ಟು "ಹೌದು, ನಾನು ಬರುವುದು ಸಂಜೇನೋ, ರಾತ್ರಿನೋ ಅಥವಾ ಓವರ್ ಟೈಂ ವರ್ಕ್ಸ್ ಇದ್ದರೇ ಬೆಳಗಿನ ಜಾವವೋ! ಬಂದ ಕೂಡ್ಲೇ ಹಸಿವನ್ನು ತಣಿಸಬೇಕಲ್ಲ...." ಚಪಾತಿ ಮುರಿದ

ಅವನಿಗಿಂತ ನೂರರಷ್ಟು ಹೀನಾಯ ಸ್ಥಿತಿಯಲ್ಲಿರುವ ಜನರನ್ನು ಕಂಡಿದ್ದಳು. ಸ್ವತಂತ್ರ ಭಾರತದಲ್ಲಿ ಹಸಿವಿನ ಕೂಗು ಇನ್ನು ಇದ್ದೇ ಇದೆ. ಅದಕ್ಕೆ ಕೆಲವು ಜನಗಳು ಮಾತ್ರ ಕಾರಣ. ಬೇರೆಯವರ ಊಟವನ್ನು ಕಿತ್ತಿಟ್ಟು ಕೊಂಡು ತಮ್ಮ ಗೋಡೌನ್‌ಗಳಲ್ಲಿ ಖುಷಿಪಡುವ ಜನಕ್ಕೆ ಮುನಿದ ಪ್ರಾಮಾಣಿಕತೆ ಡಾಕ್ಟರ್ ಮೂಲಕ ಅವರ ಊಟಕ್ಕೆ ಕತ್ತರಿ ಹಾಕಿಬಿಡುತ್ತದೆ. ಅವರೇನು ತಿನ್ನರು.

"ಊಟ ಆಯ್ತು, ಮೇಡಂ?" ಕೇಳಿದ.

ಯೋಚನಾ ಗುಂಗಿನಲ್ಲಿದ್ದವಳು ಎಚ್ಚೆತ್ತಳು. "ಬೇಡ ಅನ್ನಿಸ್ತು........" ಎನ್ನುವ ವೇಳೆಗೆ ಅನ್ನಪೂರ್ಣಮ್ಮ ಎರಡು ಸಣ್ಣ ಪಾತ್ರೆಗಳನ್ನು ಹಿಡಿದು ಕೊಂಡು ಬಂದರು. "ಬರೀ ಚಪಾತಿ ಏನು ತಿಂತೀಯಾ! ಒಂದಿಷ್ಟು ಅನ್ನ, ಹುಳಿ ತಂದಿದ್ದೇನೆ" ಅವನ ಊಟದ ತಟ್ಟೆಗೆ ಸ್ವಲ್ಪ ದೂರದಲ್ಲಿಟ್ಟರು. ಎಂದೋ ಮಗನನ್ನು ಕಳೆದುಕೊಂಡ ಆಕೆ ಮಮತಾಮಯಿ!

"ನಂಗೆ ಸಾಕಾಗಿತ್ತು, ಅತ್ತೆ" ಹೊಟ್ಟೆಯ ಮೇಲೆ ಕೈಯಾಡಿಸಿದ ನಿಶಾಂತ್. "ಚಿಕ್ಕಮ್ಮಾವರು ಊಟ ಮಾಡ್ಲಿಲ್ಲವಂತಲ್ಲ!" ಅನ್ನಪೂರ್ಣಮ್ಮ ಮಾತಾಡದೇ ನಿಂತರು. ರೋಹಿಣಿ ಹೊರಗೆ ಹೋದಳು.

"ಹೇಗೆ ಮಾಡ್ತಾಳೆ! ಅವಳಣ್ಣ ಬಂದಿದ್ದಾನಂತೆ. ನೇರವಾಗಿ ಮನೆಗೆ ಬರದೆ ಎಲ್ಲೋ ಬೇಕಾದವ್ರ ಮನೆಯಲ್ಲಿ ಇಳಿದುಕೊಂಡಿದ್ದಾನೆ. ಅವ್ಳಿಗೆ ಸಂಕ್ಟವಾಗ್ದೇ ಇರುತ್ತಾ?" ಮನದಲ್ಲಿದ್ದುದನ್ನು ತೋಡಿಕೊಂಡು ಹಗುರ ಮಾಡಿಕೊಂಡರು.

ಹೇಳಿದಷ್ಟನ್ನು ಕೇಳುವುದನ್ನು ಮಾತ್ರ ಅಭ್ಯಾಸ ಮಾಡಿಕೊಂಡಿದ್ದ. ಅಷ್ಟು ಸಾಕಾಗಿತ್ತು ಕೂಡ. ಹರಿದೆಸೆದ ಸಣ್ಣ ಸಣ್ಣ ಚೀಟಿಗಳನ್ನು ಎಚ್ಚರದಿಂದ ಜೋಡಿಸಿದರೆ

ಇಡೀ ಪುಟ ತಯಾರಾದೀತು.

ಅನ್ನಪೂರ್ಣಮ್ಮ ಬಂದಾಗ ರೋಹಿಣಿ ಹೊರಗಿನ ಮೆಟ್ಟಿಲುಗಳ ಮೇಲೆಯೇ ಕೂತಿದ್ದಳು. ತುಂಬು ಬೆಳದಿಂಗಳು ಹಾಲು ಚೆಲ್ಲಿದಂತಿತ್ತು.

"ಜಯಚಂದ್ರ....ಇನ್ನೇನು ಹೇಳ್ದ?" ಅವಳ ಪಕ್ಕದಲ್ಲಿಯೇ ಕೂತರು. "ಏನಿಲ್ಲ ಅನ್ನಿಸುತ್ತೆ ಹೇಳೋಕೆ! ಎಲ್ಲಾ ಚೆನ್ನಾಗಿದ್ದಾರಂತೆ" ಎಂದಳು ಉತ್ಸಾಹ ತೋರದೇ.

"ನನ್ನ ಕೇಳಿದ್ನಾ?" ಆಕೆಯ ಸ್ವರದಲ್ಲಿದ್ದ ಅಪಾರ ಆಸೆಯನ್ನು ಗುರ್ತಿಸಿ "ಹ್ನೂ.... ಎಂದಳು. ಜನ್ಮ ಕೊಟ್ಟ ತಂದೆಯ ಬಗ್ಗೆಯೇ ಅವನು ವಿಚಾರಿಸಿರಲಿಲ್ಲ!

ದೊಡ್ಡ ಆಸ್ತಿಯೆನ್ನುವಂಥ ಮನೆ ಇಲ್ಲದಿದ್ದರೇ ಬಹುಶಃ ಅವನು ಈ ಕಡೆ ತಲೆ ಹಾಕಿ ಮಲಗುತ್ತಿರಲಿಲ್ಲ. ಅದಕ್ಕೆ ಬಿಡುತ್ತಿರಲಿಲ್ಲ ಕೂಡ ಅವನ ಮಡದಿ.

ಇಡೀ ರಾತ್ರಿ ರೋಹಿಣಿ ನಿದ್ರಿಸಲಿಲ್ಲ. ಪರಶುರಾಮ್‌ನದು ಏನೋ ಒಂದು ರೀತಿಯ ಬಡಬಡಿಕೆ. ಕೋಪ, ನೋವು, ದುಃಖ ಸಮ್ಮಿಳಿತವಾದ ಮಾತುಗಳು.

ಬೆಳಗಿನ ಜಾವ ಅವರು ಸ್ವಲ್ಪ ನಿದ್ದೆ ಮಾಡಿದ ಮೇಲೆಯೇ ರೋಹಿಣಿ ಹೊರಗೆ ಬಂದಿದ್ದು. ಇಂಥ ರಾತ್ರಿಗಳೇನು ಅಪರೂಪವಲ್ಲ.

ಒಮ್ಮೆ ಜಯಚಂದ್ರ ಹಾರಾಡಿದ್ದ. "ಸುಮ್ನೇ ಮನೆಯಲ್ಲಿ ಯಾಕೆ? ನ್ಯೂರೋ ಸೆಂಟರ್‌ಗೆ ಸೇರ್ಸಿ ಬಿಡೋಣ" ಎಂದಾಗ ಅವಳ ಮೈ ರಕ್ತ ಬಿಸಿಯಾದರು ತಣ್ಣಗೇ ನುಡಿದಿದ್ದಳು. "ಯಾರನ್ನು? ಹೊರ್ಗಡೆ ಇರೋಕೆ ಲಾಯಕ್ಕಾಗದೆ ಎಷ್ಟೋ ಜನ ಪ್ರತಿಷ್ಠಿಕರ ಸಾಲಿನಲ್ಲಿ ಕೂತು ಹುಚ್ಚಾಟ ಆಡ್ತಾ ಇರೋವಾಗ, ಅಪ್ಪನ ಬಗ್ಗೆ ಈ ರೀತಿ ಮಾತಾಡೋಕೆ ನಿಂಗೆ ನಾಚ್ಕೇ ಆಗ್ಬೇಕು" ಅವನ ಬಾಯನ್ನು ಮುಚ್ಚಿಸಿದ್ದಳು.

ಸ್ನಾನ ಮುಗಿಸಿಕೊಂಡು ಹೊರಗೆ ಬರುವ ವೇಳೆಗೆ ಮಾತುಗಳ ಸದ್ದು ಕೇಳಿ ಹೊರ ಬಾಗಿಲಿಗೆ ಬಂದಳು. ಜಯಚಂದ್ರ ಮಡದಿಯೊಂದಿಗೆ ಅನ್ನಪೂರ್ಣಮ್ಮನ ಬಳಿ ಮಾತಾಡುತ್ತಿದ್ದ.

"ಹೇಗಿದ್ದೀರಾ, ಅತ್ಗೇ?" ಆತ್ಮೀಯತೆಯಿಂದಲೇ ಮಾತಾಡಿಸಿದಳು.

ಲೀಲಾ ಕೆಮ್ಮಿ ಗಂಟಲು ಸರಿ ಮಾಡಿಕೊಂಡಳು. "ಯಾಕೋ ಈ ವೆದರ್ ನನ್ನ ಮೈಗಾಗೋಲ್ಲ, ಬಂದ ಕೂಡ್ಲೆ....." ಮುಂದುವರಿಸಲು ಬಿಡದೆ ರೋಹಿಣಿ ಒಳಗೆ ಕರೆದೊಯ್ದಳು.

ಗಂಡ, ಹೆಂಡತಿ ಪ್ರತಿಯೊಂದು ಕೋಣೆಯನ್ನು ತಪಾಸಿಸಿ ಅದರಲ್ಲಿರುವ ಆಸನಗಳಿಂದ ಹಿಡಿದು ಪ್ರತಿಯೊಂದು ಪಟ್ಟಿ ಮಾಡಿದರು. ರೋಹಿಣಿ ನೋಡಿದರೂ ನೋಡದಂತಿದ್ದಳು.

"ಎಲ್ಲ ಮುಗೀತಾ?" ಬಂದು ಅವರ ಎದುರಿನಲ್ಲಿಯೇ ಕೂತಳು. ಇನ್ನು

ಅಪ್ಪನ ಕೋಣೆಯಲ್ಲಿ ಮಂಚ ಕೆಲವೊಂದು ಆಸನಗಳು ಇವೆ. ಅದನ್ನ ಕೂಡ ಪಟ್ಟಿಯಲ್ಲಿ ಸೇರಿಸ್ಕೋ" ತಂಗಿಯ ಸ್ವರದ ವ್ಯಂಗ್ಯದ ಮೊನಚಿಗೆ ಅಲ್ಲಾಡಿ ಹೋದ.

"ಹಾಗಲ್ಲ....ರೋಹಿ! ನೀನಂತೂ ಮನೆಯಲ್ಲಿ ಇರೋಲ್ಲ. ಲೆಕ್ಕವಿಲ್ಲದಷ್ಟು ಸಾಮಾನು.......ಲಕ್ಷಾಂತರ ರೂಪಾಯಿ ಬೆಲೆ ಬಾಳುತ್ತೆ. ಒಂದೊಂದೇ ಸದ್ದುಗದ್ದಲವಿಲ್ದೆ ಹೋಗಿಬಿಡುತ್ತೆ" ಸಮರ್ಥಿಸಿಕೊಳ್ಳಲು ಜಯಚಂದ್ರ ಪ್ರಯತ್ನಿಸಿದ.

ರೋಹಿಣಿ ಜೋರಾಗಿ ನಕ್ಕುಬಿಟ್ಟಳು. "ಅವೆಲ್ಲ ಲಕ್ಷಾಂತರ ರೂಪಾಯಿ ಬಾಳುವಂಥಾದ್ದು. ಮನುಷ್ಯ ಜೀವವೊಂದೆ ಬೆಲೆ ಇಲ್ಲದ್ದು. ನೀನು, ಅತ್ಗೆ, ನಾನು ಸತ್ತ ಮೇಲೂ ಅವು ಚೆನ್ನಾಗೇ ಇರುತ್ತೆ. ನಮ್ಮಗಳ ಆಯಸ್ಸು ಲೆಕ್ಕಕ್ಕೆ ಸಿಕ್ಕಿಬಿಡುತ್ತೆ. ಅದಕ್ಯಾಕೆ ಪರದಾಟ?" ನೊಂದ ನುಡಿಗಳು ಶೂಲಗಳಾದವು.

ಅವನು ತಂದೆಯ ಮುಖವನ್ನು ನೋಡಿ ಎರಡು ವರ್ಷಗಳೇ ಆಗಿ ಹೋಗಿತ್ತು. ಇಂದು ಕೂಡ ಜನ್ಮ ಕೊಟ್ಟ ಪ್ರೀತಿ ಪಾಠ ಹೇಳಿದ ಬದುಕನ್ನು ಕಲಿಸಿದ, ಜೀವಕ್ಕೆ ರಕ್ಷಣೆ ಕೊಟ್ಟ, ಅವನ ಭವಿಷ್ಯಕ್ಕಾಗಿ ಶ್ರಮಿಸಿದ ತಂದೆಯ ಬಗ್ಗೆ ಒಂದಿಷ್ಟು ಅಂತಃಕರಣ ಬೇಡವೆ? ಇವನೇನು ಕಲ್ಲಾ?

ಅಷ್ಟರಲ್ಲಿ ಕೀರ್ತಿ ಒಂದು ಹಣ್ಣಿನ ಬ್ಯಾಸ್ಕೆಟ್ ಹಿಡಿದು ಬಂದ.

"ಅತ್ತೆಗೆ.......ಕೊಡ್ಹೋಗು?" ಹೇಳಿ ಕಳಿಸಿದಳು.

ಆಮೇಲೆ ಅನ್ನಪೂರ್ಣಮ್ಮ ಅಚ್ಚುಕಟ್ಟಾಗಿ ಮಾಡಿದ್ದ ಉಪ್ಪಿಟ್ಟು, ಕೇಸರಿಬಾತ್ ತಿಂದರು. ಆಗಾಗ ಗುಸುಗುಸು ಪಿಸಿಪಿಸಿ ನಡೆಯುತ್ತಲೇ ಇತ್ತು. ಗಂಡ, ಹೆಂಡಿರಲ್ಲಿ.

ಮೊದಲೇ ಗಮನಿಸಿರಬೇಕು. ಲೀಲಾ ನೆನಪಿಸಿಕೊಂಡವಳಂತೆ "ಮುಂದಿನ ಮನೆ ಎಷ್ಟಕ್ಕೆ ಬಾಡಿಗೆಗೆ ಕೊಟ್ಟಿರುವುದು?" ರೋಹಿಣಿಗೆ ನಗು ಬಂತು. "ಅತ್ತೇನ ಕೇಳಿ!" ಹೊರಗೆ ನಡೆದಳು.

ಕಾಂಪೌಂಡ್‌ನಲ್ಲಿ ಒಂದು ನಾಲ್ಕೈದು ಜನ ಇದ್ದರು. ಅವಳ ಕಣ್ಣುಗಳು ಕಿರಿದಾಯಿತು. ಅವರ ಕೈಯಲ್ಲಿನ ಅಳತೆಯ ಟೇಪು ನೋಡಿದಾಗ ಅವಳ ಮೈ ಮೇಲೆ ಕೆಂಡಗಳು ಸುರಿದಂತಾಯಿತು.

"ಯಾರು....ನೀವು?" ಕೇಳಿದಳು.

ಅವರೆಲ್ಲ ಒಂದು ರೀತಿಯ ಭಂಡ ಜನರೇ ಆದರೂ ಅವರ ನಾಲಗೆಯಲ್ಲಿನ ಪಸೆಯಾರಿತು. ಏನಾದರೂ ನುಡಿಯುವ ಮುನ್ನ ಹೊರಗೆ ಹೋಗುವಂತೆ ಸನ್ನೆ ಮಾಡಿದಳು.

"ಪರ್ಮಿಷನ್ ಇಲ್ದೆ ಕಾಂಪೌಂಡ್‌ನೊಳಕ್ಕೆ ಬಂದಿದ್ದೇ ತಪ್ಪು!" ಕೋಪವನ್ನು ತಡೆಯಲಾರದೆ ಹೋದಳು. "ಗೆಟ್ ಔಟ್ ಫ್ರಂ ಹಿಯರ್" ಅವಳ ಮೂಗಿನ

ತುದಿ ಕೆಂಪಗಾಗಿತ್ತು.

ಹೊರಗೆ ಬಂದ ಜಯಚಂದ್ರ ಏನೋ ಹೇಳಲು ಮುಂದಾದ "ಪ್ಲೀಸ್ ಮೊದಲು ಅವರನ್ನ ಕಳ್ಸಿ ಆಮೇಲೆ ಮಾತಾಡು" ರೇಗಿದಳು.

ಅವನಿಗೆ ಏನನ್ನಿಸಿತೋ ಅವರುಗಳನ್ನು ಕಳಿಸಿ ಒಂದು ಫೈಲ್ ಹಿಡಿದು ಬಂದ. ಅವನೀಗ ಸಂಯಮ ಕಳೆದುಕೊಳ್ಳಲು ಸಿದ್ಧವಿರಲಿಲ್ಲ.

"ಬಿ ಕಾಂ!" ತಂಗಿಯ ಕೈ ಹಿಡಿದುಕೊಂಡ.

"ನೀನು ಕರ್ಕೊಂಡ್ಬಂದ ಜನಾನ?" ಕೇಳಿದಳು. ಮೊನಚಾದ ಅವಳ ಸ್ವರಕ್ಕೆ ಬೆಚ್ಚಿದ. "ನಿಂಗೆ ತುಂಬ ಷಾರ್ಟ್ ಟೆಂಪರ್. ಸ್ವಲ್ಪ ಕೂಲಾಗಿ ಯೋಚ್ನೋದು ಒಳ್ಳೇದು" ಹೇಳಲು ಒದ್ದಾಡಿದ.

ಆಮೇಲೆ ಬಂದ ಇನ್ನೊಂದು ಕಾರಿನಿಂದ ಇಳಿದು ಜಯಚಂದ್ರನ ಮಗ ಅಲೋಕ್ ಓಡಿ ಬಂದ.

"ಏಯ್ ಬಿದ್ದೀಯಾ, ಜೋಕೆ!" ಜಯಚಂದ್ರ ಓಡಿ ಅವನನ್ನು ಎತ್ತಿಕೊಂಡ. "ಯೂ ನಾಟಿ! ಬಿದ್ದಿದ್ದರೆ ಏನು ಗತಿ?" ಮಗನ ಕೆನ್ನೆಗೆ ಮುತ್ತಿಟ್ಟ.

ರೋಹಿಣಿಯ ತುಟಿಯಂಚಿನಲ್ಲಿ ತೆಳುವಾದ ವ್ಯಂಗ್ಯ ನೋವು ಬೆರೆತ ನಗೆ ಇಣುಕಿತು.

"ಯಾರಿದು......... ನೋಡು?" ಅವಳ ಮುಂದೆ ತಂದು ಹಿಡಿದ. ಗೊತ್ತಿಲ್ಲವೆನ್ನುವಂತೆ ತಲೆಯಾಡಿಸಿದ. "ಅದಕ್ಯಾಕೆ ಹಿಂಸೆ ಮಾಡ್ತೀಯಾ? ನನ್ನ ವಯಸ್ಸಿನವರನ್ನೆಲ್ಲ ಆಂಟೀ ಅಂತ ತಾನೇ ಪರಿಚಯಿಸೋದು. ಅಷ್ಟು .... ಹೇಳು ಸಾಕು" ಅಲೋಕನ ಕೆನ್ನೆ ಸವರಿದಳು.

ಬಹಳ ಹೊತ್ತಿನ ನಂತರ ಕೇಳಿದ : "ಅಪ್ಪ ಈಗ ಹೇಗಿದ್ದಾರೆ?" ಕೇಳಲೋ ಬೇಡವೋಂತ ಕೇಳಿದಂತಿತ್ತು ಪ್ರಶ್ನೆಯ ಪುನರಾವರ್ತನೆ. "ಚೆನ್ನಾಗಿದ್ದಾರೆ, ಹೋಗಿ ನೋಡು" ಎಂದಳು.

ಅಷ್ಟು ಧೈರ್ಯ ಜಯಚಂದ್ರನಿಗೆ ಎಲ್ಲಿದೆ? ಅಪ್ಪನ ವಿರುದ್ಧ ಕೋರ್ಟಿಗೆ ಹೋಗಿದ್ದ. 'ಹುಚ್ಚ' ಎಂಬ ಆರೋಪವನ್ನು ಹೊರೆಸಿ, ಆಸ್ತಿಯ ಬಗ್ಗೆ ತಕರಾರು ತೆಗೆದಿದ್ದ. ಅಂದಿನವರೆಗೂ ಚೆನ್ನಾಗಿಯೇ ಇದ್ದ ಪರಶುರಾಮ್ ಕುಸಿದಿದ್ದರು.

"ಆಸ್ತಿಗೋಸ್ಕರ ತಂದೆಯನ್ನು ಹುಚ್ಚನ ಸ್ಥಾನದಲ್ಲಿರಿಸಿದ ಅವ್ನು ನನ್ಮಗನೇ ಅಲ್ಲ" ಕೂಗಾಡಿದ್ದರು.

ಕೇಸು ಹಿಂದೆತೆಗೆದುಕೊಳ್ಳಲು ನೂರೆಂಟು ಸಲ ತಿರುಗಾಡಿದ್ದಳು ಜಯ ಚಂದ್ರನ ಬಳಿಗೆ. ತಂದೆಯ ಮಾನಸಿಕ ನೆಮ್ಮದಿಗಾಗಿ ಎಲ್ಲಾ ತ್ಯಾಗಕ್ಕೂ ರೆಡಿಯಾಗಿದ್ದಳು.

ಈ ಮನೆಯೊಂದನ್ನು ಬಿಟ್ಟು ಮಿಕ್ಕದನ್ನೆಲ್ಲ ಅವನ ಹೆಸರಿಗೆ ಮಾಡಿಸಿಕೊಟ್ಟಳು.

ಬೆಲೆಬಾಳುವ ಎಲ್ಲಾ ವಸ್ತುಗಳನ್ನು ಸಾಗಿಸಿಬಿಟ್ಟ!

"ಇಲ್ಲೇ ಇದ್ದರೆ ಅಪ್ಪ ಎಲ್ಲಾ ದಾನ ಮಾಡಿಬಿಡ್ತಾರೆ. ಹೊಟ್ಟೆಯಲ್ಲಿ ಹುಟ್ಟಿದ ಮಕ್ಕಳಿಗೆ ಆಸ್ತಿ ಇಲ್ಲದಂತೆ ದಾನ ಮಾಡುವುದು ನೀಚತನ!" ಜಯಚಂದ್ರ ಕೂಗಾಡಿದ್ದ. ಆದರೆ ಪರಶುರಾಮ್ ಎದುರಿನಲ್ಲಿಲ್ಲ.

ಅವರು ನಿಶ್ಯಬ್ದವಾಗಿ ಹಾಸಿಗೆ ಸೇರಿಬಿಟ್ಟಿದ್ದರು. ಆದಾಯ ಬಾಬುಗಳನ್ನೆಲ್ಲ ತಾನೇ ಇರಿಸಿಕೊಂಡ ಜಯಚಂದ್ರ. ತಂಗಿ, ತಂದೆಯ ಜೀವನ ನಿರ್ವಹಣೆ ಬಗೆಗೆ ಕೂಡ ಚಿಂತಿಸಲಿಲ್ಲ. ಅವನಂಥವನನ್ನು ಯಾವ ತಂಗಿಯು ಕ್ಷಮಿಸಕೂಡದು.

ತಂದೆಯ ಕೂಗು ಕೇಳಿ ರೋಹಿಣಿ ಅವರ ಕೋಣೆಗೆ ಹೋದಳು. ಹೋಗುವ ಮುನ್ನ ಒಂದು ಮಾತು ಹೇಳಿದ್ದಳು : "ಅಲೋಕನ್ನ ಕರ್ಕೊಂಡ್ಹೋಗಿ ತೋರ್ಸು. ಮೊಮ್ಮಗುನ ನೋಡಿ ಸಂತೋಷಾನೇ ಪಡ್ತಾರೆ."

ಜಯಚಂದ್ರ ಹೆಂಡತಿಯ ಕಡೆ ನೋಡಿದ. ಅವಳು ಇನ್ನಷ್ಟು ಅವನ ಸಮೀಪ ಬಂದಳು. "ಹೋಗಿ...... ಇನ್ನಷ್ಟು ಎಲ್ಲಾದ್ರೂ ಚಿನ್ನ ಇಟ್ಟಿದ್ದಾರೇನೋ, ಮೊಮ್ಮಗುವಿಗೆ ಹಾಕ್ಲಿ ಇನ್ನೇನು ತಲೆ ಮೇಲೆ ಹಾಕ್ಕೊಂಡ್ ಹೋಗ್ತಾರ!" ಪರಶುರಾಮ್ ಅವರ ಕುತ್ತಿಗೆಯಲ್ಲಿ ಸದಾ ಇರುತ್ತಿದ್ದ ಒಂದೆಳೆಯ ದಪ್ಪ ಚೈನನ್ನು ದೃಷ್ಟಿಯಲ್ಲಿಟ್ಟುಕೊಂಡು ಹೇಳಿದಳು.

ಹೊರಗೆ ಬರುತ್ತಿದ್ದ ರೋಹಿಣಿಯ ಕಿವಿಗೆ ಈ ಮಾತುಗಳು ಬಿದ್ದು ಅವಾಕ್ಕಾದಳು. ಚಿನ್ನದ ಒಂದು ಕೊಂಡಿ ಕೂಡ ಬಿಡದಂತೆ ಕಬ್ಬಿಣದ ಪೆಟ್ಟಿಗೆಯನ್ನು ಸಾಗಿಸಿಕೊಂಡು ಹೋಗಿದ್ದಳು ಲೀಲಾ. ಅವಳ ಸಪೋರ್ಟ್‌ಗೆ ಅವಳ ತವರಿನ ಪೂರ್ತಿ ದಂಡು.

ಆಗ ಅವರಿಗೆ ಚಳ್ಳೆಹಣ್ಣು ತಿನ್ನಿಸುವಷ್ಟು ಬುದ್ಧಿವಂತೆಯಾದರೊ ರೋಹಿಣಿ ಹಿಂಜರಿಸಿದ್ದಳು. ಪವಿತ್ರವೆನ್ನುವಂಥ ರಕ್ತಸಂಬಂಧಿಗಳ ಮಧ್ಯೆ ದ್ವೇಷದ ದಳ್ಳುರಿ ಅನಾಗರಿಕವೆಂದು ಅವಳ ವಾದ.

"ಸಾರಿ ಅತ್ತಿಗೆ, ನೀವು ಅಪ್ಪನ ಹತ್ರ ಅಂಥ ನಿರೀಕ್ಷೆಯೇನು ಇಟ್ಕೋ ಬೇಡಿ. ಒಳ್ಳೆಯ ಮನಸ್ಸಿನ ವ್ಯಕ್ತಿ. ಅವ್ರ ಆಶೀರ್ವಾದಕ್ಕೆ ಬೆಲೆ ಇರುತ್ತೆ. ಅಷ್ಟೆ" ಎಂದಳು ಮುಖದ ಮೇಲೊಡೆದಂತೆ.

ಮುಖ ಪಕ್ಕಕ್ಕೆ ತಿರುಗಿಸಿಕೊಂಡಳು. ಅಂಥ ಸಮಯದಲ್ಲಿ ಹಾಗೆ ವರ್ತಿಸುವುದೊಂದೇ ಅವಳಿಗೆ ಗೊತ್ತಿದ್ದುದು.

ಅವರುಗಳು ಹೋಗುವ ಸೂಚನೆಯೂ ಕಾಣಲಿಲ್ಲ. ಒಮ್ಮೆ ಪರಶುರಾಮ್‌ನ

ಕೂಡ ಹೋಗಿ ನೋಡಲು ಇಚ್ಛಿಸದೆ ಹಾಗೇ ಕುಳಿತಿದ್ದು ಕಂಡು ರೋಹಿಣಿ ಬೇಗ ಬೇಗ ರೆಡಿಯಾದಳು.

ವರಾಂಡದಲ್ಲಿದ್ದ ಕೀರ್ತಿಯನ್ನು ಕರೆದಳು : "ನಾನು ಬರೋವರ್ಗೂ ಅಪ್ಪನ ಕೋಣೆಯಲ್ಲಿ ಇರು. ಮಾತು ಎಷ್ಟೋ ಅಷ್ಟೆ" ಎಚ್ಚರಿಸಿದಳು.

ಚಪ್ಪಲಿ ಮೆಟ್ಟಿ ಬಾಗಿಲಿಗೆ ಬಂದವಳು ಹಿಂದಿರುಗಿ ಹೋಗಿ ಜಯಚಂದ್ರ, ಲೀಲಾ ಎದುರಿನಲ್ಲಿ ಕೂತಳು. ಭಾವನೆಗಳಿಲ್ಲದ ಕಲ್ಲುಗಳಂತೆ ಕಂಡರು.

"ನಾನು ಆಫೀಸ್‌ಗೆ ಹೋಗಬೇಕಾಗಿದೆ. ಸಂಜೆವರ್ಗೂ ಇರ್ತೀರಿ ತಾನೇ?" ಕೇಳಿದಳು.

ಲೀಲಾ ಗಂಡನ ಮುಖ ನೋಡಿದಳು. "ನಿಮ್ಮಣ್ಣ ಮಾತಾಡೋ ಸಲುವಾಗಿ ಬಂದಿದ್ದಾರೆ" ಎಂದಾಗ ರೋಹಿಣಿ ಜಯಚಂದ್ರನತ್ತ ನೋಡಿದಳು. "ಬೇಗ ಹೇಳ್ಬಹ್ದು. ಅಂದೇ ಮುಗೀತು ಅಂದ್ಕೊಂಡೇ... ಇಲ್ಲ" ತಲೆ ಅಡ್ಡಡ್ಡ ಆಡಿಸಿದಳು. ಅವನು ನೆಮ್ಮದಿಯಿಂದ ಇರಲಾರ, ಮಾತ್ರವಲ್ಲ ತಂದೆಯನ್ನು ಶಾಂತಿಯಿಂದ ಕೂಡ ಸಾಯಲು ಬಿಡಲಾರ. ಇವನೆಂಥ ಮಗ! ರೋಹಿಣಿಯ ಅವುಡುಗಳು ಬಿಗಿದುಕೊಂಡವು.

ಪ್ರಯಾಸದಿಂದ ಧೈರ್ಯ ತುಂಬಿಕೊಂಡು ತಂಗಿಯ ಮುಖ ನೋಡಿದ. "ಕಾಂಪೌಂಡ್‌ನಲ್ಲಿಯೇ ಸೀಬೆ, ಸಪೋಟಾ ಗಿಡಗಳೆಲ್ಲ ಹಾಳಾಗಿದೆ. ಯಾಕೆ ಕಡಿಸ್ದೇ?" ಕೇಳಿದ.

ಅಂದಿನ ನಿಶಾಂತ್ ಕೋಣೆಯ ಘಾಟು ಮತ್ತೆ ಮರುಕಳಿಸಿದಂತಾಯಿತು.

"ನಾನು ಕಡಿಸ್ದೇಂತ ಯಾರು ಹೇಳಿದ್ದು?" ತೀಕ್ಷ್ಣವಾಗಿತ್ತು ಅವಳ ಸ್ವರ. "ಯಾರು ಯಾಕೆ ಹೇಳ್ಬೇಕು! ನಾವೇ ಕಣ್ಣಾರೆ ನೋಡಿದೆವಲ್ಲ." ಲೀಲಾ ರಾಗ ಎಳೆದಳು. ರೋಹಿಣಿಗೆ ರೇಗಿತು.

"ನಾನು ಕಡಿಸ್ಲಿಲ್ಲ. ಅತ್ತೆ ತಮ್ಮ ಭಾಷೆಯಲ್ಲಿ ಬೈಯ್ದರು. ಮರ ಗಿಡ ಮಕ್ಳು ಇದ್ದ ಹಾಗಂತೆ. ಅವುಗಳ್ನ ಕಡಿಸಿದವ್ರ ವಂಶ ನಿರ್ವಂಶವಾಗಿ ಹೋಗುತ್ತಂತೆ. .ಇದು ನನ್ನ ಡೈಲಾಗ್ ಅಲ್ಲ, ಅತ್ತೇದು. ಮತ್ತೇನು?"

ಅವರಿಬ್ಬರ ಮುಖ ಬಣ್ಣಗೆಟ್ಟಾಗ ರೋಹಿಣಿಯ ಅನುಮಾನ ನಿಜವಾಯಿತು. ತೀರಾ ನೊಂದಳು ಕೂಡ.

"ಅಪ್ಪನ್ನ ನೋಡಿಕೊಳ್ಳೋದು ನಿಂಗೆ ಕಷ್ಟವಾಗುತ್ತೆ. ಯಾವುದಾದ್ರೂ ನರ್ಸಿಂಗ್ ಹೋಂಗೆ ಸೇರಿಸಿಬಿಡೋಣ" ಸ್ವಲ್ಪ ಧೈರ್ಯ ವಹಿಸಿ ನುಡಿದ.

ರೋಹಿಣಿ ಮೈ ಬೆಂಕಿಯಾಯಿತು.

"ನಾನೇನು ನಿಂಗೆ ಆ ಮಾತು ಹೇಳ್ಲಿಲ್ಲ. ಮುಂದೂ ಹೇಳೋಲ್ಲ. ಸುಮ್ನೇ

ನೀನ್ಯಾಕೆ ತಲೆ ಕೆಡಿಸ್ಕೋತೀಯಾ! ಅವರೇನು ರೋಗಿಯಲ್ಲ ನರ್ಸಿಂಗ್ ಹೋಂಗೆ ಸೇರಿಸೋಕೆ. ಆ ಮಾತು ಬಿಟ್ಟು ಬೇರೆ ಏನಾದ್ರೂ ಇದ್ರೆ ಹೇಳು" ಮುಖದ ಮೇಲೆ ಅಪ್ಪಳಿಸಿದಂತೆ ಹೇಳಿದಳು.

ಜಯಚಂದ್ರನ ಸ್ವರ ಉಡುಗಿತು. 'ನೀವು ರೋಹಿಣಿಗೆ ಹೆದರುತ್ತೀರಾ' ಹೀಗೆಂದು ಪದೇ ಪದೇ ಹೇಳುತ್ತಿದ್ದಳು ಲೀಲಾ. ಅದು ನಿಜವೆನಿಸಿತು.

ಲೀಲಾ ದಿಟ್ಟ ಹೆಣ್ಣು ಹಿಂಜರಿಕೆ, ಹೆದರಿಕೆ ಅನ್ನುವ ಪದಗಳಿಗೆ ಅವಳ ಡಿಕ್ಷನರಿಯಲ್ಲಿ ಅರ್ಥವಿರಲಿಲ್ಲ.

"ಮನೆ ವಿಷ್ಯ ಏನಾದ್ರೂ ಒಂದು ತೀರ್ಮಾನವಾಗ್ಬೇಕು. ಇವತ್ತು ಗಿಡ ಮರಗಳನ್ನು ಕಡಿದುಕೊಂಡು ಹೋದವ್ರು ನಾಳೆ ಬಾಗ್ಲು, ಕಿಟಕಿಗಳನ್ನು ಕಿತ್ತುಕೊಂಡು ಹೋಗ್ತಾರೆ. ಆಗ ಏನ್ಮಾಡೋದು!" ಸವಾಲು ಎಸೆದಳು.

"ತಣ್ಣಗೇ ಕಣ್ಣೀರು ಕುಡ್ದು ಮಲ್ಗಿಕೊಳ್ಳಿ. ಅಂತು ಸುಖವಾಗಿರೋದು ನಿಮ್ಮ ಹಣೆಯಲ್ಲಿ ಬರೆದಿಲ್ಲ. ಪಾಂಡವರನ್ನು ಕಾಡಿಗೆ ಕಳಿಸಿದ್ರೂ ದುರ್ಯೋಧನ ಸುಖಿಯಾಗ್ಲಿಲ್ಲ. ನಿಮ್ದು ಅವನ ಸ್ಥಿತಿಯೇ. ಧರ್ಮ, ನೀತಿ ಅಂತ ಪಾಂಡವರು ಸುಮ್ಮನಿದ್ದ ಮಾತ್ರಕ್ಕೆ ದುರ್ಬಲರು ಅಂತ ಭಾವಿಸಬಾರದಾಗಿತ್ತು. ಇಲ್ಲೂ ಅದನ್ನೇ ಅರ್ಥ ಮಾಡ್ಕೊಳ್ಳಿ" ಎದ್ದು ತನ್ನ ಕೋಣೆಗೆ ಹೋದಳು.

ದಿಂಬಿನಲ್ಲಿ ಮುಖ ಹುದುಗಿಸಿ ಬಿಕ್ಕಿ ಬಿಕ್ಕಿ ಅತ್ತಳು. ಇಲ್ಲಿ ಸ್ವಂತ ಮಗ ಶತ್ರುವಾಗಿದ್ದ. ಪ್ರೀತಿ, ವಿಶ್ವಾಸ, ಆತ್ಮೀಯತೆ ತೋರಿಸುವುದರಿರಲಿ ಅವರನ್ನು ನೆಮ್ಮದಿಯಾಗಿ ಬಿಡುವುದಕ್ಕೂ ತಯಾರು ಇರಲಿಲ್ಲ.

ಅತ್ತ ಗುರುತುಗಳನ್ನು ಅಳಿಸಿ ಹಾಕಿ ಹೊರಗೆ ಬಂದಾಗ ಎಂದಿನಂತೆಯೇ ಇದ್ದಳು. ಲೀಲಾ, ಜಯಚಂದ್ರ ಏನೋ ಮಾತುಕತೆ ನಡೆಸುತ್ತಿದ್ದರು.

ಜಯಚಂದ್ರ ಎದ್ದು ಬಂದ. "ನಂಗೆ ತುಂಬ ಹಣದ ಪ್ರಾಬ್ಲಂ ಇದೆ." ಕಷ್ಟದಲ್ಲಿರುವಂತೆ ನಟನೆ ಮಾಡಿದ. ಹಾಗೆ ಅಭಿನಯಿಸಬೇಕೆಂದು ಹೆಂಡತಿಯ ಆಜ್ಞೆ ಆಗಿತ್ತೋ!

"ಅದ್ಕೇ ನಾನೇನು ಮಾಡ್ಲಿ? ನನ್ನ ಪರ್ಸ್‌ನಲ್ಲಿ ಒಂದು ನಾನೂರು ಚಿಲ್ಲರೆಯಿದೆ. ಬೇಕಾದ್ರೆ ಕೊಡ್ತೀನಿ. ತಗೊಂಡ್ಹೋಗು. ನಾನು ಹೇಗೋ ಮ್ಯಾನೇಜ್ ಮಾಡ್ಕೋತೀನಿ" ಭರ್ಜಿಯಲ್ಲಿ ತಿವಿದಂತಾಯಿತು ಅವನಿಗೆ.

"ಪ್ಲೀಸ್, ಹಾಗಲ್ಲ.......... ನಾನು ಮನೇನ ಮಾರಿಬಿಡಬೇಕೂಂತ ತೀರ್ಮಾನ ಮಾಡಿದ್ದೀನಿ. ಬೇಕಾದ್ರೆ ನಿನ್ನ ಭಾಗದ ಹಣ ಕೊಡ್ತೀನಿ. ಅದು ಈಗಲ್ಲ, ಅಪ್ಪ ಸತ್ಮೇಲೆ" ಎಂದ ಜಯಚಂದ್ರ.

ತಣ್ಣಗೆಯ ಗಾಳಿ ಕೂಡ ಸಹಿಸಲಾರದೆ ಬಿಸಿಯಾಯಿತೇನೋ! ಅವಳ ಕಣ್ಣಲ್ಲಿ ಫಳಕ್ಕೆಂದು ಕಂಬನಿ ಕೆನ್ನೆಯ ಮೇಲುರುಳಿತು. ಬೆರಳಿನಿಂದ ತೊಡೆದುಕೊಂಡಳು.

ಲೀಲಾ ಕೂಡ ನಾಲ್ಕು ಹೆಜ್ಜೆ ಮುಂದಕ್ಕೆ ಬಂದಳು. "ನಿನ್ನ ಮದ್ವೆ ಜವಾಬ್ದಾರಿ ಕೂಡ ನಮ್ಮ ಮೇಲೆ ಬಿದ್ದಿದೆ. ಜನ ನಮ್ಮನ್ನು ತಾನೇ ಕೇಳುವುದು!" ಉದ್ವೇಗದಿಂದ ಅಣಿ ಮುತ್ತುಗಳನ್ನು ಉರುಳಿಸಿದಳು.

ಪಕಪಕನೇ ನಕ್ಕುಬಿಟ್ಟಳು ರೋಹಿಣಿ.

"ಖಂಡಿತ ಇಲ್ಲ. ಮದುವೆ ಅಂದರೇನೇ ನಂಗೆ ಜಿಗುಪ್ಸೆ. ಮನಸ್ಸು, ಹೃದಯ, ಸ್ವಂತಿಕೆ, ಭಾವನೆಗಳ್ನ ಮಾರಿಕೊಳ್ಳೋ ಮದುವೆ ಅನ್ನೋ ವ್ಯಾಪಾರದ ಬಗ್ಗೆ ನಂಗೆ ಅರ್ಥವೇ ಕಾಣದು. ಅದು ನನ್ನ ಮದುವೆ ವಿಷ್ಯ. ನನ್ನ ಪರ್ಸನಲ್, ಅದು ಯಾರ್ರೂ ಸಂಬಂಧಪಟ್ಟಿದ್ದಲ್ಲ. ಎಲ್ಲಾ ಪ್ರಾಪರ್ಟಿನು ತಗೊಂಡು ಮನೆ ಮಾತ್ರ ಬಿಟ್ಟಿದ್ದೀರಿ. ಅದು ಸದ್ಯಕ್ಕೆ ಮಾರೋಕೆ ಸಾಧ್ಯವಿಲ್ಲ. ಮತ್ತೆ ಮತ್ತೆ ಅದರ ಪ್ರಸ್ತಾಪ ಬೇಡ" ಕಡೆಯ ತೀರ್ಮಾನವೆನ್ನುವಂತೆ ನುಡಿದಳು.

"ನಾವು ಕೋರ್ಟಿಗೆ ಹೋಗ್ತೀವಿ" ಹೇಗೊ ಆ ಮನುಷ್ಯನಿಗೆ ಹುಚ್ಚು. ಎಲ್ಲಾ ನೀನೇ ಬರೆಸಿಕೊಂಡುಬಿಡೋಕೆ ಈ ಮಸಲತ್ತು. ಹತ್ತು ಲಕ್ಷಕ್ಕಿಂತ ಹೆಚ್ಚಿಗೆ ಬೆಲೆ ಬಾಳೋ ಮನೆ. ನಾವು ಬಿಡೋಕೆ ತಯಾರಿಲ್ಲ. ಮನೆಗೋಸ್ಕರವೇ ಅವ್ರನ್ನು ಇಟ್ಕೊಂಡ್ ಸಾಕ್ತಾ ಇರೋದು" ಒಮ್ಮೆಲೆ ಲೀಲಾ ಮಾತುಗಳನ್ನಾಡಿ ತನ್ನ ಬತ್ತಳಿಕೆಯಲ್ಲಿನ ಪ್ರಬಲ ಅಸ್ತ್ರ ಬಿಟ್ಟಳು.

ತಂದೆ ಕಟಕಟೆಯಲ್ಲಿ ನಿಲ್ಲುವ ಚಿತ್ರ ಕಲ್ಪಿಸಿಕೊಂಡಳು. ಆ ಕ್ಷಣ ಉಳಿದಾರ!

ಜಯಚಂದ್ರನ ರೆಟ್ಟೆ ಹಿಡಿದು ತಂದೆಯ ಕೋಣೆಗೆ ಎಳೆದುಕೊಂಡು ಹೋದಳು. ಪ್ರಶಾಂತವಾಗಿ ಕಣ್ಮುಚ್ಚಿ ಮಲಗಿದ್ದರು. 'ನೋಡು' ಎನ್ನುವಂತೆ ಕಣ್ಣಲ್ಲಿಯೇ ಸನ್ನೆ ಮಾಡಿದಳು.

ಹೊರಗೆ ಬಂದು ಒಂದು ಕಡೆ ಕೂತುಬಿಟ್ಟಳು. ಜಯಚಂದ್ರ ಐದು ನಿಮಿಷದ ನಂತರ ಬಂದ. ಅವನ ನಿರ್ಧಾರವೇನು ಬದಲಾಗಿರಲಿಲ್ಲ.

"ನಂಗೆ ಮನೆ ಮೇಲೆ ಆಸೆ ಇಲ್ಲ. ಪ್ರೀತಿ, ಮಮತೆ ಅಂತಃಕರಣದ ಅಪ್ಪನಿಗಿಂತ ನಂಗೆ ಹತ್ತು ಲಕ್ಷಕ್ಕಿಂತ ಹೆಚ್ಚು ಬೆಲೆ ಬಾಳೋ ಮನೆ ಖಂಡಿತ ಹೆಚ್ಚಲ್ಲ. ನನಗೆ ಯಾವುದೇ ಸ್ವಾರ್ಥವಿಲ್ಲ. ಅಪ್ಪನ ನಂತರ ಒಂದು ಕ್ಷಣ ನಾನು ಈ ಮನೆಯಲ್ಲಿ ಇರೋಲ್ಲ, ಪ್ರಾಮಿಸ್........" ಅವನ ಕೈ ತೆಗೆದು ತನ್ನ ಕೈ ಇಟ್ಟಳು.

ಲೀಲಾ ಒಪ್ಪಲಿಲ್ಲ. ಪತ್ರದಲ್ಲಿ ಸಹಿ ಹಾಕಿ ಕೊಟ್ಟ ಮೇಲೆಯೇ ಆಕೆಯ ಹಾರಾಟ ಕಮ್ಮಿ ಆಗಿದ್ದು.

ಒಂದು ದೊಡ್ಡ ಪಟ್ಟಿಯನ್ನು ರೋಹಿಣಿಯ ಮುಂದೆ ಇಟ್ಟಳು. "ನಿಮ್ಮ ಅಪ್ಪನ ಕೋಣೆಯಲ್ಲಿರೋ ಸಾಮಾನುಗಳನ್ನ ಬಿಟ್ಟು ಮಿಕ್ಕದ್ದೆಲ್ಲ ಪಟ್ಟ ಮಾಡಿದ್ದೀನಿ. ಒಂದು ಸಹಿ ಹಾಕು, ನಾಳೆಯೇನು ಹೆಚ್ಚು ಕಡ್ಮೇ ಆಗ್ಬಾರ್ದು" ಕೋರ್ಟಿನ ಆರ್ಡರ್‌ನಂತೆ ಹೇಳಿದಳು.

ರೋಹಿಣಿ ಪಟ್ಟಿಯನ್ನು ಹಿಡಿದು ನೋಡಿದಳು. ಮರದ ಬಿತ್ತಾರದ ತೊಟ್ಟಿಲಿನ ಜೊತೆ ದೇವರ ಮನೆಯ ಕರಿಯ ದೊಡ್ಡ ಮರದ ಮಂದಾಸನ ಕೂಡ ಸೇರಿತ್ತು. ದಿಗ್ಭ್ರಾಂತಳಾದಳು.

ಈ ಮನೆಯಲ್ಲಿ ಹುಟ್ಟಿ ಅಕ್ಕರೆಯ ಮಗಳಾಗಿ ಬೆಳೆದ ಅವಳನ್ನು ಮಾತ್ರ ಲೆಕ್ಕದಲ್ಲಿ ಬಿಟ್ಟಿದ್ದರು. ಕ್ಷಣ ಯೋಚಿಸಿ ಒಂದು ತೀರ್ಮಾನಕ್ಕೆ ಬಂದಳು.

"ಓಕೆ... ಇನ್ನೊಂದು ಪಟ್ಟಿ ಮಾಡಿ. ನನ್ಹತ್ರ ಒಂದು ಇರ್ಲಿ" ಎಂದಳು ಮತ್ತೊಮ್ಮೆ ಅದನ್ನೇ ನೋಡುತ್ತ.

ಹೇಳಿ ಕೇಳಿ ಲೀಲಾ ಸೋಮಾರಿ. "ನೀನೆ... ಮಾಡು" ಅವಳಿಗೆ ಬಿಟ್ಟಳು.

ಪಟ್ಟಿ ಹಿಡಿದು ಹೊರಗೆ ಬಂದಳು. ಗೇಟು ತೆರೆದುಕೊಂಡು ನಿಶಾಂತ್ ಒಳಗೆ ಬರುತ್ತಿದ್ದ.

"ಬಾಪಟ್, ನೀಟಾಗಿ ಎರಡು ಪಟ್ಟ ಮಾಡಿಕೊಂಡ್ಬನ್ನಿ" ಕೊಟ್ಟು ಇನ್ನಷ್ಟು ಹೇಳಿದಳು. ಒಂದು ಪಾತ್ರೆಯಷ್ಟು ವಿಷವನ್ನು ಕುಡಿದಂತಾಗಿತ್ತು ಅವಳಿಗೆ.

ಅಡಿಗೆ ಮುಗಿಸಿಕೊಂಡು ಬಂದ ಅನ್ನಪೂರ್ಣಮ್ಮ ಅರ್ಥಂಬರ್ಥ ಕೇಳಿದ್ದರಿಂದ ತರಾಟೆಗೆ ತಗೊಂಡಿದ್ದರು.

"ನಿಂಗೆ ನಾಚ್ಕೆ ಆಗೋಲ್ವಾ! ಅಣ್ಣ ಬದುಕಿರೋವಾಗ ಮನೆ ಮಾರ ಬೇಕೂಂತಿಯಲ್ಲ. ಹೆತ್ತ ಅಪ್ಪನನ್ನು ಒಂದು ದಿನವಾದ್ರೂ ಅಕ್ಕರೆಯಿಂದ ನೋಡಿಕೊಂಡಿದ್ದೀಯ! ಮುಪ್ಪು ಕಟ್ಟಿಟ್ಟ ಬುತ್ತಿ. ಅವ್ರಿಗಾದ್ರೂ ರೋಹಿಣಿ ಅಂತ ಮಗ್ಳು ಇದ್ಲು. ಕಣ್ಣಲ್ಲಿ ಕಣ್ಣಿಟ್ಟು ನೋಡ್ಕೊಂಡ್ಲು. ನಿನ್ನ ನಿನ್ಮಗ ಹುಚ್ಚಾಸ್ಪತ್ರೆಗೆ ಸೇರಿಸಿಬಿಡುತ್ತಾನೆ. ಅಲ್ಲೇ ನಿನ್ನ ಕಡೆ ಕಾಲ" ಅಳಲು ಷುರು ಮಾಡಿಬಿಟ್ಟರು.

ಜಯಚಂದ್ರ ನಡುಗಿಹೋದ. ಲೀಲಾ ಎದ್ದು ಬಂದು ಅನ್ನಪೂರ್ಣಮ್ಮನ ಕಪಾಳಕ್ಕೆ ಬಿಗಿದಳು.

"ಯೂ ರ್‍ಯಾಸ್ಕಲ್, ಬೇರೆಯವರ ಮನೆಯ ಅನ್ನಕ್ಕೆ ಬಿದ್ದ ನಿಂಗೆ ಎಷ್ಟು ಪೊಗರು"

ರೋಹಿಣಿ, ಅನ್ನಪೂರ್ಣಮ್ಮನನ್ನು ತನ್ನ ಕೋಣೆಗೆ ಕರೆದೊಯ್ದು ಬಾಗಿಲು ಹಾಕಿಕೊಂಡು ಬಂದಳು.

"ಅತ್ಗೆ, ನೀನು ದುಡುಕಿದೆ. ತಾಯಿ ಇಲ್ದ ನಾನು, ಅಣ್ಣ ಆಕೆಯ ಕೈಯಲ್ಲೆ ಬೆಳೆದಿದ್ದು. ಆಕೆಯ ಸ್ಥಾನ ಹೆತ್ತ ತಾಯಿಯ ಜಾಗದಲ್ಲಿ. ಖಂಡಿತ ಒಂದು ದಿನ ಪಶ್ಚಾತ್ತಾಪಪಡ್ತೀರಾ" ತಣ್ಣಗೆ ಹೇಳಿ ಹೊರ ನಡೆದಳು.

ಮೂರು ದಿನದಿಂದ ಕೀರ್ತಿಗೆ ಜ್ವರವಿದ್ದುದರಿಂದ ಇಲ್ಲಿಯೇ ಇದ್ದ. ವರಾಂಡ ಮೂಲೆಯಲ್ಲಿ ಕೂತು ಭಾವಣಿಯತ್ತ ನೋಟ ಹರಿಸಿದ.

ಅರ್ಧ ಗಂಟೆಯಲ್ಲಿ ನಿಶಾಂತ್ ಆಂಡಿಮ್ಯಾಂಡ್ ಪೇಪರ್‌ನಲ್ಲಿಯೇ ಎರಡು ಪ್ರತಿಗಳನ್ನು ಟೈಪ್ ಮಾಡಿಸಿ ತಂದ.

ರೋಹಿಣಿ ಅದನ್ನು ತಂದು ಅವರ ಬಳಿ ಹಾಕಿದಳು. "ಎರಡು ಪ್ರತಿ ಇದೆ. ನನ್ನ ಸಹಿ ಅಷ್ಟೇ ನಿಮ್ದು ಮುಖ್ಯ. ಒಂದು ನೀವು ಇಟ್ಕೊಳ್ಳಿ. ಇನ್ನೊಂದು ನನ್ಹತ್ರ ಇರುತ್ತೆ. ಈ ಮನೆಯ ಯಾವ್ದೇ ವಸ್ತು ನಾನು ತಗೊಂಡ್ ಹೋಗೋಲ್ಲ."

ಇಬ್ಬರು ಸಹಿ ಮಾಡಿದರು. ತಾನು ಸಹಿ ಹಾಕಿದಳು ರೋಹಿಣಿ ಅಣ್ಣ, ತಂಗಿಯರ ಮಧ್ಯದ ಬಾಂಧವ್ಯ ಎಷ್ಟೊಂದು ಮಧುರವಾದದ್ದು. ಇಲ್ಲಿ ಏನೂ ಇಲ್ಲವಾಗಿತ್ತು.

"ಥ್ಯಾಂಕ್ಯೂ ಫಾರ್ ಯುವರ್ ಕೋ–ಆಪರೇಷನ್......" ಧನ್ಯವಾದ ಹೇಳಿದಳು. "ಇನ್ನು ಎಲ್ಲಾ ಮುಗಿದಂತೆ ತಾನೆ! ಗುಡ್ ಬೈ...." ವಿದಾಯ ಸೂಚಿಸುವಂತಿತ್ತು ಅವಳ ರೀತಿ.

"ನಿನ್ನ ಮದ್ವೆ........ವಿಷಯ..........." ಕೇಳಿದ ಜಯಚಂದ್ರ

ಮತ್ತದೇ ಮಾತು. ಯಾವುದಕ್ಕೆ ಹಿನ್ನಲೆಯೋ ಎಂದುಕೊಂಡಳು ರೋಹಿಣಿ. ಲೀಲಾ ಅತ್ತ ನೋಡಿದಳು. ಕಣ್ಣುಗಳಿಂದ ಎದುರಿನಲ್ಲಿದ್ದವರನ್ನು ನುಂಗುವಂಥ ತೀಕ್ಷ್ಣತೆ.

"ನಾನು ಮದ್ವೆ ಆಗೋಲ್ಲ. ಆದರೂ ನಿಮಗೇನು ತೊಂದರೆ ಇಲ್ಲ. ನಾನೆಂದೂ ಬೇರೆಯವರ ಮೇಲೆ ಡಿಪೆಂಡ್ ಆಗೋಲ್ಲ, ನಿಶ್ಚಿಂತರಾಗಿರಿ."

ಲೀಲಾ ಮತ್ತೇನೋ ಸನ್ನೆ ಮಾಡಿದಳು ಗಂಡನಿಗೆ. ಜಯಚಂದ್ರನಿಗೆ ಅದನ್ನ ಕೇಳಲಿಷ್ಟವಿಲ್ಲ.

"ಒಡ್ವೆಗಳನ್ನ.......ಏನ್ಮಾಡ್ದೆ?" ಲೀಲಾನೇ ಕೇಳಿದಳು.

ರೋಹಿಣಿಗೆ ನಗು ಬಂತು. ಲಕ್ಷ ಲಕ್ಷಗಳು ಬೆಲೆ ಬಾಳುವಂಥ ಒಡವೆಗಳನ್ನ ಸೊಸೆಗೆ ಕೊಟ್ಟಿದ್ದರು. ಪರಶುರಾವ್ ಪೈಪೋಟಿಯೆನ್ನುವಂತೆ ಅವಳ ತಾಯಿಯ ಮನೆಯಿಂದಲೂ ಅಷ್ಟೆ ಚಿನ್ನ ಬಂದಿತ್ತು.

"ಯಾವ ಒಡ್ವೆಗಳು? ನಿಮ್ಮ ಒಡ್ವೆಗಳೆಲ್ಲ ನಿಮ್ಮ ಹತ್ರಾನೆ ಇದೆಯಲ್ಲ. ಮತ್ತೇನಾದ್ರೂ

ಉಳಿಸಿಹೋಗಿದ್ರಾ?" ಮೊನಚಾಯಿತು ರೋಹಿಣಿಯ ಸ್ವರ.

"ಲಾಕರ್‌ನಲ್ಲಿದ್ದ ನಿನ್ನ ಒಡವೆಗಳ ವಿಷಯ......." ನೆನಪಿಸಿದಳು.

ರೋಹಿಣಿಗೆ ನಗಬೇಕೋ ಅಳಬೇಕೋ ಒಂದು ಗೊತ್ತಾಗಲಿಲ್ಲ. ಹೆಣ್ಣು ಚಿನ್ನವನ್ನು ಯಾಕೆ ಇಷ್ಟೊಂದು ಇಷ್ಟಪಡುತ್ತಾಳೆ?

"ಅವ್ರು ನನ್ನವ್ರು ತಾನೆ! ಅಪ್ಪನ ಹಾಗೆ ಮಗ್ಳು. ಯಾರ್ಗೋ ದಾನ ಮಾಡ್ಬಿಟ್ಟೆ" ಕೈಯಾಡಿಸಿ ಮೇಲೆದ್ದಳು.

ರೋಹಿಣಿ ಹೊರಗೆ ಬಂದು ಕಣ್ಣೀರು ತೊಡೆದುಕೊಂಡಳು. ಸಮಸ್ತವನ್ನು ಜಯಚಂದ್ರ ಕೊಂಡೊಯ್ದಾಗ ಅವೇ ಅವಳಿಗೆ ದೊಡ್ಡ ನಿಧಿಯಾಗಿ ಉಳಿದಿತ್ತು. ಸಾರಾಸಗಟಾಗಿ ಎಲ್ಲಾ ಮಾರಿಬಿಟ್ಟು ಹಣವನ್ನು ಬ್ಯಾಂಕಿನಲ್ಲಿ ಇಟ್ಟಿದ್ದಳು. ಅಲ್ಪ ಸ್ವಲ್ಪ ತೆಗೆದು ತೆಗೆದು ಮನೆಯ ಖರ್ಚುವೆಚ್ಚಗಳನ್ನು ಪೂರೈಸುತ್ತಿದ್ದಳು.

ಜಯಚಂದ್ರ ಬಂದು ಅವಳ ಭುಜದ ಮೇಲೆ ಕೈಯಿಟ್ಟ. "ಹೇಗೂ ಅವೆಲ್ಲ ನೀನು ಹಾಕಿಕೊಳ್ಳೋಲ್ಲ. ಮನೆತನದ ಒಡ್ವೆಗಳು ಯಾಕೆ ಬೇರೆಯವರ ಪಾಲಾಗ್ಬೇಕು. ಒಂದಿಷ್ಟು ಅಮೌಂಟ್ ತಗೊಂಡ್ ಲೀಲಾಗೆ ಕೊಟ್ಬಿಡು. ಹೇಗಿದ್ರೂ ಅವ್ಳು ಸೊಸೆ ತಾನೆ" ನವಿರಾಗಿ ಹೇಳಿದ.

ಹಿಂದಕ್ಕೆ ತಿರುಗಿ ಅವನ ಕಣ್ಣುಗಳಲ್ಲಿ ಇಣಕಿದಳು. ಒಂದು ರೀತಿ ಅಹಸ್ಯವೆನಿಸಿತು.

"ಅವೆಲ್ಲ ಮಾರಿಬಿಟ್ಟೆ. ಮನೆತನದ ಚಿನ್ನ ನಂಗೆ ಮುಖ್ಯವಲ್ಲ, ಅಪ್ಪ ಮುಖ್ಯ. ಇನ್ನೇನಾದ್ರೂ ಉಳಿದಿದ್ಯಾ?" ಎರಡು ಕೈ ಜೋಡಿಸಿದಳು. "ಮತ್ತೆ ಬರೋದ್ಬೇಡ. ಹೇಗೂ ಎಲ್ಲಾ ಸೆಟಲ್ ಮಾಡಿಕೊಂಡಿದ್ದೀಯಲ್ಲ" ಇನ್ನು ಹೊರಡು ಎಂದು ಪರೋಕ್ಷವಾಗಿ ಹೇಳಿದಳು.

ಕಾಯಿ, ಹಣ್ಣಿನ ಜೊತೆ ಅವಳಿಗಾಗಿ ಕೊಂಡಿದ್ದ ಸೀರೆ, ಬ್ಲೌಸ್ ಪೀಸ್ ಇಟ್ಟು ಲೀಲಾಗೆ ಕೊಟ್ಟಳು.

"ಮತ್ತೆ ಇಲ್ಲಿಗೆ ಬರೋ ಶ್ರಮ ನಾನು ಕೊಡೋಲ್ಲ" ಎಂದು ಹೇಳಿದಳು ರೋಹಿಣಿ. ಪತ್ರಗಳನ್ನು ಭದ್ರವಾಗಿ ಪರ್ಸ್‌ನೊಳಕ್ಕೆ ಸೇರಿಸಿದ್ದ ಲೀಲಾ ಧಿಮಾಕಿನ ನಗೆ ಬೀರಿದಳು.

ಈಗ ಅವಳು ಪರಶುರಾಮ್ ಎಂದು ಸಾಯಬಹುದೆಂದು ಯೋಚಿಸುತ್ತಿಬೇಕು. ಆ ದಿನಕ್ಕಾಗಿ ಎದುರು ನೋಡುತ್ತಾಳೋ ಅಥವಾ ಅದು ಆದಷ್ಟು ಬೇಗ ಬರುವಂಥದ್ದರ ಬಗ್ಗೆ ಚಿಂತಿಸುತ್ತಾಳೋ.

ಕಾರು ಹೊರಟಾಗ ಕೈಯಾಡಿಸಿದಳು ರೋಹಿಣಿ. ಅಷ್ಟೇ ಬೇಗ ಹಿಂದಿರುಗಿ

ಬರುತ್ತಾರೆಂದು ಅವಳಿಗೆ ಗೊತ್ತು.

ಆತುರಾತುರವಾಗಿ ಹೊರಗೆ ಹೊರಟವಳು ಅರ್ಧ ಗಂಟೆಯಲ್ಲಿಯೇ ಹಿಂದಿರುಗಿ ಬಂದಳು.

ಮಲಗಿದ್ದ ಕೀರ್ತಿಯ ಮೈಮುಟ್ಟಿ ನೋಡಿದಳು. "ಜ್ವರ ಕಮ್ಮಿ ಇದೆ. ಒಂದಿಷ್ಟು ಶಾಪ್‌ಗೆ ಹೋಗ್ಬರೋಣ" ಎಂದಳು.

ಅಷ್ಟರಲ್ಲಿ ಯಾರೋ ಬಂದ ಸದ್ದು. ರೋಹಿಣಿ ಕುಕ್ಕರ್‌ಗಾಲಿನಲ್ಲಿಯೇ ಕೂತಿದ್ದಳು.

"ರೋಹಿಣಿ, ಇಲ್ಲಿ ಏನೋ ಬಿಟ್ಟು ಹೋಗಿದ್ದೆ" ಲೀಲಾ, ಜಯಚಂದ್ರ ಏದುಸಿರು ಬಿಡುತ್ತಿದ್ದರು. ಕತ್ತು ತಿರುಗಿಸಿದಳು ಅವಳತ್ತ "ಏನು ಬಿಟ್ಟು ಹೋಗಿದ್ರಿ? ನಾನು ಒಳಗಡೆ ಹೋಗೇ ಇಲ್ಲ" ಎಂದಳು.

ಒಳಗೆ ಹೋದವರು ಐದು ನಿಮಿಷದ ನಂತರ ಹಿಂದಿರುಗಿದರು.

"ಸಿಕ್ತಾ.......?" ಕೇಳಿದಳು.

ಉತ್ತರ ಕೂಡ ಹೇಳದೆ ಹೋದರು. ಪ್ರಸನ್ನವಾಗಿತ್ತು. ಅವರ ಮುಖಗಳು ಕಳೆದುಕೊಂಡಿದ್ದು ಅವರಿಗೆ ಸಿಕ್ಕಿರಬೇಕು. ಆ ಪತ್ರಗಳು ನೇರವಾಗಿ ಲಾಕರ್‌ಗೆ ಹೋದವು. ಒಮ್ಮೆ ನೋಡಿದ್ದರೆ ಅಥವಾ ಯಾರಿಗಾದರೂ ತೋರಿಸಿದ್ದರೆ... ಮುಂದಿನ ಚಿತ್ರ ಬದಲಾಗುತ್ತಿತ್ತೇನೋ?"

* * *

ಹೊಸ ಮೊಪೆಡ್ ಖರೀದಿಸಿದ್ದಳು. ಅದು ಅವಳ ಮೊಪೆಡ್ ಮೇಲೆ ಹಾದು ಹೋದ ವಾಹನದ ನಂಬರ್‌ನ ಕೂಡ ನೋಡಿರಲಿಲ್ಲ. ಅದಕ್ಕೆ ತಲೆ ಕೆಡಿಸಿಕೊಂಡು ಸುಮ್ಮನಾಗಿದ್ದರೂ, ಒಂದು ರೀತಿಯ ಅನ್ವೇಷಣೆ ಪ್ರಾರಂಭಿಸಿದ್ದಳು.

ನಿಶಾಂತ್ ಕೆಲಸ ಮಾಡುತ್ತಿದ್ದ ಪ್ರೆಸ್ ಬಳಿಗೆ ಬಂದಾಗ ಲಂಚ್ ಟೈಂ. ಬೇಕಾಗಿಯೇ ಆ ಟೈಂನ ಆರಿಸಿಕೊಂಡಿದ್ದಳು.

ಪ್ರೆಸ್ ಮೈನ್ ರೋಡಿನಲ್ಲೇ ಇತ್ತು. ದೊಡ್ಡದಾಗಿಯೇ ಇತ್ತು. ಇವಳು ಹೋದಾಗ ಆಫೀಸ್ ಎನ್ನುವ ಕಡೆ ಕೂತು ಒಬ್ಬ ವ್ಯಕ್ತಿ ಏನನ್ನೋ ಬರೆಯುತ್ತಿದ್ದ.

'ಎಕ್ಸ್‌ಕ್ಯೂಜ್‌ಮಿ..........." ಎಂದಳು.

ತಲೆಯೆತ್ತಿದವರು ಮುಖ ಗಂಟಿಕ್ಕಿ "ಇನ್ನು ನಿಮ್ಮ ಕೆಲಸ ಮುಗಿದಿಲ್ಲ ನಾವಾಗಿ ಇನ್‌ಫರ್ಮೇಷನ್ ಕೊಡೋವರ್‍ಗೂ ಬರೋದ್ಬೇಡ. ಎಷ್ಟು ಸಲ ತಾಯಿ ಹೇಳೋದು. ನಿನ್ನ ಆತ್ರಕ್ಕೆ ಕೆಲಸ ಆಗುತ್ತಾ? ನಮಗೂ ಹಲವು ಹತ್ತು ಸಮಸ್ಯೆಗಳು ಇರುತ್ತೆ ಬಡಬಡಿಸಿದರು. ಅವಳಿಗೆ ಏನೂ ಅರ್ಥವಾಗಲಿಲ್ಲ.

"ಸ್ವಲ್ಪ........" ಏನೋ ಹೇಳಲು ನೋಡಿದಳು.

ಆ ವ್ಯಕ್ತಿಗೆ ಕೇಳುವ ತಾಳ್ಮೆ ಇಲ್ಲ. "ಏನೇನು.....ಹೇಳ್ಬೇಡಿ. ನೀವು ಯಾಕೆ ಬರೋದು ಗೊತ್ತಾ?" ಅದೇ ರೀತಿಯಲ್ಲಿ ಷುರು ಮಾಡಿದರು.

ಅವರು ಪೂರ್ತಿ ನಿಲ್ಲಿಸುವವರೆಗೂ ಕಾದಳು. ಪೇಪರ್ ಕಟಿಂಗ್ ಮಾಡುತ್ತಿದ್ದ ಹುಡುಗ ಮುಸಿ ಮುಸಿ ನಗುತ್ತ ಬಂದ.

"ಅವರು ಇವರಲ್ಲ, ಸಾರ್. ಅವರೇ.......ಬೇರೆ. ಅವರು ಇಷ್ಟೊಂದು ಚೆನ್ನಾಗಿಲ್ಲ!" ಹೇಳಿದ.

ಕನ್ನಡಕ ಸರಿಪಡಿಸಿಕೊಂಡು ಅವಳನ್ನು ಸರಿಯಾಗಿ ನೋಡಿ ಹಲ್ಲುಬಿಟ್ಟರು.

"ಕ್ಷಮ್ಸಿಮ್ಮ, ನನ್ನ ಮಾತುಗಳೆಲ್ಲ ನಿಮಗೆ ಅನ್ವಯಿಸೋಲ್ಲ. ಅದು ಮೋಟು ಜಡೆ ಹುಡ್ಗೀಗೆ. ದಿನಕ್ಕೆ ಎರಡು ಸಲವಾದರೂ ಬಂದು ಪ್ರಾಣ ತೆಗೀತಾಳೆ. ನಮ್ಮ ತಾಳ್ಮೆಗೂ ಮಿತಿ ಇರುತ್ತೆ. ಯಾಕೆ ಬರ್ತಾಳೆ ಗೊತ್ತಾ? ಅವಳ ಫಿಯಾನ್ಸಿನ ಇಲ್ಲಿ ಹುಡುಕಿಕೊಂಡಿದ್ದಾಳೆ..." ಇನ್ನಷ್ಟು ರಾಗ ಎಳೆದರು.

"ಆಕೆ ಯಾಕೆ ಬರ್ತಾಳೋ, ಗೊತ್ತಿಲ್ಲ. ನಿಮ್ಮ ಪ್ರೆಸ್‌ನಲ್ಲಿ....... ಶ್ರೀಕಾಂತ್ ಶಶಿಕಾಂತ್ ನಿಶಾಂತ್ ಬಾಪಟ್ ಅನ್ನೋರು ಕೆಲ್ಸ ಮಾಡುತ್ತಾ ಇದ್ದಾರ?" ವಿಚಾರಿಸಿದಳು.

ಮತ್ತೆ ಕನ್ನಡಕ ತೆಗೆದು ಹಾಕಿಕೊಂಡು ಸರಿಯಾಗಿ ನೋಡಿದರು. ನಿಮ್ಮದು ಅದೇ ಕೇಸು. ಆ ಹುಡುಗಿ ಹುಡುಕಿಕೊಂಡು ಬರೋದು ಬಾಪಟ್‌ನ ನಮಗೆ ಶ್ರೀಕಾಂತ್, ಶಶಿಕಾಂತ್, ನಿಶಾಂತ್ ಅನ್ನೋರು ಗೊತ್ತಿಲ್ಲ. ಎಸ್. ಎಸ್.ಎನ್ ಬಾಪಟ್ ಅನ್ನೋರು ಮಾತ್ರ ನಮ್ಮಲ್ಲಿ ಇದ್ದಾರೆ." ಅದೇ ರಾಗಾಲಾಪನೆ. ಎರಡು ಕಿವಿಗಳನ್ನು ಮುಚ್ಚಿಕೊಳ್ಳಬೇಕೆನಿಸಿತು ಅವಳಿಗೆ.

"ನಮಸ್ತೆ.. ಮೇಡಂ..." ಸ್ವರ ಬಂದತ್ತ ತಿರುಗಿದಳು. ಪ್ಯಾಂಟ್ ತೊಟ್ಟು ಬರೀ ಬನೀಯನ್‌ನಲ್ಲಿದ್ದ ನಿಶಾಂತ್ ಮುಗುಳುನಗುತ್ತಿದ್ದ.

ಬದಲಿಸಿ ಬದಲಿಸಿ ನೋಡಿದ ಕುರ್ಚಿಯ ವ್ಯಕ್ತಿ. "ಅಂತು ನಿನ್ನದು ಭಲೇ ಅದೃಷ್ಟ. ಎಷ್ಟು ಜನನಯ್ಯ ನಿಂಗೆ ಗರ್ಲ್ ಫ್ರೆಂಡ್ಸ್. ಓದು, ಅಂತಸ್ತು, ಐಶ್ವರ್ಯ ಇರೋರನ್ನ ಈಗಿನ ಹುಡುಗಿಯರು ಮೆಚ್ಚೋಲ್ಲ. ನಿನ್ನ ಹಾಗೇ ಹ್ಯಾಂಡ್‌ಸಂ ಆಗಿರಬೇಕು" ಮೆಚ್ಚಿಗೆ ಸೂಚಿಸಿದರು.

ಸಂಕೋಚದಿಂದ ಅವಳ ಬಳಿ ಸಾರಿ ಹೇಳಿದ. "ಸರ್, ಇವರು ನನ್ನ ಮನೆ ಓನರ್. ನಾನು ಇವರ ಮನೆಯಲ್ಲಿ ಬಾಡಿಗೆಗೆ ಇದ್ದೇನೆ."

ಆತ ಮುಂದಿದ್ದ ಹ್ಯಾಂಡ್ ಬುಕ್ ಮುಚ್ಚಿ ಬಾಲ್ ಪೆನ್ನು ಜೇಬಿಗೆ ಸಿಕ್ಕಿಸಿ

ಮೇಲೆದ್ದರು. "ಅದು ಲವ್ ಮಾಡೋಕೆ ಇನ್ನೂ ಉತ್ತಮ. ಆದರೆ ಎಡವಟ್ಟು ಮಾಡಿಕೋಬೇಡ. ಯಾವಾಗಲೂ ನಿನ್ನ ಲಕ್ಷ್ಯ ಒಬ್ಬರ ಕಡೆಗೇ ಇರಲಿ...." ಬುದ್ಧಿ ಹೇಳಿದರು.

ನಿಶಾಂತ್ ಹಣೆ ಚಚ್ಚಿಕೊಂಡ.

"ಸಾರಿ, ಮೇಡಂ... ವಿಪರೀತ ಮಾತು. ಅವರ ಕಲ್ಪನೆಗಂತು ಮಿತಿ ಇಲ್ಲ. ನಿಮ್ಗೆ ಆಗೋ ಬೇಜಾರಿಗೆ ನಾನು ಮತ್ತೊಮ್ಮೆ ಕ್ಷಮೆ ಬೇಡ್ತೀನಿ" ಎಂದ ಸಂಕೋಚದಿಂದ.

ಅವಳೇನು ಆ ಮಾತುಗಳ ಬಗ್ಗೆ ತಲೆ ಕೆಡಿಸಿಕೊಳ್ಳಲಿಲ್ಲ. ಇವನ ಬಗ್ಗೆ ಏನೂ ಸಂಗ್ರಹಿಸಲಾರದಾಯಿತಲ್ಲ ಎಂದು ಬೇಸರಪಟ್ಟುಕೊಂಡಳು.

"ಪರವಾಗಿಲ್ಲ, ಊಟಕ್ಕೆ ಹೋಗಿದ್ರಾ?" ಮೊಪೆಡ್‌ನ ಬಳಿ ಬಂದು ನಿಂತಳು. "ಹೌದು...." ಜೇಬಿನಿಂದ ಒಂದು ಚೀಟಿಯನ್ನು ತೆಗೆದು ಅವಳಿಗೆ ಕೊಟ್ಟ. "ಎಲ್ಲಾ ಡಿಟೈಲ್ಸ್ ಇದರಲ್ಲಿ ಇದೆ. ಮತ್ತೇನು ಅವರಿಗೆ ಗೊತ್ತಿಲ್ಲ. ಮತ್ತೆ ಏನಾದರೂ ತಿಳಿದುಕೊಳ್ಳ ಬೇಕೂಂದರೆ.... ನನ್ನನ್ನ ಕೇಳಬೇಕು" ಎಂದ. ಅವನ ಸ್ವರದಲ್ಲಿ ವ್ಯಂಗ್ಯವಾಗಲಿ, ತಮಾಷೆಯಾಗಲಿ ಇರಲಿಲ್ಲ.

ತಣ್ಣನೆಯ ನಗೆ ಬೀರಿ ಆ ಚೀಟಿಯನ್ನು ನೋಡದೆಯೇ ಪರ್ಸಿಗೆ ಸೇರಿಸಿದಳು.

"ಮೇಡಂ, ಸ್ವಲ್ಪ ಏನಾದರೂ ಕೋಲ್ಡ್ ತಗೊಂಡ್ ಹೋಗಿ, ನನ್ನಿಂದ ಸಂದಾಯವಾಗೋ ಮೊದಲ ಆತಿಥ್ಯ" ನಯವಾಗಿ ಕೇಳಿಕೊಂಡ.

ಸರಿಯೆಂದು ತಲೆದೂಗಿದಳು. ಇಬ್ಬರು ಎದುರಿನ ಹೋಟಲ್ ಬಳಿಗೆ ಬಂದಾಗ ಷರಟು ಹಾಕಿಕೊಂಡಿಲ್ಲದಿದ್ದನ್ನು ನೋಡಿಕೊಂಡ ನಿಶಾಂತ್ ಹಿಂದಕ್ಕೆ ಓಡಿದ.

ಎರಡು ಕಿತ್ತಲೆ ಹಣ್ಣಿನ ರಸಕ್ಕೆ ಆರ್ಡರ್ ಮಾಡಿದ ರೋಹಿಣಿ ಯೋಚಿಸ ತೊಡಗಿದಳು. ಅವಳನ್ನು ಒಂದು ರೀತಿಯ ಭಯ ಆವರಿಸಿತ್ತು. ಲೀಲಾ ತೀರಾ ಅಪಾಯಕಾರಿ ವ್ಯಕ್ತಿಯೆಂದು ಅವಳಿಗೆ ಅರಿವಾಗಿತ್ತು. ಪರಶುರಾಮ್ ಸಾವಿನ ನಂತರವೇ ಮನೆ ತಮ್ಮ ಪಾಲಿಗೆ ದಕ್ಕುವುದೆಂದು ಆ ವೇಳೆಯನ್ನು ಮೊಟಕು ಮಾಡಲು ಏನಾದರೂ ಯೋಚಿಸಿದರೇ! ಅವಳೆದೆ ನಡುಗುತ್ತಿತ್ತು.

ಅನಾಥಳಾಗುವುದು ಅವಳಿಗೆ ಬೇಡ. ಹೇಗಾದರೂ ಪರಶುರಾಮ್‌ನ ಉಳಿಸಿಕೊಳ್ಳುವುದು ಮಾತ್ರವಲ್ಲ, ಗುಣಪಡಿಸಿಕೊಳ್ಳಬೇಕು. ಹಿಂದಿನಂತೆ ಅವರು ಚಟುವಟಿಕೆಯಿಂದ ಇರಬೇಕು. ಅಂಥ ದಿನಗಳು ಮತ್ತೆ ಬಂದೀತಾ? ಅವಳ ಕಣ್ಣಂಚು ಒದ್ದೆಯಾಯಿತು.

ಬೇರರ್ ಜ್ಯೂಸ್ ತಂದಿಟ್ಟು ಹೋದರೂ ಅವಳಿಗೆ ಅತ್ತ ಗಮನವಿಲ್ಲ.

"ಮೇಡಂ......." ಎಚ್ಚರಿಸಿದ.

"ಸಾರಿ......" ಗ್ಲಾಸ್‌ನ ಹತ್ತಿರಕ್ಕೆಳೆದುಕೊಂಡಳು.

ಅದೇ ಮೂಡಿನಲ್ಲಿರುವುದು ಅವಳಿಗೆ ಬೇಕಾಗಿರಲಿಲ್ಲ. "ಅಂತು ನಿಮಗೆ ತುಂಬ ಜನ ಗರ್ಲ್‌ಫ್ರೆಂಡ್ಸ್" ಮೆಲ್ಲಗೆ ಛೇಡಿಸಿದಳು.

"ಅಯ್ಯಯ್ಯಪ್ಪ......." ಭಯ ನಟಿಸಿದ. "ನಮ್ಮ ಅಯ್ಯರ್ ಒಂದು ತರಹ ವ್ಯಕ್ತಿ. ಪ್ರೆಸ್‌ಗೆ ಬರುವ ವಯಸ್ಸಿನ ಹುಡುಗಿಯರನ್ನೆಲ್ಲ........ ನನ್ನ ಗರ್ಲ್ ಫ್ರೆಂಡ್ಸ್ ಅಂತ ನಾಮಕರಣ ಮಾಡಿಬಿಡ್ತಾರೆ. ಈಗ ನಿಮ್ಮನ್ನ ಹಾಗಂಥ ಹೇಳೋಕೆ ಸಾಧ್ಯವೇ?" ಎಂದಾಗ ರೋಹಿಣಿ ನಕ್ಕಬಿಟ್ಟಳು.

ಕುಡಿದಿಟ್ಟ ರೋಹಿಣಿ ತನ್ನ ಹ್ಯಾಂಡ್ ಬ್ಯಾಗ್ ಎತ್ತಿಕೊಂಡು ಮೇಲೆದ್ದಳು, ನಿಶಾಂತ್ ತಾನೇ ಬಿಲ್ ತೆತ್ತ.

ಇಬ್ಬರು ಹೊರಗೆ ಬರುವ ವೇಳೆಗೆ ಮಾಡ್‌ಡ್ರೆಸ್ಸ್‌ನ ಒಬ್ಬ ಯುವತಿ ಎದುರಾದಳು.

"ನಿಶಾಂತ್...."

ನಿಶಾಂತ್ ಗಂಟಲು ಸರಿಪಡಿಸಿಕೊಂಡು ಹಲ್ಲು ಕಿಸಿದ. "ನಿಮ್ಮ ಕೆಲಸ ರೆಡಿಯಾಗಿದೆ. ಅಯ್ಯರ್‌ನ ನೋಡಿ...." ಸರಸರನೆ ನಡೆದ. ಅವಳು ಅಷ್ಟೇ ವೇಗವಾಗಿ ಹಿಂಬಾಲಿಸಿದಳು. ರೋಹಿಣಿ ಹೆಜ್ಜೆಯ ವೇಗವನ್ನು ಹೆಚ್ಚಿಸಿದಳು.

ಅವಳು ಮೊಪೆಡ್ ಬಳಿಗೆ ಬರುವ ವೇಳೆಗೆ ನಿಶಾಂತ್ ಓಡಿ ಬಂದ. "ಸಾರಿ ಮೇಡಮ್, ಅಯ್ಯರ್ ಮಾತುಗಳಿಗೆ ಗಿರಾಕಿಗಳು ಬೇಸತ್ತು ನನ್ನ ಹತ್ರ ಓಡಿ ಬರ್ತಾರೆ. ಆಕೆ ಉದಯೋನ್ಮುಖ ಕವಯಿತ್ರಿ. ವಿಸಿಟಿಂಗ್ ಕಾರ್ಡ್‌ಗಳಿಗೆ ಆರ್ಡರ್ ಕೊಟ್ಟಿದ್ದಾಳೆ. ದಿನ ಬಂದು ಒಂದೊಂದು ಡಿಸೈನ್ ಸಲಹೆ ಮಾಡುತ್ತಾಳೆ. ಅದಕ್ಕೆ ನಾವು ಸುಮ್ಮನಿದ್ದುಬಿಟ್ಟಿದ್ದೀವಿ. ಆಕೆಗೆ ಇಷ್ಟವಾಗುವಂಥ ಕಾರ್ಡ್ ಸಿಕ್ಕಾಗ ಪ್ರಿಂಟ್ ಮಾಡಿಕೋಡೋದು. ಅಂದಿನವರೆಗೂ ನಮಗೆ ಈ ಪನಿಷ್‌ಮೆಂಟ್. ಮಾಲೀಕರಿಗೆ ಬೇಕಾದವರ ಮಗಳು" ಸಮಜಾಯಿಷಿ ಹೇಳಿದ. ರೋಹಿಣಿ ನಕ್ಕುಬಿಟ್ಟಳು.

"ವೆರಿ......ಇಂಟರೆಸ್ಟಿಂಗ್......."

ರೋಹಿಣಿ ಅಲ್ಲಿಂದ ನೇರವಾಗಿ ಮನೆಗೆ ಬಂದಳು. ಮುಂದೆ ಜೀಪ್ ನಿಂತಿತ್ತು. ನಾಲ್ಕೈದು ಜನ ಕಾಂಪೌಂಡ್‌ನಲ್ಲಿ ನಿಂತು ಮನೆಯ ರೂಪುರೇಷೆಗಳನ್ನು ಪರೀಕ್ಷಿಸುತ್ತಿದ್ದರು.

ಮೊಪೆಡ್ ನಿಲ್ಲಿಸಿ ಕೂಲಿಂಗ್ ಗ್ಲಾಸ್ ತೆಗೆದು ಅವರತ್ತ ಸೀರಿಯಸ್ಸಾಗಿ

ನೋಡಿದಳು.

"ಯಾರು.....ನೀವು?" ಅವಳ ದನಿಯಲ್ಲಿ ಬೆಂಕಿ ಇತ್ತು. ಈಗ ಅವಳ ಮುಂದೆ ಸುಳಿದಿದ್ದು ಲೀಲಾ, ಜಯಚಂದ್ರನ ಚಿತ್ರಗಳು.

ಇನ್ನು ಮೂವರು ಇವಳ ಪ್ರಶ್ನೆಯತ್ತ ಗಮನ ಕೊಡದಿದ್ದರೂ ಒಬ್ಬ ಅವಳತ್ತ ಬಂದ.

"ನಾನು ಏಜೆಂಟ್. ಈ ಮನೇನ ಕೊಂಡ್ಕೋಬೇಕೂಂತ ಇದ್ದಾರೆ ಇವ್ರುಗಳು. ಇದನ್ನ ಕೆಡವಿ ಕಾಂಪ್ಲೆಕ್ಸ್ ಕಟ್ಟಿಸ್ತಾರಂತೆ" ವಿಷಯ ತಿಳಿಸಿದ.

ಅವಳ ಕಾಲ ಕೆಳಗಿನ ಭೂಮಿ ಬಿರುಕು ಬಿಟ್ಟಂತಾಯಿತು. ಇಂಥ ಪುನರಾವರ್ತನೆಗಳು ಪದೇ ಪದೇ ಸಾಧ್ಯ.

"ಯಾರು.....ಹೇಳಿದ್ದು?"

"ಮನೆ ಮಾಲಿಕರೆ ಇನ್‌ಫರ್ಮೇಷನ್ ಕೊಟ್ಟಿದ್ದಾರೆ" ಎಂದ ತಲೆ ಕೆರೆದು ಕೊಳ್ಳುತ್ತ.

"ಯಾರು ಮನೆ ಮಾಲೀಕರು?" ಹುಬ್ಬುಗಂಟಿಕ್ಕಿದಳು.

ಅವಳು ಕೇಳಿದ ಗತ್ತಿಗೆ ಬೆಚ್ಚಿಬಿದ್ದ.

"ಅವೆಲ್ಲ ಫಾಲ್ಸ್. ಮತ್ತೆ ಯಾರನ್ನಾದರೂ ಕರ್ಕೊಂಬಂದ್ರೆ ಪೊಲೀಸ್‌ಗೆ ಇನ್‌ಫಾರ್ಮ್ ಮಾಡ್ಬೇಕಾಗುತ್ತೆ. ಬಿ ಕೇರ್‌ಫುಲ್...." ದನಿಯೇರಿಸಿದಳು.

ಅವರುಗಳನ್ನು ಅವನು ಕರೆದುಕೊಂಡು ಹೊರಗೆ ಹೋದ. ರೋಹಿಣಿಗೆ ತಲೆ ಕೆಟ್ಟಂತಾಯಿತು. ಇಂಥ ಪರಿಸ್ಥಿತಿ ತಂದೆಗೆ ಎದುರಾದರೆ ಅವರು ಬದುಕಲಾರರು. ಇದು ಆ ಸ್ವಾರ್ಥ ಮಗ, ಸೊಸೆಯ ಇಚ್ಛೆಯೂ ಆಗಿರಬಹುದು.

ಮೈಯಲ್ಲಿ ಶಕ್ತಿಯೇ ಇಲ್ಲದಂತಾಯಿತು. ಕಾಲೆಳೆಯುತ್ತ ಮೆಟ್ಟಿಲುಗಳನ್ನು ಹತ್ತಿದಳು. ಅವಳಿಗೆ ಅವು ಪ್ರಿಯ. ಎಷ್ಟು ಸಾವಿರ ಸಲ ಹತ್ತಿ ಇಳಿದಿದ್ದಾಳೆಯೋ. ಕೂತು ಕೈಯಿಂದ ಸವರಿದಳು.

ಆ ದಿನಗಳ ನೆನಪು ಜಯಚಂದ್ರನಿಗೆ ಇಲ್ಲವೇ? ಹುಟ್ಟಿ ಬೆಳೆದ ಈ ಮನೆಯ ಮೇಲೆ ಕನಿಷ್ಟ ವ್ಯಾಮೋಹವೂ ಅವನಿಗಿಲ್ಲವಲ್ಲ. ಕಣ್ಣಂಚು ಒದ್ದೆಯಾಯಿತು.

ಎಲ್ಲರಿಗೂ ಅವಳು ಬುದ್ಧಿವಂತೆ, ಧೈರ್ಯದ ಹುಡುಗಿ. ಕೆಲವೊಮ್ಮೆ ತೀರಾ ಭಾವುಕಳು. ಒಂಟಿಯಾಗಿದ್ದಾಗಲೇ ಅವಳು ಅಳುತ್ತಿದ್ದುದು.

ಹೊರಗೆ ಬಂದ ಅನ್ನಪೂರ್ಣಮ್ಮ ಅವಳ ಬಳಿಯಲ್ಲಿಯೇ ಕೂತರು.

"ನಂಗ್ಯಾಕೋ ಭಯ ಕಣೇ, ರೋಹಿಣಿ. ಅಣ್ಣನ್ನ ತುಂಬ ದಿನ ಬದುಕೋಕೆ

ಆ ಮಗ, ಸೊಸೆ ಬಿಡೋಲ್ಲ, ಬೆಳಿಗ್ಗೆ ಮತ್ತೆ ಬಂದಿದ್ದ ಜಯಚಂದ್ರ. ನೀನಿಲ್ಲ ನೋಡು, ಅವ್ನ ಸ್ವರಕ್ಕೆ ಕಾವು ಬಂದಿತ್ತು. ಕೂಗಾಡಿ ಹೋದ."

ಅತ್ಯಂತ ಸಮಾಧಾನವಾಗಿ ರೋಹಿಣಿ ಆಕೆಯ ಮಾತುಗಳನ್ನು ಕೇಳಿದಳು. ಏನಾಗಿದೆ ಜಯಚಂದ್ರನಿಗೆ?

"ಏನಂತೆ......" ಕೇಳಿದಳು.

"ಅವ್ನಿಗೆ ತುಂಬ ಹಣದ ಅಗತ್ಯವಂತೆ. ಇಟ್ಟಿಗೆ ಮುಂದ್ಗಡೆ ಮನೆ ಸಾಲ್ದಂಥ ಬೊಬ್ಬೆ ಹಾಕ್ದ" ಎಂದರು ಅನ್ನಪೂರ್ಣಮ್ಮ.

ಇಡೀ ದಿನ ಅವಳು ಮನೆಯಲ್ಲಿ ಇರುವುದು ಹೇಗೆ ಸಾಧ್ಯವಿಲ್ಲವೋ, ಪರಶುರಾಮ್ ಸದಾ ಮಲಗಿರುವುದು ಆಗದು.

ಮೇಲೆದ್ದು ಒಳಗೆ ನಡೆದಳು. ಇಡೀ ಮನೆಯ ಮೌನ ಗಪ್ಪೆಂದು ರಾಚಿದಂತಾಯಿತು. ಅವನು ಬರೀ ಹೆಂಡತಿ, ಮಗು ತನ್ನ ಭವಿಷ್ಯವನ್ನು ಯೋಚಿಸುತ್ತಿದ್ದ ಜಯಚಂದ್ರ ಬರೀ ಸ್ವಾರ್ಥಿಯಲ್ಲ, ಕಟುಕ.

ಪ್ರಶಾಂತವಾಗಿ ದಿಂಬಿಗೊರಗಿ ಕೂತಿದ್ದ ಪರಶುರಾಮ್ ಪತ್ರಿಕೆ ನೋಡುತ್ತಿದ್ದರು. ಅವಳ ಮನ ಸಂತೋಷದಿಂದ ಹಾರಾಡಿತು.

"ಅಪ್ಪ........." ಅವರ ಕಾಲ ಬಳಿಯಲ್ಲಿ ಕೂತು ಪರಶುರಾಮ್ ತೊಡೆಯ ಮೇಲೆ ತಲೆ ಇಟ್ಟಳು. ಹೇಳಿಕೊಳ್ಳಲಾರದಷ್ಟು ಹರ್ಷ. "ಜಯಚಂದ್ರನ ದನಿ ಕೇಳಿಸ್ತಾ ಇತ್ತಲ್ಲ!" ಮಗಳ ಮುಂಗುರುಳನ್ನು ಸವರಿದರು.

ಅವಳೆದೆ ಹಾರಿತು. ಜಯಚಂದ್ರನ ಕೂಗಾಟ ಅವರ ಅರಿವಿಗೆ ಬಂದಿದೆ. ಆದರೆ ಜಯಚಂದ್ರ ಸ್ವತಃ ಬಂದು ತಂದೆಯನ್ನು ಭೇಟಿ ಮಾಡಿಲ್ಲ.

"ನಂಗೆ ಗೊತ್ತಿಲ್ಲ" ಮೇಲೆದ್ದಳು.

ಅಂತಹ ಸಮಯದಲ್ಲಿ ಮಾತು ಬೆಳೆಸಲಾರಳು. ಆರ್ಭಟಿಸುವ ಕಾರ್ಮೋಡಗಳ ಮಧ್ಯೆ ಬಿರುಕು ಕಠಿಣ.

ಹೊರಗೆ ಬಂದು ಮೊಪೆಡ್ ತಳ್ಳಿಕೊಂಡು ಗೇಟಿನ ಬಳಿ ಬರುವ ವೇಳೆಗೆ ನಿಶಾಂತ್ ಎದುರಾದ. ಅದೇ ಮುಗುಳ್ನಗೆ. ತಾನೇ ಗೇಟು ತೆರೆದು ಪಕ್ಕಕ್ಕೆ ಸರಿದ.

"ಒಂದೇ ಒಂದು ಪ್ರಶ್ನೆ...." ಕೇಳಿದ.

ಮೊಪೆಡ್ ಏರಿದವಳು ಅವನತ್ತ ತಿರುಗಿದಳು.

"ನಾನು ದೊಡ್ಡ ಯಜಮಾನ್ರ ಹತ್ರ ಮಾತಾಡ್ಲಾ? ಮೂಗನಾಗಿ ನಟಿಸೋದು ಕಷ್ಟ" ಎಂದ. ಅವನ ಫಜೀತಿಯನ್ನು ನೆನೆಸಿಕೊಂಡು ನಕ್ಕುಬಿಟ್ಟಳು.

"ಆಯ್ತು....." ಮೊಪೆಡ್ ಚಕ್ರಗಳು ಮುಂದಕ್ಕೆ ಉರುಳಿದವು.

ಅವಳು ಹೊರಟಿದ್ದು ಮಹೇಂದ್ರನ ಮನೆಗೆ. ಹಿಂದೆ ಸರಾಗವಾಗಿ ಹೋಗುತ್ತಿದ್ದಳು. ಇಂದು ಹೋಗಳು. ಆದರೆ ಅಲ್ಲೇ ಜಯಚಂದ್ರನನ್ನು ಭೇಟಿ ಮಾಡಬೇಕು. ಆ ದಂಪತಿಗಳು ಬಂದಾಗ ಉಳಿದುಕೊಳ್ಳುತ್ತಿದ್ದುದು ಅಲ್ಲೇ.

ಮಾನ್ಯ ಮಂತ್ರಿಗಳು ಪ್ರವಾಸದಲ್ಲಿದ್ದ ಕಾರಣ ಮನೆಯ ಬಳಿ ವಾಹನಗಳ ಸಂದಣಿ ಇರಲಿಲ್ಲ. ವಾಚ್‌ಮನ್ ಕಂಡ ಅವಳನ್ನು ಪ್ರಶ್ನಿಸದಿದ್ದರೂ ಮಂತ್ರಿಗಳು ಊರಿನಲ್ಲಿಲ್ಲವೆಂದು ಮಾತ್ರ ತಿಳಿಸಿದ.

ಸೊಂಟದೆತ್ತರವಿದ್ದ ಎರಡು ಅಲ್‌ಸೇಷಿಯನ್ ನಾಯಿಗಳು ಅವಳನ್ನು ನೋಡಿದರೂ ಬೊಗಳಲಿಲ್ಲ. ಮುಂದಿನ ಯಜಮಾನಿಯೆಂದು ಮಹೇಂದ್ರ ಆಗಾಗ ಅವಳನ್ನು ಕರೆದೊಯ್ದು ನಾಯಿಗಳಿಗೆ ಪರಿಚಯಿಸುತ್ತಿದ್ದ. ಆದರೆ ಜನ ಈಗ ಬದಲಾಯಿಸಿದ್ದರು. ನಾಯಿಗಳದು ಅದೇ ನೆನಪು.

ಹತ್ತಿರಕ್ಕೆ ಹೋಗಿ ಕತ್ತು ಸವರಿ ಕಾಲಿಂಗ್ ಬೆಲ್ ಒತ್ತಿದಳು. ಮೊದಲು ಬಂದಿದ್ದು ಮಹೇಂದ್ರನ ತಾಯಿ ಹಿಂದೆ ಸಂಭ್ರಮದಿಂದ ಸ್ವಾಗತಿಸುತ್ತಿದ್ದರು. ಈಗ ಅಂತಹ ಉತ್ಸಾಹವೇನು ಇಲ್ಲ.

"ಓ ರೋಹಿಣಿ.........ಅಲ್ವಾ?" ರಾಗ ಎಳೆದರು.

"ನಮ್ಮಣ್ಣ, ಅತ್ತಿಗೆನಾ ನೋಡೋಣಾಂತ್ಬಂದೆ" ಬಂದ ವಿಷಯ ತಿಳಿಸಿದಳು.

ಎರಡು ಕ್ಷಣ ಸುಮ್ಮನಿದ್ದು ಆಳನ್ನು ಕರೆದು ಹೇಳಿ ಕಳುಹಿಸಿ ತಮ್ಮ ಪಾಡಿಗೆ ತಾವು ಹೋದರು. ತಮ್ಮ ದರ್ಜೆಗಿಂತ ಕೆಳಗಿನವರ ಬಳಿ ಏನು ಮಾತು? ಮೊದಲ ಬಾರಿ ಗಂಡ ಎಲೆಕ್ಷನ್‌ಗೆ ನಿಂತಾಗ ಡಿಪಾಜಿಟ್ ಕಟ್ಟಿದವರು ಪರಶುರಾಮ್ ಎಂಬುದು ಆಕೆಗೆ ನೆನಪಿಲ್ಲ.

ಆಳು ಹಿಂದಕ್ಕೆ ಬಂದ "ನಿಮ್ಮನ್ನ ಮೇಲಕ್ಕೆ ಬಾ ಅಂದ್ರು" ಉಸುರಿದ. ಅನುಮಾನಿಸಿದಳು "ಏನ್ಮಾಡ್ತಾ ಇದ್ದಾರೆ?" ಅವನನ್ನೇ ಪ್ರಶ್ನಿಸಿದಳು.

"ಚೆಸ್ ಆಡ್ತಾ ಇದ್ದಾರೆ" ಎಂದವ ಹೋಗಿಬಿಟ್ಟ.

ಮತ್ತೆ ಮಹೇಂದ್ರನ ತಾಯಿ ಬಂದಳು "ಯಾಕೆ ಬರಲಿಲ್ವಾ? ಅವರೇದೋ ಖುಷಿಯಾಗಿದ್ದಾರೆ. ಯಾಕೆ ಬಂದಿದ್ದು?" ಕೇಳಿದಳು.

ದೀರ್ಘವಾಗಿ ಅವರತ್ತ ನೋಡಿದಳು. ಹಿಂದೆ ಸರಳವಾಗಿ ಸಾಂಪ್ರದಾಯಿಕವಾಗಿ ಮನೆಯ ಅಂಗಳದಲ್ಲಿ ಬರೆದ ರಂಗೋಲಿಯಂತೆ ಕಾಣುತ್ತಿದ್ದವರು ಇಂದು ಮಾಡರ್ನ್ ಪೈಂಟ್‌ನಂತೆ ಕಾಣಿಸಿಕೊಂಡಿದ್ದರು.

"ಒಂದಿಷ್ಟು ಮಾತಾಡೋದಿತ್ತು. ನಂಗೆ ಮೇಲೆ ಹೋಗೋಕೆ ಇಷ್ಟವಿಲ್ಲ.

ನಿಮ್ಗೇ ಕರೆಸೋಕೆ.....ಸಾಧ್ಯವೇ?" ಟೀಪಾಯಿ ಮೇಲಿದ್ದ ವೀಕ್ಲಿಯನ್ನು ಮುಖದ ಮುಂದೆ ಹಿಡಿದಿದ್ದಳು.

'ಅತ್ತೆ.........ಅತ್ತೆ' ಎಂದು ಹಿಂದೂ ಮುಂದೂ ಸುತ್ತುತ್ತಿದ್ದ ಹೆಣ್ಣು ಬಹಳ ಬೆಳೆದಿದ್ದಾಳೆನಿಸಿತು. ಅಪ್ಪನ ಬಂಡವಾಳ ಕುಸಿದ ಮೇಲೂ ಇವಳ ಧಿಮಾಕು.

ಆಕೆ ಅವಳ ಮೇಲೆ ಅಸಮಾಧಾನಗೊಳ್ಳುವುದಕ್ಕೆ ಮತ್ತೊಂದು ಕಾರಣವಿತ್ತು. ತಮ್ಮ ಕ್ಲಬ್ ವಾರ್ಷಿಕೋತ್ಸವದ ಬಗ್ಗೆ ದೊಡ್ಡದಾಗಿ ಬರೆದು ಗೇಲಿ ಮಾಡಿದ್ದು ಅವರಿಗಿನ್ನು ನೆನಪಿತ್ತು. ತನ್ನ ಲೇಖನದಲ್ಲಿ 'ಬಫೂನ್' ಎಂದು ಹಂಗಿಸಿದ್ದಳು.

ಅಷ್ಟರಲ್ಲಿ ಮಹೇಂದ್ರನೇ ಪ್ರತ್ಯಕ್ಷನಾದ.

"ಸರ್‌ಪ್ರೈಸ್! ಅಂತೂ ಒಳ್ಗೇ ಬರೋ ಕೃಪೆ ಮಾಡ್ಬಿಟ್ಟೆ. ಮೇಲೆ ಹೋಗೋಣ ಬಾ" ಸಲಿಗೆ, ಆತ್ಮೀಯತೆ ಬೆರೆಸಿಯೇ ಕರೆದ.

"ಬೇಡ, ಸ್ವಲ್ಪ ಸಾಧ್ಯವಾದ್ರೆ ಜಯಚಂದ್ರನನ್ನು ಕರ್ಸು. ಇಲ್ಲಿ ಆಟ ಮುಗ್ಯೋವರ್ಗೂ ನಾನು ಹೊರ್ಗಡೆ ಕಾಯ್ತೀನಿ. ಯಾರ ಖುಷಿನೂ ನನ್ನಿಂದ ಹಾಳಾಗೋದ್ಬೇಡ" ಮೇಲೆದ್ದಳು.

ಗಾಢವಾಗಿ ಮಹೇಂದ್ರ ಅವಳನ್ನ ನೋಡಿದ. ಸ್ವಾಭಿಮಾನದ ಬೆಳಕಿನಲ್ಲಿ ನಿಮ್ನ ಪ್ರಭೆಯಂತೆ ಕಂಡಳು. ಅವಳ ಚೆಲುವು, ಒಲವು ಅವಳು ಇವನವಳಾಗುವ ದಿನವೊಂದಿತ್ತು. ನೀರು ಮೇಲಿನ ಗುಳ್ಳೆಯಂತೆ ಒಡೆದುಹೋಗಿತ್ತು.

"ಬೇಡ, ಕೂತ್ಕೋ... ಅವನನ್ನೆ ಕಳುಸ್ತೀನಿ" ಮತ್ತೆ ಮೆಟ್ಟಿಲುಗಳನ್ನೇರಿ ಕಡೆಯ ಮೆಟ್ಟಿಲಿನಲ್ಲಿ ನಿಂತವನು "ಅಪರೂಪಕ್ಕೆ ಬಂದಿದ್ದೀಯ. ರಾತ್ರಿ ಡಿನ್ನರ್ ನಮ್ಮಲ್ಲೇ" ರೋಹಿಣಿಯೇನು ಹೇಳಲಿಲ್ಲ.

ಬಹಳ ಧೈರ್ಯದಿಂದ ಬಂದ ಜಯಚಂದ್ರ ತಂಗಿಯ ಮುಖ ನೋಡಿದ ಕೂಡಲೇ ಅಳುಕಿದ. ಸ್ವರ ಉಡುಗಿತು.

"ಯಾವಾಗ್ಬಂದಿದ್ದು?" ಕೇಳಿದಳು.

ಅವಳ ದನಿಯಲ್ಲಿ ಆಕ್ರೋಶ ಸಿಡಿಯಬೇಕಿತ್ತು. ಸ್ವಂತ ಮನೆ, ತಂದೆ, ತಂಗಿ ಇದ್ದು ಕೂಡ ಏನು ಅಲ್ಲದ ಜನರನ್ನು ಬಂಧುಗಳನ್ನಾಗಿ ಮಾಡಿಕೊಂಡಿದ್ದ.

"ನೆನ್ನೆನೇ ಬಂದಿದ್ದು. ಮನೆಗೆ ಬಂದಿದ್ದೆ. ನೀನು ಇರ್ಲಿಲ್ಲ" ಎಂದ ಅವನ ಮಾತುಗಳನ್ನು ಅಲಕ್ಷಿಸಿದಳು.

"ಸ್ವಲ್ಪ ಮಾತಾಡ್ಬೇಕು. ಹೊರ್ಗಡೆ ಗಾರ್ಡನ್‌ಗೆ ಬಂದರೇ ಸಾಕು ಬೇಕಾದ್ರೆ... ಅತ್ತಿಗೆಯ ಪರ್ಮಿಷನ್ ಪಡ್ಕೊಂಡ್ಬಾ. ಅವ್ರು ಬಂದು ಎದುರಿನಲ್ಲಿ ಕೂತರು ಪರ್ವಾಗಿಲ್ಲ. ಸಂಬಂಧಪಡದ, ಅನವಶ್ಯಕ ವಿಷ್ಯಗಳ ಬಗ್ಗೆಯೇನು ಚರ್ಚೆಯಲ್ಲ. ಜಸ್ಟ್ ಫೈವ್

ಮಿನಿಟ್ಸ್ ಸಾಕು" ಅತ್ಯಂತ ಸ್ಪಷ್ಟವಾಗಿತ್ತು ಅವಳ ದನಿ.

ನೈತಿಕ ವಿಜಯದ ಮುಂದೆ ತಲೆ ಬಗ್ಗಿಸುವಂತಾಯಿತು ಅವನಿಗೆ. ಸರಿಯೆನ್ನುವಂತೆ ತಲೆದೂಗಿದ.

ಮಧ್ಯೆ ಬಂದ ಮಹೇಂದ್ರ "ಡಿನ್ನರ್ ಮುಗ್ಸಿಕೊಂಡು ತಾನೇ ಹೋಗೋದು?" ಕೇಳಿದ. ಇಲ್ಲವೆನ್ನುವಂತೆ ತಲೆಯಾಡಿಸಿದಳು. "ನಿಮ್ಮ ಮನೆ ಊಟ ನಂಗೇನು ಹೊಸದಾ? ಬಿಗಿಯಾದ ಅಸಹನೆ, ಅಸಮಾಧಾನದ ಪರಿಸರದಲ್ಲಿ ನಂಗೆ ಊಟ ಮಾಡೋದು ಕಷ್ಟ. ಎಕ್ಸ್‌ಕ್ಯೂಜ್.......ಮಿ" ಎಂದಳು.

ದಟ್ಟವಾದ ಮಂಜಿನಂಥ ನಿಶ್ಶಬ್ದ ಹರಡಿತು. ಮಹೇಂದ್ರ ಯೋಚಿಸಿದ. ರೋಹಿಣಿ ಅಂದಿಗೂ ಇಂದಿಗೂ ಒಂದೇ ತರಹ ಇದ್ದಳು. ಬದಲಾಗಿರುವುದು ತಾವು ಅವಳ ಅಷ್ಟಿಷ್ಟು ಬದಲಾವಣೆಗೂ ತಾವೇ ಕಾರಣ.

"ದಟ್ಸ್.. ಓಕೇ....." ಹಿಂದಕ್ಕೆ ನಡೆದ ಮಹೇಂದ್ರ.

ಜಯಚಂದ್ರ, ರೋಹಿಣಿ ಎದುರುಬದರಾಗಿ ಲಾನ್ ಮೇಲೆ ಕೂತರು. ಹೆಂಡತಿಯ ಮಾತಿಗೆ 'ಜೀ ಹುಜೂರ್' ಎನ್ನುವ ಜಯಚಂದ್ರ ತಂಗಿಯ ಮುಂದೆ ತಲೆಯೆತ್ತಲು ಹಿಂಜರಿಯುತ್ತಿದ್ದ.

"ಬೆಳಿಗ್ಗೆ ಬಂದಿದ್ದೆ. ಆಗ ನಾನು ಇರೋಲ್ಲಾಂತ ನಿಂಗೆ ಗೊತ್ತಿತ್ತು" ನೇರವಾಗಿ ಹೇಳಿದಳು. "ನೋ..ನೋ...ಹಾಗೇನು ಇರ್ಲಿಲ್ಲ. ಮನೆ ನೋಡೋಕೆ ಬಂದಿದ್ದೆ" ತಡಬಡಿಸಿದ.

"ಅಪ್ಪನ್ನ.........ನೋಡಿದ್ಯಾ?" ತೀಕ್ಷ್ಣವಾಗಿ ಪ್ರಶ್ನಿಸಿದಳು.

"ಇಲ್ಲ, ಅಪ್ರಿಗೆ ಹುಚ್ಚು ಹಿಡಿದ್ಮೇಲೆ ಸುಮ್ನೇ ಹಾರಾಡ್ತಾರೆ. ಅದ್ಕೇ. ಅವ್ರ ಕೋಣೆಗೆ ಹೋಗ್ಲಿಲ್ಲ" ಕೈಯಲ್ಲಿನ ಉಂಗುರ ತೆಗೆದು, ಹಾಕಿ ಮಾಡತೊಡಗಿದ.

ಒಂಟಿಹರಳಿನ ವಜ್ರದ ಉಂಗುರ, ಅವಳ ತಾತ, ತಂದೆಯ ಬೆರಳಿನಲ್ಲಿತ್ತು. ಈಗ ಇವನ ಬೆರಳಿಗೆ ಬಂದಿತ್ತು. ಆದರೆ ಸ್ವಲ್ಪ ಬದಲಾವಣೆ. ತಂದೆ ಸತ್ತ ಎಷ್ಟೋ ದಿನಗಳ ನಂತರ ಪರಶುರಾಮ್ ಕೆಲವರ ಒತ್ತಡಕ್ಕೆ ಮಣಿದು ಉಂಗುರವನ್ನು ಬೆರಳಿಗಿಟ್ಟುಕೊಂಡಿದ್ದರು. ಜಯಚಂದ್ರ ಅವರು ಬದುಕಿದಾಗಲೇ ಪಡೆದುಕೊಂಡಿದ್ದ.

"ಯಾರ್ಗೇ ಹುಚ್ಚು? ನಿಂಗೆ ಹಿಡಿದಿದೆ. ನಿನ್ನಗ ನಿನ್ನ ನ್ಯೂರೋ ಸೆಂಟರ್ ಸೇರಿಸಿಯೇ ಬಿಡುಗಡೆ ಮಾಡ್ಬೇಕು. ಆಗ ನಿನ್ನ ಪರ ಯಾರು ಹೋರಾಡಲಾರರು. ಈಗ ಅದೆಲ್ಲ ಬೇಡ. ಎಲ್ಲಾ ತೀರ್ಮಾನ ಆಗಿತ್ತಲ್ಲ. ಬೆಳಿಗ್ಗೆ ಯಾಕ್ಬಂದು ಹಾರಾಡ್ದೆ?"

ಸ್ವಲ್ಪ ನೋಟ ಕೆಳಕ್ಕೆ ಹಾಕಿದ "ನಂಗೆ ಹಣದ ಅಗತ್ಯವಿದೆ. ಪೂರ್ತಿ ಹಣ ನೀನೇ ಕೊಟ್ಟು ಸೆಟ್ಲು ಮಾಡೋ. ಐ ವಾಂಟ್ ಮನೀ" ಹೇಳಿದ.

"ಅಂತು ಮನೆ ಪೂರ್ತಿ ನಿಂದೇ!" ವ್ಯಂಗ್ಯವಾಗಿತ್ತು ದನಿ "ನಾನು ನಿನ್ನ ತಂಗಿ ಅನ್ನೋದು ಮರೆತರೂ ನಾನು ಪರಶುರಾಮ್ ಮಗ್ಳು ಅನ್ನೋದಾದ್ರೂ ನೆನಪಿನಲ್ಲಿ ಇರ್ಬೇಕಲ್ಲ."

ಜಯಚಂದ್ರನ ದನಿ ಉಡುಗಿತು.

ಅಷ್ಟರಲ್ಲಿ ಕಿತ್ತಲೆ ಹಣ್ಣಿನ ರಸ ತಂದಿಟ್ಟು ಹೋದ ಅಡಿಗೆಯವ. ರೋಹಿಣಿ ಕುಡಿದು ಗ್ಲಾಸ್ ಖಾಲಿ ಮಾಡಿ ಮೇಲೆದ್ದಳು.

"ಜನ್ಮ ಕೊಟ್ಟ ತಂದೇನ ಸಾಯಿಸೋಕೆ ಪ್ರಯತ್ನಿಸ್ಬೇಡ. ನೀನು ಕಾನೂನಿನ ಕೈಗೆ ಸಿಕ್ಕಿಕೊಳ್ಳದಿದ್ರೂ.... ನಿನ್ನ ಅಂತರಾತ್ಮ ವಿಧಿಸೋ ಶಿಕ್ಷೆ ತೀರಾ ಘೋರವಾಗುತ್ತೆ. ಇಷ್ಟನ್ನ ನೆನಪಿನಲ್ಲಿ ಇಟ್ಕೋ ಗುಡ್....ಬೈ........" ಲಾನ್ ದಾಟಿ ಗೇಟಿನ ಬಳಿಗೆ ಬರುವ ವೇಳೆಗೆ ಮಹೇಂದ್ರ ಎದೆಯ ಮೇಲೆ ಕೈ ಕಟ್ಟಿ ನಿಂತಿದ್ದ.

ಮುಖ ಪಕ್ಕಕ್ಕೆ ತಿರುಗಿಸಿಕೊಂಡು ಕಾಣದಂತೆ ಮುಂಗೈನಿಂದ ಕಣ್ಣೀರು ತೊಡೆದುಕೊಂಡಳು.

"ಬರ್ತೀನಿ....ಮಹೀ......" ನೋಟವೆತ್ತಿದಳು.

ಹಿಂದೆ ಅವನನ್ನು ಹಾಗೆಯೇ ಅವಳು ಸಂಬೋಧಿಸುತ್ತಿದ್ದುದು. ಹಿರಿಯರ ನಿಶ್ಚಯದಂತೆ ಅವರುಗಳು ಭಾವೀ ಪತಿ ಪತ್ನಿಯರು. ಒಂದು ಮಿತಿಯಲ್ಲಿ ಸಲಿಗೆ, ಸ್ನೇಹ ಪ್ರೀತಿಯೆಲ್ಲ ಇತ್ತು.

"ಥ್ಯಾಂಕ್ಯೂ ವೆರಿ ಮಚ್ ರೋಹೀ. ಅಂತೂ ಈ ಮಹೀಗೆ ನಿನ್ನ ಹೃದಯದಲ್ಲಿ ಸ್ಥಾನವಿಲ್ಲದಿದ್ದರೂ ಸ್ವರದಲ್ಲಿಯಾದರೂ ಇದಿಯಲ್ಲ. ಏನು ವಿಷ್ಯ?" ವಿಚಾರಿಸಿದ. ಮತ್ತೆ ರಜನಿ, ಜಯಚಂದ್ರ ಬಂದಾಗಲೇ ಅವನಿಗೆ ಸಂದೇಹ.

ಕೈಯಲ್ಲಿನ ಹ್ಯಾಂಡ್‌ಬ್ಯಾಗನ್ನು ತೋಳಿಗೇರಿಸಿದಳು.

"ಅಂಥದೇನಿಲ್ಲ, ಒಂದಿಷ್ಟು ಪರ್ಸನಲ್ ಮಾತಾಡೋದಿತ್ತು. ಬಂದು ಸುಮ್ನೇ ತೊಂದರೆ ಕೊಟ್ಟಿದ್ದು ಆಯ್ತು, ಬರ್ಲಾ...." ಗೇಟು ತೆರೆದು ಹೊರಗೆ ನಡೆದಳು.

"ನಾನ್ಬಂದು...ಬಿಟ್ಟುಬರ್ತೀನಿ" ಎಂದ.

ಮೊಪೆಡ್ ಮುಂದಕ್ಕೆ ತಳ್ಳುತ್ತ ಅವನತ್ತ ಮುಖ ತಿರುಗಿಸಿ ಮುಗುಳ್ನಗೆ ಬೀರಿದಳು. "ಇಡೀ ರಾತ್ರಿ ನಿನ್ನ ಲೈಫ್ ಪಾರ್ಟನರ್‌ನ ಸಮಾಧಾನ ಮಾಡ್ಬೇಕಾಗುತ್ತೆ. ಅಂಥ ಅಗತ್ಯ ತಾನೇ ಏನಿದೆ?" ಸ್ಟಾರ್ಟ್ ಮಾಡಿದಳು.

ಹಲವು ವಾಹನಗಳ ಮಧ್ಯೆ ಸಾಗುತ್ತಿದ್ದ ಮೊಪೆಡ್‌ನ ನೋಡಿದ ಮಹೇಂದ್ರ ಮುಖ ಮೇಲೆತ್ತಿ ನಿಟ್ಟುಸಿರು ಚೆಲ್ಲಿದ.

ಬಂದ ಜಯಚಂದ್ರ ಅವನ ಭುಜದ ಮೇಲೆ ಕೈಯಿಟ್ಟ. "ಆಟ ಒಳ್ಳೆ

ಇಂಟರೆಸ್ಟ್‌ನಲ್ಲಿತ್ತು. ಬಂದು ಸುಮ್ನೇ ಮೂಡ್ ಹಾಳು ಮಾಡಿ ಹೋದಳು. ರೋಹಿಣಿಯನ್ನೇ ನಿಷ್ಠೂರ ಮಾಡಿದ.

"ಜಯೂ, ಒಂದು ರೀತಿಯಲ್ಲಿ ನೀನು ಸ್ಯಾಡಿಸ್ಟ್, ಅದ್ರಲ್ಲಿ ನೀನು ಭಯಂಕರ. ಎಲ್ಲರೂ ಬೇರೆಯವರನ್ನು ಪೀಡಿಸಿದ್ರೆ ನೀನು ತಂದೆ, ತಂಗಿಯನ್ನ ಚಿತ್ರವಧೆ ಮಾಡ್ತಾ ಇದ್ದೀಯಾ. ಐ ಡೋಂಟ್ ಲೈಕ್. ಐ ಹೇಟ್ ಯು" ಅಸಹನೆಯನ್ನು ಕಕ್ಕಿದ.

ಅಚೇತನನಾದ ಜಯಚಂದ್ರ. ಮದುವೆಯಾಗಿಲ್ಲದಿದ್ದರೂ ರೋಹಿಣಿಯ ಮೇಲಿನ ಪ್ರೀತಿ, ಅಭಿಮಾನ ಏನು ಕಮ್ಮಿ ಆಗಿಲ್ಲವೆಂದುಕೊಂಡ.

* * *

ಅರ್ಧ ದಾರಿಯಲ್ಲಿ ಮೊಪೆಡ್ ಕೆಟ್ಟು ನಿಂತಾಗ ಪೂರ್ತಿ ಕಂಗೆಟ್ಟಳು ರೋಹಿಣಿ. ತನ್ನಲ್ಲಿ ಆತ್ಮವಿಶ್ವಾಸ ಕಮ್ಮಿಯಾಗುತ್ತಿದೆಯೇ? ಬ್ಯಾಂಕಿನಲ್ಲಿದ್ದ ಹಣ ಸೂರ್ಯನ ಶಾಖಕ್ಕೆ ಕರುವ ಮಂಜಿನಂತೆ ಇಲ್ಲವಾಗುತ್ತಿತ್ತು. ಅವಳಿಗೆ ಬರುವ ಸಂಬಳದಿಂದಲೇ ಇಷ್ಟೆಲ್ಲ ಸಾಧ್ಯವಿರಲಿಲ್ಲ.

ತಳ್ಳಿಕೊಂಡು ನಡೆದವಳು ಒಂದೆಡೆ ಸುಸ್ತಾದವಳಂತೆ ನಿಂತಳು.

"ನಾನು ರಿಪೇರಿ ಮಾಡಿಕೊಡ್ಲಾ, ಮೇಡಮ್?" ನಿಶಾಂತ್‌ನ ಸ್ವರ. ಅತ್ತ ತಿರುಗಿದವಳು ವಿಸ್ಮಿತಳಾದಳು "ಅರೇ, ನೀವಿಲ್ಲಿ!" ಅತ್ತಿತ್ತ ನೋಡಿದವನು "ಯಾಕೆ, ನಮ್ಮಂಥವ್ರು ಇಲ್ಲೆಲ್ಲ ಓಡಾಡ್ಬಾರ್ದಾ? ನೀವು ಸ್ವಲ್ಪ ಆರಾಮಾಗಿ ನಿಂತು ರಿಲ್ಯಾಕ್ಸ್ ಮಾಡ್ಕೊಳ್ಳಿ" ಎಂದ.

ಮೊಪೆಡ್ ಅವನ ವಶಕ್ಕೆ ಕೊಟ್ಟು ಅಲ್ಲೇ ಹತ್ತಿರದಲ್ಲಿದ್ದ ಮರಕ್ಕೆ ಒರಗಿ ನಿಂತಳು. ಬೀದಿಯ ವಿದ್ಯುತ್ ದೀಪಗಳ ನೆರಳಿನಲ್ಲಿ ಅಸಂಖ್ಯಾತ ವಾಹನಗಳು ಓಡಿಯಾಡುತ್ತಿದ್ದವು.

"ರೆಡಿ.......ಮೇಡಮ್" ಎಂದ ಕೈಗಳನ್ನು ಕೊಡವುತ್ತ.

ಕ್ಷಣ ತುಟಿ ಕಚ್ಚಿ ಯೋಚಿಸಿದಳು. ಕ್ಲಿಷ್ಟ ಸಮಯದಲ್ಲಿ ಒದಗುವ ಈ ವ್ಯಕ್ತಿ ಯಾರು?

ನಿಶಾಂತ್ ತುಟಿ ತೆರೆಯದೆ ಶಬ್ದ ಮಾಡದೇ ನಗು ಬೀರಿದ. "ನನ್ನ ಬಗ್ಗೆ ತಾನೇ ತಾವು ಯೋಚಿಸ್ತಾ ಇರೋದು. ಐಯಾಮ್ ಎ ಪ್ರಾಮ್ಟ್ ಜಂಟಲ್‌ಮನ್" ಒಂದು ತರಹ ತಮಾಷೆಯ ಮುಖ ಮಾಡಿದ.

ಅವನ ಕಣ್ಣುಗಳಲ್ಲಿನ ಬೆಳಕು ಆತ್ಮೀಯತೆಯ ಪ್ರಖರತೆ ಚೆಲ್ಲಿತು. ಇಂಥದ್ದು ಈಚೆಗೆ ಅಪರೂಪ!

"ನೀವ್ಹೋಗಿ........ಮೇಡಮ್.........." ಮತ್ತೆ ಅವನೇ ಹೇಳಿದ.

"ನೀವೇನು............ಮಾಡ್ತೀರಾ!" ಅತ್ತಿತ್ತ ನೋಡಿದಳು.

ದೀಪಗಳ ಮುಖವನ್ನೊತ್ತು ಓಡಾಡುವ ವಾಹನಗಳು ರಮಣೀಯವಾಗಿ ಕಾಣಿಸಿತು.

"ನಿಮ್ಮ ಹಿಂದೇನೇ.........ಬರ್ತೀನಿ" ಅವಸರಿಸಿದ.

ಒಂದಷ್ಟು ದೂರ ಮೊಪೆಡ್ ಸಾಗಿದ ಮೇಲೆ ತನ್ನನ್ನು ಯಾವುದೋ ಕಾರು ಹಿಂಬಾಲಿಸುತ್ತಿದೆಯೆನಿಸಿತು ಅವಳಿಗೆ. ಸ್ವಲ್ಪ ನಿಧಾನಿಸಿದಳು. ಕಾರಿನ ವೇಗವು ತಗ್ಗಿತು ಅಥವಾ ತನ್ನ ಭ್ರಮೆಯಾ?

ಹಿಂದಿನ ಘಟನೆಯನ್ನು ನೆನೆಸಿಕೊಂಡಳು. ಅಂದು ಬಾಪಟ್ ಇಲ್ಲದಿದ್ದರೆ ಕನಿಷ್ಟ ಉಳಿಯುವ ಸಂಭವ ಕೂಡ ಇಲ್ಲ.

ರೋಹಿಣಿಯ ಹಣೆಯ ಮೇಲೆ ನಿಧಾನವಾಗಿ ಬೆವರೊಡೆಯಿತು. ಅಂತು ತನ್ನ ಜೀವಕ್ಕೆ ವಿಪತ್ತು ! ಲಕ್ಷಾಂತರ ಬಾಳುವ ಮನೆ, ತಂದೆ, ಜಯಚಂದ್ರ, ಮಹೇಂದ್ರ ಎಲ್ಲರೂ ಗಹಗಹಿಸಿದಂತಾಯಿತು.

ಅದನ್ನು ಸಹಿಸಲಾರದೆ ಕಿವಿ ಮುಚ್ಚಿಕೊಳ್ಳಲು ನೋಡಿದಳು. ಅದರ ಹಿಂದೆ ಕೇಳಿಸಿದ್ದು ಸದ್ದು. ಮತ್ತೇನಾಯಿತೋ ಅವಳ ಅರಿವಿಗೆ ಬರಲಿಲ್ಲ.

ರೋಹಿಣಿಗೆ ಜ್ಞಾನ ಬಂದಾಗ ನರ್ಸಿಂಗ್ ಹೋಂನಲ್ಲಿದ್ದಳು. ಪಕ್ಕದಲ್ಲಿ ಅನ್ನಪೂರ್ಣಮ್ಮ, ನಿಶಾಂತ್ ನಿಂತಿದ್ದರು.

"ನಂಗೇನಾಯ್ತು?" ಕೈ ಎತ್ತಲಾರದೆ ಹೋದಳು.

"ಸಣ್ಣ ಆಕ್ಸಿಡೆಂಟ್ ಅಷ್ಟೆ" ನಿಶಾಂತ್ ಹೇಳಿದ.

ಹತ್ತು ಜನರೊಡನೆ ಮಹಾರಾಜನಂತೆ ಮೆರೆದ ತಂದೆಯ ಇಂದಿನ ನಿಸ್ಸಹಾಯಕ ಸ್ಥಿತಿ ನೆನಪಾಗಿ ಅವಳ ಕಣ್ಣಂಚು ತೇವವಾಯಿತು.

"ಅಪ್ಪ, ಹೇಗಿದ್ದಾರೆ?" ಕೇಳಿದಳು.

ಅನ್ನಪೂರ್ಣಮ್ಮ ಕಣ್ಣೊತ್ತಿಕೊಂಡರು. "ಏನೇನೋ ಮಾತಾಡ್ತಾರೆ, ಬಡಬಡಿಸ್ತಾರೆ. ಜಯಚಂದ್ರನ ದನಿ ಕೇಳಿದಾಗಿನಿಂದ ಇದೇ ಸ್ಥಿತಿ." ಆಕೆಯ ಕಂಠ ಗದ್ಗದವಾಯಿತು.

ಕಾಲು, ಕೈ ಕದಲಿಸಿ ನೋಡಿ ತನಗೇ ಪೆಟ್ಟು ತಾಕಿರುವ ಸ್ಥಳ. ಅದರ ಡೀಪ್‌ನೆಸ್‌ನ ಅಂದಾಜು ಮಾಡಿಕೊಂಡಳು.

"ಈಗ ಎಲ್ಲಿರೋದು? ಸ್ವಲ್ಪ ಡಾಕ್ಟರನ್ನು ಕರೆಯಿರಿ" ಸುತ್ತಲೂ ನೋಟಹರಿಸಿ

ಯಾವ ನರ್ಸಿಂಗ್ ಹೋಂ, ಎಲ್ಲಿದೆ ಎಂಬುದನ್ನು ಕೂಡ ತಿಳಿದುಕೊಳ್ಳಲು ಪ್ರಯತ್ನಿಸಿದಳು.

ನಿಶಾಂತ್ ಅತ್ಯಂತ ನವಿರಾಗಿ ಹೇಳಿದ "ಮದರ್ ತೆರೇಸಾ ನರ್ಸಿಂಗ್ ಹೋಂನಲ್ಲಿರೋದು. ಕನಿಷ್ಟ ಒಂದ್ವಾರವಾದ್ರೂ ಇಲ್ಲಿರಬೇಕೂಂತ ಹೇಳಿದ್ದಾರೆ."

ಅವನ ಮಾತು ಕೇಳಿದ ಕೂಡಲೇ ರೋಹಿಣಿಯ ಮುಖ ವಿವರ್ಣವಾಯಿತು. ಪ್ರಯಾಸದಿಂದ ಉಗುಳು ನುಂಗಿ ಅಳುವನ್ನು ತಡೆದಳು.

ಬಾಪಟ್ ಅರ್ಥ ಮಾಡಿಕೊಂಡ "ಪ್ರೆಸ್‌ಗೆ ರಜ ಹಾಕಿ ನಿಮ್ಮ ಮನೆ, ತಂದೇನ ನಾನು ನೋಡ್ಕೋತೀನಿ" ಭರವಸೆ ನೀಡಿದ. ಅವನ ಸ್ವರದಲ್ಲಿ ಪ್ರಾಮಾಣಿಕತೆ ಇದೆಯೆನಿಸಿತು.

ಅನ್ನಪೂರ್ಣಮ್ಮನನ್ನು ಅಲ್ಲಿಯೇ ಇರಿಸಿ ನಿಶಾಂತ್ ಹೊರಗೆ ಬಂದ. ಎದುರಾದ ಮೂವರು ವ್ಯಕ್ತಿಗಳು ಅವನನ್ನೊಮ್ಮೆ ನೋಡಿ ಎಲ್ಲಿಯೋ ನೋಡಿದೆ ಈ ಮುಖ ಎಂದುಕೊಂಡರು. ನಿಶಾಂತ್ ಮಾತ್ರ ಸುಮ್ಮನೆ ಸರಿದು ಹೋದ.

ಮಹೇಂದ್ರ ಕ್ಷಣ ನಿಂತು ಹಿಂದಿರುಗಿ ಅವನು ಹೋದತ್ತಲೇ ನೋಡಿದ. "ಆ ಮುಖ ಪರಿಚಯವೆನಿಸುತ್ತೆ, ಎಲ್ಲಿ....ಏನೂಂತ ಮಾತ್ರ ಹೇಳೋಕಾಗೋಲ್ಲ" ಮುಂದಕ್ಕೆ ನಡೆದ.

ಜಯಚಂದ್ರ ಏನು ಹೇಳಲಿಲ್ಲ. ಅವನಿಗೂ ಅದೇ ಭಾವನೆ ಬಂದಿತ್ತು.

ಹೊರ ಬಂದ ನಿಶಾಂತ್ ಹೊರಗಿನ ಪಾನ್ ಬೀಡಾ ಅಂಗಡಿಯಲ್ಲಿ ಸ್ವಲ್ಪ ಹೊತ್ತು ಕಾದ ನಿಂತ, ಯಾರಿಗೋ ಕಾಯುವಂತೆ. ಪರಶುರಾಮ್ ಜೀವ ಮಾತ್ರವಲ್ಲ ರೋಹಿಣಿಯ ಪ್ರಾಣಕ್ಕೂ ಗಂಡಾಂತರವಿದೆಯೆಂದು ಅವನಿಗೆ ಗೊತ್ತು. ಯಾವ ಕ್ಷಣ, ಯಾವುದೇ ದಿಕ್ಕಿನಿಂದ ಬಂದು ಗಂಡಾಂತರ ಒದಗಬಹುದು.

ಅರ್ಧ ಗಂಟೆಯ ನಂತರ ಮೂವರು ಹೊರಟ ಮೇಲೆ ಆಟೋ ಹತ್ತಿದ.

ಮನೆಯ ಬಳಿ ಬಂದು ಇಳಿದಾಗ ಕೀರ್ತಿಯೊಬ್ಬನೇ ಕಾಂಪೌಂಡಿನಲ್ಲಿದ್ದ. ಅವನೆದೆಯ ಬಡಿತ ಒಂದೇ ಸಮನೆ ಏರಿತು.

"ದೊಡ್ಡ ಯಜಮಾನ್ರು ಏನ್ಮಾಡ್ತಾ ಇದ್ದಾರೆ?"

"ಸುಮ್ಮೇ ಅಳ್ತಾ ಇದ್ರು" ಅಳು ಮುಖ ಮಾಡಿದ.

ನಿಶಾಂತ್ ಭಾರವಾದ ಉಸಿರು ದಬ್ಬಿ ಒಳಗೆ ನಡೆದ. ನಿಶ್ಯಬ್ದದ ಅರಮನೆ ಹೊಕ್ಕಂತಾಗಿತ್ತು. ಎಲ್ಲೆಡೆ ನೀರವತೆ. ಎಲ್ಲಿಂದಲೋ ಅಸ್ಪಷ್ಟವಾದ ಅಳುವಿನ ಸದ್ದು. ನಿಧಾನವಾಗಿ ಆಲಿಸಿದ. ಗಾಳಿಯೊಡನೆ ಅದು ತೇಲುತ್ತಿತ್ತು.

ಪರಶುರಾಮ್ ಕೋಣೆ ಹೊಕ್ಕ. ಕಣ್ಮುಚ್ಚಿ ಮಲಗಿದ್ದರು. ಎಂದಿನ

ಗಾಂಭೀರ್ಯವೇ. ಸೋಲಿನ ನಂತರದ ನಿರ್ಲಿಪ್ತತೆ ಇತ್ತು. ಈಗ ಅಳು ನಿಂತಿತ್ತು.

ತೀರಾ ಅವರ ಸನಿಹಕ್ಕೆ ಹೋಗಿ ನಿಂತ. ಎದೆ ನಿಧಾನವಾಗಿ ಏರಿಳಿಯುತ್ತಿತ್ತು.

"ಏಯ್ ಹರೀ, ಸ್ವಲ್ಪ ಜಯಚಂದ್ರನ ಕರೀ, ಅವ್ನು ಶುದ್ಧ ಈಡಿಯಟ್. ಮನೆಗ್ಬಂದ ವೆಂಕೋಬನನ್ನು ಬಯ್ದು ಕಳಿಸಿದ್ದಾನೆ" ಸ್ಪಷ್ಟವಾಗಿ ಗೊಣಗಿ ಸುಮ್ಮನಾದರು.

ನಿಶಾಂತ್ ತುಟಿ ಕಚ್ಚಿ ಹೊರಗೆ ಬಂದ. ಒಳಗೆ ಬಂದ ಕೀರ್ತಿಯನ್ನು ಸನ್ನೆ ಮಾಡಿ ಕರೆದ.

"ರೋಹಿಣಿಯವ್ರು ಮನೆಗೆ ಬರೋವರ್ಗೂ ಇಲ್ಲೇ ಇರು. ನಿನ್ನ ದಿನದ ಕೂಲಿ ನಾನು ಕೊಡ್ತೀನಿ" ನೂರರ ಒಂದು ನೋಟನ್ನು ಕೊಡಲು ಹೋದ.

ಅವನು ಹಿಂದಕ್ಕೆ ಸರಿದ "ಬೇಡ.... ಬೇಡ ಅಕ್ಕನ ಮನೆ ಕಾಯೋಕೆ ದುಡ್ಡೆ ತಗೋಬೇಕಾ? ಅಮ್ಮಾವ್ರು ಊಟ ಹಾಕ್ತಾರೆ. ಅಷ್ಟು ಸಾಕು, ಆದರೆ ದೊಡ್ಡ ಜಮಾನ್ರು...." ಅತ್ತೇಬಿಟ್ಟ.

ಕೀರ್ತಿ ಭುಜ ತಟ್ಟಿದ "ನಾನು ಇಲ್ಲೇ ಇರ್ತೀನಿ. ನೀನೇನು ಭಯಪಡೋದ್ಬೇಡ" ಅವನನ್ನು ಹೊರಗೆ ಕಳಿಸಿದ.

ಇಡೀ ಮನೆಯನ್ನು ಒಂದು ಸಲ ಸುತ್ತಿ ಬಂದ. ಕೆಲವು ಕೋಣೆಗಳ ಬೋಲ್ಟ್ ಹಾಕಲುಪಟ್ಟಿತ್ತು. ಅದನ್ನೆಲ್ಲ ಚೊಕ್ಕಟ ಮಾಡಲು ಹತ್ತಾರು ಜನ ನೌಕರರಾದರೂ ಬೇಕು. ಬದಲಾದ ಪರಿಸ್ಥಿತಿ ಪೂರ್ತಿ ಮಂಕು ಬಿಡಿಸಿತ್ತು.

ಮಧ್ಯಾಹ್ನದ ವೇಳೆಗೆ ತೆಗೆಯದ ಕೋಣೆಗಳಿಗೆಲ್ಲ ಬೀಗ ಬಡಿದ. ಇಡೀ ಮನೆಯ ಕಾಂಪೌಂಡ್ ಸುತ್ತಿದ.

ಅನ್ನಪೂರ್ಣಮ್ಮ ಬಂದಾಗ ಪೂರ್ತಿ ಸಪ್ಪಗಾಗಿದ್ದರು.

"ನನ್ನ ಹೊರಡಿಸೋವರ್ಗೂ ಅವ್ರಿಗೆ ನೆಮ್ದಿ ಇಲ್ಲ. ಅದ್ಕೇ..........ಬಂದ್ಬಿಟ್ಟೆ" ಒಂದು ಕಡೆ ಕೂತುಬಿಟ್ಟರು.

ಈಗ ಆಕೆಯ ಮೈಯಲ್ಲಿ ಮೊದಲಿನಷ್ಟು ಶಕ್ತಿ ಇಲ್ಲ. ಅಡಿಗೆಯ ಮನೆಯನ್ನು ಬಿಟ್ಟು ಮಿಕ್ಕದೆಲ್ಲ ರೋಹಿಣಿಯೇ ನೋಡುತ್ತಿದ್ದಳು. ಹಿಂದಿನ ಆಳುಕಾಳುಗಳು ವಾರಕ್ಕೆ ಎರಡು ಸಲವಾದರೂ ಬಂದು ಹೋಗುತ್ತಿದ್ದರು. ಅದಕ್ಕೆ ರೋಹಿಣಿ ಹಣ ಕೊಡುತ್ತಿದ್ದಳೆನ್ನುವುದು ಬೇರೆಯ ವಿಷಯ.

"ಯಜಮಾನ್ರು ಸುಮ್ನೇ ಬಡಬಡಿಸುತ್ತ ಇದ್ರು" ಎಂದ ಅಲ್ಲಿಯೇ ನಿಂತು. ಆಕೆ ತುಟಿ ಕಚ್ಚಿ ಅಳು ನುಂಗಿದರು. "ಮತ್ತೇನು ಮಾಡ್ತಾರೆ. ಇದ್ದಾಗ ಕೊಡುಗೈ ದಣಿ. ಸಂಪಾದಿಸೋ ತಾಕತ್ತು ಇತ್ತು. ಬೇರೆಯವ್ರ ಕಷ್ಟಸುಖಕ್ಕೆ ಮರುಗಿದ ಜೀವ"

ಮನದಲ್ಲಿದ್ದುದನ್ನು ಚೆಲ್ಲಿ ಹಗುರ ಮಾಡಿಕೊಳ್ಳಬೇಕೆನಿಸಿತು ಆಕೆಗೆ.

ಈ ಮನೆಯ ವೈಭವ, ಬದುಕಿದ ಬಾಳಿದ ರೀತಿಯ ಜೊತೆ ಮಹೇಂದ್ರನ ಜೊತೆ ರೋಹಿಣಿಯ ಮದುವೆಯ ನಿಶ್ಚಿಯವಾದುದ್ದನ್ನು ತಿಳಿಸಿದರು.

'ನಗು ನಗುತ್ತಾ ರೋಹಿಣಿ, ಮಹೇಂದ್ರನ ಜೊತೆ ಸಂಸಾರ ಮಾಡಿಕೊಂಡು ಇರ್ಬೇಕಾಗಿತ್ತು. ಮಗನಿಂದ ಅಪ್ಪನಿಗೆ ಕೋರ್ಟು ಮೂಲಕ ನೋಟಿಸ್ ಬಂತು. "ಅಂದಿಗೆ ಮುಗೀತು ಪರಶುರಾವ್ ಸ್ಥಿತಿ. ಅಪ್ಪನ ಮನಸ್ಥಿತಿಯನ್ನು ಕಾಪಾಡಿಕೊಳ್ಳೋಕೋಸ್ಕರ ಮನೆಯನ್ನು ಬಿಟ್ಟು ಇಡೀ ಆಸ್ತಿಯನ್ನು ಜಯಚಂದ್ರನಿಗೆ ಬರೆಸಿಕೊಟ್ಲು. ಅಲ್ಲಿಗೆ ಮುಗೀತು. ಈಗ ಮನೆಗಾಗಿ ಹೊಂಚು ಹಾಕ್ತಾ ಇದ್ದಾನೆ. ಒಂದು ದಿನಕ್ಕೂ ತಂಗಿಯ ಭವಿಷ್ಯದ ಬಗ್ಗೆ ಯೋಚಿಸಿದ ಪಾಪಿಷ್ಟ ಅಲ್ಲ" ಆಕೆ ಕಣ್ತುಂಬಿಕೊಂಡು ಹೇಳಿದರು.

ಅಪ್ಪ 'ಹುಚ್ಚನೆಂದು' ಪ್ರೂ ಮಾಡಲು ಬಹಳ ಹೆಣಗಾಡಿದ್ದ ಕುಲಪುತ್ರ. ಅವರ ಒಳ್ಳೆಯ ಗುಣವನ್ನು ಕಂಡಿದ್ದ ಶತ್ರು ಕೂಡ ಬಹುಶಃ ಇಷ್ಟು ಕಟುಕನಾಗುತ್ತಿರಲಿಲ್ಲವೇನೋ!

ಆಕೆ ಜ್ಞಾಪಿಸಿಕೊಂಡರು "ರೋಹಿಣಿ ಹತ್ತು ವರ್ಷದ ಹುಡ್ಗೀ ಆಗಿದ್ದಾಗ ಬಿದ್ದು ಒಂದು ಸಣ್ಣ ಪೆಟ್ಟು ಮಾಡ್ಕೊಂಡ್ ಬ್ಯಾಂಡೇಜ್ ಹಾಕಿಕೊಂಡ್ಲು. ಅದನ್ನ ವಿಚಾರಿಸೋಕೆ ಎಷ್ಟು ಜನ! ಮನೆ ಮುಂದೆ ಕಾರುಗಳ ಸಾಲುಗಳೇ.....ಸಾಲುಗಳು! ಈಗ ಯಾರು ವಿಚಾರಿಸ್ತಾರೆ" ಗೋಳಾಡಿದರು. ನಿಶಾಂತ್ ಸಂತೈಯಿಸಿದ.

ಸ್ವಲ್ಪ ಹೊತ್ತು ಸುಮ್ಮನಿದ್ದವನು "ಯಜಮಾನರ ವಾಸ್ತವ್ಯವನ್ನ ಬೇರೆ ಕೋಣೆಗೆ ಯಾಕೆ ಬದಲಾಯಿಸ್ಬಾರ್ದು? ವರ್ಷಾನುಗಟ್ಲೇ ಒಂದೇ ಇರೋದೂಂದ್ರೆ......... ಒಂದು ತರಹ ಬೋರ್" ತನ್ನ ಸೂಚನೆಯನ್ನು ಅವರ ಮುಂದಿಟ್ಟ.

"ಅದ್ಕೇ, ನಾನೇನು ....ಹೇಳ್ಲಿ! ಎಲ್ಲಾ ಜವಾಬ್ದಾರಿ ರೋಹಿಣಿದೇ. ಆ ಕೆಲ್ಸ ಅವ್ಳು ಬಂದ್ಮೇಲೆ ಆಗ್ಬೇಕು" ಎಂದುಬಿಟ್ಟರು. ಕೆಲವು ವಿಷಯಗಳಲ್ಲಿ ಅವರು ಸ್ವತಂತ್ರ ವಹಿಸಲಾರರು.

ಕೆನ್ನೆಯ ಮೇಲಾಡಿತು ಅವನ ಕೈ. ಅವನ ಆಲೋಚನೆ ಕಾರ್ಯಗತವಾಗ ಬೇಕಿತ್ತು. ತಡಮಾಡುವುದು ಅಪಾಯದ ಮುನ್ಸೂಚನೆ.

"ನಂಗೆ ಬಿಡಿ ಅದ್ನ!" ತಾನು ವಹಿಸಿಕೊಂಡ.

ಕೀರ್ತಿಯನ್ನು ಸಹಾಯಕ್ಕೆ ಇಟ್ಟುಕೊಂಡು ಕೆಲಸವನ್ನು ಪ್ರಾರಂಭಿಸಿಬಿಟ್ಟ ಕೂಡ. ಮುಂದುಗಡೆಯ ಎರಡನೇ ಕೋಣೆ ಸ್ವಲ್ಪ ಹಿಂದಕ್ಕೆ ಇರುವುದನ್ನು ಆಯ್ಕೆ ಮಾಡಿ ಪರಶುರಾಮ್ ಕೋಣೆಯಲ್ಲಿರುವಂತೆಯೇ ಮಂಚ, ಆಸನಗಳನ್ನು ಜೋಡಿಸಿದ. ಇನ್ನು ಅವರನ್ನು ಒಪ್ಪಿಸಬೇಕಿತ್ತು.

ಸ್ವಲ್ಪ ಧೈರ್ಯವಹಿಸಿಯೇ ಅವರ ಕೋಣೆಗೆ ಹೋದ. ಬಾಗಿಲಲ್ಲಿ ನಿಂತವನನ್ನು ಸನ್ನೆ ಮಾಡಿ ಹತ್ತಿರಕ್ಕೆ ಕರೆದರು ಪರಶುರಾಮ್.

"ಏನು ತೊಂದರೆ ಇಲ್ಲ ತಾನೇ? ಊಟ ತಿಂಡಿಗೆ ಏನು ಮಾಡ್ಕೋತೀಯಾ?" ಹತ್ತಿರ ಬಂದವನನ್ನು ಕೇಳಿದರು ಪರಶುರಾಮ್. ಹಿಂದಿನ ಧ್ವನಿಯೇ ಇದು. ಎಂದೂ ಬದಲಾಗದ ವ್ಯಕ್ತಿ.

ಅತ್ಯಂತ ನಮ್ರನಾಗಿ ನಿಂತ "ಏನಿಲ್ಲ, ನಾನೇ ಮಾಡ್ಕೋತೀನಿ" ಎಂದ. ಅವರ ಕಣ್ಣುಗಳು ಕಿರಿದಾದವು. "ಬೇಡ, ನಮ್ಮಲ್ಲೇ ಊಟ ಮಾಡು" ಆದೇಶಿಸಿದವರು "ಅನ್ನಪೂರ್ಣ..." ಕೂಗಿಕೊಂಡರು. ಆ ವಿಷಯ ಆಗಲೇ ಆಕೆಯ ಕಿವಿ ಮುಟ್ಟಿರಬೇಕು.

"ಕರ್ಕೊಂಡ್ಬರ್ತೀನಿ.........." ಹೊರಗೆ ನಡೆದ.

ಬಂದ ಅನ್ನಪೂರ್ಣಮ್ಮನಿಗೆ ಹೇಳುವುದು ಜೊತೆಗೆ ಛೀಮಾರಿ ಹಾಕಿದರು. "ಇಲ್ಲೇ ಇದ್ಕೊಂಡ್ ಅಡ್ಗೆ ಮಾಡ್ಕೋಬೇಕಾ! ಸ್ವಲ್ಪವಾದ್ರೂ ಮಾನವೀಯತೆ ಬೇಡ್ವಾ" ಆಕೆ ಪೂರ್ತಿ ತಲೆ ತಗ್ಗಿಸಿಬಿಟ್ಟರು.

ಆಗ ಮಗಳನ್ನು ಜ್ಞಾಪಿಸಿಕೊಂಡರು. "ಎಲ್ಲಿ ರೋಹಿಣಿ?" ಆಕೆಯ ನಾಲಿಗೆಯಲ್ಲಿನ ಪಸೆ ಆರಿತು. "ಪ್ರೆಸ್‌ಗೆ ಹೋದ್ಲು. ನಿಮ್ಗೆ ಹೇಳೋಕೇಂತ ಬಂದಿದ್ಲು. ನೀವು ನಿದ್ದೆ ಮಾಡ್ತಾ ಇದ್ರಿ" ಸುಳ್ಳು ಹೇಳಿದರು. ಅದು ಅನಿವಾರ್ಯ ಕೂಡ. ಆದರೆ ಸಮರ್ಥಿಸಿಕೊಳ್ಳುವುದು ಕಷ್ಟ.

"ಬಂದ ಕೂಡ್ಲೇ ಇಲ್ಲಿಗೆ ಕಳ್ಸು" ಹೇಳಿದರು.

ಆಕೆ ತಲೆದೂಗಿ ಹೊರಗೆ ಬಂದರು. ತೀರಾ ಚಿಂತಿತರಾಗಿದ್ದರು. ಒಂದು ವಾರನಾದರೂ ನರ್ಸಿಂಗ್ ಹೋಂನಲ್ಲಿ ಇರಬೇಕೆಂದು ಡಾಕ್ಟರ್ ಹೇಳಿದ್ದರು. ಅಲ್ಲಿಯವರೆಗೂ ಇವರನ್ನು ಸುಧಾರಿಸುವುದು ಹೇಗೆ?

ನಿಶಾಂತ್ ಆಕೆಗೆ ಧೈರ್ಯ ಹೇಳಿದ "ನಾನು ಯಜಮಾನರನ್ನು ನೋಡ್ಕೋತೀನಿ. ನೀವೇನು ಚಿಂತಿಸ್ಬೇಡಿ" ಮನಃಪೂರ್ವಕವಾಗಿ ಆ ಕೆಲಸವನ್ನು ನಿಶಾಂತ್ ವಹಿಸಿಕೊಂಡ.

* * *

ಜಯಚಂದ್ರ, ಮಹೇಂದ್ರ ಒಟ್ಟಿಗೆ ಬಂದಾಗ ರೋಹಿಣಿ ಕಣ್ಮುಚ್ಚಿ ಮಲಗಿದ್ದಳು. ಮುಜುಗರದ ಜೊತೆ ನೂರಾರು ಚಿಂತೆಗಳು ಅವಳನ್ನು ಕಿತ್ತು ತಿನ್ನುತ್ತಿತ್ತು. ಅದರ ಜೊತೆ ಆತಂಕ.

"ಹೇಗಿದ್ದೀಯಾ, ರೋಹಿ?" ಮಹೇಂದ್ರ ಮಂಚದ ಬಳಿಯಲ್ಲಿದ್ದ ಛೇರ್

ಎಳೆದುಕೊಂಡು ಕೂತ. ಜಯಚಂದ್ರನ ಕಣ್ಣುಗಳಲ್ಲಿ ಬೆರೆತ ನೋಟದಲ್ಲಿರುವಂಥ ತೀಕ್ಷ್ಣತೆ "ಅಪ್ಪ, ಇಲ್ಲಿಗೆ ಬಂದಿದ್ರಾ?" ಕೇಳಿದ. ಅವಳು ಏನಾದರೂ ಉತ್ತರಿಸುವ ಮುನ್ನ ಬಾಗಿಲಲ್ಲಿ ಸುಳಿದ ನಿಶಾಂತ್ ಸನ್ನೆ ಮಾಡಿದ. ಅವಳು ಬುದ್ಧಿವಂತಳು "ಯಾಕೆ?" ಅವನಿಗೂ ಪ್ರಶ್ನೆ ಎಸೆದಳು.

"ನೋಡ್ಕೊಂಡ್ಬರೋಣಾಂತ ಮನೆಗೆ ಹೋಗಿದ್ದೆ, ಇರ್ಲಿಲ್ಲ. ನಿನ್ನ ಶಿಷ್ಯ ವಿಷ್ಯ ಮುಟ್ಟಿಸ್ದಾ? ಹೇಗೆ ಬಂದ್ರು? ಯಾರ್‍ಜೊತೆಯಲ್ಲಿ ಬಂದ್ರು? ಬರೋಕೆ ಹೇಗೆ ಸಾಧ್ಯವಾಯ್ತು?" ಕುತೂಹಲವನ್ನು ಹತ್ತಿಕ್ಕಲಾರದೆ ಹೋದ.

ರೋಹಿಣಿ ಸುಸ್ತಾದವಳಂತೆ ನಿಧಾನವಾಗಿ ಕಣ್ಣು ಮುಚ್ಚಿಕೊಂಡಳು. ಮಹೇಂದ್ರ ಕಣ್ಣು ಕೆಂಪಗೆ ಮಾಡಿದ.

"ನಿಂಗೆ ಅಷ್ಟು ಅರ್ಥವಾಗೋಲ್ಲವೇ? ಪೇಷಂಟ್ ಹತ್ರ ಹೇಗೆ ಮೂವ್ ಮಾಡ್ಬೇಕೂಂತ ಕೂಡ ಗೊತ್ತಿಲ್ಲ."

ಜಯಚಂದ್ರನ ಕಸಿವಿಸಿಯೇನು ಕಮ್ಮಿಯಾಗಲಿಲ್ಲ. ನಾಲ್ಕಾರು ವರ್ಷದಿಂದ ಮನೆಯಿಂದ ಹೊರಬರದ, ಅಸಹಾಯಕ ತಂದೆ ಇಲ್ಲಿಯವರೆಗೂ ಹೇಗೆ ಬಂದರು? ಯಾರು ಕರೆ ತಂದರು? ಅವನಿಗೆ ತಲೆ ಕೆಟ್ಟಂತಾಯಿತು.

"ಎಕ್ಸ್‌ಕ್ಯೂಜ್ ಮೀ ರೋಹಿ. ಇವ್ನು ಹೇಗೆ ಪರಶುರಾಮ್ ಅಂಥ ಧೀಮಂತ ವ್ಯಕ್ತಿಗೆ ಮಗನಾದ? ಪೂರ್ ಫೆಲೋ" ಕ್ಷಮೆಯಾಚಿಸುತ್ತಲೇ ಸಹಾನುಭೂತಿಯ ನೋಟ ಬೀರಿದ ಜಯಚಂದ್ರನತ್ತ.

ರೋಹಿಣಿಗೆ ಅದಷ್ಟು ಬೇಗ ಅವರು ಹೊರ ಹೋಗುವುದು ಬೇಕಿತ್ತು. ಒಂದು ರೀತಿಯ ಆತಂಕ ಕೂಡ. ನಿಧಾನವಾಗಿ ಕಣ್ತೆರೆದಳು.

"ಅತ್ತಿಗೆನು ಇಲ್ಲೇ ಇದ್ದಾರ? ಬಹುಶಃ ನಿಂಗೆ ಕೆಲ್ಸದ ಯೋಚ್ನೇ ಇದ್ದ ಹಾಗಿಲ್ಲ" ಜಯಚಂದ್ರನಿಗೆ ಹೇಳಿದಳು. ಅವಳ ಮಾತು ಸತ್ಯವಾಗಿತ್ತು.

ಅವನ ಮುಖದಲ್ಲಿ ಕಹಿ ಇಣಕಿತು. "ನಿಂಗೇನು ಕಷ್ಟ! ನಾನೇನು ಯಾರ್‍ಗೂ ಭಾರವಾಗಿಲ್ಲ. ಮನೆಗೂ ಕೂಡ ಬರೋಲ್ಲ. ಅದೂ ಇಷ್ಟು ಕಠಿಣ ಮಾತಾಡ್ತಿ. ಹೊರಟವನು ನಿಂತಿದ್ದು ನಿಂಗೋಸ್ಕರ" ಬಡಬಡಿಸಿದ.

"ಖಂಡಿತ ಬೇಡ. ನಿನ್ನ ಪಾಡಿಗೆ ನೀನು ಹೋಗು. ಸುಮ್ನೇ ಮನೆಗೆ ಹೋಗಿ ಅಪ್ಪನಿಗೆ ಚಿತ್ತಕ್ಷೋಭೆ ಮಾಡ್ಬೇಡ" ಆ ಕ್ಷಣ ಇದ್ದ ಪರಿಸರ, ಎದುರಿಗಿದ್ದ ಮಹೇಂದ್ರನನ್ನು ಕೂಡ ಮರೆತಂತಿತ್ತು.

ಜಯಚಂದ್ರ ಮುಖ ತಿರುಗಿಸಿಕೊಂಡು ಹೊರಟುಬಿಟ್ಟ. ಅವನ ಬಗ್ಗೆ ಒಂದು ಮಾತು ಆಡಲು ಇಷ್ಟಪಡದಿದ್ದರೂ ತಮಾಷೆ ಮಾಡಿದಳು.

"ಎಲೆಕ್ಷನ್ ಹತ್ತಿರವಾಯ್ತು, ಕೆಲ್ಸ ಬೋರ್ ಹೊಡೆದಿರಬೇಕು. ಪಾರ್ಟಿ ಟಿಕೆಟ್‌ಗೋಸ್ಕರ ಏನಾದ್ರೂ ಠಿಕಾಣಿ ಹಾಕಿದ್ದಾನ? ಸ್ವಂತ ವ್ಯಕ್ತಿತ್ವವಿಲ್ದ ಕೆಟ್ಟ ಮನಸ್ಸಿನ ಈ ವ್ಯಕ್ತಿ, ಜನರಿಗೇನು ಮಾಡಿಯಾನು?" ಜಿಗುಪ್ಸೆ ಇಣುಕಿತು ಅವಳ ಸ್ವರದಲ್ಲಿ.

ಮಹೇಂದ್ರ ಏನು ಹೇಳಲಾರದೆ ಹೋದ.

ಹೊರಗೆ ಬಂದ ಮಹೇಂದ್ರನ ಕಣ್ಣುಗಳು ಯಾರಿಗಾಗಿಯೋ ಅರಸುತ್ತಿತ್ತು. ಅದು ತನಗಾಗಿಯೆಂದು ನಿಶಾಂತ್‌ಗೆ ಗೊತ್ತು.

ನಿಶಾಂತ್ ಒಳಗೆ ಬಂದಾಗ ರೋಹಿಣಿಯ ಕಣ್ಣುಗಳಲ್ಲಿ ಆತಂಕವಿತ್ತು. ಅರಿತವನಂತೆ ಮುಗುಳ್ನಗೆ ಬೀರಿದ.

"ಕೀರ್ತಿ ಸುಳ್ಳು ಹೇಳ್ದ. ಅದ್ನ ಸಮರ್ಥಿಸಿಕೊಳ್ಳಬೇಕಿಲ್ಲ. ಯಜಮಾನ್ರು ಮನೆಯಲ್ಲೇ ಇದ್ದಾರೆ."

ಅವಳೆದೆಯ ಆತಂಕ ನಿಧಾನವಾಗಿ ಕರಗಿತು. ಜಯಚಂದ್ರ ಏನಾದರೂ ತಿಳಿದುಕೊಳ್ಳಲಿ. ತಂದೆಯೊಂದಿಗೆ ಮಾತನಾಡದಿದ್ದುದ್ದು ಅವಳಿಗೆ ಸಮಾಧಾನ ತರಿಸಿತು.

"ಥ್ಯಾಂಕ್ ಗಾಡ್...." ಎದೆಯ ಮೇಲೆ ಕೈಯಿಟ್ಟುಕೊಂಡಳು. ಅಂಗೈಯ ಬ್ಯಾಂಡೇಜ್ ಭಾರವೆನಿಸಿತು. "ಇದ್ನ ಯಾವಾಗ ಬಿಚ್ಚುತ್ತಾರೋ" ಎನ್ನುತ್ತಿರುವಾಗಲೇ ನಿಶಾಂತ್ ಹೊರಗೆ ಹೋದ.

ಎರಡೇ ನಿಮಿಷಕ್ಕೆ ಮಹೇಂದ್ರ, ಜಯಚಂದ್ರ ಇಬ್ಬರು ಒಳಗೆ ಬಂದರು.

"ಯಾರಾದ್ರೂ..... ಬಂದಿದ್ರಾ?" ಮಹೇಂದ್ರ ಕೇಳಿದ.

ಅವಳು ನಿಜವನ್ನು ಉಸುರಲು ತಯಾರು. ಆದರೆ ಯಾಕೆ ಹೇಳಬೇಕು? ಹೇಳಬೇಕಾದ ಅಗತ್ಯವಿದ್ಯಾ?

"ಯಾರಾದ್ರೂ...... ಬರೋರು ಇದ್ರಾ?" ಅವರನ್ನೆ ಕೇಳಿದಳು.

ಮಹೇಂದ್ರನ ಕಣ್ಣುಗಳು ಕಿರಿದಾಗಿ ಅದರ ಕೆಳಗೆ ಗೆರೆಗಳು ಮೂಡಿದವು. ಜಯಚಂದ್ರನ ಮುಖ ಕೋಪದಿಂದ ಉರಿಯುತ್ತಿತ್ತು.

"ಯಾರ ಜೊತೆ ಅಪ್ಪ ಇಲ್ಲಿಗೆ ಬಂದಿದ್ದು?" ಅವನಲ್ಲಿನ ಕುತೂಹಲ ಅಡಗಿಹೋಗಿರಲಿಲ್ಲ. "ಹಳೇ ಸ್ನೇಹಿತರ ಜೊತೆ ನೀನು ಯಾಕೆ ತಲೆ ಕೆಡಿಸ್ಕೋತೀಯಾ!" ಮುಖ ಗಂಟಿಕ್ಕಿದಳು.

ಅವರುಗಳು ಹೊರಗೆ ಹೋದ ಮೇಲೆ ನಿಶಾಂತ್ ಬಂದ. "ಡಾಕ್ಟ್ರು ಡಿಸ್‌ಛಾರ್ಜ್ ಮಾಡೋಕೆ ಒಪ್ಪಿಕೊಂಡಿದ್ದಾರೆ. ಮನೆಯಲ್ಲಿ ರೆಸ್ಟ್ ತಗೋ ಬಹ್ದು" ಕರೆದೊಯ್ಯಲು ಬಂದವನಂತೆ ನುಡಿದ.

ರೋಹಿಣಿಗೆ ಕಣ್ತುಂಬಿ ಬಂತು. ಸ್ವಂತ ಅಣ್ಣ ಜಯಚಂದ್ರ ಬೇರೆಲ್ಲ ಮಾತಾಡುತ್ತಿದ್ದನೇ ವಿನಃ ಅವಳನ್ನು ಕರೆದೊಯ್ಯುವ, ಡಾಕ್ಟರ ಬಳಿ ವಿಚಾರಿಸುವ ತಾಪತ್ರಯವನ್ನೇ ತೆಗೆದುಕೊಂಡಿರಲಿಲ್ಲ.

"ಅತ್ತೆ ಹಣ ಕೊಟ್ಟು ಕಳಿಸಿದ್ದಾರೆ. ನೀವೇನು ಯೋಚ್ನೆ ಮಾಡ್ಬೇಡಿ" ಅವಳ ಚಿಂತೆಗೆ ಬ್ರೇಕ್ ಹಾಕಿದ ನಿಶಾಂತ್.

ಮನೆಗೆ ಬಂದಾಗ ಅವಳಿಗೆ ಆಶ್ಚರ್ಯ ಕಾದಿತ್ತು. ಪರಶುರಾಮ್ ವಾಸ್ತವ್ಯ ಬದಲಾಗಿತ್ತು. ಹೊಸ ಗಾಳಿ ಸಂಚಾರವಾದಂತಿತ್ತು.

"ಅಪ್ಪ, ಒಪ್ಪಿಕೊಂಡ್ರಾ?" ಅನ್ನಪೂರ್ಣಮ್ಮನ ಕಡೆ ನೋಡಿದಳು.

"ಎಲ್ಲಾ ಬಾಪಟ್‌ದೇ ಕೆಲ್ಸ. ಅಣ್ಣ ಅವನತ್ರ ಚೆನ್ನಾಗಿ ಮಾತಾಡ್ತಾರೆ" ವಿವರಿಸಿದರು. ಆಕೆ ಕೂಡ ಗೆಲುವಾಗಿದ್ದ ಹಾಗೇ ಕಂಡಿತು.

ಇಷ್ಟೆಲ್ಲ ಮುತುವರ್ಜಿವಹಿಸುವ ಬಾಪಟ್ ಯಾರು? ಅಂದು ಅವನು ಕೊಟ್ಟ ಚೀಟಿಯಲ್ಲಿ ಸಂಕ್ಷಿಪ್ತ ವಿವರವಿತ್ತು. ತಂದೆ, ತಾಯಿ, ಅಣ್ಣ, ತಮ್ಮ ಯಾರೂ ಇಲ್ಲ. ವಾಸ 'ಧವಳ ನಕ್ಷತ್ರ', ಮನೆ ಓನರ್ ಹೆಸರು ಪರಶುರಾಮ್. ಕೆಲಸ ಕಂಪೋಜಿಟರ್, ಇಷ್ಟೇ ಇದ್ದಿದ್ದು.

"ಧವಳ ನಕ್ಷತ್ರ" ಅವಳ ಕಣ್ಣಂಚಿನಲ್ಲಿ ಕಂಬನಿ ಶೇಖರವಾಯಿತು. ಈಗ ಆ ಹೆಸರೇ ಮರೆತುಹೋಗಿತ್ತು. ಅದೆಂದೂ ಮಿನುಗಲು ಸಾಧ್ಯವಿಲ್ಲ!

ಒಮ್ಮೆ ಅವಳೇ ಅಣ್ಣ, ಅತ್ತಿಗೆಯನ್ನು ಕೂಡಿಸಿಕೊಂಡು ಹೇಳಿದ್ದಳು : "ಮನೇನ ಅಪ್ಪ ತುಂಬ ಪ್ರೀತಿಸ್ತಾ ಇದ್ರು. ಮಾರೋ ಯೋಚ್ನೆ ಬಿಟ್ಟು ಇಲ್ಲೇ ಇದ್ಬಿಡಿ. ಹಿಂದಿನ ವೈಭವ ಮರಳಿ ಬರದಿದ್ರೂ...." ಸುಂದರ ಚಿತ್ರಣ ಮನಸ್ಸಿನಲ್ಲಿ ತುಂಬಿಕೊಂಡಿದ್ದಳು.

ಲೀಲಾ ಮುಖ ತಿರುಗಿಸಿದ್ದಳು. "ಸದ್ಯ ನಮ್ಗೆ ಬೇಡ. ಬೇಕಾದ್ರೆ ಕೊಂಡುಕೊಂಡು ನೀನೇ ಇದ್ಕೋ. ರೇಟಿನಲ್ಲಿ ಯಾವ ಮುಲಾಜು ಇಲ್ಲ" ಕಡ್ಡಿ ಎರಡು ತುಂಡು ಮಾಡಿದಂತೆ ನುಡಿದಿದ್ದಳು. ಆಸ್ತಿಯ ವಿಷಯ ಬಂದರೆ ರೋಹಿಣಿಯನ್ನು ಹೊರಗಿನವಳೆಂದೇ ಭಾವಿಸುತ್ತಿದ್ದರು.

ಅವರಿಗೆ ಛಾಲೆಂಜ್ ಎಸೆದು ಬುದ್ಧಿ ಕಲಿಸುವಂಥ ಸಾಮರ್ಥ್ಯ ಅವಳಿಗೂ ಇತ್ತು. ಯಾವುದಕ್ಕೂ ಹೇಸದ ಜನರಿಂದ ತಂದೆಯ ಮೃತ್ಯು ಬರಮಾಡಿಕೊಳ್ಳಲು ಅವಳಿಗೆಷ್ಟವಿರಲಿಲ್ಲ ಮಾತ್ರವಲ್ಲ, ಒಂದು ರೀತಿಯ ಅಹಸ್ಯ.

ಕೋಣೆಗೆ ಬಂದವಳೇ ಮಂಚದ ಮೇಲೆ ಮಲಗಿದಳು ಸುಸ್ತಾದವಳಂತೆ. ಹಣೆ ಮತ್ತು ಕೈಯ ಬ್ಯಾಂಡೇಜ್ ಹಾಗೆಯೇ ಇತ್ತು.

"ಪ್ರೆಸ್ ಕಾನ್ಫರೆನ್ಸ್‌ಗೆ ಹೋಗಿದ್ದಾರೇಂತ ತಿಳ್ಸಿದ್ದೀನಿ" ನಿಶಾಂತ್ ತಿಳಿಸಿದ್ದ.

ಅವಳಿಗಿಷ್ಟೋ ಸಮಾಧಾನ.

ಕಣ್ಮುಚ್ಚಿ ಮಲಗಿದವಳು ಕೀರ್ತಿಯ ಕೂಗಾಟದ ನಂತರವೇ ಎದ್ದಿದ್ದು. ಇವಳು ಹೊರಗೆ ಬರುವ ವೇಳೆಗೆ ಮಾರುದ್ದದ ಎರಡು ನಾಗರ ಹಾವುಗಳನ್ನು ಹೊಡೆದು ಹೊರಗೆ ಒಯ್ಯುತ್ತಿದ್ದರು ಬಾಬು ಮೆಕ್ಯಾನಿಕ್ ಅಹಮದ್.

"ದೇಖೋ ಮೇಮ್‌ಸಾಬ್, ಎಷ್ಟು ದೊಡ್ಡ ಹಾವುಗಳು. ಎಲ್ಲಿಂದ ಬಂತೋ" ಅವಳ ಮುಂದೆ ಹಿಡಿದ. ಅವಳೆದೆ ಝಲ್ ಎಂದಿತು. ಅವು ಸಿಕ್ಕಿದ್ದು ತಂದೆಯ ಕೋಣೆಯಲ್ಲಿ. ಅವರು ಅಲ್ಲೇ ಇದ್ದಿದ್ದರೆ ... ಬಹುಶಃ ಪರಶುರಾಮ್ ಶವವಾಗಿರುತ್ತಿದ್ದರು.

ದಿಕ್ಕು ತೋಚದವಳಂತೆ ಒಂದು ಕಡೆ ಕುಕ್ಕರಿಸಿದಳು. ಅವಳ ಮೈ ಸಣ್ಣಗೆ ಕಂಪಿಸುತ್ತಿತ್ತು. ಹತ್ತು ಲಕ್ಷಕ್ಕಿಂತ ಹೆಚ್ಚು ಬೆಲೆ ಬಾಳುವ ಮನೆ ಮತ್ತು ಸೈಟು – ಲೀಲಾ ಹೇಳುತ್ತಿದ್ದ ಮಾತು. ಆದರೆ ಐವತ್ತು ಲಕ್ಷಕ್ಕೂ ಮೀರಿದ ಆಸ್ತಿ. ಕೋಟಿ ರೂಪಾಯಿ ಕೊಡಲು ತಯಾರು ಇದ್ದರು.

ಇದು ಬೇಗ ಅವರ ಕೈ ಸೇರಲು ಪರಶುರಾಮ್ ಸಾವು–ದುಃಖ ಉಮ್ಮಳಿಸಿ ಬಂತು. ಹೋಗಿ ಅವರೆದೆಯ ಮೇಲೆ ತಲೆ ಇಟ್ಟು ಬಿಕ್ಕಿ ಬಿಕ್ಕಿ ಅಳಬೇಕೆನಿಸಿತು.

ಅವಳಿಗೆ ಊಟ ತಂದ ಅನ್ನಪೂರ್ಣಮ್ಮ ಭಯಭೀತರಾಗಿದ್ದರು. "ನಂಗ್ಯಾಕೋ ಭಯ ಕಣೇ, ರೋಹಿಣಿ. ಬೇರೆ ಎಲ್ಲಾದ್ರೂ ಹೋಗ್ಬಿಡೋಣ" ಅಲ್ಲೇ ಕುಸಿದು ಕೂತರು.

ಒಂದಲ್ಲ ಒಂದು ರೀತಿಯಲ್ಲಿ ಹೆದರಿಸುತ್ತಲೇ ಇದ್ದರು. ಅವಳು ಒಂಟಿ. ಧೈರ್ಯವಹಿಸಲು ಅವಳಿಗೆ ತಂದೆಯ ಸ್ಥಿತಿ ಅಡ್ಡ ಬರುತ್ತಿತ್ತು. ಪರಿಣಾಮ ಏನಾದರಾಗಲಿ ಹಿಂಜರಿಯಲಾರಳು.

"ಬಿಡಿ ಅತ್ತೆ, ಹಾವುಗಳಿಗೆ ಹೆದರಿಬಿಟ್ರಾಗುತ್ತ, ದೊಡ್ಡ ಕಾಂಪೌಂಡ್ ಸುತ್ತಲೂ ಗಿಡ, ಮರ, ಪೊದೆಗಳು ಹೇಗೋ ನುಸುಳಿಕೊಂಡು ಬಂದಿವೆ' ಧೈರ್ಯ ಹೇಳಿದಳು. ಆಕೆ ಭಯಗೆಟ್ಟರೆ ಪರಿಸ್ಥಿತಿ ಮೀರಿಹೋಗಬಹುದೆಂದು ಅವಳಿಗೆ ಗೊತ್ತು.

ಆದರೆ ಸಂಜೆ ಅವನ ಬಳಿ ಬಂದ ಕೀರ್ತಿ "ಅಕ್ಕಾ, ಎಲ್ಲಾದ್ರೂ ಬಾಡ್ಗೇ ಮನೆ ನೋಡ್ತೀನಿ. ಹೋಗ್ಬಿಡೋಣ" ಭಯದಿಂದ ತರತರ ನಡುಗುತ್ತಿದ್ದ.

ಅವನು ಈಚೆಗೆ ಇಲ್ಲೇ ಮಲಗುತ್ತಿದ್ದ. ರೋಹಿಣಿಗೆ ಆಕ್ಸಿಡೆಂಟ್ ಆದ ಮೇಲೆ ಕೆಲಸಕ್ಕೂ ಕೂಡ ಹೋಗಿರಲಿಲ್ಲ.

ರೋಹಿಣಿ ಒಂದು ನಿರ್ಧಾರಕ್ಕೆ ಬಂದಳು. "ಕೀರ್ತಿ, ಇನ್ಮೇಲೆ ನೀನು ಬಾಬು ಷೆಡ್‌ನಲ್ಲೇ ಮಲ್ಗು. ಬೇಕಾದಾಗ ಹೇಳಿ ಕಳಿಸ್ತೀನಿ" ಅವನನ್ನು ಮನೆಯಲ್ಲಿ

ಇಟ್ಟುಕೊಳ್ಳಲು ಇಷ್ಟಪಡಲಿಲ್ಲ.

ಅವನು ತುಟಿ ತೆರೆಯಲಾರದೆ ಅಳುತ್ತ ಹೋಗಿಬಿಟ್ಟ. ಅನ್ನಪೂರ್ಣಮ್ಮ, ನಿಶಾಂತ್, ಪರಶುರಾಮ್ ಕೂಡ ತನ್ನವರು ಎನ್ನುವ ಆತ್ಮೀಯ ಭಾವ ಬೆಳೆದಿತ್ತು. ಈಗ ಮತ್ತೆ ಅನಾಥ ಪ್ರಜ್ಞೆ, ದಿಕ್ಕಿಲ್ಲದ ಬದುಕು.

ಏನಾಗಬಹುದು? ಛಾಲೆಂಜ್ ಆಗಿ ಸ್ವೀಕರಿಸಲು ಸಿದ್ಧ. ಪರಶುರಾಮ್ ಎದೆ ಗಟ್ಟಿ ಇಲ್ಲ! ಅನ್ನಪೂರ್ಣಮ್ಮ ಬದುಕಿರಲಾರರು!

"ಹಣೆ, ಕೈ ಬ್ಯಾಂಡೇಜ್ ಯಾವಾಗ ಬಿಚ್ಚುತ್ತೀರಾ! ಗಾಯಕ್ಕಿಂತ ಅದೇ ದೊಡ್ಡದಾಗಿ ಕಾಣಬಾರದು" ಡಾಕ್ಟರನ್ನು ಕೇಳಿದ್ದಳು. ಅವರು ನಸು ನಗೆ ಬೀರಿದ್ದರು. "ಡೇರ್ ಲೇಡಿ! ನಿನ್ನಂಡ್ರೆ ಆಶ್ಚರ್ಯವಾಗುತ್ತೆ. ನಾಳಿದ್ದು.......ನೋಡೋಣ" ಹೋಗುವ ಮುನ್ನ ಹೇಳಿ ಕಳಿಸಿದ್ದರು.

ಹಿಂಸೆಯೆನಿಸಿತು ಅವಳಿಗೆ. ಅವಳ ಸಹೋದ್ಯೋಗಿಗಳ ಜೊತೆ ಪೊಲೀಸ್‌ನವರು ಬಂದು ಪ್ರಶ್ನಿಸಿದ್ದರು. "ಹೇಗಾಯ್ತು?" ಗೊತ್ತಿಲ್ಲವೆಂದು ಹೇಳಿದ್ದರು. ಎಲ್ಲರಿಗೂ ಅದೇ ಉತ್ತರ. ಅವಳಿಗೇನು ಗೊತ್ತಿಲ್ಲ.

ನಿಶಾಂತ್ ಬಂದಾಗ ಕೃತಜ್ಞತೆಯಿಂದ ಅವನತ್ತ ನೋಡಿದಳು. "ಮಾತುಗಳಲ್ಲಿ ಧನ್ಯವಾದ ಹೇಳಿ ಮುಗಿಸಲಾರದಂಥ ಉಪಕಾರ ಮಾಡಿದ್ದೀರಾ! ನಂಗೆ ಏನು ಹೇಳೋಕೆ ಆಗ್ತಾ ಇಲ್ಲ. ನಿಮ್ಮ ಹಿತ ಬಯಸಿ ಹೇಳ್ತಾ ಇದ್ದೀನಿ. ನೀವು ಮನೆ ಹುಡ್ಕಿಕೊಳ್ಳಿ. "ನಾಳೇನೆ ಖಾಲಿ ಮಾಡಿದರೂ ಒಳ್ಳೆಯದೇ" ಅತ್ಯಂತ ಸ್ಪಷ್ಟವಾಗಿ ಹೇಳಿದಳು. ಸಂಬಂಧವಿಲ್ಲದ ಒಬ್ಬ ವ್ಯಕ್ತಿಯನ್ನು ಈ ಗೊಂದಲದಲ್ಲಿ ಸಿಕ್ಕಿಹಾಕುವುದು ಅವಳಿಗಿಷ್ಟವಿಲ್ಲ.

"ಯಾವ ತಪ್ಪಿಗೆ ಶಿಕ್ಷೆ? ಕಡ್ಮೇ ಬಾಡ್ಗೆಗೆ ಈ ಊರಲ್ಲಿ ಎಲ್ಲೂ ಮನೆ ಸಿಕ್ಕೋಲ್ಲ. ಫುಟ್‌ಪಾತ್ ಮೇಲೆ ವಾಸಿಸೋಕೆ ಪೊಲೀಸ್‌ನೋರು ಬಿಡೋಲ್ಲ. ಮತ್ತೆ ಎಲ್ಲಿ ಇರಲೀ?" ಅಸಹಾಯಕತೆ ವ್ಯಕ್ತಪಡಿಸಿದ.

ಅಷ್ಟರಲ್ಲಿ ಹೊರಗಿನ ಮಾತಿನ ಸದ್ದು ಕೇಳಿ ನಿಶಾಂತ್ ಹೊರಗೆ ಹೋದ. ಐದು ನಿಮಿಷದ ತರುವಾಯ ಜಯಚಂದ್ರ ಒಳಗೆ ಬಂದ ಅವನ ಮುಖ ಧುಮಗುಟ್ಟುತ್ತಿತ್ತು.

"ಬೆಳಿಗ್ಗೆ ಬಂದಾಗ ಏನು ತಿಳಿಸ್ಲೇ ಇಲ್ಲ" ಅಸಹನೆ ಕಕ್ಕಿದ. ಭಾರವಾದ ಉಸಿರೆಳೆದು ದಬ್ಬಿದಳು. "ತಿಳಿಸೋಕೇನಿತ್ತು! ಅಲ್ಲಿದ್ರೆ... ಇಲ್ಲಿ ಅಪ್ಪನ್ನ ಯಾರು ನೋಡ್ಕೋತಾರೆ? ನೀನು ಈಗ ಬಂದಿದ್ದು ಯಾಕೆ?" ಸತ್ತ ಹಾವುಗಳು ಜೀವ ತಳೆದು ಅವಳ ಸುತ್ತಮುತ್ತ ಹರಿದಾಡಿದಂತಾಯಿತು. ಅವನತ್ತ ಬೆಟ್ಟು ತೋರಲು ಹಿಂಜರಿಕೆ.

ಜಯಚಂದ್ರ ಅವಳ ಬಳಿಯಲ್ಲೇ ಕೂತ. ಆತ್ಮೀಯತೆಯಿಂದ ಅವಳ ಬ್ಯಾಂಡೇಜ್ ಕೈಯನ್ನು ಹಿಡಿದು ನೋಡಿದ.

"ರೋಹಿ, ನೀನು ಬಹಳ ಕಠಿಣವಾಗಿ ಮಾತಾಡೋದ್ನ ಕಲ್ತುಬಿಟ್ಟಿದ್ದೀಯ. ಸುಖವಾಗಿರ್ಬೇಕಾದ ವಯಸ್ಸಿನಲ್ಲಿ ಕಂಗೆಡ್ತಾ ಇದ್ದೀಯಾ! ನನ್ಮಾತು ಕೇಳು, ನಾನೇ ಗಂಡು ಹುಡ್ಕೀ ಮದ್ವೆ ಮಾಡ್ತೀನಿ" ಬೆಣ್ಣೆ ಸವರಿದಂಥ ಮಾತುಗಳು. ಸುಲಭವಾಗಿ ಕರಗಿಹೋಗಲಾರದೆ ಒದ್ದಾಡಿದಳು.

ರೋಹಿಣಿಯ ಮುಖದ ಮೇಲೆ ವಿಷಣ್ಣತೆಯ ನಗು ತೇಲಿತು. "ಅಂತು ತಂಗಿ ಬಗ್ಗೆ ಪ್ರೀತಿ ಇದೆಯೆಂದಾಯಿತು. ನನ್ಮದ್ವೆ ವಿಷ್ಯ ಬಿಟ್ಬಿಡು. ಆ ಬಗ್ಗೆ ನಾನು ಯೋಚ್ಸೇ ಇಲ್ಲ. ಹಾಗೆ ನೋಡಿದ್ರೆ.... ನಿಂಗಿಂತ ನಾನು ಸುಖವಾಗಿದ್ದೀನಿ. ನನ್ನ ವ್ಯಕ್ತಿತ್ವ ಉಳ್ಸಿಕೊಂಡಿದ್ದೀನಿ. ಅಷ್ಟು ಸಾಕು" ನೇರವಾಗಿತ್ತು ಅವಳ ಮಾತುಗಳು. ಸುಡು ನೀರು ಅವನ ಮುಖದ ಮೇಲೆ ಎರಚಿದಂತಾಯಿತು.

ಜಯಚಂದ್ರ ಸುಧಾರಿಸಿಕೊಳ್ಳಲು ಕೆಲವು ನಿಮಿಷಗಳೇ ಬೇಕಾಯಿತು.

"ನಾನು ಕೆಲ್ಸಕ್ಕೆ ರಿಜೈನ್ ಮಾಡ್ದೆ. ಲೀಲಾಗೆ ನಾನು ಕೆಲ್ಸದಲ್ಲಿರೋದು ಇಷ್ಟವಾಗ್ಲಿಲ್ಲ" ಎಂದ. ಅದನ್ನು ರೋಹಿಣಿ ಊಹಿಸಿದ್ದಳು ಕೂಡ.

ತುಟಿ ಕಚ್ಚಿ ನೋವನ್ನು ನುಂಗಿದಳು. "ಕೆಲ್ಸ ಬಿಟ್ರೂ....ಏನು ತೊಂದರೆ ಇಲ್ವಲ್ಲ. ಆರಾಮಾಗಿ ಚೆಸ್ ಆಡಿಕೊಂಡಿರು. ಪರಶುರಾಮ್‌ಗೆ ಮಗನಾಗಿ ಹುಟ್ಟಿದ್ದಕ್ಕೆ ಬೇಕಾದಷ್ಟು ಇನ್‌ಕಂ ಬರುವಂಥ ಪ್ರಾಪರ್ಟಿಗಳು ಬಂದಿದೆಯಲ್ಲ" ಅವಳ ಮಾತುಗಳು ವ್ಯಂಗ್ಯವಾದರೂ ಸತ್ಯ.

"ಛೆ, ನೀನು ಏನೇನು ಅರ್ಥಮಾಡಿಕೊಳ್ಳೋಲ್ಲ. ಅಪ್ಪ ಅವರಿವರಿಗೆ ದಾನ ಮಾಡದಿದ್ರೆ.... ಇಂದು ಹೇಗೆ ಇರಬಹುದಿತ್ತು. ಖಾಲಿ ನಿವೇಶನಗಳನ್ನೆಲ್ಲ ಕಾಲೇಜು ಕಟ್ಟೋಕೆ, ಶಿಶುವಿಹಾರ ಕಟ್ಟೋಕೆ ದಾನ ಮಾಡ್ಬಿಟ್ರು. ಈಗ ನಿನ್ನ ಪಾಡು ನೋಡು" ಮುಜುಗರ ವ್ಯಕ್ತಪಡಿಸಿದ.

"ಷಟಪ್, ನನ್ನ ವಿಷ್ಯ ಬಿಡು. ನಂಗೆ ಪದೇ ಪದೇ ಇಂಥ ಮಾತುಗಳು ಇಷ್ಟವಾಗೋಲ್ಲ, ಮಿಸ್ಟರ್ ಜಯಚಂದ್ರ. ಒಳ್ಳೆಯತನ, ಅಂತಃಕರಣ ದುರುಪಯೋಗ ಮಾಡ್ಕೋಬೇಡ. ನಾನು ನಿಂಗೆ ಎಷ್ಟು ಸಲ ಹೇಳ್ಲಿ? ಕನಿಷ್ಟ ಪ್ರಾಣಿಗಳಿಗಾದ್ರೂ ಹೇಳಿದ್ರೆ.... ಅರ್ಥಮಾಡ್ಕೊಂಡ್ ಈ ಕಡೆ ತಲೆ ಹಾಕ್ತಯಿರ್ಲಿಲ್ಲ. ನೀನು ಅದ್ಕಿಂತ ನಿಕೃಷ್ಟವಾಗ್ಬಿಟ್ಟೆ. ಎಕ್ಸ್‌ಕ್ಯೂಜ್ ಮೀ...ನಿನ್ಮಾತುಗಳ್ನ ಕೇಳೋ ಪೇಷನ್ಸ್ ನಂಗಿಲ್ಲ. ಗೆಟ್‌ಔಟ್ ಅನ್ನೋಕೆ ಮೊದ್ಲು ಹೋದ್ರೆ... ಒಳ್ಳೇದು" ರಕ್ತ ಹಂಚಿಕೊಂಡ ಅಣ್ಣನೆಂಬುದನ್ನು ಆ ಕ್ಷಣ ನಿಶ್ಚಿಂತೆಯಿಂದ ಮರೆತುಬಿಟ್ಟಳು.

ಜಯಚಂದ್ರನ ರಕ್ತ ತಣ್ಣಗಾಯಿತು. ಬಹುಶಃ ಅವನು ಧೈರ್ಯಶಾಲಿ ವ್ಯಕ್ತಿಯಾಗಿರಲಾರ!

ಧಡ ಧಡ ನಡೆದುಬಿಟ್ಟ.

* * *

ಪರಶುರಾಮ್‌ಗೆ ಆ ಕೋಣೆಗಿಂತ ಈ ಕೋಣೆ ಇಷ್ಟವಾಯಿತು. ಹಿಂದೆ ದಿವಾನ್‌ಖಾನೆಯಾಗಿ ಬಳಸುತ್ತಿದ್ದರು. ಹೊರಗಿನ ಕಾಂಪೌಂಡ್ ವೀಕ್ಷಿಸಲು ದೊಡ್ಡ ಕಿಟಕಿ ಇತ್ತು. ಮಲಗಿದಲ್ಲಿದ್ದಲೇ ಹೊರಗೆ ನೋಡುತ್ತಿದ್ದರು.

ಕೈ ಕಾಲು, ಹಣೆಯಲ್ಲಿ ಸಣ್ಣ ಪ್ಲಾಸ್ಟರ್ ಮಾತ್ರ ಉಳಿದಾಗ ಕೆಲಸಕ್ಕೆ ಹೋಗಲು ನಿರ್ಧರಿಸಿದಳು. ಆ ನೋವಿನಲ್ಲಿ ಒಂದೆರಡು ಲೇಖನಗಳನ್ನು ಸಿದ್ಧಪಡಿಸಿದಳು.

ತಂದೆಯ ಕೋಣೆಗೆ ಬಂದಾಗ ಗಂಟಲು ಗದ್ಗದವಾಗಿ ಸ್ವರ ಹೊರಡದಂತಾಯಿತು. ದಿಂಬಿಗೊರಗಿದ್ದ ಪರಶುರಾಮ್ ಕಣ್ಣುಗಳಲ್ಲಿ ಆತಂಕ ಇಣುಕಿತು.

ರೋಹಿಣಿ ಅರ್ಥಮಾಡಿಕೊಂಡಳು. "ಮೆಟ್ಟಿಲಿನಲ್ಲಿ ಸ್ಲಿಪ್ ಆದೆ. ಒಂದಿಷ್ಟು ಪೆಟ್ಟು" ಹಣೆ, ಕೈಯನ್ನು ಮುಟ್ಟಿ ನೋಡಿಕೊಂಡಳು.

ಹತ್ತಿರಕ್ಕೆ ಕರೆದು ಕೂಡಿಸಿಕೊಂಡು ಪ್ಲಾಸ್ಟರ್ ಹಾಕಿದ ಕಡೆಯಲ್ಲೆಲ್ಲ ಮುಟ್ಟಿ ನೋಡಿದರು. ತಿದಿಯೊತ್ತಿದಂಥ ನೋವು ಅವರೆದೆಯಲ್ಲಿ.

"ತುಂಬ ನೋವಾಯ್ತು?" ಕೇಳಿದರು.

"ಎಂಥದ್ದು ಇಲ್ಲ" ಎಂದಳು.

ಮಗಳನ್ನೇ ದಿಟ್ಟಿಸಿ ನೋಡಿದರು. "ಯಾವಾಗ್ಬಂದಿದ್ದು?" ಸುಳ್ಳು ಹೇಳಲು ಅವಳ ನಾಲಿಗೆ ಹಿಂಜರಿಯಿತು. ಆದರೆ ಕಾಫೀ ಹಿಡಿದು ಬಂದ ಅನ್ನಪೂರ್ಣಮ್ಮ "ರಾತ್ರಿ ಬಂದ್ಲು. ಸುಮ್ನೇ ನಿಮ್ಮನ್ನ ಎಬ್ಬಿಸೋದ್ಬೇಡಾಂದೇ... ನಾನೇ" ಅವಳಿಗೆ ಸಹಾಯ ಒದಗಿಸಿದರು.

ಪರಶುರಾಮ್ ಮನಸ್ಥಿತಿ ಬಹಳ ಸೂಕ್ಷ್ಮವಾಗಿತ್ತು. ಭೂತ, ವರ್ತಮಾನದ ಮಧ್ಯದಲ್ಲಿದ್ದರು. ವರ್ತಮಾನಕ್ಕೆ ಬಂದ ಕೂಡಲೇ ದುರ್ಬಲರಾಗಿ, ಕೆಲವೊಮ್ಮೆ ಆಘಾತಕ್ಕೆ ಒಳಗಾಗುತ್ತಿದ್ದ ಅವರು ಭೂತದಲ್ಲಿಯೇ ಸುಖೀ. ಹಿಂದಿನ ವೈಭವ, ಪ್ರತಿಷ್ಠೆ ನಡುವೆಯೇ ಕೆಲವೊಮ್ಮೆ ಮುಳುಗಿರುತ್ತಿದ್ದರು.

ತಂದೆ ಕಣ್ಮುಚ್ಚಿಕೊಂಡಾಗ ಎದೆಯ ಮೇಲಿನ ಭಾರ ಇಳಿಸಿಕೊಂಡಂತೆ ಹೊರಬಂದಳು ರೋಹಿಣಿ.

ಬಾಲ್ಕನಿಗೆ ಇಳಿದವಳು "ಮತ್ತೆ, ಜಯಚಂದ್ರ ಇಲ್ಲೇ ಇದ್ದಾನೆ, ಅವ್ನು ನಾನು ಇಲ್ಲ ವೇಳೆಯಲ್ಲಿಯೇ ಬರೋದು ಹೆಚ್ಚು. ಏನ್ಮಾಡೋದು?" ಚಿಂತಿತಳಾದಳು.

"ಏನ್ಮಾಡ್ಲೀ, ಅಣ್ಣನ ಮುಂದೆ ಹಿಂದೆ ನಿಲ್ಲೋಕೆ ಭಯಪಡ್ತಾ ಇದ್ದ. ಈಗ್ಲೂ ಅದೇ ವ್ಯವಸ್ಥೆ. ಹೊರಗಿನಿಂದ ಕೂಗಾಡ್ತಾನೆ" ತಮ್ಮ ಅಸಹಾಯಕತೆಯನ್ನು ತೋಡಿಕೊಂಡರು.

ಮೆಟ್ಟಿಲುಗಳನ್ನ ಇಳಿದು ಕೆಳಕ್ಕೆ ಬಂದವಳು ನಲ್ಲಿಯಲ್ಲಿ ನೀರು ಹಿಡಿಯುತ್ತಿದ್ದ ನಿಶಾಂತ್‌ನ ನೋಡಿ ನಿಂತಳು.

"ಮನೆ........ಸಿಕ್ತಾ?" ಎಂದಾಗ ನಲ್ಲಿ ಬಂದ್ ಮಾಡಿ ಅವಳತ್ತ ಬಂದ. "ಖಂಡಿತ ಸಿಗೋಲ್ಲ, ಮೇಡಮ್, ನನ್ನ ಸಾಮಾನುನ ನೀವು ಹೊರ್‍ಗೆ ಎಸೆದಾಗ ಕೀರ್ತಿ ಜೊತೆ ಬಾಬು ಷೆಡ್ ಸೇರಿಬಿಡ್ತೀನಿ. ಕಂಪೋಜಿಂಗ್ ಕೆಲ್ಸ ಬಿಟ್ಟು ಮೆಕ್ಯಾನಿಕ್ ಆಗೋದೊಂದೇ....ದಾರಿ" ನವಿರಾಗಿ ಹೇಳಿದ.

ರೋಹಿಣಿ ನಕ್ಕುಬಿಟ್ಟಳು.

"ಅಲ್ಲಿ ಮೆಕ್ಯಾನಿಕ್ ಆಗಿ ಸೇರ್‍ಕೊಂಡ್ರೆ....ಬಾಬುದು ಅದೃಷ್ಟ ನಿಮ್ಮ ಗರ್ಲ್‌ಫ್ರೆಂಡ್ ಎಲ್ಲಿ. ವೆಹಿಕಲ್ಸ್ ರಿಪೇರಿಗೆ ಅಲ್ಲಿಗೆ ಬರ್ತಾರೆ" ತಮಾಷೆ ಮಾಡಿದಳು.

ದಾರಿ ಕಾಣದ ಸ್ಥಿತಿಯಲ್ಲಿ ನಿಶಾಂತ್ ಅಂಥವನ ಅಗತ್ಯವಿತ್ತು. ಹಾಗೆಂದೇ ಅವನನ್ನು ಅಪಾಯಕ್ಕೆ ತಳ್ಳುವುದು ಅವಳಿಗೆ ಇಷ್ಟವಿಲ್ಲ.

ಗೇಟು ಬಾಗಿಲು ತೆಗೆದವಳು ತಂದೆಯ ಕೋಣೆಯ ಕಿಟಕಿಯತ್ತ ನೋಟಹರಿಸಿದಳು. ಉಗುಳು ನುಂಗಿದಳು. ಅವರ ನೋಟ ಅವಳತ್ತಲೇ ಇತ್ತು. ಮೆಲ್ಲಗೆ ಕಾರಿನತ್ತ ನಡೆದಳು.

ಒಳಗೆ ಕೂತಳು. ಒಂದು ಐದು ನಿಮಿಷ ಇಳಿಯುವುದು. ಮೌನವಾಗಿ ಒಳಕ್ಕೆ ಹೋಗಿ ಏನಾದರೂ ಹೇಳುವುದು.

ನಿಶಾಂತ್ ಡೋರ್ ಬಳಿ ಬಂದ "ಮೇಡಮ್, ನಿಮ್ಮ ಪತ್ರಿಕಾಲಯದ ಪಕ್ಕದಲ್ಲಿ ಒಂದಿಷ್ಟು ಕೆಲ್ಸ ಇದೆ. ಒಪ್ಪಿಗೆ ಕೊಟ್ಟರೇ...." ತಲೆ ಕೆರೆದುಕೊಂಡ.

ಅವಳಿಗೆ ನಿಜವಾಗಿಯೂ ಕೋಪ ಬಂತು. ಸದಾ ಬಾಬು ಮೆಕ್ಯಾನಿಕ್ ಷಾಪ್‌ನಲ್ಲಿಯೋ, ಮನೆಯ ಕಾಂಪೌಂಡಿನಲ್ಲಿಯೋ ನಿದ್ರಿಸುತ್ತಿರುವ ಕಾರಿನ ಬಗ್ಗೆ ಇವನಿಗೆ ತಿಳಿಯದಾ?

ಅವಳು ಏನಾದರೂ ಹೇಳುವ ಮುನ್ನ ಎರಡೇ ನಿಮಿಷದಲ್ಲಿ ಬಟ್ಟೆ ಧರಿಸಿ ಕಾರಿನ ಬೀಗದ ಕೈ ಹಿಡಿದು ಓಡಿ ಬಂದ.

"ಕೀರ್ತಿ ಕೊಟ್ಟಿದ್ದ ಇವತ್ತೊಂದು ದಿನ ನಾನು ಡ್ರೈವರ್ ಆಗ್ತೀನಿ. ನೀವು

ಒಪ್ಗೇ ಕೊಡಿ" ಬೀಗದ ಕೈ ಅವಳತ್ತ ಚಾಚಿ ಕೇಳಿಕೊಂಡ.

"ರ್ರೀ, ಬಾಪಟ್.......ದೇವರು ನಿಮ್ಗೇ ಸುಂದರವಾದ ರೂಪು ಕೊಟ್ಟ, ಆದರೆ...." ಪೂರ್ತಿ ಮಾಡುವ ಮುನ್ನವೇ ತಡೆದ. "ಥ್ಯಾಂಕ್ಯೂ ಫಾರ್ ಯುವರ್ ಕಾಂಪ್ಲಿಮೆಂಟ್ಸ್ ಮೇಡಮ್. ನಿಮ್ಮಂಥ ಲೇಡಿ ನನ್ನ ಹೊಗಳಿದ್ದೇ ಇಂದು. ಯಾರು ಯಾರೋ ಹೊಗಳಿದ್ರೂ.... ನಾನು ನಂಬ್ಲಿಲ್ಲ. ನಾನು ಹ್ಯಾಂಡ್‌ಸಮ್ ಆಗಿದ್ದೀನೀಂತ ಈಗ ನಂಬ್ಕೇ ಆಯ್ತು. ಎಕ್ಸ್‌ಕ್ಯೂಜ್ ಮೀ... ಇನ್ನು ಮುಂದುವರಿಸಿ ನಿಮ್ಮ ಮಾತುಗಳ್ನ" ಅವನ ಮಾತುಗಳಿಂದ ರೋಹಿಣಿ ರೇಗಿಬಿಟ್ಟಳು.

"ನಿಮ್ಮ ತಲೆಯಲ್ಲಿರೋದು ಜೇಡಿಮಣ್ಣಂತ ಬೇರೆ ಕೆಲ್ಸ ನೋಡ್ಕೋಗಿ" ಗದರಿದಳು.

ಅಲ್ಲಿಗೆ ಬಂದ ಅನ್ನಪೂರ್ಣಮ್ಮ "ಅಣ್ಣ ಕಾರಿನಲ್ಲೇ...ಹೋಗೂಂದ್ರು" ಇಳಿಯಲು ಹೊರಟವಳು ಹಣೆಗೆ ಕೈಯೊತ್ತಿದಳು.

"ಹೊಗಳಿದ್ದು, ಬಯ್ದಿದ್ದು ಆಯಿತಲ್ಲ. ಇದೊಂದು ದಿನ ಸ್ಟೇರಿಂಗ್ ವ್ಹೀಲ್ ಮುಂದೆ ಕೂರೋ ಅವಕಾಶ ಕೊಡಿ. ನನ್ನಂಥ ಒಬ್ಬ ಯುವಕ ಆಸೆಪಟ್ಟಿದ್ದರೇ ಈ ಕಾರನ್ನೇ ಕೊಟ್ಟುಬಿಡ್ತಾ ಇದ್ದರು, ನಿಮ್ಮ ತಂದೆ "ನಿಶಾಂತ್ ಹಿಂದಕ್ಕೆ ಸರಿಯಲಿಲ್ಲ. ದುರುಗುಟ್ಟಿಕೊಂಡು ನೋಡಿದಳು.

ನಿಶಾಂತ್ ತಕ್ಷಣ ಅನ್ನಪೂರ್ಣಮ್ಮನವರತ್ತ ನೋಡಿದ. "ಬೇಕಾದ್ರೆ.... ಅತ್ತೆಯವರನ್ನೆ ಕೇಳಿ" ಆಕೆಯತ್ತ ಕೈ ಮಾಡಿಬಿಟ್ಟ.

"ಸರಿ...ಬನ್ನಿ......" ಇಳಿದು ಹಿಂದಿನ ಸೀಟಿಗೆ ಹೋಗಿ ಕೂತಳು. "ಈ ಕಾರಿನಲ್ಲಿ ನನ್ನ ಪತ್ರಿಕಾ ಆಫೀಸ್ ತಲುಪಿಸುತ್ತೀರಾ?" ತಣ್ಣಗೆ ಕೇಳಿದಳು.

ಸ್ಟೇರಿಂಗ್ ವ್ಹೀಲ್ ಮುಂದೆ ಕೂತವನು ನಾಲ್ಕು ಬೆರಳನ್ನು ಮಡಚಿ ಹೆಬ್ಬೆಟ್ಟು ಮೇಲೆತ್ತಿ ಛಾಲೆಂಜ್‌ಗೆ ಒಪ್ಪಿಗೆ ಸೂಚಿಸಿದ "ಡೆಫಿನೆಟ್ಟಾಗಿ, ನಾನು ಗೆದ್ದರೆ ನೀವೇನು ಕೊಡ್ತೀರಾ!"

ತಕ್ಷಣ ಬಲಗೈಯಲ್ಲಿದ್ದ ಎರಡು ಬಂಗಾರದ ಬಳೆಗಳನ್ನ ತೆಗೆದು ಅವನ ಮುಂದಿಡಿದಳು. "ಇದ್ನ ನೀವೇ ಇಟ್ಕೋಬಹ್ದು. ಮುಂದೆ ನೀವು ಮದ್ವೆ ಆಗೋ ಸಂಗಾತಿಗೆ ಕೊಟ್ಕೋಬಹ್ದು" ಎಂದಳು.

ಅನ್ನಪೂರ್ಣಮ್ಮ ಅವಳಿಗೆ ಛೀಮಾರಿ ಹಾಕುವ ಮುನ್ನ ನಿಶಾಂತ್ ಬಳೆಗಳನ್ನು ತೆಗೆದುಕೊಂಡು ಕಣ್ಣಿಗೊತ್ತಿಕೊಂಡು ಜೇಬಿಗೆ ಸೇರಿಸಿದ.

"ಎಲಾ, ಶ್ರೀಕಾಂತ್ ಶಶಿಕಾಂತ್ ನಿಶಾಂತ್ ಬಾಪಟ್, ನೀನು ಅದೃಷ್ಟವಂತ ಕಣೋ" ಸ್ವಿಚ್ ಕೀ ಅದುಮಿ ಸ್ಟಾರ್ಟ್ ಮಾಡಿಬಿಟ್ಟ ಕಾರನ್ನು.

ನಿಬ್ಬೆರಗಾದಳು ರೋಹಿಣಿ. ಹೇಗೆ ಸಾಧ್ಯ? ತಾಂತ್ರಿಕ ವಿದ್ಯೆಯೇನಾದರೂ ಬಲ್ಲನಾ ಬಾಪಟ್? ಆದರೂ ಕಾರು ಗೇಟು ದಾಟಿ ರೋಡಿಗೆ ಇಳಿದಾಗ ಅವಳಿಗೆ ನಿಜವಾಗಿ ಸಂತೋಷವಾಯಿತು.

ಬಾಬು ಮೆಕ್ಯಾನಿಕ್ ಷಾಪ್‌ನಿಂದ ಮುಂದಕ್ಕೆ ಹೋದಾಗ ಆಶ್ಚರ್ಯದ ಜೊತೆ ಆತಂಕವು ಆಯಿತು. ವರ್ಷಗಳಿಂದ ಇಲ್ಲಿಂದ ಮುಂದಕ್ಕೆ ಹೋದುದ್ದೇ ಇಲ್ಲ. ಅಷ್ಟು ನಿತ್ರಾಣವಾಗಿತ್ತು, ಆದರ ಸ್ಥಿತಿ, ಕೋಲು ಕೊಟ್ಟು ತೊಂಬತ್ತು ವರ್ಷದ ಮುದುಕನನ್ನು ನಡೆಸಿದಂತಿತ್ತು.

ಅವಳ ಪತ್ರಿಕಾಲಯದ ಮುಂದೆ ಕಾರು ನಿಂತಾಗ ನಗುಮುಖದಿಂದ ಇಳಿದಳು.

"ಥ್ಯಾಂಕ್ಯು, ಮಿಸ್ಟರ್ ಬಾಪಟ್ .... ನಿಮ್ಮ ತಲೆಯಲ್ಲಿರೋದು ಜೇಡಿಮಣ್ಣಲ್ಲ ಅನ್ನೋ ಮಾತು ಹಿಂದಕ್ಕೆ ತಗೋತಾ ಇದ್ದೀನಿ. ಈ ಕಾರನ್ನು ಕಾಂಪೌಂಡ್ ಸೇರ್ಸಿಬಿಡಿ" ಮತ್ತೆ ಹಿಂದಕ್ಕೆ ತಿರುಗಿ ಕೂಡ ನೋಡದೆ ಹೊರಟುಬಿಟ್ಟಳು.

ಜೇಬಿನಲ್ಲಿದ್ದ ಬಳೆಗಳನ್ನು ತೆಗೆದು ಮುಖದ ಮುಂದೆ ಹಿಡಿದ. ಇಂಥ ಸ್ವಭಾವ, ಸರಳತೆ 'ಧವಳ ನಕ್ಷತ್ರ'ದ ಒಡತಿಗೆ ಮಾತ್ರ! ಮೈ ಮರೆತು ಕೆಲವು ನಿಮಿಷಗಳು ನಿಂತುಬಿಟ್ಟ.

ಮತ್ತೆ ಹಿಂದಿರುಗಿ ಬಂದಳು ರೋಹಿಣಿ "ಬಾಪಟ್, ಕಾರೇನಾದ್ರೂ ಸ್ಟಾರ್ಟ್ ಆಗದಿದ್ರೆ... ಮುಂದಿನ ರೋಡ್‌ನಲ್ಲಿ ಗ್ಯಾರೇಜ್ ಇದೆ. ಅಲ್ಲಿಗೆ ತಲುಪಿಸು. ನಾನ್ಹೋಗಿ ವಿಚಾರಿಸ್ತೀನಿ" ಮತ್ತೆ ಕಾರು ಹಿಂದಕ್ಕೆ ಹೋಗಿ ಮನೆ ತಲುಪುವುದರಲ್ಲಿ ಅನುಮಾನವಿದ್ದುದು ವ್ಯಕ್ತವಾಯಿತು.

ಕಾರನ್ನೇರಿದ ನಿಶಾಂತ್ ಸ್ಟಾರ್ಟ್ ಮಾಡಿ ಕೈಯಾಡಿಸಿದ. ಅವಳ ಮುಂದೆಯೇ ಸರಿದುಹೋಯಿತು. ನಿಂತಲ್ಲಿ ಗೊಂಬೆಯಾದಳು. ಇದು ಹೇಗೆ ಸಾಧ್ಯ?

ಇಡೀ ದಿನ ಅದೇ ಮೂಡ್‌ನಲ್ಲಿದ್ದಳು. ಎದುರಾದವರೆಲ್ಲ ಕೇಳುತ್ತಿದ್ದುದು ಆಕ್ಸಿಡೆಂಟ್ ಬಗ್ಗೆಯೇ. ಹೇಗಾಯಿತು? ಏನು ಕಾರಣ? ಅವಳಿಗೆ ತಿಳಿಯದು ಮಾತ್ರವಲ್ಲ ಪೊಲೀಸ್‌ನವರಿಗೂ 'ಕ್ಲೂ' ಸಿಕ್ಕಲಿಲ್ಲ.

ಸಂಜೆ ಅವಳು ಮನೆಗೆ ಬಂದಾಗ ಕಾರು ಕಾಂಪೌಂಡಿನಲ್ಲಿಯೇ ಇತ್ತು. ಕೀರ್ತಿ ತೊಳೆಯುತ್ತಿದ್ದ.

"ಈಗ ಕಾರು ಸರಿಯಾಗಿದೆ, ಕಣಕ್ಕ" ಕೀರ್ತಿ ಖುಷಿಯಿಂದ ಹೇಳಿದಾಗ ಮಾತಾಡದೇ ಒಳಗೆ ಹೋದಳು.

ಸ್ವಲ್ಪ ಸುಸ್ತು ಎನಿಸಿತು. ಒಂದು ಕಡೆ ಕೂತುಬಿಟ್ಟಳು.

ಕಾಫೀ ತಂದುಕೊಟ್ಟ ಅನ್ನಪೂರ್ಣಮ್ಮ ಗೊಣಗಿದರು. "ಕೈಯಲ್ಲಿರೋ ಬಳೆಗಳ್ನ

ತೆಗೆದು ಪಣಕ್ಕೆ ಇಡೋದು ಅವ್ನು ಆರಾಮಾಗಿ ಜೇಬಿಗೆ ಸೇರ್ಸಿಬಿಟ್ಟ. ಅದು ಹಿತ್ತಾಳೆ ಅಲ್ಲ ಚಿನ್ನ. ಸ್ವಲ್ಪ ಕೂಡ ಜ್ಞಾನ ನೆಟ್ಟಗಿರಬೇಡ್ವಾ" ತರಾಟೆಗೆ ತಗೊಂಡರು. ರೋಹಿಣಿ ಎರಡು ಕಿವಿಗಳನ್ನು ಮುಚ್ಚಿಕೊಂಡಳು.

"ಈಗೇನಾಯ್ತು ಬಿಡು ಅತ್ತೆ. ತೊಂದರೆಗೆ ಸಿಕ್ಕಾಗ ಸಹಾಯ ಮಾಡಿದ್ದಾನೆ. ಅಪ್ಪನ್ನ ಕಂಡರೆ ಎಷ್ಟೊಂದು ಪ್ರೀತಿ, ಗೌರವ; ಇಟ್ಕೊಳ್ಳಿ...ಬಿಡು. ಅದು ಕಾರು ಸ್ಟಾರ್ಟಾಗುತ್ತೆ ಅನ್ನೋ ಕಲ್ಪನೆ ಕೂಡ ಇರ್ಲಿಲ್ಲ" ಎಂದಳು. ಬಳೆಗಳನ್ನು ಕಳೆದುಕೊಂಡಿದ್ದಕ್ಕೆ ನೋವು, ಸಂಕಟವಾಗಲಿ ಅದನ್ನು ಹಿಂದಕ್ಕೆ ಪಡೆದುಕೊಳ್ಳಬೇಕೆಂಬ ವಾಂಛೆಯಾಗಲಿ ಇರಲಿಲ್ಲ.

ಅನ್ನಪೂರ್ಣಮ್ಮ ಮುಖ ದಪ್ಪಗೆ ಮಾಡಿಕೊಂಡು ಹೊರಗೆ ಹೋದರು. ಕೆಲವು ಸಾವಿರಗಳ ಬಳೆ ನಿಶಾಂತ್‌ನ ಕೈ ಸೇರಿಹೋಯಿತು. ಸುಲಭವಾಗಿ ಬಂದಿದ್ದು ಹಿಂದಿರುಗಿಸಿಯಾನೇ? ತಾವು ಬಾಡಿಗೆಗೆ ಕೊಟ್ಟು ತಪ್ಪು ಮಾಡಿದೆ ಎಂದು ನೊಂದರು.

ಬರೋ ಆದಾಯ ನಿಂತು ಆಸ್ತಿಯೆಲ್ಲ ಜಯಚಂದ್ರನಿಗೆ ಸೇರಿ ಹೋದ ಮೇಲೆ ರೋಹಿಣಿ ಮಾಡಿದ ಮೊದಲ ಕೆಲಸ ಒಡವೆಗಳನ್ನು ಮಾರಿದ್ದು.

"ಅಯ್ಯೋ, ಮನೆ ಚಿನ್ನನ ಮಾರ್ಬಾರ್ದು" ಕಣ್ತುಂಬಿದ್ದರು.

"ಮನೆ ಮರ್ಯಾದೆಗಿಂತ ಅಪ್ಪನ್ನ ನೆಮ್ದಿಯಾಗಿ ನೋಡ್ಕೋಬೇಕು. ನಂಗೆ ಇದ್ಕಿಂತ ಬೇರೆ ದಾರಿ ಇಲ್ಲ" ಆತ್ಮವಿಶ್ವಾಸದಿಂದ ಅವರನ್ನು ಸಂತೈಸಿದ್ದಳು.

ಕುತ್ತಿಗೆಯಲ್ಲಿನ ಸಣ್ಣ ಚೈನು ಬಿಟ್ಟರೆ ಏನೇನು ಚಿನ್ನವಿಲ್ಲ! ಮುಂದಿನ ಗತಿಯೇನು? ಇರುವ ಫರ್ನೀಚರ್‌ಗಳನ್ನು ಪಟ್ಟಿ ಮಾಡಿಕೊಂಡು ಹೋಗಿದ್ದ. ಹೇಗೆ ಬದುಕುವುದು? ಆಕೆಗಂತು ದಿಕ್ಕು ತೋಚದಂತಾಯಿತು.

ಮನೆಗೆ ಬಂದ ನಿಶಾಂತ್ ನೇರವಾಗಿಯೇ ಅನ್ನಪೂರ್ಣಮ್ಮನನ್ನು ಹುಡುಕಿಕೊಂಡು ಬಂದ. ಆಕೆ ಮಾತಾಡದೇ ಹೋದಾಗ ಅವನ ತುಟಿಯಂಚಿನಲ್ಲಿ ಮುಗುಳ್ನಗೆ ತೇಲಿತು.

ಎದುರಾದ ಕೀರ್ತಿಯನ್ನು ಸನ್ನೆ ಮಾಡಿ ರೋಹಿಣಿ ಎಲ್ಲಿಯೆಂದು ಕೇಳಿದ. ಅವನು ಅವಳ ಕೋಣೆಯತ್ತ ಕೈ ತೋರಿಸಿದ.

"ಅವ್ರು ಈಗ್ಲೇ ಹೋಗ್ಬಾರ್ದಿತ್ತು. ತಲೆ ನೋವೇನೋ ಮಲ್ಗಿಬಿಟ್ಟಿದ್ದಾರೆ" ಪಿಸು ದನಿಯಲ್ಲಿ ಉಸುರಿದ,

ಮೆಲ್ಲಗೆ ಬಾಗಿಲು ಮೇಲೆ ಸದ್ದು ಮಾಡಿದ. ನಂತರ ತಳ್ಳಿಕೊಂಡು ಒಳಗೆ ಹೋದವನು ನಿಂತುಬಿಟ್ಟ. ರೋಹಿಣಿ ನಿದ್ದೆ ಮಾಡುತ್ತಿದ್ದಳು.

ಹಿಂದಕ್ಕೆ ತಿರುಗಿದ. ಬಲವಾಗಿ ಬೀಸಿದ ಗಾಳಿಗೆ ಅವಳು ಎಚ್ಚರಗೊಂಡಳು.

"ಸಾರಿ, ಫಾರ್ ದಿ ಡಿಸ್ಟರ್ಬ್ ಮೇಡಮ್" ಬಳೆಗಳನ್ನು ತೆಗೆದು ಅಲ್ಲೇ ಇದ್ದ ಸ್ಟೂಲ್ ಮೇಲಿಟ್ಟ "ನನ್ನ ಜೇಬಿನಲ್ಲಿ ಕೆಲವು ಸಮಯ ಇತ್ತಲ್ಲ, ಅದೇ ನನ್ನ ಅದೃಷ್ಟ, ತಮಾಷೆಗೆ ಅಂದೇ. ನೀವು ತೆಗೆದು ಕೊಟ್ಟುಬಿಟ್ರೆ...." ಸಂಕೋಚ ವ್ಯಕ್ತಪಡಿಸಿದ.

ರೋಹಿಣಿ ಕೈಯಿಂದ ಕೂಡ ಮುಟ್ಟಲಿಲ್ಲ. "ಹಿಂದೆ ಇಂಥ ಒಂದು ಸಂದರ್ಭ ಬಂದಿದ್ದರೇ ಆ ಕಾರೇ ನಿಂಗೆ ಬಹುಮಾನವಾಗಿ ಕೊಡುತ್ತಿದ್ದರು ನನ್ನ ತಂದೆ. ಈಗ ಅಂಥ ದಿನಗಳಿಲ್ಲ. ತಮಾಷೆ, ಸೀರಿಯಸ್‌ನೆಸ್ ಒಂದೂ ಅಲ್ಲ. ಆ ಬಳೆಗಳು ನಿಮ್ಮವೇ, ನಿಮ್ಗೇ ಮಂತ್ರ ತಂತ್ರ ಏನಾದ್ರೂ ಗೊತ್ತಾ?" ಕೊನೆಗಣ್ಣಿಂದ ಅವನ ಮುಖದ ಭಾವನೆಗಳನ್ನು ಅಳೆಯುತ್ತಲೇ ಕೇಳಿದಳು.

ನಿಶಾಂತ್ ನಕ್ಕುಬಿಟ್ಟ. "ಅಂಥ ಅವಕಾಶವೇನು ಸಿಕ್ಲಿಲ್ಲ. ಒಂದಿಷ್ಟು ಮೆಕ್ಯಾನಿಕ್ ಗೊತ್ತು. ನಾನೇ ಅಷ್ಟಿಷ್ಟು ರಿಪೇರಿ ಮಾಡ್ದೇ" ಅವನ ಕಣ್ಣುಗಳಲ್ಲಿನ ಪ್ರಾಮಾಣಿಕತೆಯನ್ನು ನಂಬಿದಳು.

ಅವನ ಬಲವಂತಕ್ಕೆ ಅವಳು ಒಪ್ಪಲಿಲ್ಲ. ಬಳೆಗಳು ನಿಶಾಂತ್ ಬಳಿಯಲ್ಲಿಯೇ ಉಳಿಯಿತು. ಹೆಚ್ಚು ಅಸಮಾಧಾನಗೊಂಡಿದ್ದು ಅನ್ನಪೂರ್ಣಮ್ಮ.

ಅಂದು ಪ್ರೆಸ್ ಕ್ಲಬ್‌ನಿಂದ ರೋಹಿಣಿ ಹೊರ ಬಂದಾಗ ಹಿಂದೆ ತಮ್ಮ ಬಳಿಯಲ್ಲಿ ಕೆಲಸ ಮಾಡುತ್ತಿದ್ದ ಪೀಟರ್ ಆತುರಾತುರದಿಂದ ಓಡಿ ಬಂದ.

"ಅಮ್ಮಾವರೇ, ಬೇಗ್ಬನ್ನಿ...ಯಜಮಾನ್ರಿಗೆ ಹಾರ್ಟ್ ಅಟ್ಯಾಕ್ ಆಗಿದೆ" ಎಂದ. ನಿಂತಲ್ಲಿಯೇ ಅವಳಿಗೆ ಜೋಲಿಯೊಡೆದಂತಾಯಿತು.

"ಮತ್ತೆ ಯಾವ್ದೇ ಅಟ್ಯಾಕ್ ಆದರೂ ಪರಶುರಾಮ್ ಉಳಿಯೋಲ್ಲ!" ಡಾಕ್ಟರ್ ಎಚ್ಚರಿಕೆಯ ಕಹಳೆ ಕಿವಿಯಲ್ಲಿ ಮೊಳಗಿತು. ದುಃಖ ನುಂಗಲಾರದೆ ಹೋದಳು.

ಪಾದ ಎತ್ತಿಡಲು ಅವಳು ಪ್ರಯಾಸಪಡಬೇಕಾಯಿತು.

ಪೀಟರ್ ಅವಸರಿಸಿದ "ಬೇಗ್ಬನ್ನಿ........" ಕಾರಿನ ಡೋರ್ ತೆಗೆದ. ಹೇಗೆ ಹೋಗಿ ಕೂತಳೋ "ಪೀಟರ್, ಬೇಗ ನಡ್ಸು......." ಸೀಟಿಗೆ ಪೂರ್ತಿ ಒರಗಿದಳು.

ಕಾರು ವೇಗವಾಗಿ ಹೋಗತೊಡಗಿತು. ರೆಡ್ ಲೈಟ್ ಬಳಿ ಕಾರು ನಿಂತಾಗ ನಿಶಾಂತ್ ಅವಳನ್ನು ನೋಡಿದ ಫುಟ್‌ಪಾತ್‌ನಿಂದ.

ತಕ್ಷಣ ಕಾರು ನಂಬರ್‌ನ ನೋಟ್ ಮಾಡಿಕೊಂಡ. ಕಾರು ಅತ್ಯಂತ ರಭಸದಿಂದ ಮುಂದಕ್ಕೆ ಹೋಯಿತು.

ಕಾರು ನಿಲ್ಲುವ ಲಕ್ಷಣ ಕಾಣದಾದಾಗ ರೋಹಿಣಿ ಗಾಬರಿಯಾದಳು. "ಪೀಟರ್, ಎಲ್ಲಿಗೆ ಹೋಗ್ತಾ ಇರೋದು?" ಅವನೇನು ಕಾರಿನ ವೇಗ ತಗ್ಗಿಸಲಿಲ್ಲ. "ನಿಮ್ಮ ತಂದೆಯವ್ರ ಬಳಿ......." ಭಾವವಿಕಾರವಿಲ್ಲದೆ ನುಡಿದ.

ಕಾರು ಸಿಟಿಯಿಂದ ಹೊರಗೆ ನಡೆದಾಗ ಸಹನೆ ಕಳೆದುಕೊಂಡಳು ರೋಹಿಣಿ. "ಪೀಟರ್, ಎಲ್ಲಿಗೆ ಹೋಗ್ತಾ ಇದ್ದೀಯಾ?" ಅವಳ ದನಿ ನಡುಗುತ್ತಿತ್ತು.

"ನರ್ಸಿಂಗ್ ಹೋಂಗೆ.........ಅಲ್ಲಿ ಅಡ್ಮಿಟ್ ಆಗಿದ್ದಾರೆ" ಎಂದವನು ಮತ್ತಷ್ಟು ನಂಬಿಸಲು "ಹೊಸ್ದಾಗಿ ಇಲ್ಲೊಂದು ನರ್ಸಿಂಗ್ ಹೋಂ ಓಪನ್... ಆಗಿದೆಯಂತಲ್ಲ" ತಟ್ಟನೇ ಕಾರಿಗೆ ಬ್ರೇಕ್ ಬಿತ್ತು.

ರಸ್ತೆಗೆ ಸಾಲಾಗಿ ಕಲ್ಲುಗಳನ್ನು ಅಡ್ಡವಾಗಿ ಇಟ್ಟಿದ್ದರು. ಪೀಟರ್ ಬೈಯ್ದುಕೊಳ್ಳುತ್ತಲೇ ಇಳಿದ.

ಪಕ್ಕದ ಸೀಳು ರಸ್ತೆಯಿಂದ ಬಂದ ನಿಶಾಂತ್ ಮೊಪೆಡ್ ಕಾರಿನ ಪಕ್ಕದಲ್ಲಿ ನಿಂತಿತು. "ಇದೇನು ನೀವಿಲ್ಲಿದ್ದೀರಾ, ನಿಮ್ತಂದೆನ ಮದರ್ ತೆರೆಸಾ ನರ್ಸಿಂಗ್ ಹೋಂಗೆ ಸೇರಿಸಿದೆ" ಎಂದ.

ರೋಹಿಣಿಗೆ ಏನೇನು ಅರ್ಥವಾಗಲಿಲ್ಲ. ಡೋರ್ ತಳ್ಳಿಕೊಂಡು ಇಳಿಯುವ ವೇಳೆಗೂ ಪೀಟರ್ ಎರಡನೆಯ ಕಲ್ಲು ಎತ್ತುವುದಕ್ಕೂ ಸರಿಹೋಯಿತು ಅಲ್ಲೇ ಹಾಕಿ ಹಿಂದಕ್ಕೆ ಓಡಿ ಬಂದ.

ರೋಹಿಣಿಗೆ ಏನೇನು ಅರ್ಥವಾಗಲಿಲ್ಲ. ಡೋರ್ ತಳ್ಳಿಕೊಂಡು ಇಳಿಯುವ ವೇಳೆಗೂ ಪೀಟರ್ ಎರಡನೆಯ ಕಲ್ಲು ಎತ್ತುವುದಕ್ಕೂ ಸರಿಹೋಯಿತು. ಅಲ್ಲೇ ಹಾಕಿ ಹಿಂದಕ್ಕೆ ಓಡಿ ಬಂದ.

"ಕಾರಿಗೆ ಪೆಟ್ರೋಲ್ ಹಾಕ್ಸಿಕೊಂಡು ಬರೋದ್ಬೇಡ್ವಾ! ನಿನ್ನ ಹಿಂದೆ ನನ್ನ ಅಟ್ಟಿದರು" ಎಂದು ಅವನ ಮೇಲೆ ರೇಗಿದವನು, "ಹತ್ತಿ ಮೇಡಮ್, ಆ ಗಾಡಿಯಲ್ಲಿ ಪೆಟ್ರೋಲ್ ಇಲ್ಲ. ಸುಮ್ನೆ ತಡವಾಗುತ್ತೆ" ಅರ್ಜೆಂಟ್ ಮಾಡಿದ.

ಅವಳಿಗೆ ಯೋಚಿಸುವುದಕ್ಕೂ ಆಗಲಿಲ್ಲ. ಅವಳನ್ನು ಹೊತ್ತು ಮೊಪೆಡ್ ವೇಗದಿಂದ ಸಾಗಿತು. ಈ ಷಾಕ್‌ನಿಂದ ಚೇತರಿಸಿಕೊಳ್ಳಲು ಪೀಟರ್‌ಗೆ ನಿಮಿಷಗಳೇ ಬೇಕಾಯಿತು.

ಅವರುಗಳೇ ಈ ವ್ಯಕ್ತಿಯನ್ನು ಕಳುಹಿಸಿರಬಹುದು! ಗೊಂದಲಕ್ಕೆ ಒಳಗಾದ. ಸ್ವಲ್ಪ ಚುರುಕಾಗುವ ವೇಳೆಗೆ ಮೊಪೆಡ್ ಇವನಿಂದ ಬಹಳ ದೂರ ಹೋಗಿತ್ತು.

ದಾರಿಯಲ್ಲಿ ರೋಹಿಣಿಯು ಯಾವುದೇ ಪ್ರಶ್ನೆಗಳಿಗೆ ಉತ್ತರಿಸದೇ, ಮನೆಯ ಮುಂದೆ ನಿಲ್ಲಿಸಿದ "ನಿಮ್ತಂದೆಯವ್ರು ಒಳ್ಗಡೆ ಇದ್ದಾರೆ, ನೋಡಿ. ಮೊಪೆಡ್‌ನ ಕೊಟ್ಬರ್ತೀನಿ" ಎಂದಾಗ ಅವಳಿಗೇನು ಅರ್ಥವಾಗಲಿಲ್ಲ.

ಗೇಟು ತೆರೆದುಕೊಂಡು ಒಳಗೆ ಓಡಿದಳು. ಅನ್ನಪೂರ್ಣಮ್ಮ, ಕೀರ್ತಿ ತಂದುಕೊಟ್ಟ ನಿಂಬೆಹಣ್ಣನ್ನು ಉಪ್ಪಿನಕಾಯಿಗಾಗಿ ಹಚ್ಚುತ್ತಿದ್ದರು. ಯಾವುದೇ ಆತಂಕದ

ಲಕ್ಷಣಗಳು ಆಕೆಯ ಮುಖದ ಮೇಲಿಲ್ಲ.

"ಅಪ್ಪ, ಊಟ ಮಾಡಿದ್ರಾ?" ಉದ್ವೇಗವನ್ನು ಹತೋಟಿಗೆ ತಂದುಕೊಳ್ಳಲು ಪ್ರಯತ್ನಿಸಿದಳು.

ಹೆಚ್ಚಿಟ್ಟ ಹೋಳುಗಳನ್ನು ಪಾತ್ರೆಗೆ ತುಂಬಿದ ಆಕೆ "ಇವತ್ತು ಪರ್ವಾಗಿಲ್ಲ, ಒಂದಿಷ್ಟು ಅನ್ನ ತಿಂದರು" ಏರಿಳಿಯುತ್ತಿದ್ದ ಎದೆಯ ಮೇಲೆ ಅವಳ ಕೈ ಹೋಯಿತು.

ಅಂದರೇ ತಂದೆ ಮನೆಯಲ್ಲಿಯೇ ಇದ್ದಾರೆ. ಪೀಟರ್‌ಗೆ ಸುಳ್ಳು ಹೇಳಿ ಕಳಿಸಿದ್ದವರು ಯಾರು?

ಪರಶುರಾಮ್ ಕೋಣೆಗೆ ಬಂದಳು. ದಿಂಬಿಗೆ ಒರಗಿದಂತೆಯೇ ಕೈಯಲ್ಲಿ ಪುಸ್ತಕವಿಡಿದು ತಮ್ಮ ಪಾಡಿಗೆ ತಾವು ಮಾತಾಡಿಕೊಳ್ಳುತ್ತಿದ್ದರು.

ಹೊರಗೆ ಬಂದವಳೇ ಗೋಡೆಗೊರಗಿ ಸಮಾಧಾನದ ಉಸಿರು ದಬ್ಬಿದಳು. 'ಪೀಟರ್.....' ಹತ್ತು ವರ್ಷದ ಹಿಂದೆ ಅವರ ಮನೆಯ ಪ್ರಿಮಿಯರ್ ಪದ್ಮಿನಿ ಓಡಿಸುತ್ತಿದ್ದವನು. ಅದನ್ನು ಜಯಚಂದ್ರ ತಗೊಂಡು ಹೋದ ಮೇಲೆ ಬೇರೆಡೆ ಕೆಲಸಕ್ಕೆ ಸೇರಿಕೊಂಡಿದ್ದ.

ಕಳುಹಿಸಿದವರ ಉದ್ದೇಶವೇನು? ಕೆಲವರ ಬಗ್ಗೆ ವ್ಯಂಗ್ಯವಾಗಿ, ಖಾರವಾಗಿ ಬರೆದಿರಬಹುದು. ಅದು ವ್ಯಕ್ತಿಗೆ ಸಂಬಂಧಪಟ್ಟಿದ್ದು, ವೈಯಕ್ತಿಕ ದ್ವೇಷದಿಂದೇನು ಅಲ್ಲ.

ಬಹಳ ಹೊತ್ತು ಚಲನಾರಹಿತರಾಗಿ ನಿಂತುಬಿಟ್ಟಳು. ಅವಳ ತಲೆಯಲ್ಲಿ ಹೆಚ್ಚು ಸುಳಿಯುತ್ತಿದ್ದವನು ನಿಶಾಂತ್. ಒಂದಲ್ಲ ಒಂದು ರೀತಿಯಲ್ಲಿ ನೆರವಾಗಿದ್ದ. ಮರಣದಂಚಿನಲ್ಲಿದ್ದವರನ್ನು ಎಳೆದು ತಂದಿದ್ದ.

ಎಂಟೂವರೆ ಹೊತ್ತಿಗೆ ಕೀರ್ತಿ ಒಂದೆರಡು ಪುಸ್ತಕಗಳನ್ನು ಹಿಡಿದು ಬಂದ "ಬಾಪಟ್, ನನ್ನ ಅಪ್ರ ಕೋಣೆಯಲ್ಲಿರೋಕೆ ಹೇಳಿದ್ದಾರೆ" ನಿಮ್ಮ ಸಲಹೆ ಏನೂಂತ ರೋಹಿಣಿಯ ಮುಖ ನೋಡಿದ. ಪುಸ್ತಕಗಳ ಕಡೆ ನೋಡಿದಳು. "ಪಾಠ ಹೇಳಿಕೊಡ್ತಾರಂತೆ" ಹರ್ಷ ವ್ಯಕ್ತಪಡಿಸಿದ.

ಏನು ಹೇಳುವುದು ಅವಳಿಗೆ ಬೇಡವಾಗಿತ್ತು. "ಅತ್ತೆ ಬಡುಸ್ತಾರೆ, ಹೋಗಿ ಊಟ ಮಾಡು" ಎಂದವಳು ಬಾಲ್ಕನಿ ಇಳಿದು ಕೆಳಗೆ ಬಂದಳು.

ಭಯ ಆವರಿಸಿದಂತಾಯಿತು. ಹಿಂದೆ, ಮುಂದಿನ ಮರಗಳನ್ನು ಒಂದಲ್ಲ ನಾಲ್ಕು ಸಲವಾದರೂ ರಾತ್ರಿಯ ಹೊತ್ತು ಕಡಿದಿದ್ದರು. ಆದರೆ ಅದನ್ನು ಒಯ್ದಿರಲಿಲ್ಲ. ಅವರು ಕಳ್ಳರು ಆಗಿರಲಾರರು. ಹೆದರಿಕೆಯ ವಾತಾವರಣ ಸೃಷ್ಟಿಸಲು ಈ ರೀತಿ ಮಾಡಿರಬಹುದು?

ಗೇಟು ಸದ್ದಾಯಿತು. ಒಳಗೆ ಬರುತ್ತಿದ್ದ ಬಾಪಟ್ ಮುಗುಳ್ನಗೆ ಬೀರಿದ.

"ಆ ಮೊಪೆಡ್ ಕೆಟ್ಟು, ಅದ್ನ ರಿಪೇರಿ ಮಾಡಿಸಲ್ಕಾಗೆ ತಲುಪಿಸುವ ವೇಳೆಗೆ ಸಾಕಾಯಿತು. ಮನೆ ಗೊತ್ತಿಲ್ಲ, ವಿಳಾಸ ಇಲ್ಲ. ಅಂತು... ಫಜೀತಿ" ಎಂದ ಆಯಿಲ್ ಆಂಟದ ಕೈಗಳನ್ನು ನೋಡಿಕೊಳ್ಳುತ್ತ.

ರೋಹಿಣಿ ನಕ್ಕುಬಿಟ್ಟಳು. "ಅಂದರೇ ನಿಮ್ಮ ಗರ್ಲ್‌ಫ್ರೆಂಡ್‌ಗಳ ಸಂಖ್ಯೆ ಜಾಸ್ತಿ" ಹೆದರಿದಂತೆ ನಟಿಸಿದ. "ಫ್ರೆಂಡ್ಸ್ ಅಲ್ಲ, ಬರೀ ಪರಿಚಯ......" ಎಂದವನು ತನ್ನ ಮನೆಯತ್ತ ಹೊರಟ.

ಅಷ್ಟು ಹೊತ್ತಿಗೆ ಅನ್ನಪೂರ್ಣಮ್ಮ ನಾಲ್ಕು ಸಲ ಅವಳನ್ನು ಊಟಕ್ಕೆ ಬಲವಂತ ಮಾಡಿ ಹೋಗಿದ್ದರು. ಐದನೇ ಸಲ ಬಂದಾಗ ಬೇಡವೆಂದಳು.

"ಹೊತ್ತು ಹೊತ್ತಿಗೆ ಊಟ ಬೇಡ್ವಾ! ಬಿಸಿ ಅನ್ನ ಮಾಡಿದ್ದೀನಿ" ಬಲವಂತ ಮಾಡಿದರು. ಅವರ ಮನ ನೋಯಿಸುವುದು ಅವಳಿಗೆ ಇಷ್ಟವಿಲ್ಲದಿದ್ದರೂ ಈಗಂತು ಊಟ ಮಾಡುವುದು ಅವಳಿಂದ ಸಾಧ್ಯವಿರಲಿಲ್ಲ. "ಒಂದಿಷ್ಟು ಬರವಣಿಗೆ ಇದೆ ಅತ್ತೆ. ಅದ್ನ ಮುಗ್ಸಿ ಊಟ ಮಾಡ್ತೀನಿ. ನಿಮ್ಮ ಊಟ ಮುಗ್ಸಿ ಮಲ್ಗಿಕೊಳ್ಳಿ...." ಅವರನ್ನು ಒಳಗೆ ಕಳಿಸಿದಳು.

ಖಾಲಿ ಬಕೆಟ್ ಹಿಡಿದು ಬಂದ ನಿಶಾಂತ್ ಸಂಕೋಚದ ಮುಖ ಮಾಡಿದ "ನೀರು ಬೇಕಾಗಿತ್ತು. ಪರ್ಮಿಷನ್ ಕೊಟ್ಟರೆ......" ಕೇಳಿದ. ಈಚೆಗೆ ಅನ್ನಪೂರ್ಣಮ್ಮ ಅವನ ಬಳಿ ಮಾತನಾಡುವುದನ್ನೇ ಕಮ್ಮಿ ಮಾಡಿದ್ದರು. ಐದು ತೊಲದ ಜೊತೆ ಬಳೆ ಅವನ ಕೈ ಸೇರಿ ಹೋಗಿದ್ದು ಆಕೆಗೆ ವಿಷ ನುಂಗಿದಂತಾಗಿತ್ತು.

"ತಗೊಳ್ಳಿ ಹೋಗಿ. ಎಂದಿನಿಂದ ನನ್ನ ಪರ್ಮಿಷನ್ ಕೇಳೋಕೆ ಷುರು ಮಾಡಿದ್ದು. ಅತ್ತೆ ಇದ್ದಾರೆ ನೋಡಿ" ಎಂದವಳು ತನ್ನ ಕೋಣೆಯತ್ತ ಹೋದಳು.

ಓದಲೂ ಆಗಲಿಲ್ಲ, ಬರಿಯಲು ಆಗಲಿಲ್ಲ. ಎದ್ದು ಹೋಗಿ ಹಾಸಿಗೆಯ ಮೇಲೆ ಉರುಳಿಕೊಂಡಳು.

ಬಾಗಿಲನ್ನು ತಳ್ಳಿಕೊಂಡು ಬಂದ ಕೀರ್ತಿ ನೆಲದಲ್ಲಿ ಕೂತು ಪುಸ್ತಕವನ್ನು ತೆರೆದ.

"ಅಕ್ಕ, ಕನ್ನಡ ಬಾಪಟ್ ಹೇಳಿಕೊಡ್ತಾರಂತೆ ನೀವು ಇಂಗ್ಲಿಷ್ ಹೇಳಿ ಕೊಡ್ತೀರಾ?" ಕೇಳಿದ ದೈನ್ಯದಿಂದ.

"ಮೊದ್ಲು ಕನ್ನಡ ಕಲೀ" ಅವನತ್ತ ತಿರುಗದೆಯೇ ಹೇಳಿದಳು. ಅವನು ಸುಮ್ಮನಾದ.

ಯೋಚಿಸುತ್ತ ಮಲಗಿದ್ದವಳು, ಎದ್ದು ಕೂತಳು. "ಬಾಪಟ್‌ರ ಊಟ ಆಯ್ತ?"

ಒಂದಿಷ್ಟು ಅವನೊಂದಿಗೆ ಮಾತನಾಡಲು ನಿರ್ಧರಿಸಿದ್ದಳು.

"ಇಲ್ಲಕ್ಕಾ, ಬೆಳಿಗ್ಗೆ ಅಡ್ಗೆ ಮಾಡಿರಲಿಲ್ವಂತೆ. ಎರ್ಡು ಲೋಟ ನೀರು ಕುಡಿದ್ರು.:

ಕೀರ್ತಿಯ ಮಾತಿನಿಂದ ಅವಳಿಗೆ ಚುರುಕ್ ಎಂದಿತು. ಮುಂದಿನ ಬಾಗಿಲು ತೆಗೆದುಕೊಂಡು ಹೊರಗೆ ಬಂದಳು. ಬರೀ ಬಿಳಿಯ ನೆಟ್‌ಬನಿಯನ್ನು, ಲುಂಗಿ ಉಟ್ಟಿದ್ದ ನಿಶಾಂತ್ ಕಾಂಪೌಂಡ್‌ನಲ್ಲಿ ವಾಕ್ ಮಾಡುತ್ತಿದ್ದ.

"ಏನ್ಮಾಡ್ತಾ ಇದ್ದೀರಾ?" ಅವಳ ಪ್ರಶ್ನೆಗೆ ನಕ್ಕುಬಿಟ್ಟ. "ನಿಮ್ಗಂಥ ಚುರುಕಾದ ಪತ್ರಕರ್ತರು ಇಂಥ ಪ್ರಶ್ನೆ ಕೇಳಿದರೆ ಹೇಗೆ ಉತ್ತರಿಸೋದು. ಆರಾಮಾಗಿ ವಾಕ್ ಮಾಡ್ತಾ ಇದ್ದೀನಿ" ತಮಾಷೆ ಮಾಡಿದ.

"ಊಟ ಆಯ್ತ?" ಕೇಳಿದಳು.

"ಆಯ್ತು, ಆದರೆ ನೀವು ಯಾವಾಗಿನದೂಂತ ಕೇಳ್ಲಿಲ್ಲ" ಅದೇ ನಸುನಗುವಿನ ಮುಖ. "ಒಳ್ಗೇ ಬನ್ನಿ..." ಕರೆದೊಯ್ದಳು.

ಒಬ್ಬರಿಗಾಗುವಷ್ಟು ಊಟವಿದ್ದುದು, ಅವನಿಗೆ ಬಡಿಸಿ ತಾನು ನೀರು ಕುಡಿದಳು.

"ನಿಮ್ಹತ್ರ ಸ್ವಲ್ಪ ಮಾತಾಡ್ಬೇಕು. ವಾಕ್ ಹೋಗ್ತಾ ಮಾತಾಡೋಣ" ಎಂದಳು. ಅವನು ತಲೆದೂಗಿದ.

ಅನ್ನಪೂರ್ಣಮ್ಮನ ಕಿವಿಗಳಿಗೆ ಯಾವುದೇ ವಿಷಯ ಬೀಳಬಾರದೆಂದು ಅವಳ ಅಭಿಮತ. ಈಚೆಗೆ ಆಕೆ ತುಂಬ ಅಂಜುತ್ತಿದ್ದರು. ರೋಹಿಣಿಗೂ ಅನುಮಾನ.

ಗೇಟಿನಿಂದ ಇಬ್ಬರು ಹೊರಕ್ಕೆ ಬಂದರು. ಅಷ್ಟು ದೂರ ಬಂದ ರೋಹಿಣಿ ಹಿಂದಿರುಗಿ ನೋಡಿದಳು. ಅವಳ ಕಣ್ತುಂಬಿತು. 'ಧವಳ ನಕ್ಷತ್ರ' ಬುಡಸಹಿತ ಉರುಳಿ ಅದರ ಮೇಲೆ ಏಳುವ ಕಾಂಪ್ಲೆಕ್ಸ್ ನೆನೆಸಿಕೊಂಡಳು. ಸಂಕಟವೆನಿಸಿತು. ಅದಕ್ಕೆ ಅವಳೆಂದೂ ಒಡಂಬಡಳು.

"ನಿಮ್ಮನ್ನ ಒಂದು ಪ್ರಶ್ನೆ ಕೇಳ್ಲಾ?" ಅವಳು ಷುರು ಮಾಡಿದ ಕೂಡಲೇ ತಾನೇ ಬಿಡಿಸಿಟ್ಟ. "ತುಂಬ ಸಿಂಪಲ್, ರೆಡ್‌ಲೈಟ್ ಬಿದ್ದು ಕಾರು ನಿಂತಾಗ ನಿಮ್ಮನ್ನ ನಾನು ನೋಡ್ದೇ, ಅನುಮಾನ ಬಂತು. ಮೊಪೆಡ್ ತಗೊಂಡ್ ಹಿಂಬಾಲಿಸ್ದೇ ಅಷ್ಟೇ. ನಂಗೆ ಈಗ ಅನ್ನಿಸ್ತಾ ಇದೆ. ನಿಮ್ಮ ಹಿಂದೆ ಸದಾ ಅಪಾಯ ಇದೆ. ಬಹುಶಃ........ ಯಾರೊ..........." ಚಂದ್ರನ ಬೆಳಕಿನಲ್ಲಿ ಅವಳ ಹೊಳೆಯುವ ಮುಖವನ್ನೆ ದಿಟ್ಟಿಸಿದ.

"ಅದು ನಂಗೂ ಗೊತ್ತು. ಈಗಾಗ್ಲೆ ನಮ್ತಂದೆನ ಸಮಾಜ ಮಾತ್ರವೇನು ಮಗ ಕೂಡ ಹುಚ್ಚಂತ ಡಿಕ್ಲೇರ್ ಮಾಡಿದ್ದಾರೆ. ಅಲ್ಲ ಅನ್ನೋ ನನ್ನೊಬ್ಬಳ ಬಗ್ಗೆ ಅವರಿಗೆ ಸೇಡು. ಯಾಕೆ? ಏನು? ನಂಗೊಂದು ಅರ್ಥವಾಗ್ತ ಇಲ್ಲ. ಪರಶುರಾಮ್

ಅವರ ಯಾವುದೇ ಆಸ್ತಿ ನಂಗೆ ಬೇಕಿಲ್ಲಾಂತ ಹೇಳಿದ್ದೀನಿ. ಆದ್ರೂ....." ಮಿಕ್ಕಿನದು ಅವಳ ಗಂಟಲಲ್ಲಿಯೇ ಉಳಿದುಹೋಯಿತು.

ತೆರೆದ ಮನಸ್ಸಿನಿಂದ ಯಾರೊಂದಿಗಾದರೂ ರೋಹಿಣಿ ಹೇಳಿಕೊಂಡಿದ್ದು ಇಂದೇ.

ನಡೆಯುತ್ತಲೇ ಪಕ್ಕದಲ್ಲಿ ಗುಡ್ಡೆ ಹಾಕಿದ್ದ ಜಲ್ಲಿಯಲ್ಲಿ ಎರಡು ಕಲ್ಲುಗಳನ್ನು ಆಯ್ದುಕೊಂಡ ನಿಶಾಂತ್. ಮೇಲಕ್ಕೆ ಚಿಮ್ಮಿ ಹಿಡಿಯುತ್ತ ಮುಂದು ಮುಂದಕ್ಕೆ ಹೋಗುತ್ತಿದ್ದವನು ಸರ್ರನೆ ನಡೆಯುತ್ತಲೇ ಹಿಂದಕ್ಕೆ ಎಸೆದ.

"ಅಯ್ಯೋ......." ಎನ್ನುವ ಸ್ವರ ಹೊರಬಿತ್ತು.

"ಹೇಳಿ........ಮೇಡಮ್........." ಆ ದನಿಗೆ ವಿಚಲಿತವಾಗದಂತೆ ಬೇರೆ ಮಾತಿಗೆ ಎಳೆದ. "ನಿಮ್ಮಣ್ಣ ಮನೆ ಮಾಡಿ ಕಾಂಪ್ಲೆಕ್ಸ್ ಕಟ್ಟಸ್ತಾರಂತಲ್ಲ" ಎಂದ.

"ಅಲ್ಲ, ಕೊಂಡವರು ಮನೆ ಕೆಡವಿ ಕಾಂಪ್ಲೆಕ್ಸ್ ಕಟ್ಟಿಸ್ತಾರಂತೆ. ಆ ಹಣದಲ್ಲಿ ಬಹುಶಃ ಈ ಸಲ ಜನರಲ್ ಎಲೆಕ್ಷನ್‌ಗೆ ನಿಂತ್ಕೊಂತಾನೆ" ತಿದ್ದಿದಳು.

ತಕ್ಷಣ ರೋಹಿಣಿ ನಿಂತು ಹಿಂದಿರುಗಿದಳು, ನಿರ್ಜನವಾಗಿದ್ದ ರೋಡಿನಲ್ಲಿ ನಾಲ್ಕಾರು ಜನ ಒಂದೆಡೆ ಸೇರಿ ಸಹಾನುಭೂತಿ ವ್ಯಕ್ತಪಡಿಸುತ್ತಿದ್ದರು.

ನಿಶಾಂತ್‌ನತ್ತ ತಿರುಗಿದವಳು "ಕಲ್ಲು ಎಸೆದವರೂ ನೀವೇ ಅಲ್ವಾ!" ಆಕಾಶದತ್ತ ನೋಡಿದ. "ಕಲ್ಲು ಎಸೆದಿದ್ದು ನಿಜ. ಅದು ಬೀಳೋ ಸ್ಥಳದಲ್ಲಿ ನಿಂತಿದ್ದು ಅವನದೇ ತಪ್ಪು" ಬಹಳ ಬುದ್ಧಿವಂತಿಕೆಯಿಂದ ಹೇಳಿದ.

ಇಬ್ಬರು ಹಿಂದಕ್ಕೆ ಬರುವ ವೇಳೆಗೆ ಜನರ ಮಧ್ಯೆ ಇದ್ದ ಅವನು ಮಾಯವಾಗಿದ್ದ. ಅವನಿಗೆ ಎಲ್ಲಿಗೆ ಏಟು ಬಿತ್ತೆಂದು ನಿಶಾಂತ್ ಅವರನ್ನು ವಿಚಾರಿಸುತ್ತಿದ್ದ.

"ನಂಗೇನೋ ಅನುಮಾನ.........ನಿಶಾಂತ್" ಅವನತ್ತಲೇ ನೋಟ ಹರಿಸಿದಳು. "ಸಾರಿ ಮೇಡಮ್, ನನ್ಮೇಲೆ ಯಾಕೆ ನಿಮ್ಗೆ ಅನುಮಾನ? ಅಂತು ನಾನು ಪ್ರಾಮಾಣಿಕ. ಆ ಬಗ್ಗೆ ಸಂದೇಹಪಡೋದ್ಬೇಡ. ವಾಸಕ್ಕೆ ಬೇರೆಡೆ ಏರ್ಪಾಟು ಮಾಡಿಕೊಂಡರೆ ಒಳ್ಳೆದೂಂತ ನನ್ನ ಅಭಿಪ್ರಾಯ" ಒಂದು ಸಲಹೆಯನ್ನು ಅವಳ ಮುಂದಿಟ್ಟ.

ಅಂಥ ಯೋಚನೆಯನ್ನು ಅವಳು ಮಾಡಲಾರಳು. ಅಲ್ಲಿಂದ ಪರಶುರಾಮ್‌ನ ಬೇರೆಡೆಗೆ ಒಯ್ದರೇ ಬಹುಶಃ ಇಪ್ಪತ್ನಾಲ್ಕು ಗಂಟೆಗಳು ಕೂಡ ಬದುಕಲಾರರು. ಆ ಮನೆ, ಅಲ್ಲಿನ ಪರಿಸರ ಒಂದಿಷ್ಟು ನೆಮ್ಮದಿಯಾಗಿ ಅವರನ್ನು ಇಟ್ಟಿದೆ.

"ಇಲ್ಲಿ ನಿಶಾಂತ್, ಅದು ಸಾಧ್ಯವೇ ಇಲ್ಲ. ನನ್ತಂದೆ ಬದುಕಿದ್ದಾಗಲೇ ಮನೆ ನೆಲಸಮ ಆಗುತ್ತೆ. ಅದ್ನ ನಾನು ಕೂಡ ಇಷ್ಟಪಡಲಾರೆ. ಅದು ಹಾಗೆಯೇ ಉಳಿಯಬೇಕು" ಅವಳ ಸ್ವರದಲ್ಲಿ ದೃಢತೆ ಇತ್ತು. ನಿರ್ಣಯ ಕೈಗೊಂಡಾಗಿತ್ತು.

ಅದನ್ನೆಂದು ಬದಲಾಯಿಸಲಾರಳು.

ನಿಶಾಂತ್ ಸುಮ್ಮನೆ ನಡೆಯುತ್ತಿದ್ದ. ಅವಳೆಂಥ ಗಂಡಾಂತರ ಸ್ಥಿತಿಯಲ್ಲಿದ್ದಾಳೆಂದು ಅವಳಿಗೆ ಅರ್ಥವಾಗಿತ್ತು. ಅಪಾಯ, ಸಾವುಗಳ ಮಧ್ಯದ ಬದುಕು ಅವಳದು.

ಮನೆ ತಲುಪಿದಾಗ ಕೀರ್ತಿ ಹೊರಗಡೆಯೇ ಕೂತಿದ್ದ. ಅವನ ತಲೆಯ ಮೇಲೊಂದು ಮೊಟಕಿ ತನ್ನ ಜೊತೆಯಲ್ಲಿ ಕರೆದೊಯ್ದ ನಿಶಾಂತ್.

ಇಡೀ ರಾತ್ರಿ ರೋಹಿಣಿಗೆ ಕನಸುಗಳು. ಸ್ವಂತ ಅಣ್ಣ ಈ ಮನೆಗಾಗಿ ತನ್ನ ಸಾವನ್ನು ಬಯಸಿಯಾನೇ? ಅವಳಲ್ಲಿ ಅದಕ್ಕೆ ಉತ್ತರವಿಲ್ಲ.

'ನಂಗೆ ಹಣದ ಅಗತ್ಯವಿದೆ' ಬಂದಾಗಲೆಲ್ಲಾ ಅವನದು ಇದೇ ಪಲ್ಲವಿ. ಲೀಲಾಗೆ ಎಲ್ಲಿ ಈ ಮನೆ ಕೈ ತಪ್ಪಿ ಹೋಗುತ್ತೋ ಎನ್ನುವ ಭಯ. ಅದಕ್ಕಾಗಿಯೇ ಇಲ್ಲಿ ಬಂದು ಝುಂಡಾ ಹೂಡಿ ಪರಶುರಾಮ್‌ನ ಸಾವಿನ ಕ್ಷಣಕ್ಕಾಗಿ ಕಾಯುತ್ತಿದ್ದರು. ನನ್ನ ಮೇಲೆ... ರೋಹಿಣಿಯ ನಾಲಿಗೆಯಲ್ಲಿನ ಪಸೆಯಾರಿತು.

ಮುತ್ತಿಕ್ಕಲು ಬಂದ ಸಾವು ಅಂತರದಲ್ಲಿ ತಪ್ಪಿ ಹೋಗಿತ್ತು.

ಬಲವಾಗಿ ಕಣ್ಮುಚ್ಚಿಕೊಂಡು ನಿದ್ರಿಸಲು ಪ್ರಯತ್ನಪಟ್ಟಳು.

* * *

ಮೊದಲು ಜಯಚಂದ್ರ ಕಾರಿನಿಂದ ಇಳಿದು ಬಂದಾಗ ಗೇಟಿಗೆ ಬಂದ ರೋಹಿಣಿ ಬಲವಂತದ ನಗುಮುಖ ಮಾಡಿದಳು. ಅವನ ಹಿಂದೆಯೇ ಬಂದ ಮಹೇಂದ್ರ. ವಿದೇಶಿ ಸೆಂಟಿನ ವಾಸನೆ ಹರಿದು ಬಂದಂತಾಯಿತು.

"ಆಫೀಸ್‌ಗೆ....ಹೊರಟ್ಯಾ?" ಮಹೇಂದ್ರನೆ ಕೇಳಿದ.

ಗೇಟು ತೆಗೆದು ನಗುಮುಖದಿಂದಲೇ ಆಹ್ವಾನಿಸಿದಳು. "ಒಂದತ್ತು ನಿಮಿಷ ತಡವಾಗಿ ಹೋಗ್ತೀನಿ. ಒಳಗಡೆ ಬನ್ನಿ."

ಮೊದಲು ಮಹೇಂದ್ರನ ಕಣ್ಣುಗಳು ನಿಶಾಂತ್‌ನ ಮನೆಯತ್ತ ಹರಿಯಿತು. ಬಾಗಿಲು ಅರ್ಧ ಮುಚ್ಚಿದಂತಿತ್ತು. ಇಂದು ಅವನನ್ನು ನೋಡಿಯೇ ದೃಢಪಡಿಸಿ ಕೊಳ್ಳಬೇಕೆಂದುಕೊಂಡ.

"ನಿಮ್ಮ ಟೆನೆಂಟ್ ಇದ್ದಾರ?" ತೀಕ್ಷ್ಣವಾಗಿ ಕೇಳಿದ.

"ಇರ್ಬಹ್ದು. ಕೆಲವೊಮ್ಮೆ ಬೇಗ ಹೋಗ್ತಾರೆ. ಅವರದು ಪ್ರೈವೇಟ್ ಪ್ರೆಸ್. ಗೌರ್ನಮೆಂಟ್ ಕಾಯಿದೆಗಳೇನು ಅಲ್ಲಿ ಅಸ್ತಿತ್ವದಲ್ಲಿಲ್ಲ" ಎಂದಳು. ಮಹೇಂದ್ರನ ಆಸಕ್ತಿಯ ಬಗ್ಗೆ ಅವಳಿಗೆ ಆಶ್ಚರ್ಯದ ಜೊತೆ ಸಂದೇಹ.

ಬಂದವರಿಗೆ ಕಾಫಿ ತಂದು ಕೊಟ್ಟಳು. ಔಪಚಾರಿಕ ಮಾತುಕತೆಗಳು ಮುಗಿದ

ಮೇಲೆ ರೋಹಿಣಿ ಮೌನವಹಿಸಿದಳು.

"ಏನ್ಮಾಡ್ತಾ ಇರ್ತೀಯಾ ಮನೆಯಲ್ಲಿ? ಇನ್ನು ಎಲೆಕ್ಷನ್ ಸ್ವಲ್ಪ ದೂರ ಇದೆಯಲ್ಲ. ಅದರ ಪ್ರಥಮ ಪಾಠದ ಅಭ್ಯಾಸವೇನೋ! ನಿಂಗ್ಯಾಕೆ... ಬೇಕಿತ್ತು?" ಜಯಚಂದ್ರನಿಗೆ ಹೇಳಿದಳು.

ಅವಳ ಮಾತಿಗೆ ಮಹೇಂದ್ರ ನಕ್ಕ. "ಆ ಪ್ರಶ್ನೇನ ನಿನ್ನ ಅತ್ತಿಗೆಗೆ ಹಾಕ್ಬೇಕಿತ್ತು. ಇವನ ಬದಲು ಆಕೆಗೆ ಸೀಟುಕೊಡಿಸೋಣಾಂತ ಇದ್ದಾರೆ ಡ್ಯಾಡಿ. ಇವನಿಗೆ ಸ್ವಂತಿಕೆ ಅನ್ನುವುದೇ ಇಲ್ಲ. ಎಲ್ಲಾ...ಎರವಲು?" ವ್ಯಂಗ್ಯವಾಗಿ ಜಯಚಂದ್ರ ನನ್ನ ಚುಚ್ಚಿದ. ಆಗಾಗ ಈ ತರಹ ಮಾತುಗಳಿಂದ ಅವಮಾನಿಸುತ್ತಿದ್ದ. ಬೆಲ್ಲದ ಪಾಕದಲ್ಲಿ ಬಿದ್ದ ನೊಣ, ತಪ್ಪಿಸಿಕೊಳ್ಳುವ ಕಲೆ ಅವನಿಗೆ ಗೊತ್ತಿಲ್ಲ.

ಅನ್ನಪೂರ್ಣಮ್ಮ ಒಂದು ಸಲ ಕೂಡ ಹೊರಗೆ ಬರಲಿಲ್ಲ. ತಮ್ಮ ಅಸಮಾಧಾನ, ಕೋಪವನ್ನು ಈ ರೀತಿ ಪ್ರಕಟಪಡಿಸಿದರು.

"ಅಪ್ಪನ್ನ........ನೋಡ್ತೀನಿ" ಮೇಲೆದ್ದ ಜಯಚಂದ್ರ.

ಅವಳಿಗೆ ಆದ ಸಂತೋಷ ತಾತ್ಕಾಲಿಕ. ಯಾವುದೇ ಅನಾಹುತವಾಗಬಾರದು.

"ನೋಡು, ಆದರೆ ಅವರನ್ನೋ ಮಾತುಗಳಿಗೆ ಮಾತ್ರ ಕಿವುಡಾಗು ಅಷ್ಟೆ. ಕೋರ್ಟಿನಿಂದ ನೀನು ಕೊಟ್ಟ ನೋಟಿಸ್‌ನ ಅವರು ಮರೆತಿರಲಾರರು" ನೆನಪಿಸಿದಳು.

"ಪರಶುರಾಮ್ ಹುಚ್ಚರು. ಅವರು ಕೊಟ್ಟ ದಾನವಾಗಲಿ, ಮಾರುವ ಹಕ್ಕಾಗಲಿ ಎಂದೂ ಊರ್ಜಿತವಾಗೋಲ್ಲ' ಈ ಪ್ರಕಟಣೆ ಲಾಯರ್ ಮೂಲಕ ಪೇಪರ್‌ನಲ್ಲಿಯೇ ಪ್ರಕಟವಾಗಿತ್ತು. ತನ್ನ ತಂದೆ ಹುಚ್ಚನೆಂದು ಸಮಾಜಕ್ಕೆ ಸಾರಿದ್ದ.

ಅಂದಿನ ದಿನದ ತಂದೆಯ ಮಾನಸಿಕ ಕ್ಷೋಭೆ, ಉದ್ವೇಗವನ್ನು ಅವಳೆಂದು ಮರೆಯಲಾರಳು. 'ಹುಚ್ಚ' ಎನ್ನುವ ಪಟ್ಟ ಅವರನ್ನು ಮಾನಸಿಕ ರೋಗಿಗಳನ್ನಾಗಿ ಮಾಡಿತ್ತು.

"ಹುಚ್ಚರಿಗೆ........ಎಂಥ ಜ್ಞಾಪಕ!" ಅವಹೇಳನ ಮಾಡಿದ.

"ಷಟಪ್, ಇನ್ನೊಂದ್ಸಲ ಆ ಪದದ ಬಳಕೆ ಮಾಡ್ಬೇಡ. ಹೋಗಿ ಮಾತಾಡಿಸು. ಅವರಿಗಿರೋ ಬುದ್ಧಿವಂತಿಕೆಯಾಗಲೀ, ಸ್ವಂತಿಕೆಯಾಗಲೀ, ಆತ್ಮಸ್ಥೈರ್ಯವಾಗಲೀ ನಿನಗೆ ಇದ್ದಿದ್ದರೆ......" ಕನಲಿದಳು.

ಮೇಲುನೋಟಕ್ಕೆ ಜಯಚಂದ್ರ ಧೈರ್ಯವಾಗಿ ಇದ್ದರೂ ಅವನೆದೆಯ ಬಡಿತ ಏರಿತ್ತು. ತಂದೆಯ ನೆನಪಾದರೇ ಅವನ ಅವಯವಗಳ ಶಕ್ತಿ ಕುಸಿಯುತ್ತಿತ್ತು.

ಮಹೇಂದ್ರ ಈ ಮಾತುಗಳು ತನಗೆ ಸಂಬಂಧಿಸಿಲ್ಲವೆನ್ನುವಂತೆ ಅಲ್ಲೇ ಇದ್ದ ರೋಹಿಣಿಯ ಹ್ಯಾಂಡ್ ಬ್ಯಾಗ್ ತೆಗೆದುಕೊಂಡ.

"ತೆಗೀಬೇಡ ಮಹೇಂದ್ರ. ಬೇರೆಯವರ ಪರ್ಸ್‌ಗಳಿಗೆ ಕೈ ಹಾಕೋದು ಸಜ್ಜನರ ಲಕ್ಷಣವಲ್ಲ" ಎಂದಳು. ಹ್ಯಾಂಡ್‌ಬ್ಯಾಗ್‌ನ ಜಿಪ್ ಎಳೆದವನು ಅವಳತ್ತ ನೇರ ನೋಟ ಬೀರಿದ. "ಹಿಂದೆ ಕೂಡ ನಿನ್ನ ಪರ್ಸ್, ಹ್ಯಾಂಡ್‌ಬ್ಯಾಗ್‌ನ ನೋಡ್ತ ಇದ್ದೆ. ಎಂದಿನಿಂದ ಬೇರೆಯವನು ಆಗಿದ್ದು?"

ಅವನ ಕೈಯಲ್ಲಿನ ಹ್ಯಾಂಡ್ ಬ್ಯಾಗ್ ಕಿತ್ತುಕೊಂಡಳು. "ಅಂದಿಗೂ ಇಂದಿಗೂ ಬಹಳ ವ್ಯತ್ಯಾಸವಿದೆ. ಅವೆಲ್ಲ ಕೆಲಸಕ್ಕೆ ಬಾರದ ಮಾತುಗಳು" ಉದಾಸೀನ ವ್ಯಕ್ತಪಡಿಸಿದಳು.

ಆ ಪೆಟ್ಟು ಬಲವಾಗಿತ್ತು. ವಿಲಿ ವಿಲಿ ಒದ್ದಾಡಿದ. ಅದನ್ನು ಮಾತ್ರ ಮಹೇಂದ್ರ ಸಹಿಸಲಾರ. ಅಣ್ಣ ತಂಗಿಯರನ್ನು ಬಿಟ್ಟು ಹೊರಗೆ ಹೋಗಿಬಿಟ್ಟ.

ವಾಚ ಕಡೆ ನೋಡಿದಳು ರೋಹಿಣಿ. "ಹೋಗಿ ಮಾತಾಡಿಸು, ನಾನು ಹೋಗಬೇಕಾಗಿದೆ" ಜಯಚಂದ್ರ ನಾಲ್ಕು ಹೆಜ್ಜೆ ಮುಂದಕ್ಕೆ ಹೋದವನು ನಿಂತ. "ಹೇಗಿದೆ........ಕಂಡೀಷನ್?"

"ಯಾರ ಕಂಡೀಷನ್? ನಿನ್ನ ಕಂಡೀಷನ್ ಬಗ್ಗೆ ಹೇಳಲಾರೆ. ಕೆಲಸ ಬಿಟ್ಟು ಎಂದೂ ಮಹೇಂದ್ರನ ಮನೆಯಲ್ಲಿ ಬಂದು ನಿಂತಿಯೋ ಅಂದಿಗೆ ನಿನ್ನ ಕಂಡೀಷನ್ ಹಾಳಾಯ್ತು" ಮುಖ ಮುರಿದಳು. ಅಣ್ಣ ಎನ್ನುವ ಅಂತಃಕರಣ ಸಾಯದಿರಬಹುದು. ಆದರೆ ಗೌರವ, ಅಭಿಮಾನ ಮಾತ್ರ ಅವಳಿಗಿಲ್ಲ.

ಜಯಚಂದ್ರ ತಂದೆಯ ಕೋಣೆಯ ಬಳಿ ಹೋದ. ಅವರ ನೋಟವನ್ನೆ ದುರಿಸಿ ವರ್ಷಗಳೇ ಉರುಳಿ ಹೋಗಿದ್ದವು. ಹೊರಗೆ ಒದರಾಡಬಲ್ಲ.

ಅವನ ತೊಡೆಗಳಲ್ಲಿ ನಡುಕ ಷುರುವಾಯಿತು. ಲೀಲಾ ಎಚ್ಚರಿಸಿದಂತಾಯಿತು. "ಹೋಗಿ ಮಾತಾಡಿಸಿ. ಅವ್ರ ಕಂಡೀಷನ್ ಹೇಗಿದೇಂತಾದ್ರೂ ಗೊತ್ತಾಗುತ್ತೆ. ಮನೆಗೆ ಒಳ್ಳೆ ಬೆಲೆ ಬಂದಿದೆ. ಮೊದ್ಲು ಮಾರಿ ಹಣ ಮಾಡಿಕೊಂಡು ಬಿಡ್ಬೇಕು. ನಾಳೆ ಏನಾದ್ರೂ ರೋಹಿಣಿ ಮನಸ್ಸು ಬದಲಾಯಿಸಿ ಭಾಗ ಕೇಳಿದ್ರೆ...."

ಸಾಹಸದಿಂದ ಹೊಸಿಲೊಳಗೆ ಒಂದು ಹೆಜ್ಜೆ ಎತ್ತಿಟ್ಟವನು ಹಿಂದಕ್ಕೆಳೆದು ಕೊಂಡ. ಗಂಟಲೊಣಗಿತು. ಹಿಂದಕ್ಕೆ ತಿರುಗಿದ. ರೋಹಿಣಿ ನಿಂತಿದ್ದಳು.

"ಇನ್ನೊಂದ್ಸಲ ನೋಡ್ತೀನಿ" ಹೊರಗೆ ಹೋಗಿಬಿಟ್ಟ.

ಸಿಗರೇಟು ಹಚ್ಚಿದ್ದ ಮಹೇಂದ್ರನ ನೋಟ ನಿಶಾಂತ್‌ನ ಮನೆಯ ಕಡೆಗೆ ಇತ್ತು. ಅರೆ ತೆರೆದಂತೆಯೇ ಇತ್ತು ಬಾಗಿಲು.

ಅಷ್ಟರಲ್ಲಿ ರೋಹಿಣಿ ಬಂದಿದ್ದರಿಂದ, "ರೋಹಿ, ನಿಮ್ಮ ಟೆನೆಂಟ್‌ನ ಸ್ವಲ್ಪ ಕರೀ. ನಮಗೆ ಬೇಕಾದವರ ಪ್ರೆಸ್‌ನಲ್ಲಿ ಒಂದ್ಕೆಲ್ಸ ಖಾಲಿ ಇದೆ. ಕೊಡಿಸೋಣ"

ಎಂದ.

"ಹೇಗೂ ಬಾಪಟ್‌ಗೆ ಒಂದು ಕೆಲಸಾಂತ ಇದೆ. ಬೇರೆಯವರಿಗೆ ಕೊಡಿಸು" ಎಂದು ನುಡಿದಳು ಅವನ ಮಾತಿನಿಂದ ಉತ್ತೇಜಿತಳಾಗದೆ.

ಮಹೇಂದ್ರ ಸಿಗರೇಟನ್ನ ಕೆಳಗೆ ಹಾಕಿ ಬೂಡ್ಸು ಕಾಲಿನಿಂದ ಹೊಸಕಿ ಹಾಕಿದ. "ಅದರಲ್ಲಿ ಸ್ವಾರ್ಥ ಇರುತ್ತೆ. ನಿನ್ನ ಟೆನೆಂಟ್‌ಗೆ ಕೊಡಿಸೋದ್ರಿಂದ ನನ್ಕೆಲ್ಸನೂ ಒಂದು ಸ್ವಲ್ಪ ಆಗುತ್ತೆ.......ಕರೀ" ಮತ್ತೆ ಒತ್ತಾಯಿಸಿದ.

ನಿಂತಲ್ಲಿಂದಲೇ ಕೂಗಿದಳು. ಆ ಕಡೆಯಿಂದ ಯಾವ ಪ್ರತಿಕ್ರಿಯೆಯೂ ಇಲ್ಲ. ರೋಹಿಣಿ ಬಾಗಿಲು ದೂಡಿಕೊಂಡು ಒಳಗೆ ಹೋದಳು.

ಬಿಸಿ ಬಿಸಿ ಅಡಿಗೆಯ ತಯಾರಿಯಾಗಿತ್ತು. ಊಟ ಮಾಡಿದ ಸುಳಿವಿಲ್ಲ. ಎಲ್ಲೋ ಹೋಗಿರಬಹುದೆಂದು ಹೊರಗೆ ಬಂದಳು.

"ಇಲ್ಲ, ಎಲ್ಲೋ ಹೋಗಿರಬೇಕು" ಎಂದಳು. ಮಹೇಂದ್ರ ಚಕಿತನಾದ. ಅವನು ಒಳಗೆ ಇರುವುದನ್ನು ಗಮನಿಸಿದ್ದ. ಮತ್ತೆ ಎಲ್ಲಿಗೆ ಹೋದ? ಅವನ ಅನುಮಾನ ದೃಢವಾಗತೊಡಗಿತು.

ತಾನೇ ಹೋಗಿ ನೋಡಿಕೊಂಡು ಬಂದ. ರೋಹಿಣಿಗೆ ನಗು ಬಂತು.

"ಪಿ.ಎ. ಆಗಿ ಮಾಡ್ಕೋತೀಯಾ? ರಿಯಲೀ ಜಂಟಲ್‌ಮನ್ ಅಂತ ನಾನು ಬೇಕಾದ್ರೆ ರೆಕಮಂಡ್ ಮಾಡ್ತೀನಿ. ಆದರೆ ಎಜುಕೇಷನ್ ಇಲ್ಲ. ಅದೇನು ಅಗತ್ಯವಾಗಿ ಕಾಣೋಲ್ಲ" ನಿಶಾಂತ್ ಬಗೆಗೆ ಅಭಿಮಾನದ ಮಾತುಗಳನ್ನಾಡಿದಾಗ ಸೂಕ್ಷ್ಮವಾಗಿ ಮಹೇಂದ್ರ ಅವಳ ಮುಖದ ಭಾವನೆಗಳನ್ನು ಗಮನಿಸಿದ. ಅವನೆದೆಯಲ್ಲಿ ನವಿರಾದ ಉರಿ.

"ನೀನು ಆಜ್ಞೆ ಮಾಡಿದ್ರೆ......... ನಾನು ಜೀ ಹುಜೂರ್ ಅಂತೀನಿ. ಸದ್ಯಕ್ಕೆ ನಂಗೆ ಅಷ್ಟಕ್ಕೆಲ್ಲ ಪುರಸತ್ತಿಲ್ಲ. ಈಗ ನಿಮ್ಮ ಪ್ರೋಗ್ರಾಮ್ ಏನು?" ಎಂದಳು.

"ಏನಿಲ್ಲ, ಇವನಿಗೆ ಮನೆ ಹುಚ್ಚು. ನಂಗೆ ನಿನ್ನ ಹುಚ್ಚು, ಅದ್ಕೇ.... ಬಂದಿದ್ದು" ಮತ್ತೆ ತ್ರಿಬಲ್ ಫೈವ್ ಸಿಗರೇಟ್ ಪ್ಯಾಕ್ ತೆಗೆದ.

"ಇಬ್ಬರ ಹುಚ್ಚು ಒಳ್ಳೇದಲ್ಲ!" ವಾಚ್ ಕಡೆ ನೋಡಿದಳು.

"ಪೆನ್ನಿನಷ್ಟೇ ಮಾತು ಕೂಡ ಚೂಪಾಯ್ತು. ಯಾವಾಗ್ಬರ್ತೀಯಾ ಮನೆಗೆ?" ಸಿಗರೇಟನ್ನು ಮತ್ತೆ ಪ್ಯಾಕ್‌ಗೆ ಸೇರಿಸಿ ಜೇಬಿಗೆ ಇಳಿಸಿದ.

ಜಯಚಂದ್ರನ ಕೈ ಹಿಡಿದು ಪಕ್ಕಕ್ಕೆ ಕರೆದುಕೊಂಡು ಹೋದಳು. "ಯಾಕೆ ಇಷ್ಟು ಕಟುಕನಾಗ್ತೀಯಾ! ಬೇಕಾದ್ರೆ, ನೀನೂ ಅತ್ಗೇ, ಮಗು ಬಂದು ಇದೇ ಮನೆಯಲ್ಲಿರೀ. ಮಾರೋ ಸುದ್ದಿ ಬೇಡ. ಸಮೃದ್ಧವಾಗಿ ಬೆಳೆದ ಒಂದು ವೃಕ್ಷನ

ಕಡಿದು ಮುಳ್ಳುಬೇಲಿ ನೆಡೋ ಸಾಹಸ ಬೇಡ. ನಾವು ಹುಟ್ಟಿ ಬೆಳೆದ ಮನೆ ಇದು..." ಅವನ ಮನವೊಲಿಸಲು ನೋಡಿದಳು. ಇದು ಪ್ರಯೋಜನವಿಲ್ಲವೆಂದು ಅವಳಿಗೆ ಗೊತ್ತು. ವೇಳೆ ಸರಿಯಲು ಏನೋ ಹೇಳುತ್ತಿದ್ದಳು.

ಕಾರು ಹತ್ತುವ ಮುನ್ನ ಮಹೇಂದ್ರ "ನಿನ್ನ ಡ್ರಾಪ್ ಮಾಡಿ ಹೋಗ್ತೀನಿ, ಬಾ" ಕರೆದ. "ಸಾರೀ, ಮಹೀ.......ಮಧ್ಯೆ ಮಧ್ಯೆ ಕೆಲ್ಸಗಳು ಇರುತ್ತೆ. ಅದ್ನ ಮುಗ್ಸಿಕೊಂಡೇ ರಘುವೀರ ತಲುಪೋದು. ನೀವು ಹೋಗ್ಬನ್ನಿ" ಕೈಯಾಡಿಸಿದಳು.

ತುಟಿಯನ್ನು ಕಚ್ಚಿಡಿದ ಮಹೇಂದ್ರ ಒಮ್ಮೆಲೆ ಕಾರಿನ ವೇಗವನ್ನೇರಿಸಿ ಜಯಚಂದ್ರನ ಗುಂಡಿಗೆಯ ಬಡಿತವನ್ನು ಏರಿಸಿದ್ದ. ಮತ್ತೆ ಅಷ್ಟೇ ವೇಗವಾಗಿ ಹಿಂದಕ್ಕೆ ಬಂತು.

ತಂದೆಯ ಕೋಣೆಗೆ ಹೋಗಿ ಬಂದು ಗೇಟನ್ನು ತಲುಪಿದಳು. ರೋಹಿಣಿ ಹೊದ್ದ ದುಪ್ಪಟ್ಟಾದಿಂದ ಚಿಮ್ಮುವ ಅವಳ ಎದೆಗಳನ್ನು ನೋಡಿ ಮಹೇಂದ್ರ ತತ್ತರಿಸಿದ. ನೂರು ಆಸೆಗಳನ್ನು ಬೆಳೆಸಿಕೊಂಡೇ ಆ ಮನೆಗೂ ಈ ಮನೆಗೂ ಓಡಿಯಾಡಿದ್ದ. ಅವನಮಟ್ಟಿಗೆ ರೋಹಿಣಿ ಬೆಲೆ ಕಟ್ಟಲಾಗದ ವಜ್ರ. ಅವನ ತನ್ನ ಮಡದಿಯೊಂದಿಗೆ ಮಾತ್ರವೇನು ಯಾವ ಹೆಣ್ಣಿನೊಂದಿಗೆ ಹೋಲಿಸಲಾರ. ಅವಳ ಮೇಲಿನ ಪ್ರೇಮದ ತೀವ್ರತೆ ಅಷ್ಟಿತ್ತು.

ಡೋರ್‌ನಿಂದ ತಲೆ ಹೊರಗೆ ಹಾಕಿ, "ರೋಹೀ, ನಿನ್ನ ಟೆನೆಂಟ್‌ನ ಕಳಿಸಿಕೊಡು. ಆಫೀಸ್ ಹತ್ರ ಐದರ ಒಳಗೇ ಕಳಿಸು. ಆರರ ನಂತರ ಸಿಟಿ ಕ್ಲಬ್ ...... ಒಂಬತ್ತರ ಮೇಲೆ ಮನೆಗೆ....... ಯಾವ ವೇಳೆಯಲ್ಲಿ ಬಂದರೂ ಸರಿ ಹೇಳಿದ. ಅವಳ ಕಣ್ಣುಗಳಲ್ಲಿ ಅಚ್ಚರಿ ಇಣಕಿತು.

"ಓ.ಕೇ... ಈ ದಿನ ಸಿಕ್ಕೋ ಛಾನ್ಸಸ್ ಕಮ್ಮಿ. ನಾಳೆ ಹೇಳ್ತೀನಿ. ಅಂತು ನಿನ್ನ ಇಂಟರೆಸ್ಟ್‌ನಿಂದ ಬಾಪಟ್ ಹಣೆಬರಹವೇ ಬದಲಾಗೋ ಹಾಗಿದೆ. ಬೈ......" ಕೈಯೆತ್ತಿದಳು. ಕಾರು ಮುಂದಕ್ಕೆ ಹೋಗಿ ಹಿಂದಿರುಗಿಕೊಂಡಿತು. ಆದರೆ ಮೊದಲಿನ ವೇಗ ಇರಲಿಲ್ಲ.

ಕೆಟ್ಟದಾಗಿ ಯೋಚಿಸಲು ಹೋಗಲಿಲ್ಲ. ಬಾಪಟ್‌ಗೆ ಒಂದು ಒಳ್ಳೆಯ ಕೆಲಸ ಸಿಕ್ಕರೆ ಅವನು ಬದುಕಿಕೊಂಡು ಭದ್ರವಾದ ನೆಲೆಯನ್ನಾದರೂ ಕಂಡುಕೊಂಡಾನು.

ಅವಳು ರೋಡಿನ ತುದಿಗೆ ಬರುವ ವೇಳೆಗೆ ನಿಶಾಂತ್ ಎದುರಾದ. "ಗುಡ್ ಮಾರ್ನಿಂಗ್ ಮೇಡಂ...." ಎಂದ. ಹ್ಯಾಂಡ್ ಬ್ಯಾಗ್ ತೆಗೆದು ಮೂರು ವಿಸಿಟಿಂಗ್ ಕಾರ್ಡ್‌ಗಳನ್ನು ತೆಗೆದು ಅದರ ಹಿಂಭಾಗದಲ್ಲಿ ಟೈಮಿಂಗ್ಸ್ ಗುರುತು ಹಾಕಿ ಅವನಿಗೆ ಕೊಟ್ಟಳು. "ನೀನು ಈ ವಿಳಾಸದ ವ್ಯಕ್ತಿನ ಸಂಪರ್ಕಿಸು. ನಿಂಗೆ ಒಂದು ಕೆಲಸ ಕೊಡೋ ಆಶ್ವಾಸನೆ ಕೊಟ್ಟಿದ್ದಾರೆ. ಮನೆ, ಆಫೀಸ್, ಕ್ಲಬ್‌ನ ಮೂರು

ಅಡ್ರೆಸ್ , ಫೋನ್ ಇದೆ. ನಿಂಗೆ ಯಾವಾಗ ಪುರಸತ್ತಾದರೇ.. ಆಗ ಹೋಗ್ಬಾ" ಎಂದಳು.

ಮೂರು ವಿಸಿಟಿಂಗ್ ಕಾರ್ಡ್‌ಗಳನ್ನು ತಿರುಗಿಸಿ. ನೋಡಿದ ತಿರುಗಿಸಿ ನಿಶಾಂತ್ ಮುಖ ಚಿಕ್ಕದಾಯಿತು.

"ನನ್ನ ಕೆಲಸದ ಬಗ್ಗೆ ನೀವು ಕೇಳಿದ್ರಾ?" ಕೇಳಿದ.

"ನೋ.....ನೋ. ನಾನು ಕೇಳೇ ಇಲ್ಲ. ಸ್ವಲ್ಪಹೊತ್ತಿಗೆ ಮೊದಲು ಬಂದ ಮಹೇಂದ್ರನೇ ಹೇಳಿದ. ಅಂತು ನಿನಗೊಂದು ಕೆಲಸ ಕೊಡುವ ಇಂಟರೆಸ್ಟ್" ವ್ಯಂಗ್ಯವಿಲ್ಲದೆ ಹೇಳಿದಳು.

ಕಾರ್ಡುಗಳನ್ನು ನೋಡಿ ಮತ್ತೊಮ್ಮೆ ಷರಟಿನ ಜೇಬಿಗೆ ಸೇರಿಸಿದ. "ನನಗೆ ಕೆಲ್ಸ ಇತ್ತು. ಎರಡು ಹೊತ್ತಿನ ಊಟಕ್ಕೇನು ತೊಂದರೆ ಇರ್ಲಿಲ್ಲ. ಅದ್ರಲ್ಲು ನಾನು ಒಂಟಿ. ಬೇರೊಬ್ಬರಿಗೆ....." ಅಂದವನು "ನೀವು ಹೋಗಿ ಅಂದರೆ ಹೋಗ್ತೀನಿ."

"ಇಲ್ಲ ಇಲ್ಲ ಮಹೇಂದ್ರ ಹೇಳಿದ. ಹೇಳಿದ್ದೀನಿ. ಹೋಗೋದು.. .ಬಿಡೋದು ನಿಂಗೇ ಸೇರಿದ್ದು. ನನ್ನ ಪ್ರೆಷರ್ ಏನೂ ಇಲ್ಲ" ತನ್ನ ಮೇಲೆ ಹಾಕಿಕೊಳ್ಳಲು ಅವಳು ಇಚ್ಛಿಸಲಿಲ್ಲ.

ಅಂದು ಮಧ್ಯಾಹ್ನ ಪ್ರೆಸ್‌ಗೆ ಫೋನ್ ಮಾಡಿ ವಿಚಾರಿಸಿದ. "ಸಿಕ್ಕಿದ್ನಾ, ನಿನ್ನ ಟೆನೆಂಟ್. ಏನು ಹೇಳ್ದ?" ಅವಳಿಗೆ ನಗು ಬಂತು. "ನಾನು ಹೇಳಿದ್ದೀನಿ. ಅವನೇನು ಹೇಳ್ಲಿಲ್ಲ. ನಂಗೆ ಸಂಬಂಧಪಟ್ಟದ್ದು ಅಲ್ಲ. ಅವನು ಎಂದೂ ನಂಗೆ ಕೆಲ್ಸ ಕೊಡಿಸೀಂತ ಕೇಳಿಲ್ಲ. ನಾನು ನಿಂಗೆ ಹೇಳಿಲ್ಲ. ಯುವರ್ ಓನ್ ಆಫರ್...." ಸುಮ್ಮನೆ ಇಟ್ಟು ಬಿಟ್ಟಳು.

ಅಂದು ಬ್ಯಾಂಕ್‌ನ ಅಕೌಂಟ್ ತಿಳಿದು ಬಂದ ರೋಹಿಣಿ ಮಂಕಾದಳು. ತಂದೆಯ ಮಾನಸಿಕ ಸ್ವಾಸ್ಥ್ಯ, ಆರೋಗ್ಯದ ಸಲುವಾಗಿ ದಿನಕ್ಕೊಮ್ಮೆಯಾದರೂ ಡಾಕ್ಟರ್ ಬರ್ಬೇಕಿತ್ತು. ಮಾತ್ರೆ, ಇಂಜಕ್ಷನ್ ಜೊತೆ ಆಗಾಗ ಬಂದು ಹೋಗುವುದಕ್ಕಾಗಿ ಹಿಂದಿನ ನೌಕಕರಿಗೆ ಕೊಡುವ ಹಣ, ಮನೆಯ ಖರ್ಚು, ಅವಳ ಓಡಾಟ-ಅವಳ ಒಡವೆಗಳ ದೊಡ್ಡ ಮೊತ್ತವನ್ನು ಪೂರ್ತಿ ಕರಗಿಸುವ ಮಟ್ಟಕ್ಕೆ ಬಂದಿತ್ತು. ಹೇಗೆ ಮುಂದಿನ ಜೀವನ ನಿರ್ವಹಣೆ? ಅವಳ ಸಂಬಳದಿಂದಲೇ ಏನೂ ಆಗುವ ಹಾಗಿರಲಿಲ್ಲ.

ಮನೆಗೆ ಬಂದವಳೇ ಅನ್ನಪೂರ್ಣಮ್ಮನಿಗೆ ಹೇಳಿದಳು "ಹಿಂದಿನ ಆಳುಗಳು ಬಂದರೇ... ಬರೋದೇನು, ಬೇಡಾನ್ನಿ" ಆಕೆ ಅವಳ ಮುಖವನ್ನೇ ದಿಟ್ಟಿಸಿದಳು.

"ಅಣ್ಣನ ಸಮಾಧಾನಕ್ಕೆ ಅನ್ನೋದರ ಜೊತೆಗೆ ಆಗಾಗ ಬಂದು ಒಂದಿಷ್ಟು ಕ್ಲೀನ್ ಮಾಡಿಕೊಟ್ಟು ಹೋಗೋದ್ರಿಂದ... ಸ್ವಲ್ಪ ನೋಡೋ ಹಾಗಿದೆ. ನನ್ನಿಂದ

ಏನಾದೀತು?" ತಮ್ಮ ನಿಸ್ಸಹಾಯಕತೆಯನ್ನು ಚೆಲ್ಲಿದರು.

"ನಾನು ಬೇರೆ ಏರ್ಪಾಟು ಮಾಡ್ತೀನಿ" ಅವರಿಂದ ವಿಷಯ ಮುಚ್ಚಿಟ್ಟಳು.

ಅವಳು ಆಯ್ದುಕೊಂಡ ಪ್ರೊಫೆಷನ್ ಜರ್ನಲಿಸಂ. ಆದರೆ ಈಗ ಹೆಚ್ಚು ಸಂಪಾದಿಸುವ ನೌಕರಿ ಬೇಕು! ಪಾರ್ಟ್‌ಟೈಮಾಗಿ ಏನಾದರೂ ಮಾಡಲು ಸಾಧ್ಯವೇ? ಇಡೀ ರಾತ್ರಿ ಯೋಚಿಸಿದಳು.

ದೊಡ್ಡ ಕಾಂಪೌಂಡ್ ಎಲೆ, ಕಡ್ಡಿಗಳಿಂದ ತುಂಬಿಕೊಂಡಾಗ ಸೆರಗನ್ನ ಸೊಂಟಕ್ಕೆ ಸಿಕ್ಕಿಸಿ ಚೊಕ್ಕಟ ಮಾಡಲು ಪೊರಕೆ ಎತ್ತಿಕೊಂಡಾಗ ಕೀರ್ತಿ ಬಂದು ಕಿತ್ತುಕೊಂಡ.

"ಛೆ, ಬಿಡಕ್ಕ........ಇದ್ಕೇ ನೀನು ಕೈ ಹಚ್ಚಬೇಕಾ? ಅರ್ಧ ಗಂಟೆಯಲ್ಲಿ ನಾವು ಕ್ಲೀನ್ ಮಾಡ್ಬಿಡ್ತೀವಿ" ಎಂದ. ಅವನ ಪಕ್ಕದಲ್ಲಿ ಬಂದು ನಿಂತ ನಿಶಾಂತ್ ಸೆಲ್ಯೂಟ್ ಹೊಡೆದ. "ಕೀರ್ತಿ ನನ್ನನ್ನು ಸೇರ್ಸಿಕೊಂಡು ನಾವು ಅಂದಿದ್ದು. ಹುಕುಂ ಕೊಟ್ಟರೆ ಅರ್ಧ ಗಂಟೆಯೊಳ್ಗೇ ರೆಡಿ."

ರೋಹಿಣಿಗೆ ಸರಿಯೆನಿಸಲಿಲ್ಲ. ಬೇರೊಬ್ಬರ ಒಳ್ಳೆಯತನ ದುರುಪಯೋಗದ ಜೊತೆ ನಮ್ಮ ಅಸಹಾಯಕತೆ ಕೂಡ ಪ್ರಕಟವಾಗುವುದು ಬೇಡವೆನಿಸಿತು.

"ಬೇಡ ಬಾಪಟ್, ಇದು ನಿಮ್ಗೆ ಸಂಬಂಧಿಸಿದ ಕೆಲ್ಸವಲ್ಲ" ಎಂದವಳು ಮಹೇಂದ್ರ ಫೋನ್ ಮಾಡಿದ್ದನ್ನು ನೆನಪಿಸಿಕೊಂಡಳು. "ನೀನು ಮಹೇಂದ್ರನನ್ನು ಮೀಟ್ ಮಾಡೋಕೆ ಹೋಗಿದ್ಯಾ?"

"ಯಾಕಿಲ್ಲ........." ಜೇಬಿನಿಂದ ಸಣ್ಣ ಪ್ಯಾಕೆಟ್ ಬುಕ್ ತೆಗೆದು ಅವಳ ಮುಂದಿಡಿದ" "ಹೋದ ದಿನ, ತಾರೀಖು, ವೇಳೆಯ ಜೊತೆ ಅವರಿಲ್ಲ ಅನ್ನೋದನ್ನ ಕೂಡ ನಮೂದಿಸಿದ್ದೀನಿ. ಎಂಟು ಸಲ ಹೋಗಿದ್ದೆ. ಮತ್ತೆ ಹೋಗೋಲ್ಲ" ಕೆಲಸದಲ್ಲಿ ತೊಡಗಿದ.

"ನನ್ನತ್ರ... ಇರಲೀ ಇದು..." ಒಳಗೆ ಹೋದವಳು ಚಪ್ಪಲಿ ಮೆಟ್ಟಿ ಹೋದಳು. "ಸ್ವಲ್ಪ ಸಿಟಿ ಕ್ಲಬ್‌ಗೆ ಹೋಗ್ಬರ್ತೀನಿ, ಅತ್ತೆಗೆ ಹೇಳು" ಧುಡು ಧುಡು ನಡೆದಳು.

ನಿಶಾಂತ್ ಹಿಂದೆಯೇ ಓಡಿ ಅವಳನ್ನು ನಿಲ್ಲಿಸಿದ. "ಆ ಪ್ಯಾಕೆಟ್ ಡೈರಿಯಲ್ಲಿ ಇಂಪಾರ್ಟೆಂಟ್ ಅಡ್ರೆಸ್‌ಗಳು ಇವೆ. ಅದರ ಜೊತೆ ಐದು ರೂಪಾಯಿ ನೋಟು ಕೂಡ ಇದೆ" ಎಂದ. ಅವಳಿಗೆ ನಗು ಬಂತು. ಹ್ಯಾಂಡ್ ಬ್ಯಾಗ್‌ನಲ್ಲಿದ್ದ ಪುಟ್ಟ ಡೈರಿಯನ್ನು ಅವನಿಗೆ ಹಿಂದಿರುಗಿಸಿದಳು.

"ಇವತ್ತು ಮಹೇಂದ್ರ ಊರಲಿಲ್ಲ. ಸುಮ್ನೇ ಇದಕ್ಕೋಸ್ಕರ ಹೋಗೋದ್ಬೇಡ. ನಂಗೇನೂ ಕೆಲ್ಸದ ಅವಶ್ಯಕತೆ ಇಲ್ಲ" ಅವಳನ್ನು ತಡೆದ. ರೋಹಿಣಿ ಮನುಷ್ಯ ಬದಲಾಯಿಸಿ ಹಿಂದಿರುಗಿದಳು.

ಅಷ್ಟರಲ್ಲಿ ರಘುವೀರ ಸಂಪಾದಕರ ಕಾರು ಬಂತು. ಡ್ರೈವರ್ ಕೆಳಗಿಳಿದು ಬಂದು ನಮ್ರತೆಯಿಂದ ವಿಷಯ ಮುಟ್ಟಿಸಿದ.

"ನಿಮ್ಮನ್ನ ಈಗಿಂದೀಗ ಕರ್ಕೊಂಡ್ಬಾಂದ್ರು ಯಜಮಾನ್ರು."

ವಾಚ್ ಕಡೆ ನೋಡಿದಳು. ಐದು ಇಪ್ಪತ್ತು, ಅವಳು ಮನೆಗೆ ಬಂದು ಅರ್ಧಗಂಟೆ ಮಾತ್ರ ಆಗಿತ್ತು. ಪರಶುರಾಮ್‌ಗೆ ಸ್ವಲ್ಪ ಟೆಂಪರೇಚರ್ ಇದ್ದಿದ್ದರಿಂದ ಡಾಕ್ಟರನ್ನ ಕರೆತರಬೇಕಿತ್ತು.

ಎರಡು ಕ್ಷಣ ತಡೆದು "ಓಕೇ..... ಈಗ್ಬರ್ತೀನಿ" ಎಂದವಳು ನೇರವಾಗಿ ತನ್ನ ಕೋಣೆಗೆ ಹೋದವಳು ಹಚ್ಚ ಹಸುರಿನ ಐದು ನೂರು ರೂಪಾಯಿಗಳ ನೋಟುಗಳನ್ನು ಅನ್ನಪೂರ್ಣಮ್ಮನಿಗೆ ಕೊಟ್ಟಳು. "ಅತ್ತೆ, ಇದ್ನ ಇಟ್ಕೋ ಡಾಕ್ಟ್ರಗೆ ಫೀಜ್ ಕೊಟ್ಟುಬಿಡು. ಏನಾದ್ರೂ ಬೇಕಾದ್ರೆ ತರಿಸ್ಕೋ, ಯಾಕೋ ಎಡಿಟರ್ ಹೇಳಿ ಕಳ್ಸಿದ್ದಾರೆ. ತುರ್ತು ಕಾರಣವಿಲ್ದೇ ಅವ್ರು ಹೇಳಿ ಕಳಿಸೋಲ್ಲ"

ಪರ್ಸ್ ಹಿಡಿದು ಹೊರಗೆ ಬಂದ ರೋಹಿಣಿಯನ್ನು ನಿಶಾಂತ್ ನೋಡಿದ. ಅವಳು ಸೀರೆ ಬದಲಾಯಿಸುವ, ಮೇಕಪ್ ಮಾಡುವ ಶ್ರಮವನ್ನು ತೆಗೆದು ಕೊಂಡಿರಲಿಲ್ಲ.

"ಮಿಸ್ಟರ್ ಬಾಪಟ್.......ನಿಮಗೊಂದು ಕೆಲ್ಸ ಒಪ್ಸಿ ಹೋಗ್ತಾ ಇದ್ದೀನಿ. ದಯವಿಟ್ಟು ಸ್ವಲ್ಪ ಡಾಕ್ಟರನ್ನು ಕರೆತನ್ನಿ. ಅದಷ್ಟು ಬೇಗ ಬಂದ್ಬಿಡ್ತೀನಿ" ರಭಸದಿಂದ ಹೆಜ್ಜೆ ಹಾಕಿದಾಗ ಅವನ ಕಣ್ಣುಗಳಲ್ಲಿ ಅಭಿಮಾನ ಮೂಡಿತು.

ಸಣ್ಣ ವಿಷಯಕ್ಕೆ ಹೆದರುವ, ಸಮಸ್ಯೆಗಳೆಂದರೆ ಭೂಮಿಗಿಳಿದು ಹೋಗುವ ಹೆಣ್ಣುಗಳಿಗಿಂತ ಇವಳು ತೀರಾ ಭಿನ್ನ.

ಕಾರು ಹತ್ತಿದಾಗ ಕೀರ್ತಿ ಹಾಕಿ ಅವನತ್ತ ಬಂದ. "ಅಕ್ಕನ್ನ ಕಂಡ್ರೆ.... ನಂಗೆ ತುಂಬ ಇಷ್ಟ. ಹಾವುಗಳನ್ನು ಯಜಮಾನರ ಕೋಣೆಯಲ್ಲಿ ನೋಡಿದಾಗಿನಿಂದ ಭಯ." ಅಭಿಮಾನ, ಹೆದರಿಕೆ ಅವನ ಕಣ್ಣುಗಳಲ್ಲಿ ಒಟ್ಟಿಗೆ ಇಣಕಿತು.

ಪರಶುರಾಮ್ ಕೋಣೆಗೆ ಬಂದ. ತುಂಬ ನರಳುತ್ತಿದ್ದರು. ಸ್ವಲ್ಪ ಬಗ್ಗಿದ. "ಸಾರ್, ನೀವೇ ಡಾಕ್ಟ್ರು ಷಾಪ್‌ಗೆ ಬಂದರೆ ಹೇಗೆ?" ಕಣ್ತೆರೆದರು. ವಿಷಾದದ ನಗೆ ಅವರ ಮುಖದ ಮೇಲೆ ಇಣಕಿತು. "ಸ್ವಲ್ಪ ಛೇಂಜ್ ಇರುತ್ತೆ...." ಹೇಳಿದ.

ಹೊರಗೆ ಬಂದವ ನಿರ್ಧಾರಕ್ಕೆ ಬಂದ.

ಕಾರು ನಿಂತ ಸದ್ದು. ಅದರ ಹಿಂದೆ ಬೂಟಿನ ಸದ್ದು ಕೇಳಿಸಿದಾಗ ಬಾಪಟ್ ಹಿಂದಕ್ಕೆ ಸರಿದ.

ಜಯಚಂದ್ರ ಜೋರಿನ ದನಿಯಲ್ಲಿಯೇ ಹೇಳುತ್ತಿದ್ದ. "ಅವರನ್ನು ಸದಾ

ಕೋಣೆಯಲ್ಲಿ ಕೂಡಿ ಹಾಕಿ ಅಪ್ಪನನ್ನು ಚೇತರಿಸಿಕೊಳ್ಳೋಕೆ ಬಿಡಲಿಲ್ಲ, ರೋಹಿಣಿ. ಅವರ ಮೇಲೆ ಅವಳಿಗೆ ಎಷ್ಟು ಅಧಿಕಾರವಿದೆಯೋ ನನಗೂ ಅಷ್ಟೇ ಅಧಿಕಾರವಿದೆ. ಅದರ ಜೊತೆಗೆ ತನ್ನ ನಿರ್ಧಾರವನ್ನೂ ಪ್ರಕಟಿಸಿಬಿಟ್ಟ. "ನಾನು ಡಾ॥ ರಾವ್‌ನ ವಿಚಾರಿಸಿದ್ದೀನಿ. ನರ್ಸಿಂಗ್ ಹೋಂನಲ್ಲಿ ಬಿಡೋಕೆ ಹೇಳಿದ್ದೀನಿ. ನಾನು ಕರೆದುಕೊಂಡು ಹೋಗುತ್ತೀನಿ."

"ಅಯ್ಯಯ್ಯೋ........ಅದೆಲ್ಲ ನಂಗೆ ಗೊತ್ತಿಲ್ಲ, ರೋಹಿಣಿ ಬಂದ್ಮೇಲೆ ಅವಳನ್ನು ಕೇಳಿಕೊಂಡು ಕರೆದುಕೊಂಡು ಹೋಗು" ಆತಂಕದಿಂದ ಹೇಳಿದರು ಅನ್ನಪೂರ್ಣ ಅತ್ತಿತ್ತ ನೋಡುತ್ತ.

ರೋಹಿಣಿ ಮನೆಗೆ ಬಂದಾಗ ಒಂಬತ್ತರ ಸುಮಾರು ಕೀರ್ತಿ ಜೊತೆ ಅನ್ನಪೂರ್ಣಮ್ಮ ಮಂಕಾಗಿದ್ದರು.

"ಅಪ್ಪ....ಹೇಗಿದ್ದಾರೆ?" ಗಾಬರಿಯಾದಳು.

"ಜಯಚಂದ್ರ ನರ್ಸಿಂಗ್ ಹೋಂಗೆ ಸೇರಿಸ್ತೀನಿ ಅಂತ ಕರೆದುಕೊಂಡು ಹೋದ. ಇದೋ ಈ ಲೆಟರ್ ಕೊಟ್ಟು ಹೋಗಿದ್ದಾನೆ" ಕೈಯಲ್ಲಿಯೇ ಮಡಚಿಟ್ಟು ಕೊಂಡಿದ್ದ ಲೆಟರ್‌ನ ಅವಳ ಕೈಯಲ್ಲಿಟ್ಟರು.

ಜಯಚಂದ್ರ ಕ್ಷಮೆ ಯಾಚಿಸಿದ್ದ. ಪಶ್ಚಾತ್ತಾಪವನ್ನು ತೋಡಿಕೊಂಡಿದ್ದ. ತಂದೆಗೆ ಒಳ್ಳೇ ರೀತಿಯಲ್ಲಿ ಟ್ರೀಟ್‌ಮೆಂಟ್ ಕೊಡಿಸಿ ಬೇಗ ಗುಣಪಡಿಸುವ ನಿರ್ಧಾರ ತಿಳಿಸಿದ್ದ.

ಅವಳ ಕೈಯಲ್ಲಿನ ಲೆಟರ್ ಕೆಳಗೆ ಬಿದ್ದು ಹಾರಿ ನಿಶಾಂತ್ ಕೈ ಸೇರಿತು. ಮಡಚಿ ಜೇಬಿನಲ್ಲಿಟ್ಟಕೊಂಡ.

"ಯಾವ ನರ್ಸಿಂಗ್ ಹೋಂ ಅನ್ನೋದು ಬರ್ದಿಲ್ಲ. ನಾನು ಬರೋವರ್ಗೂ ಕಾಯೀ ಅನ್ನಬೇಕಿತ್ತು. ಯಾಕೆ ಕಳ್ಸಿಕೊಟ್ರಿ?" ಕಣ್ಣೀರಿನಿಂದ ಗೋಡೆಯನ್ನು ತೊಯ್ಯಿಸಿದಳು.

"ನನ್ಮಾತು.......ಕೇಳ್ಲಿಲ್ಲ!" ಆಕೆ ತನ್ನ ಅಸಹಾಯಕತೆ ತೋಡಿಕೊಂಡರು. ಬಾಪಟ್ ಡಾಕ್ಟ್ರನ ಕರ್ಕೊಂಡ್ಬರೋಕೆ ಹೋಗಿದ್ರು" ಕೀರ್ತಿ ಹೇಳಿದ.

ತಂದೆಗೆ ಕೋಣೆಗೆ ಹೋದವಳೇ ಬಿಕ್ಕಿ ಬಿಕ್ಕಿ ಅತ್ತಳು. ದೂರದ ಶತ್ರುಗಳನ್ನು ಎದುರಿಸುವುದು ಸುಲಭ. ಸ್ವಂತ....ಕಣ್ಣೀರಿನಲ್ಲಿ ದಿಂಬನ್ನು ತೋಯಿಸಿಬಿಟ್ಟಳು.

"ಅವರನ್ನ ಕೊಂದುಬಿಡ್ತಾನೆ. ಅವ್ನಿಗೆ ಮನೆ ಮಾರಾಟವಾಗಿ ಬರುವ ಹಣ ಮಾತ್ರ ಮುಖ್ಯವೇ ಹೊರತು ಅವರ ಆರೋಗ್ಯವಲ್ಲ' ಬರೀ ಕೆಟ್ಟ ಯೋಚನೆಗಳು ಅವಳ ಮಸ್ತಿಷ್ಕವನ್ನು ಹೊಕ್ಕು ಕಂಗೆಡಿಸಿಬಿಟ್ಟಿತು.

"ಮತ್ತೆ ಏನಾದ್ರೂ......... ಹೇಳಿದ್ನಾ?" ಬಂದು ಅನ್ನಪೂರ್ಣಮ್ಮನನ್ನು ಪ್ರಶ್ನಿಸಿದಳು. "ಏನೇನು ಹೇಳ್ಲಿಲ್ಲ. ಇಷ್ಟು ವರ್ಷ ಇಲ್ದ ಪ್ರೀತಿ ಈಗ ಬಂದಿದೆ. ಅಣ್ಣನ ಕೋಣೆಯೊಳಕ್ಕೆ ಹೋಗೋಕೆ ಹೆದರ್ತಾ ಇದ್ದೆ. ಈಗ ಜ್ವರದಿಂದ ಸುಸ್ತಾಗಿದ್ದರೂ ಸಾಗಿಸಿಬಿಟ್ಟ" ಅತ್ತುಕೊಂಡರು.

ಹತ್ತಿರದಲ್ಲಿರುವ ಟೆಲಿಫೋನ್ ಬೂತ್‌ಗೆ ಹೋಗಿ ಮಹೇಂದ್ರನಿಗೆ ಫೋನ್ ಮಾಡಿ ವಿಷಯ ವಿವರಿಸಿದಳು. ಅವನ ನಗೆ ನವಿರಾಗಿ ತೇಲಿ ಬಂತು. "ಅವ್ನು ಮಗನೇ ತಾನೇ! ಇಷ್ಟು ದಿನ ನೀನು ನೋಡ್ಕೊಂಡಿದ್ದೀಯಾ. ಇನ್ಮೇಲೆ ಅವ್ನೇ ನೋಡ್ಕೊಳ್ಳಿ" ಪರಿಹಾರ ಸೂಚಿಸಿದಾಗ ಅವಳಿಗೆ ತಲೆ ಕೆಟ್ಟಂತಾಯಿತು.

"ನಂಗೆ ಅದೆಲ್ಲ ಬೇಡ. ಈಗ ಅಪ್ಪನ್ನ ಯಾವ ನರ್ಸಿಂಗ್ ಹೋಂಗೆ ಸೇರ್ಸಿದ್ದಾನೆ?" ಕೇಳಿದಳು. ಅವಳೆದೆಯ ಬಡಿತ ಮೊದಲಿನ ಸ್ಥಿತಿಗೆ ಮರಳಿರಲಿಲ್ಲ.

"ಸಾರಿ, ನಂಗೆ ಗೊತ್ತಿಲ್ಲ. ಜಯಚಂದ್ರ ನನ್ಹತ್ರ ಏನು ಹೇಳ್ಲಿಲ್ಲ. ಮನೆಯಲ್ಲಿರಬೇಕು. ಫೋನ್ ಮಾಡು" ಎಂದ. ಫೋನಿಟ್ಟು ಹೊರಗೆ ಬಂದಳು.

ಮಂತ್ರಿ ಭೀಮರಾವ್ ಮನೆಯ ಬಳಿಗೆ ಹೋಗಬೇಕೆಂದರೆ ಕತ್ತಿಡಿದು ಅವಳನ್ನು ಹೊರಗೆ ತಳ್ಳಿದಂತಾಗುತ್ತಿತ್ತು. ಫೋನ್ ಮಾಡಿದರೂ ಒಳ್ಳೆ ರೆಸ್ಪಾನ್ಸ್ ಸಿಗದು. ಸದಾ ಎಂಗೇಜ್ ಆಗಿರುವ ಫೋನ್‌ಗಳು–ಚಿಂತಿತಳಾದಳು.

ಎರಡು ಸಲ ಮನೆಗೆ ಹೋಗಿ ಬಂದಳು. ನಾಲ್ಕಾರು ಸಲ ಫೋನ್ ಮಾಡಿದಳು. ಜಯಚಂದ್ರನ ಸುಳಿವೇ ಇಲ್ಲ. ಪೋಲೀಸ್‌ಗೆ ಕಂಪ್ಲೇಂಟ್ ಕೊಡಲು ಸಾಧ್ಯವೇ? ಅಪ್ಪನ ಜೊತೆಗೆ ಮಗಳು ಕೂಡ ಹುಚ್ಚಳಾಗಬೇಕಾಗಿತ್ತೆ.

ಆರರ ನಂತರ ಸಿಟಿ ಕ್ಲಬ್‌ಗೆ ಮಹೇಂದ್ರನನ್ನು ಅರಸಿಕೊಂಡು ಹೋದಳು. ಬಿಲಿಯರ್ಡ್ಸ್ ಆಡುತ್ತಿದ್ದವನು ಮಾತಿಲ್ಲದೇ ಅವಳತ್ತ ಬಂದ. ಉದಾಸೀನ, ಉತ್ಪ್ರೇಕ್ಷೆ ತೋರದಿದ್ದಕ್ಕೆ ಅವಳಿಗೆ ಸಂತೋಷವೇ ಆಯಿತು.

"ಹಲೋ........ರೋಹೀ.....ಅಂತು ಇಲ್ಲಿವರ್ಗ್ಗೂ ಬರೋ ಮನಸ್ಸು ಮಾಡ್ದೆ" ಕೈಯಿಂದ ಅವಳ ಭುಜವನ್ನು ಬಳಸಿದ ಸಲಿಗೆಯಿಂದ. ಮೆಲ್ಲನೆ ಅವನ ಕೈ ಸರಿಸಿದಳು.

"ಸಾರಿ ಮಹೇಂದ್ರ........ಮಂತ್ರಿ ಮಗನ ರಂಗಿನಾಟದ ವಿಷಯ ಬಂದಾಗ ನಾನೊಂದು ಪಾತ್ರವಾಗಿ ಬಳಸಿಕೊಂಡುಬಿಟ್ಟಾರು....ಪತ್ರಿಕೆಯವರು, ಸ್ವಲ್ಪ ಮಾತಾಡ್ಬೇಕು.........ಬಾ" ಪಕ್ಕದಲ್ಲಿದ್ದ ರೆಸ್ಟೋರೆಂಟ್ ಕಡೆ ನಡೆದಳು. ಮೌನವಾಗಿ ಮಹೇಂದ್ರ ಹಿಂಬಾಲಿಸಿದರೂ ಅವನೆದೆಯಲ್ಲಿ ಸಣ್ಣನೆಯ ಕಿಚ್ಚು ಉರಿಯುತ್ತಲೇ ಇತ್ತು.

ಎದುರುಬದುರಾಗಿ ಕೂತಾಗ ಮೆನು ಕಾರ್ಡು ಕೈಗೆತ್ತಿಕೊಂಡ. ಕಿತ್ತಿಟ್ಟಳು. "ಸ್ವಲ್ಪ ನನ್ಮಾತಿನ ಕಡೆ ಗಮನ ಕೊಡು. ಜಯಚಂದ್ರ ಅಪ್ಪನನ್ನು ಯಾವ ನರ್ಸಿಂಗ್ ಹೋಂಗೆ ಸೇರ್ಸಿದ್ದಾನೆ?"

ಮೆನು ಕಾರ್ಡ್ ಹತ್ತಿರಕ್ಕೆಳೆದುಕೊಂಡು "ನಂಗೆ ಗೊತ್ತಿಲ್ಲ. ಸದಾ ಬಿಜಿಯಲ್ಲಿರೋ ನಂಗೆ ಅವನ್ನೆಲ್ಲ ಗಮನಿಸೋಕೆ ಎಲ್ಲಿ ಸಾಧ್ಯ? ಅವ್ನು ಸದಾ ಅಪ್ಪನ ಬೆನ್ನಿಗೆ ಬಿದ್ದಿರುತ್ತಾನೆ. ಅವ್ರನ್ನೇ ಕೇಳ್ಬೇಕು. ನೀನ್ಯಾಕೆ ಇಷ್ಟು ಗಾಬ್ರಿ ಆಗಿದ್ದೀಯಾ? ನೀನು ಪರಶುರಾಮ್‌ಗೆ ಮಗಳು, ಅವ್ನು ಮಗ, ಅವ್ನಿಗೂ ಜವಾಬ್ದಾರಿ ಇರುತ್ತೆ. ಈಗೇನು...... ತರಿಸ್ಲೀ........" ಕೇಳಿದ. ಅವಳ ಸುಂದರ ಅರಳುಗಣ್ಣುಗಳಲ್ಲಿ ನೀರು ತುಂಬಿಕೊಂಡಿತು. ಚುಂಬಿಸಬೇಕೆನಿಸಿತು ಅವನಿಗೆ.

"ಸಾರಿ ಫಾರ್ ದಿ ಡಿಸ್ಟರ್ಬ್....." ಎಂದು ಮೇಲೆದ್ದವಳು "ನಂಗೆ ಹೆಲ್ಪ್ ಮಾಡು.....ನನ್ಜೊತೆ ಬಾ" ಹಿಪ್ನಾಟಿಸಂಗೆ ಒಳಗಾದವನಂತೆ ಎದ್ದು ಅವಳ ಜೊತೆ ನಡೆದ.

ಮೆಟ್ಟಿಲುಗಳನ್ನು ಇಳಿಯುತ್ತ "ರಿಕ್ವೆಸ್ಟ್, ನೀನು ನನ್ನ ಮನೆಗೆ ಕರ್ಕೊಂಡ್ಹೋಗು. ಜಯಚಂದ್ರ ಸಿಕ್ಕದಿದ್ರೂ ನಂಗೆ ನರ್ಸಿಂಗ್ ಹೋಂ ವಿಳಾಸ ಸಿಕ್ಕರೇ ಸಾಕು" ದೈನ್ಯದಿಂದ ಕೇಳಿದಳು. ಅವಳೆಂದೂ ಇಷ್ಟು ಸೋತಂತೆ ಕಂಡಿರಲಿಲ್ಲ. 'ಅಯ್ಯೋ' ಎನ್ನುವ ಮರುಕ ಅವನೆದೆಯಲ್ಲಿ ಮೂಡಿದರೂ ಐದು ಕ್ಷಣ ಕೂಡ ನಿಲ್ಲಲಿಲ್ಲ. ಅವನ ಪ್ರೇಮ ನಿವೇದನೆಯನ್ನು ನಗು ನಗುತ್ತಲೇ ನಿರ್ಲಕ್ಷಿಸಿಬಿಟ್ಟಿದ್ದಳು.

ಮಹೇಂದ್ರನ ಆಹ್ವಾನವಿಲ್ಲದೇ ಹತ್ತಿ ಕೂತಳು. ಕಾರು ನೇರವಾಗಿ ಮಂತ್ರಿಗಳ ಬಂಗಲೆ ತಲುಪಿದಾಗ ಹೊರಗೆ ವಾಹನಗಳು ಸಾಲುಗಟ್ಟಿ ನಿಂತಿದ್ದರೆ ಆವರಣದ ತುಂಬ ಜನ ತುಂಬಿಕೊಂಡಿದ್ದರು. ಅಲ್ಲಲ್ಲಿ ಗುಂಪು ಗೂಡಿ ಪಿಸುದನಿಯಲ್ಲಿ ಮಾತಾಡುತ್ತಿದ್ದರು.

ಮಹೇಂದ್ರನಿಗೂ, ಭೀಮರಾವ್‌ಗೆ ಕೊಟ್ಟಷ್ಟೇ ಮರ್ಯಾದೇ. ಜನ ಮಾತು ನಿಲ್ಲಿಸಿ ಅವನೆಡೆಗೆ ಕೆಟ್ಟ ನಗೆಗಳನ್ನು ಬೀರಿ ತಮ್ಮದೇ ಆದ ರೀತಿಯಲ್ಲಿ ವಿಶ್ ಮಾಡಿದರು.

ಮುಂದಿನ ದಿವಾನಖಾನೆಯಲ್ಲಿ ಬೈಠಕ್ ನಡೆದಿತ್ತು. ಇವಳತ್ತ ನೋಡಿದ ಭೀಮರಾವ್ ಮುಖವನ್ನು ಒಂದು ತರಹ ಮಾಡಿದರು.

"ಇದೇನು ಪತ್ರಿಕಾಗೋಷ್ಠಿಯೂ ಅಲ್ಲ. ನಾನು ಸಂದರ್ಶನ ಕೊಡೋಕೆ ಒಪ್ಪಿಯೂ ಇಲ್ಲ. ಮಿಸ್ಟರ್ ...." ಪಿ.ಎ.ಯನ್ನು ಹತ್ತಿರ ಕರೆದರು.

ಅವಮಾನದಿಂದ ತುಟಿ ಕಚ್ಚಿದಳು.

"ನೀವು ಸದಾ ರಾಜಕೀಯದ ಮೂಡ್‌ನಲ್ಲೇ ಇರ್ತೀರಾ. ಇವ್ರು ಪರಶುರಾಮ್ ಅವ್ರ ಮಗ್ಳು...." ಮಹೇಂದ್ರ ಪರಿಚಯದ ನಾಟಕವಾಡಿದ.

ಅವರು ನೆನಪಿಸಿಕೊಳ್ಳುವಂತೆ ಕಂಡರು. "ಯಾವ ಪರಶುರಾಮ್. ನೂರೆಂಟು ಪರಶುರಾಮ್‌ಗಳು ಇರ್ತಾರೆ. ಯಾರನ್ನಾಂತ ನೆನಪಿನಲ್ಲಿ ಇಟ್ಟುಕೊಳ್ಳೋದು?" ಮುಖದಲ್ಲಿ ಬೇಸರ ವ್ಯಕ್ತಪಡಿಸಿದರು.

"ಧವಳ ನಕ್ಷತ್ರ........." ಜ್ಞಾಪಿಸಿದ.

"ಆ ಪರಶುರಾಮ್........" ಇದ್ದ ಸ್ವಲ್ಪ ಕೂದಲಲ್ಲಿ ಕೈಯಾಡಿಸಿದಾಗ ರೋಹಿಣಿ ನಿಲ್ಲಲಾರದೇ ಹೊರಗೆ ಬಂದಳು.

ಮಾತು, ನಗೆಯಲ್ಲಿ ಮಹೇಂದ್ರನ ಪ್ರಶ್ನೆ ತೇಲಿಹೋಗಿರಬಹುದು. 'ಪೆರಾಲಿಸಿಸ್ ಹೊಡೆದು ಮೂಲೆ ಸೇರಿದ ಪರಶುರಾಮ ಹೃದ್ರೋಗದಿಂದ ತೀವ್ರವಾಗಿ ಬಳಲು ಹುಚ್ಚ ಪರಶುರಾಮ್‌ನ ಅವಹೇಳನದ ಮಾತುಗಳನ್ನು ಕೇಳಲಾರದೆ ಹೋದಳು.

ತನ್ನ ಕೈಯಲ್ಲೇನಾದರೂ ಬಂದೂಕ ಇದ್ದಿದ್ದರೆ ಸಿನಿಮಾದಲ್ಲಿ ಆಕ್ರೋಶ ಗೊಂಡ ಹೀರೋನಂತೆ ಇವರನ್ನೆಲ್ಲ ಸುಟ್ಟುಬಿಡುತ್ತಿದ್ದೆ – ಇಂಥವರ ನೆರಳಿನಲ್ಲಿ ಜಯಚಂದ್ರ, ಅವನ ಸಂಸಾರ.

ಗೇಟಿನ ಬಳಿಗೆ ಬರುವ ವೇಳೆಗೆ ಮಹೇಂದ್ರ ಹಿಂದೆಯೇ ಬಂದ.

"ನಿನಗೆ ತುಂಬ ಪೇಷನ್ಸ್ ಕಮ್ಮಿ" ಎಂದ ಏರು ದನಿಯಲ್ಲಿ

ಮುಖ ಮೇಲೆತ್ತಿ ಅವನತ್ತ ನೋಡಿದಳು. "ಇಷ್ಟು ಪೇಷನ್ಸ್ ಯಾರಿಗೂ ಇರೋಲ್ಲ. ಅಂಥವ್ರು ಮನುಷ್ಯರಾಗಿ ಹುಟ್ಟುವುದಕ್ಕಿಂತ ಮರಗಳಾಗಿ ಹುಟ್ಟಬೇಕು. ಗುಡ್‌ಬೈ......." ಹೊರಟೇಬಿಟ್ಟಳು.

ಮಹೇಂದ್ರ ಅವಳನ್ನು ತಡೆಯಲಿಲ್ಲ. ಮತ್ತೆ ಅವಳೇ ಬರುತ್ತಾಳೆನ್ನುವ ಭರವಸೆ ಅವನದು. ಒಂದು ತರಹ ನಗು ಅವನ ತುಟಿಯಂಚಿನಲ್ಲಿ ಮಿನುಗಿತು.

ಸೋತು ಅವಳು ಮನೆ ತಲುಪಿದಾಗ 'ಬಿಕೋ' ಎನ್ನುವ ವಾತಾವರಣ. ಅನ್ನಪೂರ್ಣಮ್ಮ ಕತ್ತಲೆಯಲ್ಲಿ ಹೊರಗಿನ ಮೆಟ್ಟಿಲ ಮೇಲೆಯೇ ಕೂತಿದ್ದರು. ಅಷ್ಟು ದೊಡ್ಡ ಮನೆಗೆ ಅವರೊಬ್ಬರೇ.

"ಜಯಚಂದ್ರ....ಸಿಕ್ಕಿದ್ನಾ?" ಆಸೆಯಿಂದ ಮೇಲೆದ್ದರು.

ಇಲ್ಲವೆನ್ನುವಂತೆ ತಲೆಯಾಡಿಸಿ ಅಲ್ಲಿಯೇ ಕುಸಿದಂತೆ ಕೂತಳು. ತಂದೆ ಈಗ ಯಾವ ಪರಿಸ್ಥಿತಿಯಲ್ಲಿದ್ದಾರೋ! ತುಟಿ ಕಚ್ಚಿ ಅಳು ನುಂಗಿದಳು.

"ಪೋಲೀಸರಿಗೆ ಕಂಪ್ಲೇಂಟ್ ಕೊಟ್ಟರೇ......" ಅನ್ನಪೂರ್ಣಮ್ಮ ಸಲಹೆ ಇತ್ತರು. ಭಾರವಾದ ಉಸಿರು ದಬ್ಬಿದಳು. "ಹೇಗೋ ಅಪ್ಪನಿಗೆ ಹುಚ್ಚನ ಪಟ್ಟ ಕಟ್ಟಿದ್ದಾನೆ.

ನನ್ನ ನಿಶ್ಚಿಂತೆಯಿಂದ ಹುಚ್ಚಾಸ್ಪತ್ರೆಗೆ ಸೇರಿಸಿಬಿಡ್ತಾನೆ. ಅವನಿಗೆ ನಾನೇ ಅವಕಾಶ ಒದಗಿಸಿಕೊಟ್ಟಂತಾಗುತ್ತೆ" ಎದ್ದು ಒಳಗೆ ಹೋದಳು.

ಪರಶುರಾಮ್ ನೆಮ್ಮದಿಯಿಂದ ಪ್ರಾಣಬಿಟ್ಟಿದ್ದರೂ ಅವಳಿಗಿಷ್ಟು ದುಃಖ ವಾಗುತ್ತಿರಲಿಲ್ಲವೇನೋ. ಹುಟ್ಟು, ಸಾವು ಒಂದೇ ನಾಣ್ಯದ ಎರೆಡು ಮುಖಗಳು. ವ್ಯಕ್ತಿಗಳು. ವ್ಯಕ್ತಿ ಸಾವನ್ನು ಬೆನ್ನಿಗೆ ಅಂಟಿಕೊಂಡೇ ಹುಟ್ಟುತ್ತಾನೆ. ಈಗ...... ವಿಲಿ ವಿಲಿ ಒದ್ದಾಡಿ ಹೋದಳು.

ಹನ್ನೊಂದರ ಸುಮಾರಿಗೆ ನಿಶಾಂತ್, ಕೀರ್ತಿ ಕಾರಿನಲ್ಲಿ ಬಂದರು. ಯಾರದೋ ಕಾರು! ರೋಹಿಣಿಯೇನು ಕಣ್ಣು ಅರಳಿಸಲಿಲ್ಲ.

ಬಂದ ಕೀರ್ತಿ ಮೌನವಾಗಿ ನಿಂತರೆ ನಿಶಾಂತ್, "ಮೇಡಂ, ಒಂದು ನಿಮಿಷ... ಬರ್ತೀರಾ" ಹೊರಗೆ ಕರೆದೊಯ್ದು. "ಸ್ವಲ್ಪ ನನ್ನ ಜೊತೆ ಬನ್ನಿ" ಕಾರಿನತ್ತ ನಡೆದಾಗ ಹಿಂಬಾಲಿಸಿದಳು.

ಕಾರು ಹತ್ತುವ ಮುನ್ನ ಪ್ರಶ್ನಿಸಿದಳು. "ನಾವು ಎಲ್ಲಿಗೆ ಹೋಗುತ್ತಾ ಇರೋದು" ನಿಶಾಂತ್ ಸ್ಟೀರಿಂಗ್ ವ್ಹೀಲ್ ಮುಂದೆ ಕೂತು "ನಿಮ್ಮ ತಂದೆಯವರನ್ನು ನೋಡೋಕೆ...." ಅವಳಿಗೆ ಆಶ್ಚರ್ಯದ ಜೊತೆಗೆ ಗಾಬರಿ. ಮತ್ತೇನು ಕೇಳಲು ಹೋಗಲಿಲ್ಲ.

ಒಂದು ನರ್ಸಿಂಗ್ ಹೋಂ ಮುಂದೆ ಕಾರು ನಿಂತಾಗ ಏನೂ ತೋಚದವಳಂತೆ ಇಳಿದಳು. ನಿಶಾಂತ್ ಒಳಗೆ ಕರೆದೊಯ್ದು. ಅವಳ ತಂದೆಯನ್ನು ಸ್ಪೆಷಲ್ ವಾರ್ಡ್‌ನಲ್ಲಿ ಅಡ್ಮಿಟ್ ಮಾಡಿದ್ದರು.

"ನಿದ್ದೆಯಲ್ಲಿದ್ದಾರೆ. ಡಿಸ್ಟರ್ಬ್ ಮಾಡೋಡ್ಬೇಡ" ಸಿಸ್ಟರ್ ಉಸುರಿದಳು.

ನಿಂತ ರೋಹಿಣಿಯ ಕಣ್ಣುಗಳಿಂದ ಕಣ್ಣೀರಿನ ಬಿಂದುಗಳು ಮುತ್ತುಗಳಂತೆ ಜಾರಿದವು.

'ಹೋಗೋಣ' ಕಣ್ಣಲ್ಲಿಯೇ ಸನ್ನೆ ಮಾಡಿ ಹೊರಗೆ ಕರೆತಂದ. "ಇಲ್ಲಿನ ವ್ಯವಸ್ಥೆಯೆಲ್ಲ ಸರಿಯಾಗಿದೆ. ನಿಮ್ಮ ತಂದೆಯವರ ಬಗ್ಗೆ ಯೋಚನೆ ಬೇಡ. ಹೆಚ್ಚು ಹೊತ್ತು ಇಲ್ಲಿರೋದು ಅಪಾಯ" ಕಾರಿನತ್ತ ನಡೆದ. ಅಯೋಮಯದ ಸ್ಥಿತಿ ರೋಹಿಣಿಯದು.

ಒಂದು ಕಡೆ ಕಾರು ನಿಂತಿತು. "ನಿಮ್ಮಣ್ಣ ಅಷ್ಟೇನು ಬುದ್ಧಿವಂತರಲ್ಲ .... ಎಕ್ಸ್‌ಕ್ಯೂಜ್ ಮೀ .... ತಪ್ಪು ತಿಳ್ಕೋಬೇಡಿ. ಅವರು ನಿಮ್ಮ ತಂದೆಗೆ ತುಂಬ ಹೆದರ್ತಾರೆ. ಮುಖ ನೋಡೋ ಧೈರ್ಯ ಕೂಡ ಇಲ್ಲ. ಜೊತೆಯಲ್ಲಿದ್ದವರಿಗೆ ಕಾರಿನಲ್ಲಿ ಮಲಗಿಸಲು ತಿಳಿಸಿದರು. ಅವರು ಮಲಗಿಸಿದ್ದಾರಾ, ಇಲ್ಲವಾ ಅನ್ನೋದು ಕೂಡ ನೋಡದೇ ಹೋಗಿಬಿಟ್ಟರು. ನಿಮ್ಮ ತಂದೇನ ಮಲಗಿಸಿದ್ದು ನಿಮ್ಮ ಕಾರಿನಲ್ಲೇ.

ಅವರ ಸ್ಥಿತಿ ನೋಡಿ ನಾನೇ ನರ್ಸಿಂಗ್ ಹೋಂಗೆ ಸೇರಿಸ್ದೆ" ಸಹಜ ದನಿಯಲ್ಲಿ ನುಡಿದ.

ದಿಗ್ಭ್ರಮೆಗೊಂಡಳು ರೋಹಿಣಿ. ಚಲನಚಿತ್ರದ ಒಂದು ಸೀನ್‌ನಂತೆ ಕಂಡಿತು. ಅದರ ಹಿಂದೆ ನಿಶಾಂತ್‌ನ ಕೈವಾಡವಿದೆಯೆಂದು ಯೋಚಿಸಲಾರದಷ್ಟು ಮಂಕು ಬಡಿದಿತ್ತು ಅವಳಿಗೆ.

ಸ್ವರ ಉಡುಗಿತು. ಸುಮ್ಮನೆ ಕೂತುಬಿಟ್ಟಳು.

"ನಿಮ್ತಂದೆ ಆರೋಗ್ಯದ ವಿಷಯ ಅವ್ರಿಗೆ ಅಷ್ಟೊಂದು ಅಕ್ಕರೆ ಇದ್ದ ಹಾಗೆ ಕಾಣ್ತೋಲ್ಲ. ನಾಟಕದ ಪರದೆಯಂತು ಎಳೆದುಬಿಟ್ಟಿದ್ದೀನಿ. ಹೇಗೆ ಪಾತ್ರಗಳನ್ನು ನಿರ್ದೇಶಿಸುತ್ತಿರೋ ನೋಡೋಣ" ಸವಾಲೆಸೆದು ಸುಮ್ಮನಾದ.

ಕಾರು ಒಂದು ಥಿಯೇಟರ್‌ನ ಬಳಿ ನಿಂತಿತು. "ನಮ್ಮ ಪ್ರೆಸ್‌ಗೆ ಬರೋ ಹುಡ್ಗೀದು ಕಾರು. ಸೆಕೆಂಡ್ ಷೋ ನೋಡ್ತಾ ಇದ್ದಾರೆ. ಟಿಕೆಟ್ ಕೌಂಟರ್‌ನಲ್ಲಿ ಕೀ ಕೊಟ್ಬಿಡೀಂತ ಹೇಳಿದ್ದಾರೆ. ಕೊಟ್ಟು ಬರ್ತೀನಿ" ಎಂದು ನಿಶಾಂತ್ ಇಳಿದಾಗ ರೋಹಿಣಿ ಮೌನವಾಗಿ ಇಳಿದಳು.

ಐದೇ ನಿಮಿಷದಲ್ಲಿ ನಿಶಾಂತ್ ಓಡಿ ಬಂದ. "ನಿಮ್ಗೆ ಭಯ ಇಲ್ಲಾಂದ್ರೆ ನಡೆದೇ ಹೋಗ್ಬಿಡೋಣ" ಎಂದಾಗ ತಲೆದೂಗಿದಳು.

ಮನೆಯ ಗೇಟನ್ನು ತಲುಪಿದಾಗ ನಿಶಾಂತ್‌ನತ್ತ ತಿರುಗಿ ಒಂದು ಮಾತು ಹೇಳಿದಳು. "ನಾನು ಜಯಚಂದ್ರನಿಗಿಂತ ಸ್ವಲ್ಪ ಬುದ್ಧಿವಂತೆ. ಆ ಬಗ್ಗೆ ನೀವೇನು ಹೇಳ್ತೀರಾ?" ಮುಕ್ತವಾಗಿ ನಕ್ಕು ಬಿಟ್ಟು "ಈ ಬಾಪಟ್ ಅದ್ನ ಅನುಮೋದಿಸ್ತಾನೆ. ನೋ ಕಾಮೆಂಟ್ಸ್..."

ಕೆಟ್ಟ ಅಧ್ಯಾಯವೊಂದಕ್ಕೆ ತೆರೆ ಬಿದ್ದಂತಾಯಿತು.

* * *

ಆಫೀಸ್‌ಗೆ ಬಂದ ಕೂಡಲೇ ಎಡಿಟರ್ ಆಕ್ಷೇಪಿಸಿದರು. "ಬೆಳಗಿನಿಂದ ನಿಂಗೆ ಎಷ್ಟನೇ ಸಲ ಫೋನ್ ಬಂದಿದೆ ಗೊತ್ತಾ! ದೊಡ್ಡ ಜನರ ಬಗ್ಗೆ ಉದಾಸೀನ ಒಳ್ಳೇದಲ್ಲ" ಎರಡು ಸಲ ಇದ್ದರೂ ಇಲ್ಲ ಅನ್ನಿಸಿಕೊಂಡಿದ್ದು ಅವರ ನೋಟಿಸಿಗೆ ಬಂದಿತ್ತು.

ಅವರ ಮಾತಿಗೆ ಯಾವುದೇ ಪ್ರತಿಕ್ರಿಯೆ ವ್ಯಕ್ತಪಡಿಸದೇ ಹೊರಗೆ ಹೋದಳು. ಕೆಲವು ವಿಷಯದಲ್ಲಿ ರೋಹಿಣಿ ಯಾರನ್ನು ಕೇರ್ ಮಾಡುವುದಿಲ್ಲವೆಂದು ಅವರಿಗೆ ಗೊತ್ತು.

ಕ್ಯಾಂಟಿನ್‌ಗೆ ಹೊರಟವಳು ಆಫೀಸ್ ಬಾಯ್ ಕರೆಗೆ ನಿಂತಳು "ಫೋನ್

ಬಂದಿದೆ, ಮೇಡಮ್.......... ಮಾಲೀಕರೇ ಹೇಳಿಕಳಿಸಿದ್ದಾರೆ" ಎಂದ.

"ಅಲ್ಲಿಗೆ........ಹೋಗ್ತಾ ಇದ್ದೀನಿ" ನಿಲ್ಲದೇ ಹೊರಟುಬಿಟ್ಟಳು.

ಪಬ್ಲಿಕ್ ಟೆಲಿಫೋನ್ ಬೂತ್‌ಗೆ ಬಂದು ಡಯಲ್ ತಿರುಗಿಸಿದಳು. ರಿಸೀವರ್ ಎತ್ತಿದ್ದು ಮಹೇಂದ್ರನ ತಾಯಿ "ಹಾಗೇ ಇಟ್ಕೋ...ಬರ್ತಾನೆ" ಎಂದರು.

"ಇದು ಪಬ್ಲಿಕ್ ಟೆಲಿಫೋನ್ ಬೂತ್. ಹೆಚ್ಚು ಹೊತ್ತು ಕಾಯೋಕಾಗೋಲ್ಲ" ಎಂದವಳೇ ಮುಲಾಜಿಲ್ಲದೆ ಇಟ್ಟುಬಿಟ್ಟಳು.

ತಂದೆಯನ್ನು ಕರೆದೊಯ್ದಿದ್ದ ಜಯಚಂದ್ರ ಇಂದಿನವರೆಗೂ ಅವಳಿಗೆ ಭೇಟಿಯಾಗಿರಲಿಲ್ಲ. ಅವನ ಉದ್ದೇಶವೇನು? ತಂದೆ ಕಾರಿನಲ್ಲಿ ಇಲ್ಲದ್ದು ಅವನಿಗೆ ಗಾಬರಿ ತಂದಿಲ್ಲವೇ? ವಿಷಯ ಗೊತ್ತಾ?

ಪ್ರೆಸ್‌ನಿಂದ ನರ್ಸಿಂಗ್ ಹೋಂಗೆ ಹೋಗಿ ಮನೆಗೆ ಬಂದಳು. ಇಂದು ಪರಶುರಾಮ್ ಜ್ವರ ಬಿಟ್ಟು ಚೇತರಿಸಿಕೊಂಡಿದ್ದು ಅವಳಿಗೆ ಸಂತಸದ ಸಂಗತಿಯಾಗಿತ್ತು. ಅಲ್ಲಿನ ಶುಶ್ರೂಷೆ ನೋಡಿಯೇ ಕಟ್ಟಬಹುದಾದ ಬಿಲ್‌ನ ಲೆಕ್ಕ ಹಾಕಿದಳು ಅಂದಾಜಿನಂತೆ. ಹತ್ತು ಸಾವಿರದವರೆಗೆ ಕಟ್ಟಬೇಕಾಗಬಹುದು. ಅವಳ ಅಕೌಂಟ್‌ನಲ್ಲಿದ್ದುದು ಕೇವಲ ಮೂರು ಸಾವಿರ ಚಿಲ್ಲರೆ. ಅದು ಮುಗಿದ ಮೇಲೆ ಏನು ಮಾಡಬೇಕೋ ಅವಳಿಗೊಂದೂ ತಿಳಿಯದಾಗಿತ್ತು.

ಟಿ.ವಿ. ಅನೌನ್ಸರ್ ಹುದ್ದೆಗೆ ಸೆಲೆಕ್ಟ್ ಆಗಿದ್ದಳು. ಅಂಥ ಭಾರಿ ನಿರೀಕ್ಷಣೆಯೇನು ಇಟ್ಟುಕೊಳ್ಳುವಂತಿರಲಿಲ್ಲ.

"ಯಾಕೆ ಮಂಕಾಗಿದ್ದೀಯಾ? ಅಣ್ಣ ಚೆನ್ನಾಗಿದ್ದಾರೆ, ತಾನೇ?" ಅನ್ನಪೂರ್ಣಮ್ಮ ಆತಂಕದಿಂದ ಪ್ರಶ್ನಿಸಿದರು.

ರೋಹಿಣಿ ಮುಗುಳ್ನಗೆ ಚೆಲ್ಲಿದಳು "ಏನಿಲ್ಲ, ಇನ್ನೆರಡು ದಿನದಲ್ಲಿ ಮನೆಗೆ ಕರ್ಕೊಂಡ್ಬರ್ಬಹ್ದು. ಯಾಕೋ ಇವತ್ತು ತುಂಬ ಸುಸ್ತು. ಏನಾದ್ರೂ ಕುಡಿಯೋಕೆ ತಂದ್ಕೊಡಿ ಅತ್ತೆ" ಅವರನ್ನು ಕಳುಹಿಸಿದರು. ಅವಳ ಮನಸ್ಸಿನ ತುಮುಲ ಆಕೆಗೆ ತಿಳಿಯುವುದು ಬೇಡವಾಗಿತ್ತು.

ತನ್ನ ಕೋಣೆಗೆ ಹೋಗಿ ಮಲಗಿಬಿಟ್ಟಳು. ಜಯಚಂದ್ರ ಊರಿನಲ್ಲಿದ್ದ ಹಾಗೆ ಕಾಣಲಿಲ್ಲ. ಆದರೆ...ಲೀಲಾ...ಮಾವನ ಮನೆಯ ಇಡೀ ಸಂಪತ್ತಿನ ಮೇಲೆ ತನ್ನ ಹಕ್ಕನ್ನು ಸ್ಥಾಪಿಸಿರುವ ಆಕೆಗೆ.......ಮಾವನ ಬಗ್ಗೆ ಕಾಳಜಿ ಇಲ್ಲವೆ?

ನಿಂಬೆಹಣ್ಣಿನ ಪಾನಕ ತಂದುಕೊಟ್ಟ ಅನ್ನಪೂರ್ಣಮ್ಮ ಮಹೇಂದ್ರನ ಜೊತೆ ಲೀಲಾ ಬಂದಿರುವ ವಿಷಯ ತಿಳಿಸಿದರು.

"ಅತ್ತೆ, ನೀನೇನು ಮಾತಾಡ್ಲಿಲ್ಲ, ತಾನೇ! ಕಿವಿ ಕೇಳಿಸದಂತೆ ಇದ್ಬಿಡು" ಎಂದವಳು ಪಾನಕ ಖಾಲಿ ಮಾಡಿಯೇ ಹೊರಗೆ ಬಂದಿದ್ದು.

ಮಹೇಂದ್ರ ಮೊದಲಿನ ಸಲಿಗೆಯಿಂದ ಆಕ್ಷೇಪಿಸಿದ "ಯಾಕೆ, ಫೋನ್ ಅಷ್ಟು ಬೇಗ ಇಟ್ಟುಬಿಟ್ಟೆದ್ದೆ........." ಉರಿಯುವ ಕಣ್ಣುಗಳೇ ಅವನ ಕೋಪವನ್ನು ಸ್ಪಷ್ಟಪಡಿಸಿತು.

"ಮನೆಯಲ್ಲಿ ಫೋನ್ ಇಲ್ವಲ್ಲ. ಪಬ್ಲಿಕ್ ಬೂತ್‌ನಿಂದ ಮಾಡಿದ್ದು. ಕ್ಯೂನಲ್ಲಿರೋದು ಸುಮ್ನೇ ಇರ್ತಾರ!" ಮೃದುವಾಗಿ ಅವನ ಆಕ್ಷೇಪಣೆಯನ್ನು ತಳ್ಳಿ ಹಾಕಿದಳು.

ಲೀಲಾ ತುಟಿ ತೆರೆದಳು. "ಎರ್ಡು ಸಲ ಬಂದಿದ್ದೇಂತ ಆಂಟೀ ಹೇಳಿದ್ರು, ಸೋ ಬಿಜಿ' ನಿಮ್ಮಣ್ಣ ದೆಹಲಿಗೆ ಹೋಗಿದ್ದಾರೆ. ಫೋನ್‌ನಲ್ಲಿ ಅದೇನೋ ಬಡ ಬಡಿಸಿದ್ದರು. ನಂಗೇನು ಗೊತ್ತಾಗ್ಲಿಲ್ಲ, ಹೇಗಿದ್ದಾರೆ...... ಮಾವನೋರು?"

ತಣ್ಣಗೆ ಕೂತಿದ್ದ ರೋಹಿಣಿಯ ಮೈಮೇಲೆ ಶಿಲಾವರ್ಷವಾದಂತಾಯಿತು. ಲೀಲಾ ಯಾವ ಗುಂಪಿಗೆ ಸೇರಿದ ಹೆಣ್ಣು?

"ಯಾರ ಬಗ್ಗೆ ನೀವು ಕೇಳ್ತಾ ಇರೋದು? ಅಣ್ಣ, ಅಪ್ಪನ್ನ, ಟ್ರೀಟ್‌ಮೆಂಟ್‌ಗಾಗಿ ಕರ್ಕೊಂಡ್ ಹೋದ್ನಲ್ಲ. ಸ್ಪೆಷಲಿಸ್ಟ್‌ನ ಸಂಪರ್ಕಿಸೋಕ್ಕೋಸ್ಕರ ದೆಹಲಿಗೆ ಕರ್ಕೊಂಡ್ಹೋಗಿರಬೇಕು. ಏನು......ಹೇಳ್ದಾ?" ಎಸೆದ ಬಾಣವನ್ನು ಹಿಂದಿರುಗಿಸಿದ್ದಳು ರೋಹಿಣಿ.

ಅವಳ ಮುಖ ವಿವರ್ಣವಾಯಿತು. ಮಹೇಂದ್ರನ ಕಡೆ ನೋಡಿದಳು. 'ಎಲ್ಲಾದ್ರೂ......... ಹಾಳಾಗ್ಲಿ' ಅನ್ನುವಂತೆ ದುರುಗುಟ್ಟಿ ಸಿಗರೇಟು ಹಚ್ಚಿದ.

"ನಿಮ್ಮಣ್ಣ......... ಯಾವಾಗ ಕರ್ಕೊಂಡ್ಹೋದ್ರ? ನಂಗೊಂದೂ ಗೊತ್ತೇ ಇಲ್ಲ" ಆಶ್ಚರ್ಯ ವ್ಯಕ್ತಪಡಿಸಿದಳು.

ಅಲ್ಲಿಗೆ ಬಂದ ಕೀರ್ತಿ ಜೆರಾಕ್ಸ್‌ನ ಐದು ಪ್ರತಿಗಳನ್ನು ರೋಹಿಣಿಗೆ ಕೊಟ್ಟ.

"ಕೊಟ್ಟಿದ್ದೀನಕ್ಕ, ಹೋಗ್ತೀನಿ ಗ್ಯಾರೇಜ್‌ಗೆ" ಎಂದವನು, "ಸಂಜೆ ಮುಂದು........" ಎಡವಿದವನು ಏನು ಹೇಳದೇ ಹೋಗಿಬಿಟ್ಟ.

ಮಹೇಂದ್ರ, ಲೀಲಾ ಕೂಡ ಕೀರ್ತಿಯನ್ನು ಹಲವು ಸಾರಿ ನೋಡಿದ್ದರು. ಅನಾಥ ಹುಡುಗ, ಗ್ಯಾರೇಜ್‌ನಲ್ಲಿ ಕೆಲಸ ಮಾಡುವವ ಎಂದು ಗೊತ್ತು.

"ಏನು ದತ್ತು ತಗೊಂಡಿದ್ದೀಯಾ?" ಕೆಣಕಿದ ಮಹೇಂದ್ರ. ಕೈಯಾಡಿಸಿದಳು. "ಇಲ್ಲಪ್ಪ, ನಮ್ಮ ಟೆನೆಂಟ್ ಅವ್ನ ಯೋಗಕ್ಷೇಮ ವಹಿಸಿಕೊಂಡಿದ್ದಾನೆ. ಆ ರೇಖೆಯಲ್ಲಿ ಬೆಳೆದವ್ರಿಗೆ ತಾನೇ ಅಂಥವರ ಬಗ್ಗೆ ಮರುಕ. ನಂಗೂ ನಿಂಗೂ ಹೇಗೆ ಬರುತ್ತೆ? ನೀನು ಸ್ಟೀಲ್ ಸ್ಪೂನ್‌ನಿಂದ ಬಂಗಾರದ ಸ್ಪೂನ್‌ನಲ್ಲಿ ತಿನ್ನುವಷ್ಟರ ಮಟ್ಟಕ್ಕೇರಿದೆ. ನಾನು ಬಂಗಾರದ ಸ್ಪೂನ್ ಬಾಯಿಯಲ್ಲಿ ಇಟ್ಕೊಂಡೇ ಹುಟ್ಟಿದೆ. ಸ್ಪೂನ್

ಕಳೆದುಕೊಂಡ್ರು.... ಅದೇ ಪರಶುರಾಮ್ ಮಗ್ಳು. ಆಗಿದ್ದೀನಿ!" ಅವನ ಕೆಣಕಾಟಕ್ಕೆ ಛೀಮಾರಿಯ ಪ್ರತಿಫಲ ಸಿಕ್ಕಂತಾಗಿತ್ತು.

ಜೆರಾಕ್ಸ್ ಪ್ರತಿಗಳನ್ನು ನೋಡಿದವಳೇ ಮುಂದಿನ ಪಾತ್ರಕ್ಕೆ ಅಣಿ ಮಾಡಿಕೊಂಡಳು.

ಅವನ್ನ ಅಲ್ಲೇ ಇಟ್ಟು ಮೇಲೆದ್ದಳು "ಏನು ತಗೋತೀರಾ? ಅತ್ತೆ ಈಗ ನಿಂಬೆ ಹಣ್ಣಿನ ಶರಬತ್ತು ಮಾಡಿದ್ರು" ಒಳಗೆ ಹೋದಳು.

ಮಹೇಂದ್ರ ಜೆರಾಕ್ಸ್ ಪ್ರತಿಗಳನ್ನು ಕೈಯಲ್ಲಿ ಹಿಡಿದು ನೋಡಿದ. ಜಯಚಂದ್ರ ಸ್ವಹಸ್ತದಿಂದ ಬರೆದ ಪತ್ರ. ಅದರಲ್ಲಿ ತಾರೀಖಿನ ಜೊತೆ ವಾರ, ವೇಳೆಯನ್ನು ಕೂಡ ನಮೂದಿಸಿದ್ದ. ಇದು ಅವನ ಅಭ್ಯಾಸ. ಪ್ರತಿಯೊಂದು ಪತ್ರ, ಡೈರಿ, ಆಫೀಸ್‌ನ ರೆಕಾರ್ಡ್‌ಗಳಲ್ಲಿಯೂ ಕೂಡ ಹಾಗೆಯೇ ನಮೂದಿಸಿದ್ದ.

ಓದಿ ಮುಗಿಸಿದವನು ಲೀಲಾಗೆ ಕೊಟ್ಟ "ಪರಶುರಾಮ್‌ನ ಜಯಚಂದ್ರ ಕರ್ಕೊಂಡ್ಹೋಗಿದ್ದಾನೆ. ಈಗ ಹುಚ್ಚು ಹುಚ್ಚಾಗಿ ಬಡಬಡಿಸಿದ್ರೆ.......ಏನರ್ಥ! ಇದು ಸುಳ್ಳು ಆಗುತ್ತಾ? ಅವ್ನು ನಿಂಗೆ ಟೋಪಿ ಹಾಕೋ ಹಾಗೇ ಕಾಣ್ತಾನೆ" ಅಸಹನೆಯನ್ನು ಕಕ್ಕಿದ.

ಅವಳು ಚಾಣಾಕ್ಷ ಹೆಣ್ಣು. ಆ ಪತ್ರವನ್ನು ಹಲವು ಸಲ ಓದಿದಳು. ಅದನ್ನು ಸೂಚಿಸಿದವಳು ಅವಳೇ ಆಗಿದ್ದಳು ಮತ್ತು ನರ್ಸಿಂಗ್ ಹೋಂ ಬಳಿ ಹೋಗಿ ಕಾದಿದ್ದಳು. ಜಯಚಂದ್ರ ಬಂದ ಕಾರಿನಲ್ಲಿ ಹಿಂದೆ ಒಂದು ದಿಂಬು ಶಾಲು ಮಾತ್ರ ಇತ್ತು.

"ಎಲ್ಲಿ, ಯಾರು ಇಲ್ವಲ್ಲ" ಗಾಬರಿಯಾಗಿದ್ದಳು.

ಆಗಲೇ ಜಯಚಂದ್ರ ಹಿಂದಿನ ಸೀಟನ್ನು ಗಮನಿಸಿದ್ದು. ಕೋಣೆಯಿಂದ ಜ್ವರದಲ್ಲಿ ನರಳುತ್ತಿದ್ದ ಪರಶುರಾಮ್‌ನ ಇವಳ ಕಡೆಯವರು ಎತ್ತಿಕೊಂಡು ಬಂದಾಗ ಹಾಲ್‌ನಲ್ಲಿ ದೂರದಲ್ಲಿ ನಿಂತು ಗಮನಿಸಿದ್ದ.

"ಕಾರಿನ ಹಿಂದಿನ ಸೀಟಿನಲ್ಲಿ ಮಲ್ಗಿಸಿದ್ದೀವಿ" ಎಂದು ತಿಳಿಸಿದಾಗಲೇ ಅವನು ಬಂದು ಮುಂದಿನ ಸೀಟಿನಲ್ಲಿ ಕೂತಿದ್ದು. ಬರುವ ಮುನ್ನ ತಂದೆಯ ಖಾಲಿಯಾದ ಮಂಚವನ್ನು ನೋಡಿ ಬಂದಿದ್ದ. ಈಗ ಅವರೆಲ್ಲಿ? ಜಯಚಂದ್ರನ ಜೀವ ನಡುಗಿ ಹೋಯಿತು. ನಿಂತಲ್ಲಿಯೇ ತತ್ತರಿಸಿ ಹೋಗಿದ್ದ.

ಅವನಷ್ಟು ಅಧೈರ್ಯವಂತಳಲ್ಲ ಲೀಲಾ. "ಭೀಮರಾವ್, ದೆಹಲಿಗೆ ಹೊರಟಿದ್ದಾರೆ. ನೀವು ಅವ್ರ ಜೊತೆ ಹೋಗಿ" ಗಂಡನನ್ನು ಕಳುಹಿಸಿಬಿಟ್ಟಿದ್ದಳು.

ಆಮೇಲೆ ಎರಡು ಸಲ ರೋಹಿಣಿ, ಅವಳ ಫೋನ್ ಪದೇ ಪದೇ ಬಂದಾಗ ದಿಕ್ಕೆಟ್ಟು ಹೋಗಿದ್ದಳು.

'ನಾನೇ ಹಿಂದಿನ ಸೀಟಿನಲ್ಲಿ ಮಲಗಿಸಿದ್ದೆ' ಫೋನಿನಲ್ಲಿಯೇ ಜಯಚಂದ್ರ ಬಡಬಡಿಸುತ್ತಿದ್ದ. ಹಾಗಾದರೆ ಪರಶುರಾಮ್ ಎಲ್ಲಿ?"

ತೀರಾ 'ಧೀರೆ' ಎಂದು ತಿಳಿದಿದ್ದ ಲೀಲಾ ಮೈ ಕೂಡ ಕಂಪಿಸತೊಡಗಿತು. ಮಹೇಂದ್ರ ಬೇಸರದಿಂದ ಗೊಣಗಿದ.

"ರೋಹಿಣಿ ಸೆನ್ಸಿಟಿವ್ ಕೆಲವು ವಿಷ್ಯದಲ್ಲಿ. ಅವ್ಳಿಗೆ ತಂದೆಯೆಂದರೆ ಪ್ರಾಣ. ಈಗ ನೀವುಗಳು ಕೈಯಲ್ಲಾಡಿಸಿಬಿಟ್ಟರೆ ಸುಮ್ನೆ ಇರ್ತಾಳ? ನಿಮ್ಮನ್ನ ಕ್ಷಮಿಸಿದ್ದು, ರಾಜಿಯಾಗಿದ್ದು ಅವ್ಳು ಪರಶುರಾಮ್‌ಗೋಸ್ಕರ. ಈಗ ಅವ್ರೇ ಇಲ್ಲವಾಗಿಬಿಟ್ಟರೇ ನಿಮ್ಗೇ ಮೂರು ಕೆರೆ ನೀರು ಕುಡಿಸೋದೇನು, ನಿಮ್ಮ ಹಿಸ್ಟರಿಯನ್ನು ಜಾಲಾಡಿ ಬಿಡ್ತಾಳೆ. ಅವ್ಳಿಗೆ ಲೇಖನಿಯ ಮೇಲೆ ಹತೋಟಿ ಇದೆ. ಯಾರದೇ ಮುಲಾಜು, ಶ್ರೀಮಂತಿಕೆಯಿಲ್ಲದೇ ಸ್ವಂತ ವ್ಯಕ್ತಿತ್ವ ಬೆಳ್ಸಿಕೊಂಡಿದ್ದಾಳೆ...." ಅದರ ಹಿಂದೆಯೇ 'ಟೆನೆಂಟ್'ನ ನೆನಪಾಯಿತು. ಎಷ್ಟೋ ಪ್ರಯತ್ನಿಸಿದ್ದ. ಅವನನ್ನೊಮ್ಮೆ ಸರಿಯಾಗಿ ನೋಡಬೇಕು. ಮಾತಾಡಬೇಕೆಂದು, ಇಂದಿಗೂ ಸಾಧ್ಯವಾಗಿರಲಿಲ್ಲ. ಅವನ ಅನುಮಾನ ನಿಜವಾಗತೊಡಗಿತ್ತು.

ಅದೇ ನಿಂಬೆ ಹಣ್ಣಿನ ಪಾನಕವನ್ನು ತಂದಿಟ್ಟಳು ರೋಹಿಣಿ. "ತಗೊಳ್ಳಿ, ಅತ್ಗೇ...ಅಪ್ಪನ್ನ ಯಾವಾಗ ಕರ್ಕೊಂಡ್‌ಬರ್ತಾನಂತೆ? ಒಂದ್ಸಲ ಫೋನ್ ಮಾಡಿದ್ದ. ಟೆಂಪರೇಚರ್ ಕಮ್ಮಿ ಆಗಿದೆ. ಒಂದಿಷ್ಟು ಟ್ರೀಟ್‌ಮೆಂಟ್ ಕೊಡ್ಸಿದ್ರೂ, ನಾರ್ಮಲ್‌ಗೆ ಬರ್ತಾರಂತೆ ಎಂದು ನಂಗೆ ನಿಶ್ಚಿಂತೆ ಆಯಿತು" ಎನ್ನುತ್ತಲೇ ಲೀಲಾ ಕಣ್ಣುಗಳ ಗೊಂದಲ ಗಮನಿಸಿದಳು.

"ನಂಗೇನು .... ಗೊತ್ತೇ ಇಲ್ಲ" ಎಂದಳು ಲೀಲಾ.

ಮಹೇಂದ್ರನಿಗೆ ಒಂದು ಲೋಟ ನಿಂಬೆ ಪಾನಕ ಕೊಟ್ಟು "ಅದೇನು ಅಸಹಜವಲ್ಲ. ನಿಮಗೇ ಮೊದ್ಲಿನಿಂದ ಈ ಮನೆ ಸಂಪತ್ತಿನ ಮೇಲೆ ಕಣ್ಣೇ ಹೊರತು ನಮ್ಮ ಮೇಲಲ್ಲ. ಎಷ್ಟೇ ನಿಮ್ಗೆ ಅವ್ರು ದಾಸಾನುದಾಸರಾಗಿ ಬಿಟ್ಟರೂ.... ತನ್ನ ತಂದೆಯ ಮೇಲಿನ ಮಮಕಾರ ಸತ್ತುಹೋಗುತ್ತಾ? ಬರೀ ನಿಮ್ಮ ಚೆಲುವಿನ ಆಕರ್ಷಣೆಯಲ್ಲೇ ಎಷ್ಟು ದಿನ ಕಟ್ಟಿಹಾಕೋಕೆ ಸಾಧ್ಯ? ಆರಾಮಾಗಿ ಕೊಡವಿ ಕೊಂಡಿದ್ದಾನೆ. ಅದ್ಕೇ ನಿಮ್ಗೇ ಏನು ತಿಳ್ಸಿಲ್ಲ" ಎಂದಳು. ರೋಹಿಣಿ ಎಸೆದ ಬಾಂಬ್ ಲೀಲಾ ಹೃದಯದಲ್ಲಿ ದೊಡ್ಡ ಅಲ್ಲೋಲ ಕಲ್ಲೋಲವನ್ನೇ ಮಾಡಿ ಪ್ರಪಾತ ಎಬ್ಬಿಸಿತು.

ಎದ್ದ ಲೀಲಾ ಬುಸುಗುಟ್ಟಿದಳು. "ನೋಡೇ........ಬಿಡ್ತೀನಿ" ಕಾಲು ಅಪ್ಪಳಿಸುತ್ತ ಹೊರಗೆ ಹೋದಳು.

ರೋಹಿಣಿ ಮಹೇಂದ್ರನತ್ತ ಮುಗುಳ್ನಗು ಚೆಲ್ಲಿದಳು. "ಎಲ್ಲಿವರ್ರೂ ಬಂತು

ನಮ್ಮಣ್ಣನ ಸೀಟಿನ ವಿಷ್ಯ? ನಿನ್ನ ಪ್ರಕಾರ ನಮ್ಮ ಅತ್ತಿಗೆನೇ ಅದ್ನ ದಕ್ಕಿಸಿಕೊಳ್ಳೋಕೆ ಪ್ರಯತ್ನಿಸುತ್ತಾರೇ ವಿನಃ ಅಪ್ಪಿಗೆ ಬಿಡೋಲ್ಲ. ಆಲ್ ದಿ ಬೆಸ್ಟ್.... ಯಾರಿಗಾದ್ರೂ ನಂಗೆ ಸಂತೋಷವೇ."

ಮಹೇಂದ್ರ ಗಡ್ಡಕ್ಕೆ ಕೈ ಹಚ್ಚಿ ಅವಳನ್ನ ನೋಡಿದ. ಎಲ್ಲೋ ಏನೋ ಎಡವಟ್ಟಾಗಿದೆ. ಅಸ್ತ್ರಕ್ಕೆ ಪ್ರಬಲವಾದ ಅಸ್ತ್ರವನ್ನೇ ಪ್ರಯೋಗಿಸಿದ್ದಾಳೆ. 'ಭೇಷ್' ಎಂದುಕೊಂಡ.

"ಎಲ್ಲಿ ನಿನ್ನ ಟೆನೆಂಟ್?" ಕೇಳಿದ.

"ನಿನ್ನ ಸಾಕಷ್ಟು ಸಲ ಹುಡ್ಕಿಕೊಂಡು ಬಂದಿದ್ದನಂತಲ್ಲ. ಅದ್ಕೇ ಅವ್ನ ಹತ್ತಿರ ದಾಖಲೆ ಕೂಡ ಇದೆ. ಸುಮ್ನೆ ನೀನಾಗಿ ಕರ್ದು ಅವಮಾನಿಸಿದೆ. ಇದು ತುಂಬ ತಪ್ಪು. ಮನುಷ್ಯನ ಬದ್ಕು ಚಕ್ರದ ಹಾಗೆ. ಮೇಲೆ ಇರೋರು ಕೆಳ್ಗೆ ಬರಲೇಬೇಕಾಗುತ್ತೆ. ಮೇಲೆ ಕೆಳಗಿನ ಪರಿವೆಯೇ ಇಲ್ಲದ ಪರಶುರಾಮ್ ಅಂಥ ಸರಳ ಪ್ರಾಮಾಣಿಕ ಜನರ ಸ್ಥಿತಿಯೇ ಏನಾಯಿತು ನೋಡು"

"ಸ್ಟಾಪ್ ಇಟ್ ರೋಹೀ, ಅವ್ನು ಚಾಲಾಕಿ ಇದ್ದಾನೆ. ಭಾಷಣ ಮಾಡೋದು ಎಂದಿನಿಂದ ಕಲಿತೆ? ಅವರಿಬ್ರ ಬದ್ಲು ನಿಂಗೆ ಪಕ್ಷದ ಸೀಟ್ ಕೊಡುಸ್ತೀನಿ" ಅವನ ಸ್ವರದ ಕೋಪ ಕರಗಿ ಮಂಜಿನ ಸ್ಪರ್ಶವಾದಂತಿತ್ತು.

ಎರಡು ಕೈ ಜೋಡಿಸಿದಳು. "ಅದ್ಕಿಂತ ನನ್ನ ಪ್ರೊಫೆಷನ್ ವಾಸಿ. ಜಯಚಂದ್ರ ಯಾವಾಗ ಬರ್ತಾನೆ? ವಿಳಾಸ ಇದ್ರೆ ಕೊಡು, ನಾನೇ ಹೋಗ್ತೀನಿ" ಎಂದಗ ಮೇಲೆದ್ದು ಬಗ್ಗಿ ಅವಳ ಕೆನ್ನೆ ತಟ್ಟಿದ.

"ಒಬ್ಬಳನ್ನೇ ಕಳಿಸೋಕೆ ನಂಗೆ ಭಯ. ನಾನೇ ಜೊತೆಯಲ್ಲಿ ಕರ್ಕೊಂಡ್ಹೋಗ್ತೀನಿ. ಆ ದಿನ ಬೇಗ ಬರುತ್ತೆ" ಹೊರಟುಬಿಟ್ಟ.

ಅವನು ಹೋದತ್ತಲೇ ನೋಡಿದಳು. ಒಗಟಿನಂತಿತ್ತು ಅವನ ಮಾತುಗಳು. ನೆನಪಿಸಿಕೊಂಡಾಗ ಅವನ ನೋಟ, ಮಾತುಗಳಲ್ಲಿ ವಿಶೇಷ ಅರ್ಥ ಇಣಕಿದಂತಾಯಿತು.

ಮಹೇಂದ್ರನ ಕಾರು ಹೋಗಿ ನಿಂತಿದ್ದು ಪ್ರೆಸ್‌ಗೆ ಸ್ವಲ್ಪ ದೂರದಲ್ಲಿ. ಇದು ಅನಿರೀಕ್ಷಿತ. ನಿಶಾಂತ್ ತಪ್ಪಿಸಿಕೊಳ್ಳಲಾರ.

"ನಮಸ್ತೆ........." ಸ್ಟೈಲಾಗಿ ಛೇರ್ ಎಳೆದುಕೊಂಡು ಅಯ್ಯರ್ ಎದುರು ಕೂತ. "ಸ್ವಲ್ಪ ನಿಮ್ಮ ಕಂಪೋಜಿಟರ್‌ನ ನೋಡ್ಬೇಕಿತ್ತಲ್ಲ" ಎಂದ. ಕನ್ನಡಕ ಸರಿ ಮಾಡಿಕೊಂಡು ನೋಡಿದರು.

"ಯಾರನ್ನ? ಯಾಕೆ? ಕೆಲ್ಸದ ವೇಳೆಯಲ್ಲಿ ಅವ್ರನ್ನು ಭೇಟಿ ಆಗೋಕೆ

ಬರೋದು ನಮ್ಮ ರೂಲ್ಸಿಗೆ ವಿರೋಧ" ಆಗಾಗ ಹೊಡೆಯುವ ಡೈಲಾಗೇ.

ಒಂದಿಷ್ಟು ಮಹೇಂದ್ರ ತನ್ನ ಜೋರು, ಚಾಲಾಕಿತನ ತೋರಿಸಿದ ಮೇಲೆಯೇ ಅಯ್ಯರ್ ಸ್ವಲ್ಪ ಮೆತ್ತಗಾಗಿದ್ದು.

"ನಿಮ್ಗೆ ಯಾರು ಬೇಕು?"

"ನಿಶಾಂತ್ ...." ಎಂದ. ಅಯ್ಯರ್ ಮುಖದಲ್ಲಿ ಬೇಸರ ಇಣಕಿತು. "ಆ ಹೆಸರಿನೋರು ಇಲ್ಲಿ ಯಾರು ಇಲ್ಲ. ಸುಮ್ನೇ ತೊಂದರೆ ಕೊಡ್ತೀರಲ್ಲ" ತಮ್ಮ ಕೆಲಸದಲ್ಲಿ ಮಗ್ನರಾಗಿಬಿಟ್ಟರು.

ಅಂದರೆ ಟೆನೆಂಟ್ ನಿಶಾಂತ್ ಇಲ್ಲಿ ಕೆಲಸ ಮಾಡುತ್ತಿಲ್ಲ. ಮೇಲೆದ್ದವನು ಒಳಗೆ ಹೋಗಿ ಎಲ್ಲೆಡೆ ಸುತ್ತಿ ಬಂದ. ಅವರವರ ಕೆಲಸದಲ್ಲಿ ಮಗ್ನರಾಗಿದ್ದರು. ಅವನ ನೆರಳನ್ನು ನೋಡಿ ಭ್ರಮಿಸಿದ್ದ. ಅವನನ್ನೆಂದೂ ಸರಿಯಾಗಿ ನೋಡಿರಲಿಲ್ಲ.

"ಈ ಫೋನ್ ಸ್ವಲ್ಪ ಉಪಯೋಗಿಸ್ಲಾ?" ಅಯ್ಯರ್‌ನ ಕೇಳಿದ. ಸುಮ್ಮನಿದ್ದವರು ನಿರಾಕರಿಸಲಾರದೆ ಹೋದರು. ಡಯಲ್ ತಿರುಗಿಸಿ ಮಾತಾಡಿದ ಮಹೇಂದ್ರ "ಸ್ವಲ್ಪ........ನೋಡಿ........" ಅಯ್ಯರ್‌ಗೆ ಕೊಟ್ಟ. ಮಾತಾಡಿದ ಅಯ್ಯರ್ "ಸಾರಿ ಸಾರ್....." ಎಂದು ಫೋನಿಟ್ಟವನು, "ಏನು ಮಾಹಿತಿ ಬೇಕು, ಸರ್? ಕೂತ್ಕೊಳ್ಳಿ" ಮರ್ಯಾದೆ ತೋರಿಸಿದ.

ಪ್ರತಿಯೊಬ್ಬ ಕೆಲಸಗಾರರನ್ನು ಕರೆದು ವಿವರಗಳ ಮಾಹಿತಿ ಒದಗಿಸಿಕೊಟ್ಟ ಅಯ್ಯರ್ ಬಾಪಟ್ ವಿಷಯ ಬೇಕೆಂದೇ ಬಿಟ್ಟರು. ಅವನ ಸುಂದರ ರೂಪು, ಆಕರ್ಷಕ ವ್ಯಕ್ತಿತ್ವ, ಮಾತುಗಳಲ್ಲಿನ ನಯಗಾರಿಕೆ, ಯುವತಿಯರು ಬಹಳ ಬೇಗ ಬೋಲ್ಡ್ ಆಗುತ್ತಿದ್ದರು. ಆದರೆ ಬಾಪಟ್ ಚೆಲ್ಲಲ್ಲ, ಅವನಿಗೆ ಹುಡುಗಿಯರ ಬಗ್ಗೆ ಆಸಕ್ತಿ ಇಲ್ಲವೆಂದು ಅವರಿಗೆ ಗೊತ್ತು. ಮಹೇಂದ್ರ ಯಾವುದೋ ತಲೆ ಕೆಟ್ಟ ಹುಡುಗಿಯ ಅಣ್ಣನೆಂಬ ಭಾವನೆ.

"ಥ್ಯಾಂಕ್ಯೂ, ಓಕೆ...." ಮಹೇಂದ್ರ ಮೇಲೆದ್ದ.

ಆದರೆ ಅಷ್ಟರಲ್ಲಿ ಬಂದ ಲಲನೆ "ಎಲ್ಲಿ..........ಬಾಪಟ್?" ಎಂದಾಗ ಅಯ್ಯರ್ ಮುಖ ಹುಳ್ಳಗಾಯಿತು. ನಾಲ್ಕು ಹೆಜ್ಜೆ ಮುಂದೆ ಹೋಗಿದ್ದ ಮಹೇಂದ್ರನ ಕಿವಿಗಳೂ ಚುರುಕಾದವು. ಕತ್ತು ತಿರುಗಿಸಿ ಅಯ್ಯರ್ ಕಡೆ ನೋಡಿದ "ನಿನ್ನೆ ಕೆಲ್ಸ ಏನಿದ್ರೂ....... ಮ್ಯಾನೇಜರ್ ಹತ್ರ" ಎನ್ನುತ್ತಿದ್ದರು. ಅವಳ ದಬಾವಣೆ ನಡದೇ ಇತ್ತು. 'ಬಾಪಟ್'..... ಬೆರಳಿನಿಂದ ಸನ್ನೆ ಮಾಡಿ.........ಅಯ್ಯರ್‌ನೆ ತನ್ನ ಬಳಿಗೆ ಕರೆಸಿಕೊಂಡು "ಯಾರು ಬಾಪಟ್?" ಹುಬ್ಬು ಗಂಟಿಕ್ಕಿದ, ಅಯ್ಯರ್ ಉಗುಳು ನುಂಗಿದ "ಇನ್ನೊಬ್ಬ ಇದ್ದಾನೆ, ಸಾರ್. ನೋಡೋಕೆ ಚೆನ್ನಾಗಿದ್ದಾನೇಂತ. ಹುಡ್ಗೀಯರೆಲ್ಲ ಅವನನ್ನು ಕಾಡ್ತಾರೆ. ಆದರೆ ಅವನ ತಪ್ಪೇನು ಇಲ್ಲ" ಅವನನ್ನು ಸಮರ್ಥಿಸಿಕೊಂಡ.

ಮಹೇಂದ್ರ ಅವನ ಬಗ್ಗೆ ಸ್ವಲ್ಪ ವಿವರಗಳನ್ನು ಸಂಗ್ರಹಿಸಿದ. ಅವನು, ಬೇರೆ ಬೇರೆ ಪ್ರೆಸ್‌ಗಳಲ್ಲಿ ಮಾತ್ರವಲ್ಲ ಬೇರೆ ಬೇರೆ ಕೆಲಸಗಳನ್ನು ಮಾಡಿದ್ದರೂ ಇವರ ಪ್ರೆಸ್‌ಗೆ ಬಂದು ಕೆಲವು ತಿಂಗಳುಗಳು ಮಾತ್ರ ಆಗಿತ್ತು. ಅದೊಂದು ಮುಖ್ಯವಾದ ವಿಷಯವಾಗಿತ್ತು.

ತಾನು ಇಷ್ಟೆಲ್ಲ ಸಂಗ್ರಹಿಸಿ ವಿಷಯ ಬಾಪಟ್‌ಗೆ ತಿಳಿಸಬಾರದೆಂದು ಎಚ್ಚರಿಕೆ ನೀಡುವುದನ್ನು ಮಹೇಂದ್ರ ಮರೆಯಲಿಲ್ಲ. ಆದರೆ ಬಾಪಟ್ ಇದನ್ನೆಲ್ಲ ಗಮನಿಸುತ್ತಿದ್ದನೆಂಬ ಅರಿವು ಅವನಿಗೆ ಬಂದಿರಲಿಲ್ಲ ಅಷ್ಟೆ.

ಮಹೇಂದ್ರನ ಕಾರು ಹೋದ ಐದು ನಿಮಿಷದಲ್ಲಿಯೇ ಬಾಪಟ್ ಬಂದ. ಅಯ್ಯರ್ ವಿಷಯ ತಿಳಿಸದಿದ್ದರೂ ಎಚ್ಚರಿಕೆ ನೀಡಿದರು.

"ನಾಳೆಯಿಂದಲೇನು, ಇಂದಿನಿಂದಲೇ ಹುಡ್ಗಿಯರ ಬಳಿ ಮಾತುಕತೆ ಬಂದ್. ನಗೋದು ಕೂಡ ಮಾಡ್ಬೇಡ. ಯಾವ ಹುತ್ತದಲ್ಲಿ ಯಾವ ಹಾವು ಇರುತ್ತೋ,"

"ನಾನೇನ್ಮಾಡ್ಲೀ... ಸಾರ್" ತನ್ನ ಅಸಹಾಯಕತೆ ತೋಡಿಕೊಂಡ, "ನಂಗೆ ಕೆಲ್ಸ ಬಿಡೋಷ್ಟು ಬೇಜಾರಾಗಿದೆ. ಯಾಕೆ ನನ್ನ ಹಿಂದೆ ಬೀಳ್ತಾರೆ. ನನ್ನ ಇಡೀ ಸಂಬಳ ಅವ್ರುಗಳ ಕಾಸ್ಮಾಟಿಕ್ಸ್‌ಗೆ ಸಾಲೋಲ್ಲ" ನಗುತ್ತ ಕೈಯೊರೆಸಿಕೊಂಡು ಒಳಗೆ ಹೋದ.

* * *

ಹೆಂಡತಿಯ ಫೋನ್‌ನಲ್ಲಿನ ಆರ್ಭಟಕ್ಕೆ ಹೆದರಿ ಬಂದ ಜಯಚಂದ್ರ ಸುಸ್ತಾಗಿದ್ದ. ಅವನ ಆತ್ಮಸ್ಥೈರ್ಯ ಲೀಲಾ ಪೂರ್ತಿ ಕಸಿದುಕೊಂಡುಬಿಟ್ಟಿದ್ದಳೇನೋ, ತೀರಾ ಮಂಕಾಗಿದ್ದ. ತಂದೆ......ಎಲ್ಲಿ? ಅದಕ್ಕೆ ಉತ್ತರ ಹೇಳಬೇಕಾದವನು ಅವನೇ. ಆದರೆ ಅವನಲ್ಲಿ ಉತ್ತರವಿಲ್ಲ.

"ಎಲ್ಲಿ ನಿಮ್ತಂದೆ?" ಪ್ರಶ್ನಿಸಿದಾಗ ಗೊತ್ತಿಲ್ಲವೆನ್ನುವಂತೆ ತಲೆಯಾಡಿಸಿದ. "ಖಂಡಿತ ಗೊತ್ತಿಲ್ಲ. ಸುಮ್ನೆ ಯಾಕೆ ಹಿಂಸೆ ಮಾಡ್ತೀಯಾ!" ಅವನ ಕಣ್ಣಲ್ಲಿ ಕಂಬನಿ ಇಣುಕುವುದು ಬಾಕಿ ಇತ್ತು.

"ಯು ಚೀಟೇಡ್ ಮೀ. ಬರೀ ಮೋಸಗಾರರು. ನಂಗೆ ಸುಳ್ಳು ಹೇಳ್ತೀರಲ್ಲ. ಐ ಡೋಂಟ್ ಬಿಲೀವ್...." ಚೀರಿದಳು.

ಅವಳನ್ನು ನಂಬಿಸಲು ಸೋತುಹೋಗಿ ಕಡೆಗೆ ಮಹೇಂದ್ರ ಅವನ ಸಹಾಯಕ್ಕೆ ಬರಬೇಕಾಯಿತು.

"ಬೈ ದಿ ಬೈ, ನೀನು ಹೋದಾಗ ರೋಹಿಣಿ ಇರ್ಲಿಲ್ಲ. ಜ್ವರದಲ್ಲಿ ನರಳೋ ಪರಶುರಾಮ್‌ನ ಕಾರಿಗೆ ಸಾಗಿಸಿದ್ದು ನಿಜ ತಾನೇ?" ಮಹೇಂದ್ರ ಕೇಳಿದ.

"ಹೌದು........ಹೌದು.......ಹೌದು" ಸಹನೆ ಕಳೆದುಕೊಂಡು ಅಬ್ಬರಿಸಿದ ಜಯಚಂದ್ರ "ಬಿ ಕಾಮ್......" ಮುಖ ಗಂಟಿಕ್ಕಿದ ಮಹೇಂದ್ರ. "ಈಗ ಪರಶುರಾಮ್ ಎಲ್ಲಿ? ನೀನು ಅವರನ್ನು ಕರೆದುಕೊಂಡು ಬಂದಿದ್ದಕ್ಕೆ ದಾಖಲೆ ಇದೆ. ಕೀರ್ತಿ, ಅನ್ನಪೂರ್ಣಮ್ಮ ನೋಡಿದ್ದಾರೆ. ಹಾಗಂತ ನೀನು ರೋಹಿಣಿಗೆ ಲೆಟರ್ ಬರೆದಿಟ್ಟು ಬಂದಿದ್ದೀಯಾ? ಮತ್ತೆಲ್ಲಿ ಪರಶುರಾಮ್?" ಅವನ ಸ್ವರ ಕಠಿಣವಾಗಿತ್ತು.

ಜಯಚಂದ್ರ ಸುಮ್ಮನೆ ಕೂತುಬಿಟ್ಟ. ಮಡದಿ ಆರೋಪಗಳಿಗೆ ಮೂಕನಾಗಿದ್ದ.

"ನೀವು ರಹಸ್ಯವಾಗಿ ಅಪ್ಪಿಗೆ ಟ್ರೀಟ್‌ಮೆಂಟ್ ಕೊಡಿಸ್ತಾ ಇದ್ದೀರಾ? ನನ್ನಿಂದ ಕೂಡ ಮುಚ್ಚಿಟ್ಟಿದ್ದೀರಾ!" ಲೀಲಾ ಕೆಂಡಮಂಡಲವಾಗಿದ್ದಳು.

ನಂತರ ಒಂದು ಗಂಟೆಯ ನಂತರ ಕದನವಿರಾಮ ಘೋಷಣೆಯಾಗಿ ಪರಶುರಾಮ್ ಇವನ ಕಸ್ಟಡಿಯಲ್ಲಿಲ್ಲವೆಂದು ಮಹೇಂದ್ರ, ಲೀಲಾ ನಂಬಿದ್ದರು! ಆದರೆ ಅವರೆಲ್ಲಿ? ಗೊತ್ತಿಲ್ಲ.

"ಇದ್ರಲ್ಲಿ ಏನೋ ಮೋಸ ನಡೆದಿದೆ.... ಆದ್ರೆ......ರೋಹಿಣಿಗೆ ಇದೊಂದು ಸುವರ್ಣಾವಕಾಶ. ಅಂತು ನಿಂಗೆ ಮಣ್ಣು ಮುಕ್ಕಿಸ್ತಾಳೆ. ಯಾವ ಪ್ರಮಾಣದಲ್ಲಿ ಅನ್ನೋದು ಮಾತ್ರ ರಹಸ್ಯ" ಮಹೇಂದ್ರ ಅವಳ ಜಾಣ್ಮೆಯನ್ನು ಮನಸ್ಸಿನಲ್ಲಿಯೇ ಮೆಚ್ಚಿಕೊಂಡ.

"ಈಗೇನು ಮಾಡ್ತೀಯಾ? ರೋಹಿಣಿ ದೆಹಲಿಗೆ ಬರುವ ಸನ್ನಾಹದಲ್ಲಿದ್ದಳು. ಆಸ್ತಿ, ಐಶ್ವರ್ಯದ ವಿಷ್ಯದಲ್ಲಿ ಧಾರಾಳವಾಗಿದ್ದರು, ಪರಶುರಾಮ್ ವಿಷಯದಲ್ಲಿ ಅಂಥ ಕಲ್ಪನೆ ಕೂಡ ಇಟ್ಕೋಬೇಡ.. ಬಹುಶಃ ತನ್ನ ಪ್ರಾಣಕ್ಕಿಂತ ಚೆನ್ನಾಗಿ ಅಪ್ಪು ಅವರನ್ನು ಪ್ರೀತಿಸ್ತಾ ಇದ್ಲು. ಪರಶುರಾಮ್ ಮಾನಸಿಕ ಕ್ಷೋಭೆ ತಡೆಯಲೆಂದೇ ನಿನ್ನ ಬೇಡಿಕೆಗಳಿಗೆ ಮಣಿಯುತ್ತ ಬಂದಿದ್ದಾಳೆ. ಈಗ ಸುಮ್ನೆ ಇರ್ತಾಳ? ನಿನ್ನೊಜತೆ ನಮ್ಮನ್ನ ಚಿಂದಿ ಉಡಾಯಿಸಿಬಿಡ್ತಾಳೆ. ನಿಮ್ಮ ವಾಸ್ತವ್ಯ ಬೇರೆ ಕಡೆ ಬದಲಾಯ್ಸಿಕೊಳ್ಳಿ. ನನ್ತಂದೆ ಮಿನಿಸ್ಟ್ರಿಗಿರಿಗೆ ಧಕ್ಕೆ ಬರೋದ್ಬೇಡ" ನೇರವಾಗಿ ಅಷ್ಟೇ ಕಟುವಾಗಿ ಹೇಳಿದ ಮಹೇಂದ್ರ.

ಇದ್ದಕ್ಕಿದ್ದಂತೆ ಬೀಸಿಬಂದ ಬಿರುಗಾಳಿಗೆ ತರಗೆಲೆಯಾದ. ಆದರೆ ಲೀಲಾ ಅಳುಕಿದರೂ ಮೇಲೆ ತೋರಿಸಿಕೊಳ್ಳಲಿಲ್ಲ.

"ಡೋಂಟ್ ವರೀ ಮಿಸ್ಟರ್ ಮಹೇಂದ್ರ. ನನ್ನ ತಂದೆ ಮನೆಗೆ ಹೋಗ್ತೀನಿ. ಆದರೆ.... ಅಂಕಲ್ ಒಪ್ಪೋಲ್ಲ" ಎಂದಳು.

ಮಹೇಂದ್ರ ತಲೆ ಕೊಡವಿಕೊಂಡು ಹೋಗಿಬಿಟ್ಟ. ಆದರೆ ಅವನ ಮಹತ್ವಾಕಾಂಕ್ಷೆಗಾಗಿ ಏನಾದರೂ ಮಾಡಬಲ್ಲ. ಯೌವನದ ದಿನಗಳಲ್ಲಿ ಮೂಡಿದ ಕನಸುಗಳು ಛಿದ್ರ ಛಿದ್ರವಾಗಿದ್ದರೂ ಅದನ್ನುಒಟ್ಟುಗೂಡಿಸಲು ನಿರಂತರ ಪ್ರಯತ್ನ

ಮಾಡಿದ್ದ. ಅದು ಅವನ ಜೀವನದ ಮಹತ್ವಾಕಾಂಕ್ಷೆ.

ಏನೋ ಹೊಳೆದವನಂತೆ ಮಹೇಂದ್ರ ಒಂದು ಸಲಹೆ ಕೊಟ್ಟ "ಹೇಗಾದ್ರೂ ಕೀರ್ತಿನ ಕರ್ಕೊಂಡ್ಬಾ. ಸತ್ಯ ಅವನಿಂದ ಸಿಕ್ಕಬಹ್ದು. ನೀನು ಪರಶುರಾಮ್‌ನ ಕಾರಿಗೆ ಸಾಗಿಸಿದ್ದಾಗ ಅವ್ನು ಅಲ್ಲಿದ್ದ ತಾನೇ!"

ಜಯಚಂದ್ರ ನೆನಪಿನಲ್ಲಿ ತೊಳಲಾಡುವಂತೆ 'ಹ್ಞೂ' ಗುಟ್ಟಿದ. ಬಾಬು ಮೆಕ್ಯಾನಿಕ್ ಷಾಪ್‌ನಲ್ಲಿರುವ ಅವನನ್ನು ಕರೆತರುವುದು ಅಷ್ಟೊಂದು ಕಷ್ಟವಾಗಿ ಕಾಣಲಿಲ್ಲ.

"ಬಾ....ಅಂದರೇ........ಬರ್ತಾನೆ" ಉದಾಸೀನ ತೋರಿದ.

"ಅಷ್ಟು ಸುಲಭ ಅಲ್ಲಾಂತ ನಂಗೆ ಗೊತ್ತು. ನೀವ್ಹೋಗಿ ಕರ್ಕೊಂಡ್ಬನ್ನಿ. ನಾನು ಗೆಸ್ಟ್ ಹೌಸ್‌ನಲ್ಲಿ ಇರ್ತೀನಿ" ಕಾರು ಹತ್ತಿ ಹೊರಟುಬಿಟ್ಟ.

ಜಯಚಂದ್ರ, ಲೀಲಾ ಇದ್ದ ಕಾರು ಬಾಬು ಮೆಕ್ಯಾನಿಕ್ ಷಾಪ್‌ನ ಬಳಿ ನಿಂತಾಗ ಯಾರೇನು ಗಮನಹರಿಸಲಿಲ್ಲ. ಆದರೆ ನಿಶಾಂತ್‌ಗೆ ಕೆಲವೇ ಕ್ಷಣಗಳಲ್ಲಿ ಇನ್‌ಫರ್ಮೇಷನ್ ಸಿಕ್ಕಿತ್ತು.

ಒಳಗೆ ಬಂದ ಜಯಚಂದ್ರ, ಕೀರ್ತಿಯ ಬಗ್ಗೆ ವಿಚಾರಿಸಿದ.

"ಇಲ್ಲೇ ಎಲ್ಲೋ ಇರ್ತಾನೆ" ಅಲಕ್ಷ್ಯವಾಗಿ ನುಡಿದ ಒಬ್ಬ ವ್ಯಕ್ತಿ. ಜಯಚಂದ್ರ ಇದ್ದ ನಾಲ್ಕಾರು ಹುಡುಗರಲ್ಲಿ ಕೀರ್ತಿಯನ್ನು ಅರಸಿದ......ಹಿಂದಕ್ಕೆ ಹೊರಟ.

ಕಾರಿನ ಡೋರ್ ಬಳಿ ಬಗ್ಗಿ ಪಿಸು ನುಡಿದ. "ಅವ್ನು ಎಲ್ಲೂ ಕಾಣ್ತಾ ಇಲ್ಲ. ಬಹುಶಃ ಮನೆಯಲ್ಲೇನಾದ್ರೂ ಇದ್ದನೇನೋ, ನಾನಂತು ಅಲ್ಲಿ ಹೋಗ್ಲಾರೆ" ಕೈ ಚೆಲ್ಲಿದ. ರೋಹಿಣಿಯ ಬಗ್ಗೆ ಅವನಿಗೆ ಭಯ. ತೀಕ್ಷ್ಣವಾದ ಲೇಖನಿಯ ಜತೆ ಸೂಕ್ಷ್ಮ ಬುದ್ಧಿಯುಇದೆಯೆಂದು ಅವನಿಗೆ ಗೊತ್ತು.

ಲೀಲಾ, ವ್ಯಂಗ್ಯವಾಗಿ ಅವನತ್ತ ನೋಡಿ ಇಳಿದಳು. ಪರಶುರಾಮ್ ಎಲ್ಲಿ? ಬಹು ದೊಡ್ಡ ಸಮಸ್ಯೆಯಾಗಿ ಪರಿಣಮಿಸಿತ್ತು.

ಹತ್ತು ನಿಮಿಷದ ನಂತರ ಲೀಲಾ ವಾಪಸ್ಸು ಬಂದಳು. "ಅವ್ನು ಯಜಮಾನನ ಮನೆಗೆ ಹೋಗಿದ್ದಾನಂತೆ. ಸ್ವಲ್ಪ ಹೊತ್ತು ಕಾಯಬೇಕು" ಬೇಸರದಿಂದ ಹೇಳಿದಳು.

"ಅಕಸ್ಮಾತ್ ರೋಹಿಣಿ ಕಂಡರೆ ಅಪಾಯ. ಬೇರೆ ಯಾರನ್ನಾದ್ರೂ ಈ ಕೆಲ್ಸಕ್ಕೆ ನೇಮಿಸೋಣ"

ತೂರಿ ಕೂತಳು.

ದೊಡ್ಡ ಹೋಟೆಲ್‌ನ ಮುಂಭಾಗದಲ್ಲಿ ಹೋಗಿ ಕಾರು ನಿಂತಿತು. ಲೀಲಾ ಇಳಿದು ಹೋದಳು.

"ನಾನೆಲ್ಲ ಅರೇಂಜ್ ಮಾಡ್ಬರ್ತೀನಿ. ನಿಮ್ಮಂಥ ಈಡಿಯಟ್ಸ್‌ನ ಮದ್ವೆಯಾದ್ರೆ

ಇದೇ ಹಣೆಬರಹ" ಈ ಬೈಗಳನ್ನು ತಿನ್ನಬೇಕಾಯಿತು ಜಯಚಂದ್ರ.

ತನ್ನ ಸ್ವಂತಿಕೆ ಎಲ್ಲಿ ಹೋಯಿತು? ಮೊದಲ ಸಲ ಜಯಚಂದ್ರ ಯೋಚಿಸಿದ.

ಲೀಲಾ ಬಂದ ಹತ್ತು ನಿಮಿಷಗಳ ನಂತರ ಕೀರ್ತಿಯನ್ನು ಬೇರರ್ ಕರೆ ತಂದ.

"ನೋಡಿ......ಇವ್ನೇ" ಎಂದವನು ಹತ್ತರ ಎರಡು ನೋಟು ಪಡೆದು "ಬೇಗ ಕಳ್ಸಿಬಿಡಿ. ಅಲ್ಲಿ ಯಜಮಾನ್ರಿಗೆ ಹೇಳ್ದೇ ಕರ್ದುಕೊಂಡ್ಬಂದಿರೋದು" ಹೇಳಿ ಹೋದ.

ಕೀರ್ತಿ ಕಣ್ಣು ಕಣ್ಣು ಬಿಟ್ಟರು. "ಹೇಗಿದ್ದಾರೆ ಸರ್, ಯಜಮಾನ್ರು? ಅಕ್ಕ ಇನ್ನೆರಡು ದಿನದಲ್ಲಿ ದೆಹಲಿಗೆ ಬರ್ಬೇಕೂಂತ ಇದ್ರು. ನೀವು ಯಾವಾಗ್ಬಂದ್ರಿ?" ಎಂದ.

ಜಯಚಂದ್ರ ಸುಸ್ತಾದ. ಕೀರ್ತಿ ಅವನಾಗಿಯೇ ವ್ಯಕ್ತಪಡಿಸಿದ್ದರಿಂದ ಪ್ರಶ್ನಿಸುವ ಹಾಗಿರಲಿಲ್ಲ.

"ಯಾವ ಯಜಮಾನ್ರು?" ಲೀಲಾ ಕೆಣಕಿದಳು.

ಕೀರ್ತಿ ಚಕಿತನಾದ. ಇಬ್ಬರ ಮುಖಗಳನ್ನು ಬದಲಿಸಿ ಬದಲಿಸಿ ನೋಡಿದ.

"ಅದೇ ರೋಹಿಣಿ ಅಕ್ಕ ಅವ್ರ ತಂದೆಯವ್ರು ನೀವು ಅವತ್ತು ನರ್ಸಿಂಗ್ ಹೋಂಗೆ ಕರ್ಕೊಂಡ್ಹೋಗ್ತೀನಿಂತ..." ಎಂದ. ಜಯಚಂದ್ರ ಗಂಟಲು ಒಣಗುವುದರ ಜೊತೆಗೆ ಲೀಲಾ ಮುಖ ಕಪ್ಪಿಟ್ಟಿತು.

ಸದ್ಯಕ್ಕೆ ಇವನನ್ನು ಕರೆದೊಯ್ದು ಮಹೇಂದ್ರನಿಗೆ ಒಪ್ಪಿಸಿಬಿಡುವ ನಿರ್ಧಾರಕ್ಕೆ ಬಂದರು.

"ಹೌದೌದು, ಒಂದಿಷ್ಟು ಮೊಪೆಡ್‌ನ ಕೆಲ್ಸ ಇದೆ. ಕೇಳಿದಷ್ಟು ಕೊಡ್ತೀನಿ .... ಕಾರು ಹತ್ತು" ಅವಳು ಹೇಳಿದಳು.

"ಇಲ್ಲ ಮೇಡಮ್, ನಂಗೇನು ಅಂಥ ಕೆಲ್ಸ ಬರೋಲ್ಲ. ಯಜಮಾನ್ರ ಅಪ್ಪಣೆ ಇಲ್ದೇ ಎಲ್ಲೂ ಹೋಗೋ ಹಾಗಿಲ್ಲ" ನಿರಾಕರಿಸಿದ.

ಈಗ ಜಯಚಂದ್ರ ಸ್ವಲ್ಪ ಚುರುಕಾದ "ನಿಮ್ಮ ಯಜಮಾನ್ರಿಗೆ ರೋಹಿಣಿ ಹೇಳ್ತಾಳೆ. ಸಣ್ಣ ರಿಪೇರಿ ಆಗಲಿಲ್ಲಾಂದ್ರೆ ನಿಮ್ಮ ಗ್ಯಾರೇಜ್‌ಗೆ ತಂದ್ಬಿಡ್ತೀನಿ" ಪುಸಲಾಯಿಸಿದ.

ಅಷ್ಟರಲ್ಲಿ ಬಂದ ವ್ಯಕ್ತಿ ಕೀರ್ತಿಯ ಕೈ ಹಿಡಿದು ರೇಗಾಡಿದ. "ಪ್ಲಗ್ ಸರಿ ಮಾಡ್ತೀನೀಂತ ಬಿಚ್ಚಿ..... ಇಲ್ಲಿಗೆ ಬಂದಿದ್ದೀಯ. ಮೊದ್ಲು ಆ ಕೆಲ್ಸ ಮುಗ್ಸಿಕೊಡು... ನಡೀ."

"ಬೇರೆ ಯಾರ್ಕಯಲ್ಲಾದ್ರೂ ಮಾಡ್ಸಿಕೊಳ್ಳಿ" ಲೀಲಾ ಸಲಹೆ ಇತ್ತಳು. ಧಾರಾಳವಾಗಿ ಪರ್ಸ್‌ನಿಂದ ಐದು ರೂಪಾಯಿ ತೆಗೆದಳು ಕೂಡ "ತಗೊಳ್ಳಿ....." ಚಾಚಿದಳು.

"ಯಾರ್ರಿ.......ನೀವು? ನನ್ನನ್ನೇನು ತಿರುಪೆಯವ್ನಂತ ತಿಳ್ದುಕೊಂಡಿದ್ದೀರಾ! ನಡಿಯೋ..." ಕೀರ್ತಿಯನ್ನು ಎಳೆದೊಯ್ದು ಬಿಟ್ಟ.

ನಿಶಾಂತ್‌ನ ಮೊಪೆಡ್ ಏರಿದ್ದು ದೂರದಲ್ಲಿದ್ದೇ-ಗಮನಿಸಿದ ಮಹೇಂದ್ರ. ಅಂದರೇ.... ಸ್ವಲ್ಪ ದೂರದಲ್ಲಿಯೇ ಅವನ ಚಹರೆಯನ್ನು ಗುರ್ತಿಸಿದ ಅಷ್ಟೆ.

ಹೊಗೆಯಾಡುತ್ತಿದ್ದ ಬೆಂಕಿಗೆ ತುಪ್ಪ ಸುರಿದಂತಾಗಿತ್ತು. ಅವನ ಕಾರು ಪ್ರೆಸ್ ಕಡೆ ಓಡಿತು.

ಸಂಪಾದಕರ ಕೋಣೆಯಿಂದ ಹೊರಬರುತ್ತಿದ್ದ ರೋಹಿಣಿ ಅವನನ್ನು ನೋಡಿ ಮುಗುಳ್ನಕ್ಕಳು. "ಹಲೋ, ನೀನು ಎಡಿಟರ್‌ನ ನೋಡೋಕೆ ಬಂದಿದ್ದೀಯಾ! ನಿನ್ನ ಕೆಲ್ಸ ಮುಗ್ಸು" ಎಂದು ಮುಂದಕ್ಕೆ ಹೋದವಳನ್ನು ಹಿಡಿದು ನಿಲ್ಲಿಸಿದ.

"ಎಡಿಟರ್‌ನ ಅಲ್ಲ ನೋಡೋಕೆ ಬಂದಿರೋದು, ನಿನ್ನ........ ಒಂದಿಷ್ಟು ಮಾತಾಡೋದು ಇದೆ" ಅವಳ ಕೈಯನ್ನು ಹಿಡಿದುಕೊಂಡ. ಬಿಡಿಸಿಕೊಂಡು ಹಿಂದಕ್ಕೆ ಸರಿದಳು.

ವಾಚ್‌ನತ್ತ ನೋಡಿದಳು. "ಓ.ಕೆ, ಲಂಚ್ ತಗೋತಾ ನಿನ್ಮಾತು ಹೇಳ್ಬಹುದು....ಬಾ" ಹುರುಪಿನ ಹೆಜ್ಜೆ ಹಾಕಿದಳು. ಅವಳನ್ನು ಹಿಂಬಾಲಿಸುವುದು ಕೂಡ ಆ ಕ್ಷಣ ಅವನಿಗೆ ಸುಖವೆನಿಸಿತು.

ರಿಸೆಪ್ಷನಿಸ್ಟ್ ಕೌಂಟರ್‌ನ ಬಳಿ ಬಂದವಳು ಹೆಜ್ಜೆಯ ವೇಗವನ್ನು ನಿಯಂತ್ರಿಸಿದಳು. "ಕ್ಯಾಂಟೀನ್‌ಗೆ ನೀನು ಬರೋಲ್ಲ, ಹೋಟಲ್‌ಗೆ ಹೋಗ್ಬೇಕು ಎಲ್ಲಿಗೆ ಹೋಗೋಣ? ತುಂಬ ದೂರ ಬೇಡ, ನಂಗೆ ಹೆಚ್ಚು ಟೈಮ್ ಇಲ್ಲ" ಒಪ್ಪಿಗೆಯ ಜೊತೆ ಕಂಡೀಷನ್ ಕೂಡ ಹಾಕಿದಳು.

ಮಹೇಂದ್ರನ ಕಣ್ಣುಗಳು ಮೋಡಿಯ ನೋಟ ಬೀರಿದ್ದವು. ಅವಳೇನು ವಿಚಲಿತಳಾಗಲಿಲ್ಲ. ಮದುವೆಯ ನಿಶ್ಚಿತಾರ್ಥ ಮುಗಿದ ಮೇಲೆ ಅಂತಹ ಕ್ಷಣಗಳಿಗಾಗಿ ಹಂಬಲಿಸಿದ್ದಳು. ಈಗ ಅವಳನ್ನೇನು ಮಾಡದು ಆ ನೋಟ.

ನಡೆದು ಹೋಗುತ್ತಿದ್ದವಳನ್ನು ಹಿಡಿದು ನಿಲ್ಲಿಸಿದ "ಕಾರಿನಲ್ಲಿ ಹೋಗೋಣ ನಿನ್ನ ನಡೆಸೋಕೆ ನಂಗಿಷ್ಟವಿಲ್ಲ" ಎಂದ. ರೋಹಿಣಿ ನಕ್ಕುಬಿಟ್ಟಳು. "ಅದಲ್ಲ, ನಂಗೆ ನಡಿಯೋಕೆ ಅವಮಾನ ಅನ್ನು. ಸ್ವಂತ ವೆಹಿಕಲ್, ನನ್ನ ಪಾಲಿಗೆ ಅಪಾಯ ಅನ್ನಿಸಿದ ಮೇಲೆ ನಾನು ಓಡಾಡೋದು ಬಸ್ಸು, ಅಥ್ವಾ ನಡಿಗೆ. ಎದುರಿನ ಹೋಟಲ್‌ಗೆ

ಹೋಗೋಣ" ಅತ್ತ ನಡದೇ ಬಿಟ್ಟಳು.

ಕೆಲವು ದಿನಗಳ ಹಿಂದೆ ಭೀಮರಾವ್ ಮಗನಿಗೆ ಬುದ್ಧಿ ಹೇಳಿದ್ದರು. "ನೀನ್ಯಾಕೆ ಹಗಲೆಲ್ಲ ರೋಹಿಣಿನ ಹುಡ್ಕಿಕೊಂಡು ಪ್ರೆಸ್, ಅವ್ರ ಮನೆಗೆ ಓಡಾಡ್ತೀಯಾ? ನೀನೀಗ ಮಂತ್ರಿಯ ಮಗ. ಆಸಕ್ತಿ ಇದ್ದರೆ ಅವಳನ್ನೇ ಕರೆಸಿಕೊಳ್ಳೋ ಏರ್ಪಾಟು ಮಾಡು."

ಅಂದು ನಕ್ಕುಬಿಟ್ಟಿದ್ದ.

"ಪರಶುರಾಮ್ ಎಂದಾದ್ರೂ ನಿಮ್ಮನ್ನ ಹುಡ್ಕಿಕೊಂಡು ಬಂದಿದ್ದುಂಟಾ? ನೀವೇ ಹೋಗಿ ಅವ್ರ ಮುಂದೆ ಕೈಕಟ್ಟಿ ನಿಲ್ತಾ ಇದ್ರಿ. ಅವ್ರ ಮಗ್ಳು ರೋಹಿಣಿ. ಅವ್ಳ ಅಪ್ಪನಲ್ಲಿ ಎಷ್ಟೊಂದು ಸಹಾಯ, ಸಹಕಾರ ಪಡೆದುಕೊಂಡಿದ್ದೀರಾ. ನೀವೀಗ ಪ್ರತಿಷ್ಠೆಯ ಸ್ಥಾನದಲ್ಲೇ ಇರ್ಬಹ್ದು. ಎಂದಾದ್ರೂ ಬಂದಿದ್ದುಂಟಾ ನಿಮ್ಮಲ್ಲಿಗೆ? ಅವ್ಳು ರೋಹಿಣಿ...." ತಂದೆಗೆ ಚುಚ್ಚಿ ನುಡಿದಿದ್ದ.

ಪರಶುರಾಮ್‌ನ ಸ್ವಭಾವ, ಗುಣಗಳ ಪಡಿಯಚ್ಚು ರೋಹಿಣಿ.

ಅವನನ್ನು ಕೇಳದೆಯೇ ಎರಡು ಪ್ಲೇಟು ಪೂರಿ, ಸಾಗುಗೆ ಆರ್ಡರ್ ಮಾಡಿದಳು.

"ಇದ್ನ ತಿನ್ನೋದರಲ್ಲಿ ಮುಗ್ದೇ ಹೋಗ್ಬೇಕು ಮಾತುಕತೆಗಳು" ತಿನ್ನ ತೊಡಗಿದಳು ಮಹೇಂದ್ರ ಮುಟ್ಟಲಿಲ್ಲ. "ಯಾಕೆ, ಸ್ವಲ್ಪ ತಗೋ. ಮನೆಗೆ ಹೋಗಿ ಊಟ ಮಾಡೋಕೆ, ಈ ಎರಡು ಪೂರಿಗಳೇನು ಅಡ್ಡ ಬರದು" ಬಲವಂತ ಮಾಡಿದಳು.

ಮಹೇಂದ್ರ ಮಾತಾಡಲಿಲ್ಲ ಮಾತ್ರವಲ್ಲ, ತಿಂಡಿಯ ತಟ್ಟೆಯತ್ತ ನೋಡಲಿಲ್ಲ.

ಅಷ್ಟರಲ್ಲಿ ಒಳಗೆ ಬಂದ ಒಬ್ಬ ಹುಡುಗನನ್ನು ಸನ್ನೆ ಮಾಡಿ ಕರೆದು ತನ್ನ ಪಕ್ಕದಲ್ಲಿಯೇ ಕೂಡಿಸಿಕೊಂಡು ಪೂರಿಯ ತಟ್ಟೆಯನ್ನು ಅವನ ಮುಂದೆ ಸರಿಸಿದಳು. ಇಂಥ ಅಪರೂಪದ ಗುಣ ರೋಹಿಣಿಯದೇ.

ಬರೀ ನೀರು ಕುಡಿದು ಮೇಲೆದ್ದಳು.

"ಹೋಗೋಣ ಮಹೀ, ಒಂದಿಷ್ಟು ಅರ್ಜೆಂಟ್ ಕೆಲ್ಸ ಇದೆ" ಮಹೇಂದ್ರ ತುಟಿ ಕಚ್ಚಿ ಮೇಲೆದ್ದ. "ರೋಹೀ, ನಿನ್ನ ಪೂರ್ಣ ವ್ಯಕ್ತಿತ್ವದ ಮುಂದೆ ನಾನು ಕುಬ್ಜನಾಗಿ ಹೋಗ್ತಾ ಇದ್ದೀನಿ' ಮನ ಒತ್ತಿ ಹೇಳಿದ್ದನ್ನು ನಾಲಿಗೆ ಹೇಳಲು ಹಿಂಜರಿಯಿತು.

ಅವನ ಮಾತುಗಳನ್ನು ಬದಿಗಿರಿಸಿ ಪ್ರೆಸ್‌ನತ್ತ ಹೊರಟವಳು, "ಜಯ ಚಂದ್ರ ಒಂದೆರಡು ದಿನಗಳಲ್ಲಿ ಬರಬಹುದು. ಅಪ್ಪ ಈಗ ಚೇತರಿಸಿಕೊಂಡಿದ್ದಾರಂತೆ" ಎಂದಳು.

ಮಹೇಂದ್ರ ಅಚೇತನನಾದ. ಜಯಚಂದ್ರ ಯಾವಾಗ ಫೋನಿನಲ್ಲಿ ಸಿಕ್ಕ?

ಅವನ ಫೋನ್ ನಂಬರ್ ರೋಹಿಣಿಗೆ ಹೇಗೆ ಸಿಕ್ಕಿತು? ಗೊಂದಲಕ್ಕೆ ಒಳಗಾದ.

ಜಯಚಂದ್ರನನ್ನು ತರಾಟೆಗೆ ತಗೊಂಡಾಗ ಒಪ್ಪಿಕೊಂಡ. 'ಫೋನ್‌ನಲ್ಲಿ ಸಿಕ್ಕಿದ್ದೆ. ಅಪ್ಪನ ಬಗ್ಗೆ ಪ್ರಶ್ನಿಸಿದಾಗ ಈಗ ಚೆನ್ನಾಗಿದ್ದಾರೆ ಅಂದೆ, ನನಗೆ ಬೇರೆ ದಾರಿ ಇರಲಿಲ್ಲ."

"ಭೇಷ್, ರೋಹಿಣಿ ನೀನು ಎಸೆದ ಉರುಳನ್ನು ನಿನ್ನ ಕತ್ತಿಗೆ ಆರಾಮವಾಗಿ ಸುತ್ತುತ್ತಾ ಇದ್ದಾಳೆ. ಉಸಿರುಗಟ್ಟಿ ಸಾಯೋದಷ್ಟೆ ಕೆಲಸ" ಮಹೇಂದ್ರ ತಣ್ಣಗೆ ಹೇಳಿದ. ಈ ಸೋಲು ಅವನದೆಂದು ಮನಸ್ಸಾಕ್ಷಿ ನುಡಿಯುತ್ತಿತ್ತು.

ಈ ಸುದ್ದಿ ಭೀಮರಾವ್ ಕಿವಿಗೆ ಬೀಳಲು ತಡವಾಗಲಿಲ್ಲ. ಪಕ್ಕದಲ್ಲಿಯೇ ಭಯಂಕರ ಬಾಂಬ್ ಸ್ಫೋಟಿಸಿದಂತಾಯಿತು.

"ಈಗ ಪರಶುರಾಮ್ ಎಲ್ಲಿ? ಸಾಯೋ ಮನುಷ್ಯನನ್ನು ಹೊರಗೆ ತರೋ ಸಾಹಸ ಮಾಡಿದ್ದೇಕೆ?" ಗುಡುಗಿದರು.

ಲೀಲಾ ಸ್ವಲ್ಪ ಧೈರ್ಯ ವಹಿಸಿದಳು. "ಅವರ ಧಾರಾಳ ಸ್ವಭಾವ, ದಯಾವಂತ ಹೃದಯ ನಿಮಗೇ ಗೊತ್ತು. ಸಹಾಯ ಬೇಡಿ ಬಂದವರಿಗೆ ಇಲ್ಲ ಅಂದಿದ್ದಿಲ್ಲ ಮನೆ, ಸಾಮಾನು...." ಮುಂದುವರಿಸಲಾಗದೆ ಉಗುಳು ನುಂಗಿದಳು.

ಪರಶುರಾಮ್ ಮನೆಗೆ ಕೆಲವು ಕೋಟಿ ಕೊಟ್ಟು ಕೊಂಡುಕೊಳ್ಳುವ ವ್ಯವಹಾರಸ್ಥರು ಇದ್ದರು. ಇವರಿಗೂ ಅದರ ಮೇಲೆ ಒಂದು ಕಣ್ಣು ಇತ್ತು. ದೊಡ್ಡ ಬಹು ಅಂತಸ್ತಿನ ಕಾಂಪ್ಲೆಕ್ಸ್ ಕಟ್ಟಿಸಿಬಿಟ್ಟರೆ... ಅವರ ಕಣ್ಮುಂದೆ ಒಂದು ಸುಂದರ ಚಿತ್ರ ನಿಲ್ಲುತ್ತಿತ್ತು.

"ಅದೆಲ್ಲ ಸರಿ, ಪೂರ್ತಿ ನಿಮ್ಮದೇ ಆಗೋಲ್ಲ – ಅದೆಲ್ಲ ರೋಹಿಣಿ ತನ್ನ ಪಾಲಿನ ಬದ್ಧಳಾಗುತ್ತಾಳೆ" ಬುದ್ಧಿವಂತಿಕೆ ಮಾತುಗಳನ್ನಾಡಿದರು.

ಪೂರ್ತಿ ಒಂದು ನಿರ್ಣಯಕ್ಕೆ ಬರುವ ವೇಳೆ ಆಗಿರಲಿಲ್ಲ. ಈಗ ಪರಶುರಾಮ್ ಎಲ್ಲಿ? ಅದೊಂದು ಬೃಹತ್ ಸಮಸ್ಯೆಯಾಗಿತ್ತು.

"ರೋಹಿಣಿ, ಏನು ಹೇಳ್ತಾಳೆ?" ಕೇಳಿದಳು.

"ಒಂದು ರೀತಿಯಲ್ಲಿ ನಿಶ್ಚಿಂತೆಯಾಗಿಯೇ ಇದ್ದಾಳೆ. ಜಯಚಂದ್ರ ಕರ್ಕೊಂಡ್ಹೋಗಿದ್ದಾನೆ! ಅದಕ್ಕೆ ಇವನು ಬರವಣಿಗೆಯ ದಾಖಲೆ ಒದಗಿಸಿದ್ದಾನೆ. ಫೋನ್‌ನಲ್ಲಿ ಕೂಡ ಪರಶುರಾಮ್ ಈಗ ಹುಷಾರಾಗಿದ್ದಾನೇಂತ ತಿಳಿಸಿದ್ದಾನೆ" ಮಹೇಂದ್ರ ಒದರಿದ.

ಭೀಮರಾವ್ ಸುಮ್ಮನೆ ಕೂಡಲಿಲ್ಲ. ವ್ಯಾಪಕವಾದ ಜಾಲವನ್ನೇ ಹರಡಿದರು ನಿಜಾಂಶವನ್ನು ಪತ್ತೆ ಮಾಡಲು.

* * *

ನಿಶಾಂತ್ ಬಂದು ರೋಹಿಣಿಗಾಗಿ ಕಾಯುತ್ತಿದ್ದ. ಅವರುಗಳು ಹರಡಿದ ಜಾಲದಿಂದ ತಪ್ಪಿಸಿಕೊಳ್ಳುವುದು ಮಾತ್ರವಲ್ಲ. ಅದನ್ನ ಅವರ ಕುತ್ತಿಗೆಗೆ ಹೇಗೆ ಬಿಗಿಯುವುದೆಂದು ಯೋಚಿಸುತ್ತಿದ್ದ.

ಇಂದು ರೋಹಿಣಿ ಬಂದಾಗ ಪೂರ್ತಿ ಬಳಲಿದ್ದಳು. "ಮೈ ಗಾಡ್......." ಸೋತವಳಂತೆ ಮೆಟ್ಟಿಲು ಮೇಲೆ ಕುಕ್ಕರಿಸಿದಳು. "ಮೇಡಮ್, ಒಂದು ವಿಷ್ಯ....." ಮೆಲ್ಲಗೆ ಉಸುರಿದ. "ಬೆಳಗಿನೊಳಗೆ ನಾವು ಯಜಮಾನರನ್ನು ಮನೆಗೆ ಕರೆದುಕೊಂಡು ಬರಬೇಕು. ಒಂದು ಸಣ್ಣ ಡ್ರಾಮ" ಒಂದು ನಮೂದಿಸದ ಸಹಿಯಾದ ಚೆಕ್ ಅವಳಿಗೆ ಕೊಟ್ಟ.

ಮತ್ತಷ್ಟು ವಿಷಯ ಉಸುರಿದ "ಬಿ ಕ್ವಿಕ್...." ಅವಸರಿಸಿದ.

ರಾತ್ರಿ ಹನ್ನೊಂದರ ವೇಳೆಗೆ ಟ್ಯಾಕ್ಸಿಯಲ್ಲಿ ಪರಶುರಾಮ್‌ನ ಮನೆಗೆ ಕರೆದುಕೊಂಡು ಬಂದರು. ದೈಹಿಕವಾಗಿ ಅವರು ಚೇತರಿಸಿಕೊಂಡಿದ್ದರು.

ಆದರೆ ಬೆಳಿಗ್ಗೆ ಏಳರ ವೇಳೆಗೆ ಟ್ಯಾಕ್ಸಿ ಡ್ರೈವರ್ ಸಲೀಮ್ ಹೋಗಿ ಭೀಮರಾವ್ ಸರ್ಕಾರಿ ಬಂಗ್ಲೆಯ ಘೂರ್ಕನ ಬಳಿ ತಕರಾರು ತೆಗೆದಿದ್ದ.

"ರಾತ್ರಿ ಕೊಟ್ಟ ಈ ನೋಟು ಪೂರ್ತಿ ಹಾಳಾಗಿದೆ. ಆಗಲೇ ಬೇಡಾಂದೆ. ಕಾರ್ಡು ಕೊಟ್ಟು ಮನೆ ಹತ್ರ ಬಾ ಅಂದಿದ್ದಾರೆ. ನಾನು ನೂರು ಕಳ್ದು ಕೊಳ್ಳಲಾರೆ... ಕರೀರಿ...ಇಲ್ಲ ಪೊಲೀಸ್ ಸ್ಟೇಷನ್‌ಗೆ ಹೋಗ್ತೀನಿ, ಇಲ್ಲ ಪೇಪರ್‌ನವ್ರಿಗೆ ವಿಷ್ಯ ತಿಳಿಸ್ತೀನಿ" ಕೂಗಾಡಿದ.

ಘೂರ್ಕ ಸಮಾಧಾನ ಮಾಡಿದ ಮೇಲೆ ಒಂಬತ್ತು ಗಂಟೆಯ ಮೇಲೆ ಬರುವುದಾಗಿ ಹೇಳಿ ಹೋದ.

ವಿಷಯ ಒಳಗೆ ಮುಟ್ಟಿದಾಗ ಭೀಮರಾವ್ ಕೆಂಡಾಮಂಡಲವಾದರು. ಹೊರಗ್ಹೋಗುವ ತಮ್ಮ ಪ್ರೋಗ್ರಾಂ ಕ್ಯಾನ್ಸಲ್ ಮಾಡಿ ಮನೆಯಲ್ಲೇ ಉಳಿದರು.

ಮಗನತ್ತ ಕೋಪದ ನೋಟ ಹರಿಸಿದರು "ಏನಿದೆಲ್ಲ! ಬರೀ ನೂರು ರೂಪಾಯಿಗಾಗಿ ಹಾಡಿ ಬೀದಿ ಹಗರಣ. ಈಡಿಯಟ್........" ಮಹೇಂದ್ರನಿಗೆ ಏನೇನು ಅರ್ಥವಾಗಲಿಲ್ಲ.

"ನಂಗೇನು ಗೊತ್ತಿಲ್ಲ! ಮೂರು ಕಾರು ಇದ್ದು ಟ್ಯಾಕ್ಸಿಯಲ್ಲಿ ನಾನೇಕೆ ಓಡಾಡ್ಲಿ? ಇದರಲ್ಲಿ ಏನೋ ಮೋಸ ಇದೆ. ಅವನು ಬರಲಿ ಮೈ ಚರ್ಮ ಸುಲಿಸಿಬಿಡ್ತೀನಿ" ಕೋಪಾವೇಶದಿಂದ ಕೂಗಾಡಿದ.

ಚುನಾವಣೆಯ ನಂತರ ಫಲಿತಾಂಶಕ್ಕೆ ಕಾದಂತೆ ಇಡೀ ಮನೆಯವರೆಲ್ಲ

ಕಾದರು. ಒಂಬತ್ತೂವರೆಗೆ ಘೂರ್ಕ ಒಳಗೆ ಬಂದ.

"ಬಂದಿದ್ದಾನೆ, ಸಾರ್. ನಾನು ಬೆದರಿದ್ದೆ. ಆಸಾಮಿ ಜೋರಾಗಿದ್ದಾನೆ. ಟ್ಯಾಕ್ಸಿ ಡ್ರೈವರ್ಸ್ ಯೂನಿಯನ್ ಕಾರ್ಯದರ್ಶಿಯಂತೆ" ಉಸುರಿದ.

ಭೀಮರಾವ್ ಕರೆತರುವಂತೆ ಸನ್ನೆ ಮಾಡಿ ಮಗನಿಗೆ ಎಚ್ಚರಿಕೆ ನೀಡಿದರು.

"ಬಿ ಕೇರ್‌ಫುಲ್! ನಾಳೆ ನನ್ನ ವಿರುದ್ಧ ಘೋಷಣೆ ಕೂಗ್ಬಾರ್ದು ಜನ. ಸಾವಧಾನವಾಗಿ ವಿಚಾರಿಸೋಣ. ಈಗ ಆಗಿರೋ ಒಂದು ಹಗರಣವೆ ಸಾಕು...." ಜಯಚಂದ್ರನ ಕಡೆ ನೋಡಿದರು. ಅವನು ತಲೆ ತಗ್ಗಿಸಿಕೊಂಡ.

ಲೀಲಾ ತಂದೆಗೆ ಭೀಮರಾವ್ ಹತ್ತಿರದ ಸಂಬಂಧಿಗಳು. ಅವಳು ಅತಿ ಆಸೆಯಾದರೆ ಇವರದು ಸ್ವಾರ್ಥ. ಹಣದ ಜೊತೆ ತಂದೆಯಿಂದ ಬಂದ ಅಪಾರವಾದ ಆಸ್ತಿ ಜಯಚಂದ್ರನಿಗೆ ಇತ್ತು. ನ್ಯಾಯವಾಗಿ ಇದರಲ್ಲಿ ಅರ್ಧ ತನ್ನ ಮಗನಿಗೆ ಸೇರಬೇಕಿತ್ತು. ರೋಹಿಣಿ ಈ ಮನೆಗೆ ಸೊಸೆಯಾಗಬೇಕಿತ್ತು. ಎರಡು ತಪ್ಪಿದ್ದು ಜಯಚಂದ್ರನಿಂದಲೇ ಎನ್ನುವ ಕೋಪ ಅವರದು. ರೋಹಿಣಿ ತಪ್ಪಿ ಹೋದರೂ ಆಸ್ತಿಯಾದರೂ ಉಳಿಸಿಕೊಳ್ಳಬೇಕೆಂಬ ದುರಾಸೆ ಅವರದು. ಅಂಥ ಚಿತಾವಣೆಯ ಫಲದಿಂದಲೇ ಲೀಲಾ, ಜಯಚಂದ್ರ ಇವರಲ್ಲಿಯೇ ಉಳಿದುಕೊಂಡಿದ್ದು.

ಟ್ಯಾಕ್ಸಿ ಡ್ರೈವರ್ ಯುವಕ. ಭೀಮರಾವ್ ಮರ್ಯಾದೆಯಿಂದಲೇ ಮಾತಾಡಿಸಿದರು. ಅವನು ನೇರವಾಗಿ ಅವರ ವಿಳಾಸದ ಕಾರ್ಡನ್ನು, ನೂರು ರೂಪಾಯಿಯನ್ನು ಅವರ ಮುಂದಿಟ್ಟ...... ಜಯಚಂದ್ರನತ್ತ ಕೈ ತೋರಿಸಿದ.

"ಬೇರೆ ನೋಟಿಲ್ಲ, ಬೆಳಿಗ್ಗೆ ಕೊಡ್ತೀನೀಂದ್ರು ಅದ್ಕೇ..... ಬಂದೆ" ಎಂದ. ಜಯಚಂದ್ರನ ಸ್ವರ ಉಡುಗಿತು. ಮಾತಾಡಲು ತುಟಿ ತೆರೆಯುತ್ತಿದ್ದವನನ್ನು ಭೀಮರಾವ್ ಕಣ್ಣಲ್ಲಿ ಸುಮ್ಮನಾಗಿಸಿ ಬೇರೆ ನೋಟನ್ನು ತಾವೇ ಕೊಟ್ಟರು.

ಅವನು ಹೋದ ಮೇಲೆ ವಾಚ್‌ಮನ್‌ನನ್ನು ಕರೆಸಿ ವಿಚಾರಿಸಿದರು. ತೆರೆಸಾ ನರ್ಸಿಂಗ್ ಹೋಂನಿಂದ 'ಧವಳ ನಕ್ಷತ್ರ'ಕ್ಕೆ ಪೇಷಂಟನ್ನು ಕರೆದೊಯ್ದಿದ್ದಕ್ಕೆ ನೂರಾ ಅರವತ್ತು ರೂಪಾಯಿ ಬಾಡಿಗೆ ಆಗಿತ್ತೆಂದು ವಿವರ ನೀಡಿದ.

ಭೀಮರಾವ್ ಅವನನ್ನು ಕಳಿಸಿ ಮಗನತ್ತ ನೋಡಿದರು. "ಮಾತಾಡೋಕೆ ಮುನ್ನ ನರ್ಸಿಂಗ್ ಹೋಂನಿಂದ ಡಿಟೈಲ್ಸ್ ಸಂಗ್ರಹಿಸು" ಆದೇಶ ನೀಡಿದರು.

ಮಹೇಂದ್ರ ಫೋನಿನಲ್ಲಿಯೇ ವಿಚಾರಿಸಿದ. ಒಂದಿಷ್ಟು ಮಾಹಿತಿ ಸಿಕ್ಕಿತು. ಹನ್ನೆರಡು ಸಾವಿರದ ಚಿಲ್ಲರೆಯ ಚೆಕ್ ನೀಡಿ ಜಯಚಂದ್ರ, ಪರಶುರಾಮ್ ರಾತ್ರಿ ಕರೆದೊಯ್ದು ವಿಷಯ ತಿಳಿಸಿದರು.

ಅವನು ವಿಸ್ಮಿತನಾದರೆ ಉಳಿದವರು ಬೆಚ್ಚಿಬಿದ್ದರು. ಜಯಚಂದ್ರ ತನಗೆ

ಗೊತ್ತೇ ಇಲ್ಲವೆಂದು ಸಾಧಿಸಿದ.

"ಇವ್ನಿಗೆ ಎಲ್ಲೋ ಹುಚ್ಚು ಹಿಡಿದಿದೆ, ಡ್ಯಾಡಿ. ಅಪ್ಪನ ಹುಚ್ಚು ಮಗನಿಗೆ, ಇಲ್ಲಾ ಏನಾದ್ರೂ ನಾಟ್ಕ ಆಡ್ತಾನಾ?" ಮಹೇಂದ್ರ ಉರಿದು ಬಿದ್ದ ಜಯಚಂದ್ರನ ಮೇಲೆ.

ಭೀಮರಾವ್‌ಗೆ ಏನೇನು ಅರ್ಥವಾಗಲಿಲ್ಲ. ಜಯಚಂದ್ರ ಅವರ ಕಾಲುಗಳನ್ನು ಹಿಡಿದುಬಿಟ್ಟ. ಪರಶುರಾಮ್ ಮಗನ ಹೀನಾಯ ಸ್ಥಿತಿಯನ್ನು ಕಣ್ಣಾರೆ ನೋಡಿದ್ದರೇ ಪೂರ್ತಿ ಹುಚ್ಚರಾಗಿಬಿಡುತ್ತಿದ್ದರು ಅಥವಾ ಎದೆಯೊಡೆದು ಸಾಯುತ್ತಿದ್ದರು. ಕೆಲವು ಮೌಲ್ಯಗಳಿಗೆ ಬದ್ಧರಾಗಿ ಬದುಕಿನ ಜನ.

ತಮ್ಮ ಒಬ್ಬ ಚೇಲಾನ ಕರೆಸಿ ವಿಷಯ ತಿಳಿಸಿ ಅವನಿಗೆ ಒಪ್ಪಿಸಿದರು. ಅವನು ಚಿಟಿಕೆಯೊಡೆದು ಸಂಜೆಯ ಹೊತ್ತಿಗೆ ಪೂರ್ತಿ ವರದಿ ಒಪ್ಪಿಸುವುದಾಗಿ ಹೇಳಿ ಹೋದ.

ಅಷ್ಟರಲ್ಲಿ ಫೋನ್ ಬಂತು. ಆ ತುದಿಯಲ್ಲಿ ರೋಹಿಣಿ ಇದ್ದಳು. "ಮಹೀ... ನೀನಾ? ಸ್ವಲ್ಪ ಫೋನ್‌ನ ಜಯಚಂದ್ರನಿಗೆ ಕೊಡು. "ಅವಳ ದನಿಯಲ್ಲಿನ ಗೆಲುವು ಗುರ್ತಿಸಿದ ಮಹೇಂದ್ರ ಮೌತ್‌ಪೀಸ್‌ಗೆ ಕೈ ಅಡ್ಡ ಹಿಡಿದು "ಮಾತಾಡ್ತಾ ಇರೋದು ರೋಹಿಣಿ. ಬಿ ಕೇರ್‌ಫುಲ್. ಏನೇನೋ ಬಡ ಬಡಿಸ್ಬೇಡ. ಬರೀ ಅ.........ಹ್ಞೂ ಅನ್ನು ಅಷ್ಟೆ" ಅವನತ್ತ ಕೊಟ್ಟ. ಎಂ.ಎ.ನಲ್ಲಿ ಗೋಲ್ಡ್ ಮೆಡಲ್ ಸಂಪಾದಿಸಿ ಒಂದು ಸಂಸ್ಥೆಗೆ ಎಕ್ಸಿಕ್ಯೂಟಿವ್ ಆದ ವ್ಯಕ್ತಿಗೆ ಮಾತಾಡಲು ಕೂಡ ಪರ್ಮಿಷನ್ ಬೇಕಾಗಿತ್ತು.

"ಜಯಚಂದ್ರ.........ಹಿಯರ್" ಎಂದ.

"ಥ್ಯಾಂಕ್ಯೂ ವೆರಿ ಮಚ್. ಅಪ್ಪನಿಗೆ ಡಿಸ್ಟರ್ಬ್ ಆಗುತ್ತೇಂತ ಇಲ್ಲೇ ಇಟ್ಟುಕೊಂಡು ನನಗೂ ತಿಳಿಸದೇ ಟ್ರೀಟ್‌ಮೆಂಟ್ ಕೊಡ್ಸಿದ್ದೀಯ. ಅಪ್ಪ ಚೆನ್ನಾಗಿ ಚೇತರಿಸಿಕೊಂಡಿದ್ದಾರೆ. ಐ ಯಾಮ್ ವೇರಿ ಹ್ಯಾಪಿ. ಯಾವಾಗ ಬರುತ್ತೀಯಾ?" ಹರ್ಷದ ತರಂಗಗಳು ಚೆಲ್ಲಾಡಿದವು ಅವಳ ದನಿಯಲ್ಲಿ. ಮೂರು ರಿಸೀವರ್‌ಗಳನ್ನು ಹಿಡಿದವರು ಸುಸ್ತಾದರು.

ಜಯಚಂದ್ರನ ಅಂಗೈ ಬೆವರಿನಿಂದ ತೊಯ್ದುಹೋಯಿತು. ಅವನ ಮಿದುಳಿನಲ್ಲಿ ದೊಡ್ಡ ವಿಪ್ಲವ. ಎರಡು ಕೈಯಿಂದ ತಡೆದುಕೊಂಡ. 'ಹುಚ್ಚು' ಆ ಪಟ್ಟಿಯನ್ನು ಜನ್ಮ ಕೊಟ್ಟ ತಂದೆಯ ಹಣೆಗೆ ಅಂಟಿಸಿ ಆಸ್ತಿಯ ಅಧಿಕಾರವನ್ನು ತಾನು ವಹಿಸಿಕೊಳ್ಳಲು ಹೆಣಗಾಡಿದ್ದ. ಅವರು ಹುಚ್ಚರಾಗಿದ್ದರೇ? ಅವರ ಒಳ್ಳೆಯ ಗುಣಗಳು ಹುಚ್ಚಿನಿಂದ ಕೂಡಿದ್ದವೇ? ಇಲ್ಲ ಇಲ್ಲ... ಕುಸಿದುಬಿದ್ದ.

ಡಾಕ್ಟರನ್ನು ಕರೆಸಲು ಸೂಚನೆ ಕೊಟ್ಟು ಭೀಮರಾವ್ ತಮ್ಮ ಸೆಕ್ರಟರಿಯೊಂದಿಗೆ ಹೊರಗೆ ಹೋದರು.

* * *

ಬಸ್ಸಿನಿಂದ ಇಳಿದ ರೋಹಿಣಿ ಮಹೇಂದ್ರನನ್ನು ನೋಡಿ ಕಣ್ಣಿಗೆ ಹಾಕಿದ್ದ ಕೂಲಿಂಗ್ ಗ್ಲಾಸ್ ತೆಗೆದು ಅವನತ್ತ ಬಂದಳು. ಬೆಳಗಿನ ರವಿಯ ಕಿರಣಗಳಿಂದ ಮಿಂದ ಸುಂದರ ಪುಷ್ಪದಂತೆ ಕಂಡಳು.

"ಹಲೋ ಮಹೇಂದ್ರ....ಇದೇನು ಇಲ್ಲಿ? ಚಕ್ರ ಏನಾದ್ರೂ ವಾಲಿದೆಯ? ಯಾವ್ದು ಆಶ್ಚರ್ಯವಲ್ಲ ಬದುಕಿನಲ್ಲಿ" ಅರ್ಥಪೂರ್ಣವಾಗಿ ಮಾತಾಡಿದಳು.

ಮಹೇಂದ್ರ ಅವಳನ್ನು ಗಾಢವಾಗಿ, ಸೂಕ್ಷ್ಮವಾಗಿ ನೋಡಿದನೇ ವಿನಹ ಮಾತಾಡಲಿಲ್ಲ.

ಜೊತೆಯಾಗಿ ಅವಳೊಂದಿಗೆ ತಿರುವಿನವರೆಗೂ ಹೆಜ್ಜೆ ಹಾಕಿದವನು "ಯಾಕೋ ಬೋರ್! ಇವತ್ತು ನನ್ನೊತೆಯಲ್ಲಿ ಕಳೀತೀಯಾ! ನಿನ್ನತ್ರ ತುಂಬ ಮಾತಾಡ್ಬೇಕು. ನನ್ನ ಹೃದಯ ತೋಡಿಕೋಬೇಕು. ನನ್ನ ತಪ್ಪುಗಳಿಗೆ ಕ್ಷಮೆ ಕೇಳಬೇಕು. ನಿನ್ನ...." ಅವನು ಪೂರ್ತಿ ಮಾಡುವ ಮುನ್ನ ತಡೆದಳು.

ಅವಳ ಮುಖದಲ್ಲಿ ಉಲ್ಲಾಸದ ನಗೆ ಹರಡಿಕೊಂಡರೂ ಕರುಣೆಯ ನೋಟ ಅವನತ್ತ ಬೀರಿದಳು.

"ಇಡೀ ದಿನ ಎಂಗೇಜ್ ಆಗಿರೋ ಸ್ಥಿತಿಯಲ್ಲಿ ನೀನಿದ್ದೀಯಾ! ಅದೆಂಥ ಬೋರ್? ಪುಟ್ಟ ಮಗು, ಮುದ್ದಾದ ಮಡದಿ, ತುಂಬು ಅಂತಃಕರಣದ ತಂದೆ ತಾಯಿ, ಉತ್ತಮ ಆರ್ಥಿಕ ಸ್ಥಿತಿ, ಕೈ ತುಂಬು ಕೆಲಸ... ಇನ್ನು ಎಕ್ಸೆಟ್ರಾ.... ಎಕ್ಸೆಟ್ರಾ......." ಎಂದವಳು ಮುಕ್ತವಾಗಿ ನಕ್ಕುಬಿಟ್ಟಳು.

"ಗೋ ಟು ಹೆಲ್, ಅವೆಲ್ಲ ಬಿಡು. ಈ ದಿನ ನನಗಾಗಿ ವಿನಿಯೋಗಿಸು" ಅವನ ಕೇಳಿಕೆಗೆ ತಲೆಯಾಡಿಸಿಬಿಟ್ಟಳು.

"ಸಾರಿ ಮಹೇಂದ್ರ.........ಇಡೀ ದಿನ ನಾನು ಎಂಗೇಜ್.........." ಒಂದೊಂದೇ ಹೇಳುತ್ತ ಕೈ ಬೆರಳನ್ನು ಮಡಚಿದಳು. "ಆರರ ನಂತರ.......ಮನೆ, ತೀರಾ ಅವಶ್ಯಕತೆ ಇಲ್ಲದೇ ಹೊರಗೆ ಬರೋಲ್ಲ. ಆ ವೇಳೆಗೆ ನನ್ನ ಸ್ವಂತದವ್ರಿಗೆ ಮುಡಿಪು. ಈಗ ... ಹೇಳು" ಅವನನ್ನೇ ಪ್ರಶ್ನಿಸಿದಳು.

ಮೊಪೆಡ್ ಮೇಲೆ ಬಂದ ಕೀರ್ತಿ ಅವಳ ಬಳಿಯಲ್ಲಿ ನಿಲ್ಲಿಸಿ ಇಳಿದ. "ಅಕ್ಕ, ನಿನ್ನ ಡ್ರಾಪ್ ಮಾಡ್ಲಾ?" ಸಂತೋಷದಿಂದ ಕೇಳಿದ. ಮುಖ ಗಂಟಿಕ್ಕಿದವಳು ಸಡಿಲಿಸಿದಳು. "ರಿಪೇರಿಗೆ ಬಿಟ್ಟ ವೆಹಿಕಲ್‌ಗಳನ್ನೆಲ್ಲ ಓಡಿಸಿಯಾಡ್ತೀಯಾ? ಸುಮ್ಮನೆ ಗ್ಯಾರೇಜ್‌ಗೆ ಕೆಟ್ಟ ಹೆಸರು. ನಾನು ಬಾಬುಗೆ ಹೇಳ್ತೀನಿ, ನೋಡು" ಎಂದಳು.

"ಇದು ರಿಪೇರಿ ವೆಹಿಕಲ್ ಅಲ್ಲ. ಬಾಪಟ್ ತಂದಿದ್ರು" ಜಂಬದಿಂದ

ಹೇಳಿಕೊಂಡಾಗ ಬೇಸರದ ಮುಖ ಮಾಡಿದಳು ರೋಹಿಣಿ "ಇಬ್ಬರೂ ಸರಿಯಾಗಿದ್ದೀರಾ? ಯಾವ ಹುಡುಗೀದೋ. ಅವಳು ಬಾಪಟ್ ದಾರಿ ಕಾಯಬೇಕು. ನಿನ್ನ ದಾರಿ ಆ ಪುಣ್ಯಾತ್ಮ ಕಾಯಬೇಕು. ಮೊದಲು ತಗೊಂಡು ಹೋಗಿ ಕೊಡು" ದನಿಯೇರಿಸಿದಳು.

ಆಗಿನ ಅವಳ ಮುಖದ ಭಾವನೆಗಳನ್ನು ಅತ್ಯಂತ ತೀವ್ರವಾಗಿ ಗಮನಿಸಿದ ಮಹೇಂದ್ರ. ಅತ್ಯಂತ ಸಹಜವಾಗಿತ್ತು.

"ಬಾಪಟ್........ಯಾರು?" ಕೇಳಿದ.

"ಟೆನೆಂಟ್.........ನಂಗೆ ಆ ಮನೆ ಬಾಡಿಗೆಗೆ ಕೊಡೋ ಇಷ್ಟವಿರ್ಲಿಲ್ಲ. ಅತ್ತೆಗೆ ಪೂಸಿ ಹೊಡೆದು ಗಿಟ್ಟಿಸಿಬಿಟ್ಟ. ಕಡಿಮೆ ಬಾಡಿಗೆಗೆ ಈ ಮಹಾನಗರದಲ್ಲಿ ಎಲ್ಲಿ ಮನೆ ಸಿಕ್ಕುತ್ತೆ? ಕೆಲಸದ ಸೆಕ್ಯೂರಿಟಿ ಇಲ್ಲ. ಮೆಚ್ಚೋ ಹುಡ್ಗಿಯರೇ ಅವನಿಗೆ ಶ್ರೀ ರಕ್ಷೆ. ಅಲ್ಲಿಂದ ಹೊರಬಿದ್ದರೂ ಯಾವುದಾದರೂ ಹುಡುಗಿ ಲವರ್ ಕೆಲಸವಂತೂ ಗ್ಯಾರಂಟಿ ಕೊಡ್ತಾಳೆ" ಎಂದಳು.

"ಅಂತೂ ನಿನಗೂ ಅಭಿಮಾನ!" ಛೇಡಿಸಿದ.

ಅವನತ್ತ ನೋಡಿದಳು. "ನಾನು ಪರಶುರಾಮ್ ಮಗಳು ಅಲ್ವಾ! ಅದೇ ಸ್ವಭಾವ ನನಗೂ. ನಮ್ಮಪ್ಪನ ಅಭಿಮಾನದಿಂದ ಬೆಳೆದ ಜನ ಸಮಾಜದ ಪ್ರತಿಷ್ಠಿತ ವ್ಯಕ್ತಿಗಳು. ಅದು ಹೆರಿಡಿಟ್ಟಿ." ಮಾತು ತೇಲಿಸಿಬಿಟ್ಟಳು.

"ಪ್ಲೀಸ್ ರೋಹೀ ನನ್ನ ಜೊತೆ ಬಾ. ನಾನು ಇವತ್ತು ತುಂಬ ಅಪ್‌ಸೆಟ್ ಆಗ್ಬಿಟ್ಟಿದ್ದೀನಿ" ಎಂದ. ರಿಕ್ವೆಸ್ಟ್ ಮಾಡಿಕೊಳ್ಳುತ್ತ.

"ಇನ್‌ಡಿಸಿಪ್ಲೀನ್‌ನ ನಮ್ಮ ಎಡಿಟರ್ ಎನ್‌ಕರೇಜ್ ಮಾಡೋಲ್ಲ. ತೆಪ್ಪಗೆ ಮನೆಯಲ್ಲಿ ಕೂತ್ಕೋಬೇಕಾಗುತ್ತೆ. ಆರಾಮಾಗಿ ಮನೆಗೆ ಹೋಗಿ ನಿನ್ಮಗ್ಳನ್ನ ಎತ್ತಿಕೊಂಡು ಆಡಿಸು. ಈಗ್ಲೇ ಲೇಟಾಯ್ತು" ನಡದೇ ಬಿಟ್ಟಳು.

ಇಂಥ ಜನಸಂದಣಿಯಲ್ಲಿಯೇ ಬೆನ್ನಟ್ಟಿ ಹಿಡಿಯಬೇಕೆನ್ನುವಷ್ಟು ಛಲ, ಅದೂ ಸಾಧ್ಯವು ಅಲ್ಲ, ಸಿಗೋದು ಇಲ್ಲ ರೋಹಿಣಿ.

ಮಹೇಂದ್ರ ಕಾರು ಪಾರ್ಕ್ ಮಾಡಿದ್ದ ಕಡೆ ಬಂದ. ಕೀರ್ತಿಯ ಮುಖ ಕಂಡಂತಾಯಿತು. ತಕ್ಷಣ ಮರೆ ಆಯಿತು. ಕಾರು ಹತ್ತಿದ.

ಇವನು ಬಂಗ್ಲೆ ಗೇಟ್‌ಗೆ ಬರುವ ವೇಳೆಗೆ ಲೀಲಾ, ಜಯಚಂದ್ರ ಇದ್ದ ಕಾರು ಹೊರಗೆ ಬಂದು ಇವನನ್ನು ನೋಡಿ ನಿಂತಿತು.

ಲೀಲಾ ಇಳಿದು ಬಂದಳು.

"ಮಹೇಂದ್ರ, ಇವ್ರು ತುಂಬ ಹೆದರ್ತಾರೆ. ಒಂದ್ಸಲ ಹೋಗಿ ಪರಶುರಾಮ್‌ನ

ನೋಡ್ಬನ್ನೀಂತ ಅಂಕಲ್ ಹೇಳಿದ್ದಾರೆ. ಗಟ್ಸ್ ಇಲ್ಲ ಜಯಚಂದ್ರನಿಗೆ. ದಯವಿಟ್ಟು ನೀನು ಬಾ" ಕೇಳಿಕೊಂಡಳು.

ಕ್ಷಣ ಚಿಂತಿಸಿದವನು ತಲೆದೂಗಿದ.

"ನೀವ್ಹೋಗಿ, ನಾನು ಇನ್ನೊಂದ್ಗಂಟೆ ಬಿಟ್ಟರ್ತೀನಿ. ಹೇಗೂ ಈಗ ರೋಹಿಣಿ ಮನೆಯಲ್ಲಿ ಇಲ್ಲ. ಎಷ್ಟೇ ಚೇತರ್ರಿಸಿಕೊಂಡಿದ್ರೂ ಪರಶುರಾಮ್ ಪೂರ್ತಿ ಗುಣ ಹೊಂದಿರೋಲ್ಲ. ಯಾಕೆ ಹೆದರಿಕೆ? ಇನ್ನೆಷ್ಟು ದಿನ ಆ ಮುದ್ಕ ಬದ್ಕು ತಾನೆ ಅನ್ನೋ ಅಂದಾಜು ಮಾಡೋಕೆ ತಾನೇ ಹೋಗ್ತಾ ಇರೋದು. ಅದ್ರಲ್ಲಿ ನಂಗಿಂತ ನೀನು ಬುದ್ಧಿವಂತೆ" ಅವನ ಕಾರು ಗೇಟಿನೊಳಕ್ಕೆ ಹೋಯಿತು.

ಸ್ಟೀರಿಂಗ್ ವ್ಹೀಲ್ ಮುಂದೆ ಲೀಲಾ ಕೂತಳು. "ಸುಮ್ನೇ ತೆಪ್ಪಗೆ ನನ್ಜೊತೆ ಬನ್ನಿ. ನಾನ್ಮಾಡ್ತೀನಿ. ನೀವೇನು ತುಟಿ ಬಿಚ್ಚೋದ್ಬೇಡ"

ಕಾರು 'ಧವಳ ನಕ್ಷತ್ರ'ದ ಮುಂದೆ ನಿಂತಾಗ ಎಂದಿನ ನಿಶ್ಯಬ್ದತೆಯೇ. ಕಪ್ಪು ಅಮೃತ ಶಿಲೆಯ ಮೇಲೆ ಕೆತ್ತಿಸಿದ ಅಕ್ಷರಗಳು ಮಂಕುಹಿಡಿದಿದ್ದವು. ಅದರತ್ತ ಯಾರ ಗಮನವು ಇಲ್ಲ. ಮರೆತುಹೋದ ಹೆಸರು! ಅದು ಪಾಯ ಸಮೇತ ಉರುಳಿಹೋಗುವ ದಿನಗಳು ಹೆಚ್ಚು ದೂರವಿರಲಿಲ್ಲ. ಆ ಹಂಬಲಿಕೆ ಅಲ್ಲಿ ಹುಟ್ಟಿ ಬೆಳೆದ ಜಯಚಂದ್ರನದು ಕೂಡ.

ಮೆಟ್ಟಿಲು ಹತ್ತಿ ಬಾಲ್ಕನಿ ತಲುಪಿದ ಜಯಚಂದ್ರ ಸುತ್ತಲೂ ಕಣ್ಣು ಆಡಿಸಿದ. ಹಚ್ಚ ಹಸುರಿನ ಸಂಭ್ರಮ, ಶ್ರೀಮಂತಿಕೆ ಒನಪು ವೈಯಾರಗಳನ್ನು ಕಳೆದುಕೊಂಡಿದ್ದರೂ ಅದರ ಪಳಯುಳಿಕೆಗಳನ್ನು ರಕ್ಷಿಸಲು ರೋಹಿಣಿ ಹೋರಾಟವನ್ನೇ ನಡೆಸಿದ್ದಳು.

ಕಾಲಿಂಗ್ ಬೆಲ್ ಮೇಲೆ ಕೈಯಿಟ್ಟ. ಅದರಿಂದ ಸದ್ದೇ ಇಲ್ಲ. ಮುಚ್ಚಿದ್ದ ಬಾಗಿಲನ್ನು ತಳ್ಳಿಕೊಂಡು ಒಳಗೆ ನಡೆದರು.

"ಈ ಮನೆಗೆ ಬಳಸಿರೋ ಮರದ ಸಾಮಾನುಗಳೇ ಈಗ ಲಕ್ಷಗಳು ಆಗುತ್ತಂತೆ. ಅದಕ್ಕೆ ಈ ಮನೇನ ಕೊಂಡುಕೊಳ್ಳೋಕೆ ತೀವ್ರ ಪೈಪೋಟಿ" ಎಂದಳು ಲೀಲಾ.

ಜಯಚಂದ್ರ ಮಾತಾಡಲಿಲ್ಲ. ಅವನು ಅಯೋಮಯ ಸ್ಥಿತಿಯಲ್ಲಿ ಇದ್ದ.

ಅನ್ನಪೂರ್ಣಮ್ಮ ಬಂದು ಎದುರುಗೊಂಡರು.

"ಅದೇನು ಟ್ಯಾಕ್ಸಿಯಿಂದ ಅಣನನ್ನು ಇಳಿಸಿದೋನು ಹಾಗೇ ಹೋಗಿ ಬಿಟ್ಟಿದ್ದೀಯ!" ಎಂದಾಗ ಅವನ ಬಾಯಿಂದ ಮಾತುಗಳು ಹೊರಡಲಿಲ್ಲ.

"ಅವರು ತುಂಬ ಬಿಜಿಯಲ್ಲಿದ್ರು" ಲೀಲಾ ಗಂಡನನ್ನು ಸಮರ್ಥಿಸಿಕೊಂಡಳು. ಏಟಿಗೆ ಪ್ರತಿ ಏಟು ಹಾಕಲು ಸಿದ್ಧವಾಗಿದ್ದಳು. "ಈಗ ಹೇಗಿದ್ದಾರೆ?" ಸುತ್ತಲೂ ನೋಟ ಹರಿಸಿದಳು.

"ಅರರೇ, ಪಾಪುನ ಯಾಕೆ ಕರೆದುಕೊಂಡು ಬರಲಿಲ್ಲ" ಹಿಂದಿನಿಂದ ಬಂದ ರೋಹಿಣಿ ಲೀಲಾ ಪಕ್ಕ ನಿಂತಾಗ ಜಯಚಂದ್ರನ ಮುಖದಲ್ಲಿ ಬೆವರೊಡೆಯಿತು. ಅದನ್ನು ಗಮನಿಸಿದರೂ ಗಮನಿಸದಂತೆ ಕೈ ಹಿಡಿದು ಛೇರಿನ ಮೇಲೆ ಕೂಡಿಸಿ, "ಈಗ ಬಂದೆ!" ತನ್ನ ಕೋಣೆಗೆ ಹೋದಳು.

ಲೀಲಾ ಗಂಡನ ಕಡೆ ನೋಡಿದಳು. "ಇವಳು ಹೊರಟಿದ್ದು ತಿಳಿದೂ ತಾನೇ ನಾವು ಹೊರಟಿದ್ದು. ಮಹೇಂದ್ರ ಕೂಡ ರೋಹಿಣಿ ಮನೆಯಲ್ಲಿ ಇರೋಲ್ಲಾಂದ. ಎಲ್ಲಿಂದ ಬಂದ್ಲು?" ತೀರಾ ಬೇಸರಗೊಂಡಳು.

ಜಯಚಂದ್ರ ಗೊತ್ತಿಲ್ಲವೆಂದು ಕೈಯಾಡಿಸಿದ. ಅವನಿಗೆ ತಲೆ ಕೆಟ್ಟಂತಾಗಿತ್ತು.

"ನಂಗೊಂದೂ ಅರ್ಥವಾಗೋಲ್ಲ. ಅಪ್ಪನನ್ನು ಕಾರಿಗೆ ಸಾಗಿಸಿದ್ದು ಗೊತ್ತ. ಆಮೇಲೆ ಅವ್ರನ್ನು ನೋಡೇ ಇಲ್ಲ. ಈಗ ಎಲ್ಲಿಂದ ಬಂದ್ರು? ಟ್ಯಾಕ್ಸಿ ಡ್ರೈವರ್, ಬಿಲ್ಲಿನ ಹಣದ ಚೆಕ್......ನಂಗ್ಯಾಕೋ ಹುಚ್ಚು ಹಿಡಿದಿದೆ ಅನ್ನೋ ಅನುಮಾನ" ಕೂದಲಲ್ಲಿ ಕೈ ಹಾಕಿ ಕಿತ್ತ.

ಪಕ್ಕಕ್ಕೆ ಜರುಗಿದ ಲೀಲಾ ಗಂಡನನ್ನು ಗದರಿ ಸುಮ್ಮನಾಗಿಸಿದಳು.

"ಕೂತ್ಕೊಳ್ಳಿ..ಅತ್ಗೇ" ಮತ್ತೆ ಬಂದವಳು ಅವರ ಎದುರಿನಲ್ಲೇ ಕೂತಳು. "ಈಗ ಅಪ್ಪ ಪೂರ್ತಿ ಚೇತರಿಸಿಕೊಂಡಿದ್ದಾರೆ. ಮಗನಾಗಿ ನಿನ್ನ ಕರ್ತವ್ಯ ಮಾಡ್ದೇ. ಹೋಗಿ ನೋಡಿ" ಹೇಳಿದಳು.

ಜಯಚಂದ್ರನಿಗೆ ಧೈರ್ಯವಿಲ್ಲ ಮಾತ್ರವಲ್ಲ ಅವನ ಕೆಟ್ಟ ಮನೋಬಲ ಕುಸಿದಿತ್ತು. ಹೇಗೆ ಒಪ್ಪಿಕೊಳ್ಳುವುದು? ಹೇಗೆ ಸಮರ್ಥಿಸಿಕೊಳ್ಳುವುದು?

ಆಮೇಲಿನ ಮಾತುಗಳೆಲ್ಲ ಲೀಲಾ, ರೋಹಿಣಿಯಾಡಿದರು. ಜಯ ಚಂದ್ರ ಸುಮ್ಮನೆ ಕೂತಿದ್ದ.

"ಎಲ್ಲಾ ಜೊತೆಯಲ್ಲೇ ಊಟ ಮಾಡೋಣ. ಏನಾದ್ರೂ ಸಿಹಿ ಮಾಡೋಕೆ ಅತ್ತೆಗೆ ಹೇಳ್ತೀನಿ" ಜಿಂಕೆಯಂತೆ ಒಳಗೆ ಓಡಿದಳು.

ಅವಳ ಗೆಲುವಿಗೆ ಗಂಡ, ಹೆಂಡತಿ ದಂಗಾದರು.

ಅಷ್ಟರಲ್ಲಿ ಮಹೇಂದ್ರ ಕೂಡ ಬಂದ.

"ರೋಹಿಣಿ ಬಂದಿದ್ದಾಳೆ. ನಾವು ಬರೋ ಇನ್‌ಫರ್ಮೇಷನ್ ಯಾರೋ ಕೊಟ್ಟಿದ್ದಾರೆ. ಇದೆಲ್ಲದರ ಹಿಂದೆ ಯಾರೋ ಇದ್ದಾರೆ" ಲೀಲಾ ಪಿಸುದನಿಯಲ್ಲಿ ಹೇಳಿದಳು.

ಆ ರೂಪು ಸ್ಪಷ್ಟವಾಗತೊಡಗಿತು ಮಹೇಂದ್ರನ ಮನದಲ್ಲಿ. ಹಲ್ಲುಗಳನ್ನು ಕೋಪ ದಿಂದ ಕಚ್ಚಿಡಿದ.

"ಹೌದು, ಇನ್ನು ಸುಮ್ನೇ ಇರೋಲ್ಲ!" ಅವನ ಕಣ್ಣುಗಳಲ್ಲಿ ಕ್ರೋಧದ ಜ್ವಾಲೆ ಇಣುಕಿತು.

ಹೊರಗೆ ಬಂದ ರೋಹಿಣಿ ಮಹೇಂದ್ರನೊಂದಿಗೂ ನಗುನಗುತ್ತಾ ಮಾತಾಡಿದಳು. ಉತ್ಸಾಹದ ಚಿಲುಮೆಯಂತೆ ಕಂಡಳು. ಎರಡು ಸಲ ತಂದೆಯ ಕೋಣೆಗೆ ಹೋಗಿ ಬಂದಳು.

"ಊಟ ಆದ್ಮೇಲೆ ಅಪ್ಪನನ್ನು ನೋಡುವಂತೆ" ತಾನೇ ತೀರ್ಮಾನ ತಗೊಂಡಳು. ಆದರೆ ಮಹೇಂದ್ರ ಯೋಚಿಸುತ್ತಿದ್ದುದೇ ಬೇರೆ "ಎಲ್ಲಿ ನಿನ್ನ ಟೆನೆಂಟ್?" ಕೇಳಿದ.

"ಈಗೆಲ್ಲಿ ಇರ್ತಾನೆ, ಮನೆಯಲ್ಲಿ, ಪ್ರೆಸ್‌ನಲ್ಲಿ ಇರ್ತಾನೆ. ಜಾಸ್ತಿ ಕೆಲ್ಸವಿದ್ದ ದಿನ ಮನೆಗೆ ಬರೋಲ್ಲ. ಮಾತಾಡಿಸಿದರೇ ಮಾತು ಇಲ್ಲದಿದ್ರೆ ತನ್ನ ಪಾಡಿಗೆ ತಾನು ಇರ್ತಾನೆ. ಆದ್ರೆ ನಿಂಗ್ಯಾಕೆ ಅವ್ನ ಬಗ್ಗೆ ಇಂಟರೆಸ್ಟ್?" ಒಂದೇ ದಿನದಲ್ಲಿ ಎರಡು ಸಲ ನಿಶಾಂತ್‌ನ ಬಗೆಗೆ ಪ್ರಸ್ತಾಪಿಸಿದ್ದು ಅವಳಿಗೆ ಆಶ್ಚರ್ಯವನ್ನುಂಟು ಮಾಡಿತು.

"ನಿಂಗೆ....ಗೊತ್ತಿಲ್ವಾ? ತುಂಬ ಜನ ಹುಡ್ಗಿಯರು ಅವ್ನ ಹಿಂದೆ ಬೀಳ್ತಾರಂತೆ. ಅಂಥ ಆಕರ್ಷಣೆ ಅವನಲ್ಲಿ ಏನಿದೇಂತ ತಿಳಿಯೋ ಕುತೂಹಲ" ಎಂದ. ರೋಹಿಣಿ ನಕ್ಕುಬಿಟ್ಟಳು.

"ಏನಿದೆ ಅಂಥ ಆಕರ್ಷಣೆ" ಅವಳನ್ನೇ ಪ್ರಶ್ನಿಸಿದ.

ಕ್ಷಣ ಸುಮ್ಮನಿದ್ದ ರೋಹಿಣಿ "ಅವ್ನಿಗೆ ಬೋಲ್ಡ್ ಆದ ಹುಡ್ಗಿಯರು ಹೇಳ್ಬೇಕು. ನೋಡೋಕೆ ಹ್ಯಾಂಡ್‌ಸಮ್, ಕಣ್ಣುಗಳಲ್ಲಿ ಚುರುಕುತನ, ಮುಖದಲ್ಲಿ ಸ್ವಾಭಿಮಾನ, ನಯವಾದ ಮಾತುಗಾರಿಕೆ... ತುಂಬ ಇಂಟಲಿಜೆಂಟ್" ಕಡೆಯ ಮಾತು ಅವಳ ಅರಿವಿಗೆ ಬಾರದಂತೆ ಹೊರಬಂತು.

ತನ್ನ ತಪ್ಪು ತಿದ್ದಿಕೊಳ್ಳುವುದು ಸಾಧ್ಯವಿರಲಿಲ್ಲ. ಅದನ್ನು ಸಮರ್ಥಿಸಿಕೊಳ್ಳಬೇಕಷ್ಟೆ

"ನೀನೇ ಬೋಲ್ಡ್ ಆದ ಹಾಗಿದೆ" ಅಸೂಯೆ ಇಣುಕಿತು ಅವನ ಸ್ವರದಲ್ಲಿ, "ನೋ........ನೋ............ನನಗೆ ಅದಕ್ಕೆಲ್ಲಿ ಪುರಸತ್ತು ಇದೆ? ನಿಶಾಂತ್‌ಗೂ ಅಂಥ ವಿಷ್ಯಗಳಲ್ಲಿ ಇಂಟರೆಸ್ಟ್ ಇಲ್ಲ" ಎಂದಳು.

ಅನ್ನಪೂರ್ಣಮ್ಮ ಬಡಿಸಿದ್ದನ್ನು ಊಟ ಮಾಡಿದರು. ಹರಟುತ್ತ ಹೊಟ್ಟೆ ತುಂಬ ಊಟ ಮಾಡಿದವಳು ರೋಹಿಣಿ ಮಾತ್ರ. ಮಿಕ್ಕವರು ನೀರಿನ ಜೊತೆ ಒಳಗೆ ತಳ್ಳಿದರು.

"ಬನ್ನಿ......ಅಪ್ಪನ ಕೋಣೆಗೆ ಹೋಗೋಣ" ತಾನೇ ಮುಂದೆ ಹೊರಟವಳು, ಕೋಣೆಯ ಬಾಗಿಲ ಬಳಿ ನಿಂತು ಹಿಂದಿರುಗಿದಳು. "ಬನ್ನಿ.......ಅತ್ಗೇ.....ಒಬ್ಬರು ಒಂದಿಂಚು ಕೂಡ ಕದಲಿಲ್ಲ.

"ಸುಮ್ನೆ ಅವ್ರನ್ನ ಯಾಕೆ ಡಿಸ್ಟರ್ಬ್ ಮಾಡ್ತೀಯಾ ಬಿಡು ರೋಹೀ..." ಮಹೇಂದ್ರನೇ ಆ ಪ್ರಸಕ್ತಿಯನ್ನು ತಳ್ಳಿಹಾಕಲು ನೋಡಿದ.

ರೋಹಿಣಿ ಕೋಣೆಯೊಳಗೆ ಹೋದಳು. ಸೂರನ್ನು ನೋಡುತ್ತ ಮಲಗಿದ್ದ ಪರಶುರಾಮ್ ಮಗಳ ಕಡೆಗೆ ತಿರುಗಿದರು.

"ಜಯಚಂದ್ರ, ಲೀಲಾ.....ಬಂದಿದ್ದಾರ?"

ಹೌದೆಂದು ತಲೆಯಾಡಿಸಿದಳು. ವಿಷಾದದ ನಗೆ ಅವರ ತುಟಿಯಂಚಿನಲ್ಲಿ ಮಿನುಗಿತು. ಈಚಿನ ದಿನಗಳಲ್ಲಿ ಮಗನ ಸ್ವರ ಆಗಾಗ ಕೇಳುತ್ತಿದ್ದರು. ಆದರೆ ಅವರು ನೋಡಲು ಇಚ್ಛಿಸಿರಲಿಲ್ಲ. ಅವನು ತಂದೆಯ ಎದುರು ಬರುವ ಸಾಹಸ ಮಾಡಿರಲಿಲ್ಲ.

ಆಸರೆ ಕೊಟ್ಟು ವ್ಹೀಲ್ ಛೇರ್ ಮೇಲೆ ಕೂಡಿಸಿದಳು. ತಾನೇ ತಳ್ಳಿಕೊಂಡು ಹೊರಗೆ ಬಂದಳು. ಇದನ್ನು ಮೂವರು ನಿರೀಕ್ಷಿಸಿರಲಿಲ್ಲ.

ಪರಶುರಾಮ್ ದೈಹಿಕವಾಗಿ ಬಡವಾಗಿದ್ದರೂ ಪೂರ್ತಿ ನಿಸ್ತೇಜರಾಗಿರಲಿಲ್ಲ. ಹಿಂದಿನ ಗಾಂಭೀರ್ಯ, ಹಸನ್ಮುಖತೆಯ ಛಾಯೆ ಅವರನ್ನು ಬಿಟ್ಟು ಹೋಗಿರಲಿಲ್ಲ.

"ಹೇಗಿದ್ದೀರಾ...?" ಮೂವರನ್ನು ಉದ್ದೇಶಿಸಿ ಕೇಳಿದ್ದು. ಲೀಲಾನೇ ಉತ್ತರಿಸಿದಳು. "ಚೆನ್ನಾಗಿದ್ದೀವಿ."

ಪರಶುರಾಮ್ ಒಂದೇ ಸಮನೆ ನೋಡಿದವರು ಮಗಳಿಗೆ ಕೋಣೆಗೆ ಕರೆದೊಯ್ಯುವಂತೆ ಸನ್ನೆ ಮಾಡಿದರು.

ರೋಹಿಣಿ ತಾನೇ ಮಲಗಿಸಿ ಅವರಿಗೆ ಹೊದ್ದಿಸಿ ಹೊರಗೆ ಬಂದಳು.

"ಅಂತು ಮುದ್ಕ ಸದ್ಯದಲ್ಲಿ ಸಾಯೋ ಹಾಗೇ ಕಾಣ್ತೋಲ್ಲ. ಮನೆ ಮೇಲೆ ಅಡ್ವಾನ್ಸ್ ತಗೊಂಡಾಗಿದೆ. ಅವ್ರು ಎಷ್ಟು ದಿನ ಕಾಯ್ತಾರೆ? ನಾಳೆನೇ ಸನಿಕೆ, ಗುದ್ದಲಿ ತಂದು ಉರುಳ್ಸೀಂತ ಹೇಳ್ತೀನಿ" ಲೀಲಾ ಪೂರ್ತಿ ತಾಳ್ಮೆಗೆಟ್ಟವಳಂತೆ ಕೂಗಾಡಿ ಬಿಟ್ಟಳು.

ಬಹುಶಃ ಈ ಮಾತುಗಳು ಪರಶುರಾಮ್ ಕಿವಿ ಮುಟ್ಟಿರಬೇಕು! ಆಗ ಅವರು ಯಾವ ಸ್ಥಿತಿಯಲ್ಲಿ ಇದ್ದರೋ!

ರೋಹಿಣಿ ಬಾಗಿಲಿನತ್ತ ಕೈ ತೋರಿಸಿದಳು.

"ಅತ್ಗೇ ನಿಂಗೆ ಹುಚ್ಚು ಅಷ್ಟೆ! ತಾವಿನ್ನು ಹೋಗ್ಬಹುದ್ದು" ಕೋಣೆಗೆ ಹೋಗಿಬಿಟ್ಟಳು

* * *

ಬೆಳಿಗ್ಗೆ ಒಂದು ಮುಖ್ಯವಾದ ಸುದ್ದಿ ನಗರದಲ್ಲಿ ಹರಡಿತು. ಹೃದಯ ಸ್ತಂಭದಿಂದ ಪರಶುರಾಮ್ ಸಾವು. ವಿಷಯ ಹರಡುತ್ತಿದ್ದಂತೆ ಜನ ಬಂದು

ಸೇರತೊಡಗಿತು.

ಅವರ ಬಳಿ ಕೆಲಸ ಮಾಡುತ್ತಿದ್ದವರ ಕುಟುಂಬಗಳು, ಸಹಾಯ, ಸಹಕಾರ ಪಡೆದ ಜನ. ತಮ್ಮ ಶಾಲೆ, ಕಾಲೇಜುಗಳಿಗೆ ನಿವೇಶನ ಪಡೆದ ಸಂಸ್ಥೆಯ ಮುಖ್ಯಸ್ಥರು ಅಂತಿಮ ದರ್ಶನ ಪಡೆದು ನಮನ ಸಲ್ಲಿಸಲು ಬಂದು ಸೇರಿದರು.

ಮಧ್ಯಾಹ್ನದ ವೇಳೆಗೆ ಪ್ರತಿಷ್ಠಿತ ವ್ಯಕ್ತಿಗಳ ಜೊತೆ ಮುಖ್ಯ ಮಂತ್ರಿಯವರು ಬಂದರು ಹೋದರು. ಎಲ್ಲರ ಹೃದಯಗಳು ಪ್ರಾಮಾಣಿಕ ಕಣ್ಣೀರನ್ನು ಮಿಡಿಯುತ್ತಿತ್ತು. ಇವೆಲ್ಲಕ್ಕಿಂತ ಸಾಮಾನ್ಯ ಜನರ ಅಳಲೇ ಜೋರಾಗಿತ್ತು. ಅವರಲ್ಲಿ ಟ್ಯಾಕ್ಸಿ ಡ್ರೈವರ್‌ನಿಂದ ಹಿಡಿದು ಚಪ್ಪಲಿ ಹೊಲಿಯುವವನವರೆಗೂ ಇದ್ದರು. ಜಾತಿ, ಧರ್ಮಗಳು ಅಡ್ಡ ಬಂದಿರಲಿಲ್ಲ. ಎಲ್ಲಾ ಪಂಗಡದವರು ಇದ್ದರು.

ಪರಶುರಾಮ್ ಹೃದಯ ಶ್ರೀಮಂತಿಗೆ ಅಪಾರ ಬೆಲೆ ಸಿಕ್ಕಿತ್ತು.

ಭೀಮರಾವ್ ತನ್ನ ಸಂಗಡಿಗರೊಂದಿಗೆ ಬಂದಾಗ ರೋಹಿಣಿ ವರಾಂಡದಲ್ಲಿಯೇ ಇದ್ದಳು. ಅತ್ತ ಕಣ್ಣೀರಿನ ಪರೆಯಿನ್ನು ಆರಿರಲಿಲ್ಲ. ಅವಳ ಕೆನ್ನೆಗಳ ಮೇಲೆ. ಇನ್ನು ಅಳಬಾರದೆಂಬ ತೀರ್ಮಾನಕ್ಕೆ ಬಂದಿರಬಹುದು. ಕೀರ್ತಿ ಪಕ್ಕದಲ್ಲಿ ನಿಂತು ಬಿಕ್ಕುತ್ತಿದ್ದ.

"ವಾಟ್ ಎ ಟ್ರಾಜಡಿ! ಛೆ....ಛೆ........" ಏನೋ ಹೇಳಲು ಮುಂದಾದ ಭೀಮರಾವ್ ಅವಳ ಕಣ್ನೋಟವನ್ನೆದುರಿಸಲಾರದೆ ಸುಮ್ಮನಾದರು.

ಲೀಲಾ, ಜಯಚಂದ್ರ ಬಂದು ಅವಳ ಪಕ್ಕದಲ್ಲಿ ನಿಂತಳು. ರೋಹಿಣಿಯೇನು ಮಾತಾಡಿಸಲಿಲ್ಲ. ಅವಳಿಗೆ ಅಗತ್ಯ ಕಾಣಲಿಲ್ಲ.

"ಹೇಗಾಯ್ತು..........?" ಲೀಲಾ ಕೇಳಿದಳು.

ಅಲ್ಲೇ ನಿಂತ ಫ್ಯಾಮಿಲಿ ಡಾಕ್ಟರ್ ಅತ್ತ ಕೈ ತೋರಿಸಿದಳು. ಅವರು ವಿಷಯ ವಿವರಿಸಿದರು ಜಯಚಂದ್ರ ಈಗಲೂ ಸತ್ತು ಮಲಗಿದ ತಂದೆಯ ಮುಖವನ್ನು ನೋಡಲು ಹಿಂಜರಿಯುತ್ತಿದ್ದ.

ಬಂದ ಜನರು ನೋಡುವ ಸಲುವಾಗಿ ಹೊರಗಿನ ಬಾಲ್ಕನಿಗೆ ಶವ ಸಾಗಿಸಿದರು. ಅನ್ನಪೂರ್ಣಮ್ಮ ಎದೆಯೊಡೆದು ಅತ್ತರು.

"ರಾತ್ರಿ ರೋಹಿಣಿನೇ ಹಾಲು ತಗೊಂಡ್ಹೋಗಿ ಕುಡಿಸಿದ್ಲು. ಹೆಚ್ಚು ಮಾತಾಡಿದ್ರೂಂತ ಕಾಣಿಸುತ್ತೆ. ಬೆಳಿಗ್ಗೆ ಅವಳೇ ಹೋಗಿ ನೋಡಿದಾಗ ಯಾವಾಗ ಪ್ರಾಣ ಹೋಗಿತ್ತೋ" ಕೇಳಿದವರಿಗೆ ಅಷ್ಟಿಷ್ಟು ಹೇಳುತ್ತಿದ್ದರು.

ಜನ ಬರುತ್ತಲೇ ಇದ್ದರು. ಮತ್ತೊಮ್ಮೆ ಬಂದ ಭೀಮರಾವ್ ಜಯ ಚಂದ್ರನಿಗೆ ಏನೋ ಹೇಳಲು ಮುಂದಾದಾಗ ಲಾಯರ್ ಶ್ರೀನಿವಾಸನ್ ಒಂದು ಪತ್ರವನ್ನು

ಅವರಿಗೆ ಕೊಟ್ಟರು. ತಮ್ಮ ಮಗ ಜಯಚಂದ್ರ ತಮಗೆ ಯಾವುದೇ ಕ್ರಮಗಳನ್ನು ಮಾಡಬಾರದೆಂದು ಪರಶುರಾಮ್ ಸ್ವತಃ ತಾವೇ ಬರೆದು ಸಹಿ ಹಾಕಿದ್ದರು.

"ಇದು ಹೇಗೆ ಸಾಧ್ಯವಾಗುತ್ತೆ?" ಭೀಮರಾವ್ ಒಂದು ತರಹ ಮುಖ ಮಾಡಿದರು. "ಆಗುತ್ತೆ, ಮಗಳು ಇದ್ದಳಲ್ಲ, ಇಷ್ಟು ದಿನ ನೋಡಿಕೊಂಡವಳು ಅವಳೇ ತಾನೇ!"

ಸಂಜೆ ಆರರ ವೇಳೆಗೆ ನಗರದ ವಿದ್ಯುತ್ ಚಿತಾಗಾರದಲ್ಲಿ ಅವರ ಅಂತ್ಯ ಸಂಸ್ಕಾರವಾಯಿತು. ತಡೆದಿಟ್ಟ ಕಂಬನಿಯ ತೊಟ್ಟುಗಳು ರೋಹಿಣಿಯ ಕಣ್ಣುಗಳಿಂದ ಉರುಳಿ ಅಂತಿಮ ನಮನ ಸಲ್ಲಿಸಿತು.

ಮರು ದಿನ ಎಲ್ಲಾ ಪತ್ರಿಕೆಗಳು ಪರಶುರಾಮ್‌ನ ಭಾವಚಿತ್ರದೊಂದಿಗೆ ಅವರಿಗಿದ್ದ ಮಾನವೀಯ ಮೌಲ್ಯಗಳ ಪ್ರಜ್ಞೆ, ಅವರ ಉದಾರ ಸಹಾಯ, ಸಹಕಾರ ಪಡೆದ ಸಾರ್ವಜನಿಕ ಸಂಸ್ಥೆಗಳು, ಅವರ ನೆರವಿನಿಂದ ಮೇಲಕ್ಕೆ ಬಂದ ಪ್ರತಿಷ್ಠಿತ ವ್ಯಕ್ತಿಗಳ ಪಟ್ಟಿ, ಎಲ್ಲಕ್ಕಿಂತ ಮುಂಬೈನ ಪ್ರಸಿದ್ಧ ವಾರಪತ್ರಿಕೆ ಪರಶುರಾಮ್ ಕುಟುಂಬದ ವಿವರ ಫೋಟೋಗಳೊಂದಿಗೆ ಅವರ ಬದುಕಿನ ಪೂರ್ಣ ವಿವರಣೆಯೊಂದಿಗೆ ವಿಶೇಷ ಲೇಖನ ಪ್ರಕಟಿಸಿತ್ತು. ಇದೊಂದು ರೀತಿಯ ಶ್ರದ್ಧಾಂಜಲಿ.

ಮಹೇಂದ್ರ ಬಂದಾಗ ರೋಹಿಣಿ ಹೊರಗಡೆಯೇ ನಿಂತಿದ್ದಳು. ಇಡೀ ಕಾಂಪೌಂಡ್‌ನ ಆಳುಗಳು ಚೊಕ್ಕಟ ಮಾಡುತ್ತಿದ್ದರು."

"ಅಂತು ಒಂದು ಅಧ್ಯಾಯ ಮುಗಿದುಹೋಯ್ತು" ಭಾರವಾದ ಉಸಿರು ದಬ್ಬಿದ ನಂತರ ಹೇಳಿದ, "ನಾನೊಂದು ನಿರ್ಧಾರಕ್ಕೆ ಬಂದಿದ್ದೀನಿ, ರೋಹೀ. ನನ್ನಿಂದ ತಪ್ಪು ಆಗಿದೆ. ಒಂದು ಅವಕಾಶ ಕೊಡು."

ರೋಹಿಣಿ ಅರ್ಥವಾಗದವಳಂತೆ ಅವನ ಮುಖ ನೋಡಿದಳು. "ಮಿಸ್ಟರ್ ಮಹೇಂದ್ರ......... ನಿಮ್ಮ ಪ್ರಕಾರ ಒಂದು ಅಧ್ಯಾಯ ಮುಗಿದು ಹೋಗಿದೆ! ಆ ಚೌಕಟ್ಟಿನಲ್ಲಿ ಬಂದ ಎಲ್ಲರನ್ನು ಮರುತುಬಿಡೋ ತೀರ್ಮಾನ ಮಾಡಿದ್ದೀನಿ. ನೀವು ಹೇಳಿದ ಯಾವ ಮಾತುಗಳ ಅರ್ಥವೂ ನನಗಾಗಲಿಲ್ಲ. ಬಹುಶಃ ಇಷ್ಟವು ಇಲ್ಲ" ನಿರಾಸಕ್ತಿ ವ್ಯಕ್ತಪಡಿಸಿದಳು.

ಅಷ್ಟರಲ್ಲಿ ಬಂದು ನಿಂತ ಕಾರಿನಿಂದ ಕೆಲವು ಜನ ಇಳಿದು ಬಂದರು. ಆ ಜನ ಮಹೇಂದ್ರನಿಗೂ ಗೊತ್ತಿರಬಹುದು. ಅವಳಂತು ಮಾತಾಡಲಿಲ್ಲ.

ಎಸ್ಟಿಮೇಟಿನ ದೊಡ್ಡ ಸುರುಳಿಯನ್ನಿಡಿದು ಅಂದಾಜು ಮಾಡುತ್ತಿದ್ದರು. ಅಷ್ಟರಲ್ಲಿ ಪೊಲೀಸ್ ಜೀಪು ಬಂದು ನಿಂತಿತು. ಅದರಿಂದ ಇಳಿದ ಎಸ್.ಐ. ಎಲ್ಲರನ್ನು ಹೊರಗೆ ಕಳಿಸಿದ.

"ನಾವು ಬಿಗಿ ಬಂದೋಬಸ್ತು ಮಾಡ್ತೀವಿ ಮೇಡಮ್" ಒಬ್ಬ ಪೋಲೀಸ್ ನವನನ್ನು ಅಲ್ಲಿಯೇ ಕಾವಲಿಗೆ ನಿಲ್ಲಿಸಿ ಮಹೇಂದ್ರನ ಪರಿಚಯವಿಲ್ಲದಂತೆ ಹೋಗಿ ಬಿಟ್ಟ.

"ಏನಿದೆಲ್ಲ!" ಮಹೇಂದ್ರ ಹುಬ್ಬು ಗಂಟಿಕ್ಕಿದ.

"ಗೊತ್ತಿಲ್ಲ! ನಾನು ಮನೆಯಿಂದ ಹೊರ್ಗೆ ಹೋಗೇ ಇಲ್ಲ. ಯಾರ ಯಾರ ಪಾತ್ರ ಎಷ್ಟೆಷ್ಟು ಇದೆಯೋ ನಂಗೇನು ಗೊತ್ತು!" ಒಳಗೆ ಹೋಗಿ ಬಿಟ್ಟಳು.

ಜಯಚಂದ್ರ, ಲೀಲಾ ಜೊತೆ ಒಂದಿಷ್ಟು ಬಂಧು ಬಳಗದವರು ಮನೆಯಲ್ಲಿಯೇ ಉಳಿದುಕೊಂಡಿದ್ದರು. ಬಾಯಿಗೆ ಬಂದ ಮಾತುಗಳು. ತಮ್ಮ ಬಂಧುತ್ವದ ಪ್ರವರ ಹಚ್ಚಿದರು. ತಮ್ಮ ತಮ್ಮ ಪಾಲಿಗೆ ಏನಾದರೂ ಬಂದಿತ್ತೇನೋ, ಎನ್ನುವ ದುರಾಸೆ.

"ಧವಳ ನಕ್ಷತ್ರದ ನೆನಪಿಗಾಗಿ ದೇವರ ಮನೆಯಲ್ಲಿನ ಮಂದಾಸನ ಕೊಟ್ಟರೆ ಸಾಕು. ಈ ಮನೆಗೆ ಹೆಣ್ಣು ಕೊಟ್ಟವರ ಪೈಕಿ ನಾವು" ರೋಹಿಣಿಯ ತಾಯಿ ಮನೆಯ ಕಡೆಯವರ ಒಬ್ಬರ ಪುಟ್ಟ ಆಸೆ.

ಮತ್ತೊಬ್ಬರು ಫಳ ಫಳ ಹೊಳೆಯುವ ಕರಿಮರದ ಡೈನಿಂಗ್ ಸೆಟ್‌ನ ಬಗೆಗೆ ಪ್ರಸ್ತಾಪ. "ಇಷ್ಟು ದೊಡ್ಡ ಟೇಬಲ್ಲು, ಕುರ್ಚಿಗಳನ್ನು ಹಾಕಿಕೊಳ್ಳಲು ಸಿಟಿಗಳಲ್ಲಿ ಎಲ್ಲಿ ಜಾಗ ಇರುತ್ತೆ? ಪರಶುರಾಮ್ ನೆನಪಿಗಾಗಿ ನಾನು ಕಾದಿಡುತ್ತೇನೆ."

ಅಂತು ಪ್ರತಿಯೊಬ್ಬರು ಪರಶುರಾಮ್‌ನ ವೈಕುಂಠ ಸಮಾರಾಧನೆಗಾಗಿ ಕಾದರು. ಬಹುಶಃ ಅವರಷ್ಟೆ ಧಾರಾಳಿ ಅವರ ಮಗ, ಸೊಸೆಯೆಂದು ತಿಳಿದರೇನೋ ದುರಾಸೆಯ ಜನ.

ರೋಹಿಣಿ ಇದು ಯಾವುದು ತನ್ನ ಕಿವಿಗೆ ಬಿದ್ದರೂ ಬೀಳದಂತೆ ಓಡಾಡಿ ಕೊಂಡಿದ್ದಳು. ಮಾತು ಪೂರ್ತಿ ಕಮ್ಮಿ. ಎಷ್ಟು ಬೇಕೋ........ ಅಷ್ಟೇ.

"ನೋಡಿದ್ಯಾ, ಎಂಥ ಕೆಟ್ಟ ಜನ. ಒಬ್ಬೊಬ್ಬರಿಗೆ ಒಂದೊಂದು ಸಾಮಾನಿನ ಮೇಲೆ ಕಣ್ಣು. ಪಪ್ಪ, ವೈಕುಂಠ ಸಮಾರಾಧನೆಯ ಸಂಜೆಯೇ ಇಡೀ ಮನೆಯ ಸಾಮಾನುಗಳನ್ನು ಯಾವುದಾದ್ರೂ ಗೋಡನ್‌ಗೆ ಸಾಗಿಸಿಬಿಡಬೇಕು. ಏನು ಬೇಕೋ ಅದ್ನ ಇಟ್ಕೊಂಡ್......ಮಿಕ್ಕಿದ್ದು ಮಾರಿಬಿಡೋಣ" ತಂದೆಯೊಂದಿಗೆ ಲೀಲಾ ಹೇಳುತ್ತಿದ್ದುದು ರೋಹಿಣಿಯ ಕಿವಿಗೆ ಬಿತ್ತು. ತಟಸ್ಥಳಾಗಿಯೇ ಇದ್ದಳು.

ಹೊರಗೆ ಹೋಗಿದ್ದ ಜಯಚಂದ್ರ, ಮಹೇಂದ್ರನೊಂದಿಗೆ ಬಂದ. ಸಂತೋಷದಲ್ಲಿ ತೇಲಾಡುವ ಹಕ್ಕಿಗಳಂತೆ ಕಂಡರು.

"ರೋಹೀ, ಒಂದು ಗುಡ್ ನ್ಯೂಸ್. ನಾನು ಹೇಳೋದ್ಬೇಡ, ಮಹೇಂದ್ರ.... ಹೇಳ್ತಾನೆ" ಎಂದ ಜಯಚಂದ್ರ. ಕಿರುನಗೆ ಬೀರಿದಳು.

"ಅಂತು ಭೀಮರಾವ್ ನಿಂಗೆ ಪಾರ್ಟಿ ಸೀಟು ಕೊಡಿಸಿರಬೇಕು. ಅದೇನು ನಂಗೆ ಸಂತೋಷದ ವಿಷ್ಯನು ಅಲ್ಲ, ಗುಡ್ ನ್ಯೂಸ್ ಅಲ್ಲ, ಮತ್ತೇನಿದೇ?" ಅವಳ ಸ್ವರದಲ್ಲಿ ಉದಾಸೀನ ಇಣುಕಿತು.

ಜಯಚಂದ್ರ, ಮಹೇಂದ್ರನತ್ತ ನೋಡಿ ಒಂದು ತರಹ ನಕ್ಕ. "ನಿನ್ನ ಮಹೇಂದ್ರ ...." ಏನೋ ಹೇಳಲು ಮುಂದಾದಾಗ ತಡೆದ. "ನಿಂಗೆ ಬೇಡ, ಆ ವಿಷ್ಯ. ಮುಂದಿನ ಕೆಲ್ಸ ನೋಡು" ಭುಜ ತಟ್ಟಿದ.

"ನಾನೆಲ್ಲಿ ಅರೇಂಜ್ ಮಾಡಿದ್ದೀನಿ, ಒಂದ್ನಿಮ್ಷ" ತನ್ನ ಕೋಣೆಗೆ ಹೋದವಳು ಒಂದು ಚೆಕ್ ತಂದು ಜಯಚಂದ್ರನಿಗೆ ಕೊಟ್ಟಳು. "ನರ್ಸಿಂಗ್ ಹೋಂಗೆ ಕೊಟ್ಟ ಚೆಕ್ ಆದರೆ ನೀನು ಸ್ವತಃ ಕೊಟ್ಟಿದ್ದಲ್ಲ. ವಾಪಸ್ಸು ತಗೋ...." ಅವನ ಕೈ ತೆರೆದು ಅದರಲ್ಲಿಟ್ಟಳು.

ಅವನಿಗೆ ಗಲಿಬಿಲಿ. ಇವನು ಸಹಿ ಹಾಕಿ ಕೊಟ್ಟ ಚೆಕ್ಕನ್ನ ಕಳೆದು ಕೊಂಡಿದ್ದೇನೆಂದು ಹಾರಾಡಿದ್ದಳು ಲೀಲಾ. ಆ ಚೆಕ್.........ಇಲ್ಲಿ........ ಮತ್ತೆ ಮತ್ತೆ ನೋಡಿ ಮನದಟ್ಟು ಮಾಡಿಕೊಂಡ.

ಸರಸರನೆ ಅವನ ಮುಂದಿನಿಂದ ನಡೆದುಬಿಟ್ಟಳು. ಮಹೇಂದ್ರನಿಗೆ ಇದ್ದ ಅಲ್ಪ ಸ್ವಲ್ಪ ಅನುಮಾನ ಕರಗಿಹೋಯಿತು. ಬುದ್ಧಿ ಕೆಟ್ಟು ಕೂಡ ತಂದೆಗೆ ಟ್ರೀಟ್‌ಮೆಂಟ್ ಕೊಡಿಸುವಂಥ ಉತ್ತಮ ಕೆಲಸ ಮಾಡಿರಲಾರನೆಂದುಕೊಂಡ.

"ಎಲ್ಲಾ ಪ್ರೀಪ್ಲಾನ್ಡ್ ಅನ್ನಿಸುತ್ತೆ. ಇದ್ರ ಹಿಂದೆ ಯಾರೋ ಇದ್ದಾರೆ" ಮಹೇಂದ್ರ ನೆನಪಿಸಿಕೊಂಡಿದ್ದು ರೋಹಿಣಿಯ ಟೆನೆಂಟ್‌ನ. "ನನ್ನ ಅನುಮಾನ ಪೂರ್ತಿ ನಿಜ......." ಯೋಚನೆಗೆ ಒಳಗಾದ.

ಜಯಚಂದ್ರನಿಗೆ ಒಂದಿಷ್ಟು ವಿಷಯ ವಿವರಿಸಿ "ಆ ನಿಶಾಂತ್‌ನ ಎಲ್ಲೋ ನೋಡಿದ್ದೀನಿ. ತುಂಬ ಚಾಲೂಕಿ ಅಂತ ಕಾಣಿಸ್ತಾನೆ. ಮುಖತಃ ಅವನತ್ರ ಮಾತಾಡ್ಬೇಕೂಂತ ಎಷ್ಟೋ ಸಲ ಪ್ರಯತ್ನಿಸಿದೆ. ಕೆಲಸ ಕೊಡೋ ಆಮಿಷ ಕೂಡ ಒಡ್ಡಿದೆ. ನಾನು ಇಲ್ಲದಿದ್ದಾಗಲೇ ಆಫೀಸ್, ಮನೆಗೆ ಬಂದು ಹೋಗಿದ್ದ. ಅವ್ನ ಬಗ್ಗೆ ರೋಹಿಣಿಗೆ ತುಂಬ ವಿಶ್ವಾಸವಿದ್ದ ಹಾಗೆ ಕಾಣಿಸುತ್ತೆ" ಬಾಯಿ ಬಿಚ್ಚಿ ತೋಡಿಕೊಂಡ.

ಮಹೇಂದ್ರ ದಢ ದಢ ಹೊರಗೆ ಬಂದ. ಬಂದ ಆಳುಗಳಿಗೆ ಏನೇನೋ ಸಜೆಷನ್ ಕೊಡುತ್ತಿದ್ದಳು. ಪೈಂಟ್‌ನ ಪಾರ್ಸಲ್‌ಗಳನ್ನು ತಂದು ಕಾಂಪೌಂಡ್‌ನಲ್ಲಿ ಇಳಿಸುತ್ತಿದ್ದರು. ಚಕಿತನಾದ.

ಎರಡು ದಿನದ ಹಿಂದೆಯೇ ಮಾತುಕತೆ ಮುಗಿದಿತ್ತು. ಇಡೀ ಬಿಲ್ಡಿಂಗ್‌ನ ಭೀಮರಾವ್ ತಮ್ಮ ಹೆಂಡತಿ ಇನ್ನೊಬ್ಬ ಪಾರ್ಟನರ್‌ನೊಂದಿಗೆ ಕೊಂಡು ಕೆಡವಿಸಿ ಕಾಂಪ್ಲೆಕ್ಸ್ ಕಟ್ಟಿಸುವ ಬಗೆಗೆ, ಅದಕ್ಕಾಗಿ ಇಂಜಿನಿಯರ್‌ಗಳನ್ನು ಕೂಡ

ಬರಮಾಡಿಕೊಂಡಿದ್ದರು. ಬೇರೆಯವರಿಂದ ಜಯಚಂದ್ರ, ಲೀಲಾ ಅಡ್ವಾನ್ಸ್ ಆಗಿ ಪಡೆದ ಹಣವನ್ನು ಹಿಂದಿರುಗಿಸಿ ಒಂದು ಹಂತಕ್ಕೆ ತಂದಿದ್ದರು.

"ಯಾಕೆ.....ಪೈಂಟ್?" ಮಹೇಂದ್ರ ಪ್ರಶ್ನಿಸಿದ.

ಬಿಲ್ಲು ನೋಡುತ್ತಿದ್ದ ರೋಹಿಣಿ "ಪೈಂಟ್ ಯಾಕೇಂದ್ರೆ ಏನು ಹೇಳ್ಲಿ? ಸಂಜೆಯಿಂದ ಕೆಲಸ ಷುರು ಮಾಡುತ್ತಾರೆ. ಹತ್ತು ವರ್ಷದ ಹಿಂದೆ ಯಾವ ಬಣ್ಣಗಳನ್ನು ಬಳಸಲಾಗಿತ್ತೋ ಅದನ್ನೇ ಆರಿಸಿ ತರೋಕೆ ಸ್ವಲ್ಪ ಕಷ್ಟವಾಯ್ತು ಅಷ್ಟೆ" ಎಂದು ಕೆಲಸದವರಿಗೆ ಏನೋ ಹೇಳಲು ಮುಂದಾದಳು.

ಅರಿವಾಗದಂತೆ ಅವನ ಹುಬ್ಬುಗಳು ಮೇಲೇರಿ ಅವುಡುಗಳು ಬಿಗಿದವು. ಅವಳನ್ನು ದುರ್ಬಲಳನ್ನಾಗಿ ಅಥವಾ ಕಂಗೆಡಿಸುವ ಪ್ರಯತ್ನಗಳು ಯಾವುವು ಸಾಗಿರಲಿಲ್ಲ.

ಅವರುಗಳೊಂದಿಗೆ ಮಾತನಾಡಿ ಮುಗಿಸುವವರೆಗೂ ಕಾದು ನಿಂತವನು ಅವಳ ಬಳಿಗೆ ಬಂದ.

"ನಿಂಗೆ ರೆಸ್ಟ್ ಬೇಕು, ರೋಹಿಣಿ. ಹೇಗೂ ನಿನ್ನ ತಂದೆಗಾಗಿ ಹೋರಾಟದ ಬದುಕು ನಡೆಸಿದೆ. ಇನ್ನು ಅದರ ಅಗತ್ಯವಿಲ್ಲ. ಅದನ್ನು ನೀನು ಅರ್ಥ ಮಾಡಿಕೋ ಬೇಕು" ಸಾಂತ್ವನಿಸಲು ಮುಂದಾದ.

"ಮಹೀ ನೀನು ಯಾಕೆ ಸುಮ್ಮನೆ ತಲೆ ಕೆಡಿಸ್ಕೋತೀಯಾ! ನನಗೆ ಯಾರ ಸಿಂಪತಿನು ಬೇಕಿಲ್ಲ. ಅದರ ಅಗತ್ಯವಿರುವುದು ಜಯಚಂದ್ರ. ಲೀಲಾಗೆ. ನೀನು ಸ್ವಲ್ಪ ಅವರತ್ತ ಗಮನ ಕೊಡು ವಿನಂತಿಸಿಕೊಂಡಳು.

ಕಪಾಳಕ್ಕೆ ಹೊಡೆಸಿಕೊಂಡಂತಾಯಿತು ಅವನಿಗೆ. ಎಲ್ಲರಿಗೂ ಅವನು ಹುಲಿ. ಮಾತಾಡಿದರೇ ಎಗರಿ ಬೀಳುತ್ತಿದ್ದ. ಭೀಮರಾವ್ ಧೈರ್ಯ ಕೂಡ ಮಗನ ಮುಂದೆ ಕುಸಿಯುತ್ತಿತ್ತು. ಕೆಲವೊಮ್ಮೆ ಕೈ ಹಿಡಿದವಳ ಒಯ್ಯಾರ ಕೂಡ ಅವನ ಮುಂದೆ ನಡೆಯದು. ಆದರೆ ರೋಹಿಣಿಯ ಮುಂದೆ ಮೆತ್ತಗಾಗುತ್ತಿದ್ದ.

"ಗೋ ಟು ಹೆಲ್, ಅವರನ್ನು ಕಟ್ಟಿಕೊಂಡು ನನಗೇನಾಗಬೇಕಾಗಿದೆ! ನನಗೆ ಬೇಕಾಗಿರೋದು ನೀನು" ಎಂದ. ಅವನ ಮಾತಿನತ್ತ ಅವಳು ಗಮನ ಕೊಡಲಿಲ್ಲ.

ಅವಳಿಗೆ ಅಲ್ಪಸ್ವಲ್ಪವೇನು ಈಚೆಗೆ ಎಲ್ಲಾ ಅರ್ಥವಾಗಿತ್ತು. ಆದರೆ ಅದರ ಪ್ರಸ್ತಾವನೆ ಅವಳಿಗಿಷ್ಟವಿರಲಿಲ್ಲ. ತುಟಿ ಕಚ್ಚಿ ಒಳಗೆ ಹೋದಳು.

ರಾತ್ರಿಯ ವೇಳೆಗೆ ಗುಸುಗುಸು ಜೊತೆ ಸಣ್ಣ ಕೋಲಾಹಲವೇ ನಡೆದು ಹೋಗಿತ್ತು.

ಲೀಲಾ ಬಂದು ಅವಳ ಮುಂದೆ ನಿಂತಳು.

"ಕ್ಲೀನಿಂಗ್, ಪೈಂಟಿಂಗ್ ಯಾಕೆ ಬೇಕಾಗಿತ್ತು? ಹಲವು ಸಾವಿರಗಳ ಖರ್ಚು." ಸಣ್ಣಗೇ ಗುಡುಗಿದಳು. ಏನೋ ಬರೆಯುತ್ತಿದ್ದ ರೋಹಿಣಿ ತಲೆಯೆತ್ತಿದಳು. "ಇಡೀ ಧವಳ ನಕ್ಷತ್ರ ಹತ್ತು ವರ್ಷಗಳಿಂದ ಮಂಕಾಗಿತ್ತು. ಅದರ ಸೊಬಗು, ಸಂಭ್ರಮ, ಕಲರವ ಮರೆಯಾಗಿತ್ತು. ಅದು ಅಪ್ಪನಿಗೆ ಅಸಹನೀಯ. ಅಷ್ಟೆಲ್ಲ ಮಾಡಿಸೋ ಶಕ್ತಿ ನಂಗಿರಲಿಲ್ಲ. ಈಗಲಾದ್ರೂ... ಆ ಭಾಗ್ಯ ಪಡೆದುಕೊಳ್ಳಿ" ಅರ್ಥಪೂರ್ಣವಾಗಿ ಹೇಳಿದಳು.

ಅವಳಿಗೆ ತಲೆ ಕೆಟ್ಟಂತಾಯಿತು.

"ಯಾರನ್ನು ಕೇಳಿ ಮಾಡಿಸಿದೆ?" ಸಹನೆ ಕಳೆದುಕೊಂಡು ಆರ್ಭಟಿಸಿದಳು. ಎದ್ದು ಅವಳ ಭುಜದ ಮೇಲೆ ಕೈಯಿಟ್ಟಳು. "ಎಕ್ಸೈಟ್ ಆಗಬೇಡಿ ಅತ್ಗೇ. ಬಿ.ಪಿ. ಇದೆ. ತಲೆಗೆ ಬಟ್ಟೆ ಕಟ್ಟಿಕೊಂಡು ಮಲಗಿಬಿಡಬೇಡಿ. ಸಮಾಧಾನ ಮಾಡಿಕೊಳ್ಳಿ" ಅಲ್ಲಿಯೇ ಬಿಟ್ಟು ಹೊರಗೆ ಹೋದಳು.

ಜಯಚಂದ್ರನ ಮುಂದೆ ಲೀಲಾ ಏನೇನೋ ಒದರಾಡಿದಳು. ಅವನು ಮಹೇಂದ್ರನನ್ನು ಕರೆದುಕೊಂಡು ಬರಲು ಓಡಿದ.

ಮೂರು ಸಲ ಪ್ರೆಸ್‌ನಲ್ಲಿ ವಿಚಾರಿಸಿದ್ದ ನಿಶಾಂತ್ ಬಗ್ಗೆ ಮಹೇಂದ್ರ. ನಾಲ್ಕು ದಿನದಿಂದ ಕೆಲಸಕ್ಕೆ ಬಂದಿಲ್ಲ. ನಾಳೆ ಬರಬಹುದು ಎಂಬ ಉತ್ತರವೇ. ಆದರೆ ಅವನಿಗೆ ಸಂದೇಹ.

"ಸ್ವಲ್ಪ ಬರಬೇಕು ಮಹೇಂದ್ರ. ಮೇಲೆ ಹಾಗೆ ಅಂದರೂ ರೋಹಿಣಿ ಮನೆ ಮತ್ತು ಅದರ ಮೇಲಿನ ಹಕ್ಕು ಸುಲಭವಾಗಿ ಬಿಟ್ಟುಕೊಡೋ ಹಾಗೇ ಕಾಣೋಲ್ಲ. ಕೋರ್ಟು ಕಚೇರಿಯಂಥ ಹೋದರೆ ವರ್ಷಾನುಗಟ್ಟಲೇ ಹಿಡಿಯುತ್ತೆ. ಅಷ್ಟರಲ್ಲಿ ಲೀಲಾ ನನಗೆ ನನಗೆ ಹುಚ್ಚು ಹಿಡಿಸಿ ಮೆಂಟಲ್ ಆಸ್ಪತ್ರೆಗೆ ಸೇರಿಸಿಬಿಡ್ತಾಳೆ. ಆಗ ನನ್ನ ಹುಚ್ಚನ್ನು ರೋಹಿಣಿ ಕೋರ್ಟಿನಲ್ಲಿ ಪ್ರೂವ್ ಮಾಡ್ತಾಳೆ" ಗಳಗಳನೆ ಅತ್ತುಬಿಟ್ಟ ಜಯಚಂದ್ರ.

"ಹಾಗೇನು ಆಗೋಲ್ಲ. ನಾನು ರೋಹಿಣಿನ ಬಿಡೋಲ್ಲ... ಬಿಡೋಲ್ಲ... ಬಿಡೋಲ್ಲ..." ಕೈಯಲ್ಲಿನ ಸಿಗರೇಟನ್ನು ಆಷ್‌ಟ್ರೇಗೆ ಒತ್ತಿ ಮೇಲೆದ್ದ.

ಊಟ ಬೇಡವೆಂದು ರೋಹಿಣಿ ಆಗಲೆ ಮಲಗಿಬಿಟ್ಟವಳನ್ನು ಎಬ್ಬಿಸಿ ಲೀಲಾ, ಮಹೇಂದ್ರ, ಜಯಚಂದ್ರ ಕೋಣೆಯೊಳಕ್ಕೆ ಬಂದರು.

"ಯಾಕೆ ಡಿಸ್ಟರ್ಬ್ ಮಾಡಿದ್ರಿ? ಅಪ್ಪನ ತೊಡೆಯ ಮೇಲೆ ತಲೆಯಿಟ್ಟು ಮಲಗಿದಂತಿತ್ತು" ಭಾರವಾದ ಕಣ್ಣುಗಳನ್ನು ಹೊಸಕಿದಳು.

"ಯಾವ್ದು ಸರ್‍ಯಾಗಿ ಹೇಳ್ಬಿಡು. ಅಪ್ಪ ಸತ್ಮೇಲೆ ನೀನು ಇಲ್ಲಿರೋಲ್ಲಾಂತ

ಹೇಳಿದ್ದು ನಿಜ ತಾನೇ?" ಜಯಚಂದ್ರ ಕೇಳಿದ.

ರೋಹಿಣಿ ತುಟಿಯಂಚಿನಲ್ಲಿ ನೋವಿನ ನಗು ಇಣಕಿತು. ಸ್ವಾರ್ಥ ಅಂತಃಕರಣಗಳನ್ನು ಹೇಗೆ ನಾಶ ಮಾಡುತ್ತದೆ ಎನ್ನುವುದಕ್ಕೆ ಇದೊಂದು ಸ್ಪಷ್ಟ ಉದಾಹರಣೆಯಾಗಿ ಕಂಡಿತು.

"ಷ್ಯೂರ್, ಖಂಡಿತ ಇರೋಲ್ಲ. ವೈಕುಂಠ ಸಮಾರಾಧನೆಗೆ ಸಂಜೆಯೇ ಇಲ್ಲಿಂದ ಹೊರಟುಹೋಗ್ತೀನಿ. ಗಂಟೆಗಳು ಹೆಚ್ಚು ಕಡ್ಮೆ ಆಗಬಹುದು. ದಿನಗಳಂತು ಆಗೋಲ್ಲ. ನೀವುಗಳು ಹೋಗಿ ಆರಾಮವಾಗಿ ನಿದ್ರಿಸಿ"

ಜಯಚಂದ್ರ ಗೆಲುವಿನಿಂದ ಹೆಂಡತಿಯ ಕಡೆ ನೋಡಿದ. ಅವಳು ಉತ್ಸಾಹಿತಳಾದಳು.

"ನಿನ್ನನ್ನ ಬರೀ ಕೈಯಲ್ಲಿ ಕಳಿಸೋಲ್ಲ. ಒಂದಿಷ್ಟು ಹಣ ಕೊಡಿ ಅಂದಿದ್ದಾರೆ ಅಂಕಲ್. ಅವ್ರು......ಇನ್ನಷ್ಟು..........ರೋಹಿಣಿಗೆ ಆ ಮಾತುಗಳನ್ನು ಕೇಳಲು ಇಷ್ಟವಾಗಲಿಲ್ಲ. "ಬೇಡ ಅತ್ತಿಗೆ, ನಂಗೆ ಹಣದ ಅಗತ್ಯವಿಲ್ಲ. ಪರಶುರಾಮ್ ಮಗಳಾಗಿ ಅವ್ರು ಉಳಿಸಿ ಹೋದ ಒಳ್ಳೆಯತನದ ಆಸ್ತಿ ನಂಗೆ ಅಪಾರವಾಗಿದೆ. ಪ್ಲೀಸ್, ನೀವೆಲ್ಲ ಹೋಗಿ" ಬಂದ ಅಳುವನ್ನು ತುಟಿ ಬಿಗಿ ಹಿಡಿದು ತಡೆದಳು.

ಲೀಲಾ, ಜಯಚಂದ್ರ ಮಾತ್ರ ಹೋದರು. ಮಹೇಂದ್ರ ಅಲ್ಲೇ ಇದ್ದ. ಸಂಕೋಚ, ಸ್ವಾಭಿಮಾನ ಹ್ಯಾರಿ ಎದೆಯ ಮೇಲೆ ತಲೆ ಇಟ್ಟು ಅಳಲಿ. ಆಗ ತಾನು ತಬ್ಬಿ ಎದೆಗೊರಗಿಸಿಕೊಂಡು ಸಂತೈಸುವ ಕಲ್ಪನೆ ಕಂಡ.

"ರೋಹೀ....." ಅವಳ ಭುಜದ ಮೇಲೆ ಕೈಯಿಟ್ಟ. ಕಣ್ಣೀರು ತೊಡೆದುಕೊಂಡು ಕೈ ಸರಿಸಿ ಎದ್ದು ನಿಂತುಕೊಂಡಳು. "ಹಾಯಾಗಿ ಮಲಗಬೇಕು. ಪ್ಲೀಸ್, ಲೀವ್ ಮಿ ಅಲೋನ್. ಅವ್ರಿಗೆ ಹೇಳಿ ಮುಗಿಸಿದೆನಲ್ಲ. ಇನ್ನಷ್ಟು ಪರ್‌ಫೆಕ್ಟ್ ಮಾಡಿಕೊಳ್ಳೋಕೆ ನಿನ್ನ ಉಳ್ಸಿ ಹೋಗಿದ್ದಾರೆ?"

"ಇಲ್ಲ ರೋಹೀ, ಅವ್ರುಗಳು ಎಲ್ಲಾದ್ರೂ ಹಾಳಾಗಿಹೋಗ್ಲಿ. ಐ ವಾಂಟ್ ಯೂ. ನಿನ್ನ ಕಳ್ದುಕೊಳ್ಳೋ ತಪ್ಪು ಮಾಡ್ದೆ. ಅಪ್ಪನ ಬಿಜಿನೆಸ್ ಮೈಂಡ್‌ಗೆ ಸಂವೇದಿಸಿಬಿಟ್ಟೆ. ಈಗ ಆ ತಪ್ಪು ಸರಿಪಡಿಸ್ತೀನಿ" ಬಡಬಡಿಸಿದ.

ಹಣೆಗೆ ಕೈಯೊತ್ತಿದ್ದಳು ರೋಹಿಣಿ "ಯಾವ ತಪ್ಪು, ಏನು ನಂಗೊಂದೂ ಅರ್ಥವಾಗೋಲ್ಲ. ನಾನೇನು ಕೊಂಡುಕೊಳ್ಳೋ ವಸ್ತುನ ಸಿಕ್ಕಿಬಿಡೋಕೆ! ಆರ್ರಿಸಿಕೊಂಡ ಬದ್ಕು ಆರಾಮಾಗಿದೆ. ಆಗದ, ಹೋಗದ ವಿಚಾರಗಳ ಬಗೆಗೆ ತಲೆ ಕೆಡಿಸ್ಕೋಬೇಡ" ಬುದ್ಧಿ ಹೇಳಿದಳು.

"ಇಂಪಾಜಿಬಲ್, ನಿನ್ನ ಕೆಲ್ಸ ಹೋಗಿದೆ. ಮನೆನ ನಿನ್ನಣ್ಣ ನಮ್ಗೆ ಮಾರಿಬಿಟ್ಟಿದ್ದಾನೆ.

ಎಲ್ಲಾ ಬಾಗ್ಲು ಮುಚ್ಚಿದಂಗೆ. ನಿನ್ನ ಬದುಕೋಕೆ ನಾನು ಬಿಡೋಲ್ಲ!" ಉದ್ವಿಗ್ನನಾದ.

"ಅಂಥ ಪ್ರಯತ್ನಗಳು ಸಾಕಷ್ಟು ಸಲ ಮಾಡಿದ್ದೀಯ. ನಿನ್ನ ಸಹಾಯ, ಸಹಕಾರಕ್ಕೆ ಓಡಿಬರ್ತೀನೀಂತ........ಸಾಕಷ್ಟು ಮಾಡ್ಸಿದ್ದೀಯಾ" ಎಂದಳು ನಗುತ್ತಲೇ.

ಆಗಾಗ ಕಾಂಪೌಂಡ್ ಮತ್ತು ಹಿಂದೆ ಕಡಿದುಹೋಗುತ್ತಿದ್ದ ಮರಗಳು, ನಿಶಾಂತ್ ಮನೆಯಲ್ಲಿ ಸುತ್ತಿಕೊಂಡ ಹೊಗೆ, ಪರಶುರಾಮ್ ಕೋಣೆಯಲ್ಲಿ ಕಾಣಿಸಿಕೊಂಡ ಹಾವುಗಳು, ಎರಡು ಸಲ ಆಕ್ಸಿಡೆಂಟ್‌ಗಳು......ಒಂದೊಂದೇ ನೆನಪಿಗೆ ತಂದುಕೊಂಡಳು.

"ಹೌದು......ಹೌದು.......ನಿನ್ನ ಪ್ರೀತಿ ನಂಗೆ ಬೇಕಾಗಿತ್ತು. ಈ ಮನೆ, ಆಸ್ತಿ, ನಿನ್ನಪ್ಪ, ನಿನ್ನಣ್ಣ ಎಲ್ಲವು ಹೋಗಿಯಾದ್ರೂ ನಿನ್ನ ದಕ್ಕಿಸಿಕೊಳ್ಳುವುದು ನಂಗೆ ಬೇಕಾಗಿತ್ತು" ಒದರಿದ.

ರೋಹಿಣಿ ಎದ್ದು ಹೋಗಿ ಕಿಟಕಿಯ ಬಳಿ ನಿಂತಳು. ತನ್ನ ತಂದೆಯ ದೈಹಿಕ, ಮಾನಸಿಕ ಆರೋಗ್ಯಕ್ಕಾಗಿ ಎಷ್ಟು ಸಂಯಮದಿಂದ ತನ್ನ ಕೋಪ, ದುಃಖ, ನೋವನ್ನು ತಡೆದುಕೊಂಡಿದ್ದಳು. ಇನ್ನು ಅದರ ಅಗತ್ಯವಿಲ್ಲ.

"ಯಾರಾದ್ರೂ ಒಳ್ಳೆ ಸೈಕ್ರಿಯಾಟ್ರಿಸ್ಟ್ ಹತ್ರ ತೋರ್ಸು. ನಿನ್ನ ಪ್ರೀತಿ ತೀರಾ ಕ್ರೂರ. ಲಾರಿ ಕೆಳಗೆ ತಳ್ಳಿಬಿಡುವಷ್ಟು" ಎಂದಳು ವ್ಯಂಗ್ಯವಾಗಿ.

"ನೋ.....ನೋ.......ರೋಹೀ.........ನಿನ್ನ ಸಾವಾಗ್ಲಿ, ನೋವಾಗ್ಲಿ ನಂಗೆ ಬೇಕಿರಲಿಲ್ಲ! ಅಂದು ಸ್ವಲ್ಪ ವಿಪರೀತಕ್ಕೆ ಎಡೆಕೊಡ್ತು. ವಿಷ್ಯ ತಿಳಿದಾಗ ಎದೆಯೊಡೆದಂತಾಯ್ತು" ವಿವರಣೆ ನೀಡಲು ಷುರು ಮಾಡಿದ.

"ಸ್ಟಾಪ್ ಇಟ್ ಮಹೇಂದ್ರ. ಈಗ ಅದೆಲ್ಲ ಬೇಕಿಲ್ಲ. ನೀನು ನನ್ನ ಗುಡ್ ಫ್ರೆಂಡ್ ಅಷ್ಟು ಸಾಕು. ಅಪ್ಪನನ್ನು ಮಾತ್ರ ನೆನಪಿಟ್ಕೊಂಡ್... ಎಲ್ಲಾ ಮರ್ತುಬಿಡೋಕೆ ನಿಶ್ಚಯಿಸಿದ್ದೀನಿ" ಎಂದಳು.

ಅಷ್ಟರಲ್ಲಿ ಕೀರ್ತಿ ಒಳಗೆ ಬಂದ.

"ಅಕ್ಕ, ಇವತ್ತು ತುಂಬ ಕೆಲ್ಸ ಇತ್ತು. ನಾಳೆಯಿಂದ ಬರೋಲ್ಲಾಂತ ಹೇಳ್ಬಂದಿದ್ದೀನಿ."

ಮಹೇಂದ್ರ ಅವನತ್ತ ನೋಡಿದ.

ಹೊರಗೆ ಒಂದಿಷ್ಟು ಜಗಳ ಆಗಿರಬೇಕು. ಅಸ್ಪಷ್ಟವಾದ ಮಾತುಕತೆಗಳು, ರೋಹಿಣಿ ಹೊರಗೆ ಹೋದಳು.

ಅವಳ ತಂದೆಯ ಕಡೆಯ ಬಳಗ ಒಂದು ಗುಂಪಾದರೇ ತಾಯಿಯ

ಬಳಗದ್ದು ಇನ್ನೊಂದು ಗುಂಪು, ಇನ್ನು ಲೀಲಾ ತವರು ಮನೆಯದು ದೊಡ್ಡ ಗುಂಪು.

ಮನೆ ಮಾರಾಟದ ವಿಷಯ ಎಲ್ಲರ ಕಿವಿಗೆ ಬಿದ್ದು ಅಲ್ಪಸ್ವಲ್ಪವಾದರೂ ತಮ್ಮಗಳಿಗೆ ಸಿಗಬೇಕೆಂದು ಗಲಾಟೆ ಷುರು ಮಾಡಿದ್ದರು. ಕೆಲವರು ಅವಳ ಬಳಿ ಬಂದು ಅಹವಾಲು ಸಲ್ಲಿಸಿದರು. ತುಟಿ ಬಿಚ್ಚಲಿಲ್ಲ ರೋಹಿಣಿ.

ಸುಮ್ಮನೆ ಒಳಗೆ ಹೋಗಿಬಿಟ್ಟಳು.

ಮನೆ ಸುಣ್ಣ, ಬಣ್ಣದಿಂದ ಶೃಂಗಾರಗೊಂಡಿತು. ತೀರಾ ಮಂಕು ಬಡಿದು ಕಾಣದೇ ಹೋಗಿದ್ದ 'ಧವಳ ನಕ್ಷತ್ರ'ದ ಬೋರ್ಡನ್ನು ನವೀಕರಿಸಿದರು. ಅಲಂಕಾರಕ್ಕಾಗಿ ನೂರಾರು ಕುಂಡಗಳು ಕಾಂಪೌಂಡ್ ಮತ್ತು ಹಿತ್ತಲನ್ನು ಅಲಂಕರಿಸಿದವು. ಇದೆಲ್ಲ ಯಾರು ಮಾಡುತ್ತಿದ್ದಾರೆ? ರೋಹಿಣಿ ತಂದೆ ಸತ್ತಾಗಿನಿಂದ ಹೊರಗೆ ಹೋಗಿಲಿಲ್ಲ.

ಕೇಳಿದ ಪ್ರಶ್ನೆಗಳಿಗೆ ರೋಹಿಣಿಯ ಮೌನವೇ ಉತ್ತರ. ತಂದೆ ಸಾವಿನ ನಂತರ ಅನ್ನಪೂರ್ಣಮ್ಮನ ಬಳಿಯಲ್ಲು ಮಾತು ನಿಲ್ಲಿಸಿದ್ದಳು. ಅವರ ಅಳು, ರೋದನಕ್ಕೆ ಪ್ರತಿಕ್ರಿಯಿಸಲು ಹೋಗುತ್ತಿರಲಿಲ್ಲ.

ಮಧ್ಯಾಹ್ನ ಊಟದ ಮನೆಗೆ ಹೋದಾಗ ತುಂಬಿಹೋಗಿತ್ತು. ಹಿಂದಿನ ಸಂಭ್ರಮ ಕಂಡಂತಾಯಿತು. ಅವಳ ಚಿಕ್ಕಂದಿನ ದಿನಗಳಲ್ಲಿ ಊಟಕ್ಕೆ ಎಷ್ಟು ಜನ ಎಂಬ ಲೆಕ್ಕವೇ ಇರುತ್ತಿರಲಿಲ್ಲ.

ಕಣ್ತುಂಬಿ ಹೊರಗೆ ಬಂದಳು. ಪರಶುರಾಮ್‌ದು ಮೇರು ವ್ಯಕ್ತಿತ್ವ. "ಹಸಿರು ಬಂದ ವ್ಯಕ್ತಿಗೆ ಒಂದು ತುತ್ತು ಅನ್ನ, ಕಷ್ಟ ಎಂದು ಬಂದವ್ರಿಗೆ ಒಂದಿಷ್ಟು ಸಹಾಯ, ನಮ್ಮಿಂದ ಬೇರೆಯುವ್ರಿಗೆ ತೊಂದರೆಯಾಗದೇ ಬದ್ಕುವಂಥ ಕನಿಷ್ಟ ಮಾನವೀಯತೆಯಾದ್ರೂ ಮನುಷ್ಯನಿಗೆ ಬೇಕು" ಹಿಂದೆ ಆಗಾಗ ಹೇಳುತ್ತಿದ್ದ ಮಾತುಗಳು.

ಇಡೀ ನಗರದಲ್ಲಿಯೇ ದೊಡ್ಡ ಶ್ರೀಮಂತಿಕೆಯ ಪಟ್ಟ ಅವರದಾಗಿತ್ತು. ಎಂದೂ ಅದನ್ನು ಮೆರೆಸಿದವರಲ್ಲ.

"ಅಕ್ಕ........" ಕೀರ್ತಿ ಬಂದು ಅವಳನ್ನು ಎಚ್ಚರಿಸಿದ. ನಿಧಾನವಾಗಿ ನೋಟವೆತ್ತಿದಳು. "ಹಲೋ ಮೇಡಮ್" ನಿಶಾಂತ್ ದನಿ. ಹಿಂದೆಯೇ ಮಹೇಂದ್ರ ಪ್ರತ್ಯಕ್ಷನಾದ. ಬಹಳ ದಿನಗಳು ಕಾದು ಇಂದು ಸಫಲನಾಗಿದ್ದ. ಅವನ ನೆನಪಿನ ಕಡಲನ್ನು ಕದಡಿ ಸುಸ್ತಾದ.

"ಇವನೇನಾ.......ನಿಮ್ಮ ಟೆನೆಂಟ್?" ಕೇಳಿದ ಮಹೇಂದ್ರ.

ನಿಶಾಂತ್ ನಸುನಕ್ಕು ತಾನೇ ಉತ್ತರಿಸಿದ. "ಇನ್ನೆರಡೇ ದಿನ ಸರ್, ಆ ಭಾಗ್ಯ.

ಮನೆ ಖಾಲಿ ಮಾಡೋಕೆ ಹೇಳಿದ್ದಾರೆ. ವೈಕುಂಠ ಸಮಾರಾಧನೆಯ ರಾತ್ರಿ ಖಾಲಿ ಮಾಡಿಕೊಡ್ತೀನಿ" ಎಂದವನು ತನ್ನ ಮನೆಯ ಕಡೆ ನಡೆದುಬಿಟ್ಟ.

"ಒಳ್ಳೆ ಹ್ಯಾಂಡ್‌ಸಮ್! ಆದರೆ.........ಹಿಂದೆ ಎಲ್ಲೋ ನೋಡಿದ್ದೀನಿ. ಎಲ್ಲೀಂತ ನೆನಪಿಗೆ ಬರ್ತಾ ಇಲ್ಲ" ತನ್ನ ನೆನಪಿನ ಬಗ್ಗೆ ಬೇಸರಪಟ್ಟುಕೊಂಡ.

"ನಿನ್ನ ಏರಿಯಾ, ಎಸ್ಟಾಬ್ಲಿಷ್‌ಮೆಂಟ್ ಎಲ್ಲಾ ಜಾಸ್ತಿ. ಎಲ್ಲೋ ನೋಡಿರ್ತೀಯಾ! ಅದೇನು ಅಂಥ ಇಂಪಾರ್ಟೆಂಟ್ ವಿಷ್ಯವಲ್ಲ ಬಿಡು" ಗೇಟಿನ ಬಳಿಗೆ ಬಂದಳು.

ಪೂರ್ತಿ ಬಣ್ಣ ಕಳೆದುಕೊಂಡ ಗೇಟ್ ಇಂದು ಬಣ್ಣದಿಂದ ಶೋಭಾಯಮಾನ ವಾಗಿತ್ತು. ತುಟಿ ಕಚ್ಚಿ ಮೌನವಾಗಿ ದುಃಖವನ್ನು ನುಂಗಿದಳು.

ಅವಳು ಇಲ್ಲಿಂದ ಹೋಗುವುದು ಜಯಚಂದ್ರ, ಲೀಲಾ ಬಯಸಿದ್ದರೇ ವಿನಃ ಎಲ್ಲಿಗೆ ಹೋಗಬೇಕು? ಏನು ಮಾಡಬೇಕು? ಅವಳ ಮುಂದಿನ ಭವಿಷ್ಯವೇನು? ಅಂಥ ಯೋಚನೆ ಅವರುಗಳಿಗೆ ಬರಲಾರದು.

"ಎಷ್ಟೊತ್ತು ಇಲ್ಲಿ ನಿಂತಿರ್ತೀಯಾ ರೋಹೀ! ನಡೀ ಊಟ ಮಾಡು" ಸುಮ್ಮನೇ ನೋಡಿ ಸಾಕಾದ ಮಹೇಂದ್ರ ಒತ್ತಾಯಿಸಿದ.

ಎಲ್ಲಾ ಕೆಲಸಗಳನ್ನು ಒತ್ತಟ್ಟಿಗೆ ತಳ್ಳಿ ಧವಳ ನಕ್ಷತ್ರದಲ್ಲಿಯೇ ಇರುತ್ತಿದ್ದ. ಈಗಾಗಲೇ ಪರಶುರಾಮ್ ವೈಕುಂಠ ಸಮಾರಾಧನೆಯ ಮರುದಿನವೇ ಬಿಲ್ಡಿಂಗ್ ಒಡೆಯಲು ಪ್ರಾರಂಭಿಸಬೇಕೆನ್ನುವ ಪೂರ್ಣ ಸಿದ್ಧತೆ ಮಾಡಿದ್ದರು.

"ನಂಗೆ ಈ ಮನೆ, ಪರಿಸರ ಎಲ್ಲಾ ಇಷ್ಟ. ಪ್ರತಿಯೊಂದು ಗಿಡ, ಗೋಡೆ ಎಲ್ಲಾ ನಂಗೆ ಆತ್ಮೀಯವೇ. ಇಲ್ಲಿ ಒಂಟಿ ಅನ್ನಿಸೋಲ್ಲಾ! ನಂಗೆ ಹಸಿವಿಲ್ಲ ಮಹೇಂದ್ರ. ನೀನು ಯಾಕೆ ಇಷ್ಟೊಂದು ತೊಂದರೆ ತಗೋತೀಯಾ! ನಿಂಗೆ ಬೇಜಾರು ಆಗೋ ರೀತಿ ಮಾತಾಡೋಕೆ ಅವಕಾಶ ಕೊಡ್ಬೇಡ, ಪ್ಲೀಸ್" ನೇರವಾಗಿಯೇ ಅವನಿಗೆ ಹೇಳಿದಳು.

ನೆನಪಿನಂತೆ ಅವನು ಸುತ್ತುವುದು ಅವಳಿಗೆ ಮುಜುಗರ. ಎಲ್ಲಾ ಬರೀ ಕಹೀ ನೆನಪುಗಳೇ. ಅವನ ಮುಖ್ಯ ಪಾತ್ರದ ಕಲ್ಪನೆ ಅವಳಿಗಿತ್ತು. ಅದನ್ನು ಅವಳು ಪ್ರೀತಿಯೆಂದು ಒಪ್ಪಿಕೊಳ್ಳಲಾರಳು.

ಮಹೇಂದ್ರ ಮುಖ ಗಂಟಿಕ್ಕಿದ. "ನೀನು ಅರ್ಥ ಮಾಡ್ಕೊಂಡ್ರೆ ಸರಿ, ಅಥವಾ ಬಲವಂತವಾಗಿ ನಾನೇ ಅರ್ಥಮಾಡಿಸ್ಬೇಕಾಗುತ್ತೆ. ನೀನು ಭೀಮರಾವ್ ಎರಡನೇ ಸೊಸೆ. ಅಪ್ಪ ನಮ್ಮಿಬ್ಬರ ಮದ್ವೆಗೆ ಈಗ ಅಡ್ಡಿಪಡಿಸೋಲ್ಲ. ಅದ್ಕೇ ನಿನ್ನ ಒಪ್ಗೇ ಇರಲೀ.....ಬಿಡ್ಲೀ.........ನಾನು ಕೇರ್ ಮಾಡೋಲ್ಲ" ಗುಡುಗಿದ.

"ಒಂದೇ ಕಲ್ಲಿನಲ್ಲಿ ಎರಡು ಹಕ್ಕಿಗಳ್ನ ಒಡೆಯೋದು ಹೈ ಪೊಲಿಟಿಕಲ್

ಡ್ರಾಮಾ. ಅದ್ಕೂ ಪೇಪರಿನವರ ಪ್ರಚಾರ, ಜನರ ಸಿಂಪತಿ ಎರಡೂ ಪಡ್ಕೋತಾರೆ. ಛಿ......" ಒಳಗೆ ಹೋಗಿಬಿಟ್ಟಳು.

ಪರಶುರಾಮ್ ಸಮಾಜದಲ್ಲಿ ಎಷ್ಟು ದೊಡ್ಡ, ಅಷ್ಟೆ ಒಳ್ಳೆಯ ಹೆಸರನ್ನು ಗಳಿಸಿದ್ದರೆಂದು ಅವರ ಸಾವಿನ ಸಮಯದಲ್ಲಿ ಸೇರಿದ್ದ ಅಪಾರ ಜನ ಸಮೂಹವನ್ನು ನೋಡಿಯೇ ನಿಶ್ಚಯಿಸಿದ್ದರು. ಭೀಮರಾವ್ ಮಗನ ಆಸೆಯನ್ನು ಪೂರೈಸುವ ಮೂಲಕ ಈ ಸಂದರ್ಭವನ್ನು ಚೆನ್ನಾಗಿ ಬಳಸಿಕೊಳ್ಳಲು ನಿಶ್ಚಯಿಸಿದ್ದರು.

ಲೈಬ್ರರಿಗೆ ಬಂದು ಕೂತಳು. ಪರಶುರಾಮ್ ಪುಸ್ತಕಗಳ ಸಂಗ್ರಹಣೆ ಅಪಾರವಾಗಿತ್ತು..... ಇವಳ ಸೇರ್ಪಡೆ ತೀರಾ ಕಮ್ಮಿ.

ಒಂದೊಂದೇ ಪುಸ್ತಕವನ್ನು ನೋಡುತ್ತ ಬರುತ್ತಿದ್ದಾಗ ಜಯಚಂದ್ರ, ಲೀಲಾ ಇಬ್ಬರು ಬಂದರು. ಈ ಗ್ರಂಥ ಭಂಡಾರದ ಬಗ್ಗೆ ಅವರಿಗೇನು ಆಸಕ್ತಿ ಇಲ್ಲ.

"ಅಪ್ಪನ ಹೆಸರಿನಲ್ಲಿ ಈ ಪುಸ್ತಕಗಳ್ನ ಯಾವುದಾದ್ರೂ ಸಂಸ್ಥೆಗೆ ದಾನ ಮಾಡಿಬಿಡೋಣ" ಜಯಚಂದ್ರ ಬಾಯಿಬಿಟ್ಟ. ಬಹುಶಃ ಅದು ಲೀಲಾ ನಿರ್ಧಾರ ಇರಬಹುದು.

ಕೈಯಲ್ಲಿನ ಪುಸ್ತಕ ಸ್ವಸ್ಥಾನ ಸೇರಿಸಿ, "ಇಲ್ಲ, ಇವೆಲ್ಲ ನನಗೆ ಬೇಕು. ನಾನು ತಗೊಂಡು ಹೋಗುತ್ತಾ ಇದ್ದೀನಿ" ಎಂದು ಅವರನ್ನು ವಿಸ್ಮಿತರನ್ನಾಗಿಸಿದಳು.

ಭೀಮರಾವ್ ಪ್ಲಾನ್‌ನಲ್ಲಿ ಇವರುಗಳು ಇದ್ದರು. ಆದರೆ ರೋಹಿಣಿಯ ವಿಷಯದಲ್ಲಿ ಅನುಮಾನ. ಅವಳು ಹೇಗೆಂದರೆ ಹಾಗೆ ಬಳಸಿಕೊಳ್ಳುವಷ್ಟು ದುರ್ಬಲಳಲ್ಲವೆಂಬ ವಿಷಯ ಅವರ ಅರಿವಿಗೆ ಬಂದಿತ್ತು.

ಲೀಲಾ ಮೊದಲು ಚೇತರಿಸಿಕೊಂಡಳು. "ಕಂಗ್ರಾಜುಲೇಷನ್......" ಎಂದು ರೋಹಿಣಿಯ ಕೈ ಹಿಡಿದುಕೊಂಡಳು. ಅವಳು ಗಲಿಬಿಲಿ ನಟಿಸಿದಳು. "ಯಾಕತ್ತಿಗೆ, ತಂದೇನ ಕಳೆದುಕೊಂಡು ಅನಾಥಳಾಗಿದ್ದಕ್ಕಾ, ನಿಮ್ಮ ಶುಭ ಹಾರೈಕೆಗಳು!"

"ಛೆ, ಛೆ........ಅದಕ್ಕಲ್ಲ! ಮುಂದೆ ಮನೆ ಬಿಟ್ಟ ಮೇಲೆ ಎಲ್ಲಿಗೆ ಹೋಗೋ ಯೋಚನೆ?" ಲೀಲಾ ಅವಳ ಇಚ್ಛೆಯನ್ನು ಅರಿಯಲು ಪ್ರಯತ್ನಿಸಿದಳು.

"ಸದ್ಯಕ್ಕಂತೂ ನಿಮ್ಮ ಜೊತೆ ಬರೋಲ್ಲ. ಆ ಭಯ ಬೇಡ. ಸ್ವಾರ್ಥಿ, ಅವಿವೇಕಿ ಮಗನಿಂದ ಚಿತೆಗೆ ಅಗ್ನಿ ಸ್ಪರ್ಶ ಮಾಡ್ಸಿಕೊಳ್ಳಲು ಬಯಸದ ಪರಶುರಾಮ್‌ರ ಮಗಳು ನಾನು. ಅವರ ಎಲ್ಲಾ ಗುಣಗಳೂ ನನ್ನಲ್ಲಿ ಇಲ್ಲದಿದ್ರೂ..... ಕೆಲವಾದ್ರೂ ಇರುತ್ತಲ್ಲ" ಎಂದು ಉಪೇಕ್ಷಿಸಿ ಆ ಜಾಗ ಖಾಲಿ ಮಾಡಿದಳು.

ವೈಕುಂಠ ಸಮಾರಾಧನೆಗೆ ಯಾರಿಂದ ಆಹ್ವಾನ ಬಂದಿತ್ತೋ ದೊಡ್ಡ ಪ್ರತಿಷ್ಠರ ಜೊತೆ ನೂರಾರು ಸಾಮಾನ್ಯ ಜನ. ಅವರಲ್ಲಿ ಕೆಲವರು ಬಲ್ಲವರು, ಇನ್ನು

ಕೆಲವರು ಬಲ್ಲವರಿಂದ ತಿಳಿದ ಜನ. ಅಂತು ಪ್ರಾಮಾಣಿಕವಾಗಿ ಪರಶುರಾಮ್‌ನ ಅಭಿಮಾನಿಸೋ ಜನ.

ನೂರಾರು ಜನಕ್ಕೆ ಊಟ. ಅನಾಥಾಲಯದ ಮಕ್ಕಳಿಗೆಲ್ಲ ವಸ್ತ್ರಗಳ ಹಂಚಿಕೆ. ಯಾರು ಯಾರೋ ಈ ಎಲ್ಲಾ ಕೆಲಸಗಳಿಗೂ ಓಡಾಡುತ್ತಿದ್ದರು.

ಲೀಲಾ, ಜಯಚಂದ್ರನಿಗೆ ಮಾತ್ರವಲ್ಲ. ಭೀಮರಾವ್‌ಗೂ ಕೂಡ ದಿಗ್ಭ್ರಮೆಯಾಯಿತು. ಇದರ ಹಿಂದೆ ಯಾರಿದ್ದಾರೆ?

ಮಗನನ್ನು ಏಕಾಂತಕ್ಕೆ ಕರೆದೊಯ್ದು ಪ್ರಶ್ನಿಸಿದರು. "ಈ ಏರ್ಪಾಟೆಲ್ಲ ನಿನ್ನದೇನಾ? ಮೊದಲೇ ತಿಳಿಸಿದ್ರೆ ಬೇರೆ ರೀತಿಯಲ್ಲಿ ಬಳಸಿಕೊಂಡು ಸಾರ್ವಜನಿಕ ಬೆಂಬಲ ಗಳಿಸಿಕೊಳ್ಳಬಹುದಿತ್ತು!" ಮಗನಿಗೆ ಛೀಮಾರಿ ಹಾಕಿದರು.

"ಇಲ್ಲ ಪಪ್ಪ........ನನಗೇನು ಗೊತ್ತಿಲ್ಲ! ಸಂಪೂರ್ಣ ಜಾಲ ಹರಡಿ ಪರೀಕ್ಷಿಸುತ್ತಿದ್ದೆ ರೋಹಿಣಿಯ ಆರ್ಥಿಕ ಸ್ಥಿತೀನೂ ಅಷ್ಟೇನು ಚೆನ್ನಾಗಿರಲಿಲ್ಲ. ಲಾಜಿಕ್ಕಾಗಿ ಹೇಳೋದಾದ್ರೆ ಬೇರೆ ಹೆಣ್ಣು ಆಗಿದ್ರೆ........ಇದುವರೆಗೂ ಭಯಗೊಂಡು ಆತ್ಮಹತ್ಯೆ ಮಾಡ್ಕೋಬೇಕಾಗಿತ್ತು ಅಥವಾ ನಮಗೆ ಸರೆಂಡರ್ ಆಗಬೇಕಿತ್ತು. ನನಗೆ ಬರೀ ಕನ್‌ಫ್ಯೂಷನ್. ಒಬ್ಬ ವ್ಯಕ್ತಿ ಮೇಲೆ ಅನುಮಾನ" ತೋಡಿಕೊಂಡ.

ಭೀಮರಾವ್ ಜಾಗೃತರಾದರು.

"ಪ್ರೆಸ್‌ನಲ್ಲಿ ಕಂಪೋಜಿಟರ್ ಆಗಿದ್ದಾನೆ. ಸುಂದರವಾದ ವ್ಯಕ್ತಿತ್ವವೊಂದೇ ಅವನಿಗೆ ಆಸ್ತಿ. ಕಾಂಪೌಂಡ್‌ನಲ್ಲಿರೋ ಚಿಕ್ಕ ಮನೆಯಲ್ಲಿ ಬಾಡಿಗೆಗೆ ಇದ್ದಾನೆ. ತುಂಬ ಚಾಲೂಕಿ ತರಹ ಕಾಣುತ್ತಾನೆ. ಹಿಂದೆ ಅವನನ್ನು ಎಲ್ಲೋ ನೋಡಿದ ನೆನಪು" ಸಂದೇಹ ವ್ಯಕ್ತಪಡಿಸಿದ.

ಹ್ಞೂಗುಟ್ಟಿದ್ದರು ಭೀಮರಾವ್. ಇದರ ಎಲ್ಲಾ ಏರ್ಪಾಟು ತಮ್ಮದೇ ಎನ್ನುವಂತೆ ಓಡಾಡಿದರು. ರೋಹಿಣಿ ಬಂದು ಹೋಗುವವರನ್ನು ವಿಚಾರಿಸಲು ಮಗ್ನಳಾಗಿದ್ದಳು.

ಹೊರಗೆ ನಿಂತಿದ್ದವಳನ್ನು ಹಿಂದೆ ಕೆಲಸ ಮಾಡುತ್ತಿದ್ದ ಆಳು ಬಂದು ಕಣ್ಣೀರು ಸುರಿಸಿದ.

"ಅಮ್ಮ, ದೇಗುಲದಂಥ ಮನೆ. ಚಿಕ್ಕ ಯಜಮಾನರು ಮಾರಿಬಿಟ್ಟ ವಿಷಯ ತಿಳೀತು. ಹಾಗೆ ಮಾಡಬಾರದಿತ್ತು. ಕನಿಷ್ಟ ನಾವುಗಳು ಈ ಕಡೆ ಓಡಾಡುವಾಗ ನಿಂತು ಅಭಿಮಾನ ಗೌರವದಿಂದ ಹಿಂದಿನ ದಿನಗಳನ್ನು ನೆನಪಿಸಿಕೊಳ್ಳುತ್ತ ಇದ್ವಿ. ನಾಳೆಯಿಂದಲೇ ಒಡೆದುಹಾಕುತ್ತಾರಂತಲ್ಲ."

ಅವನತ್ತ ಆತ್ಮೀಯತೆಯಿಂದ ನೋಡಿದಳು. ಇವನಿಗಿರೋ ಅಭಿಮಾನದಲ್ಲಿ

ಹತ್ತು ಭಾಗವಾದರೂ ಜಯಚಂದ್ರನಿಗೆ ಇದ್ದಿದ್ದರೆ ಚೆನ್ನಾಗಿತ್ತೆಂದುಕೊಂಡಳು.

"ಹಾಗೇ ಇರುತ್ತೆ.........ಹೋಗು!" ಎಂದಳು.

ಇದನ್ನು ಯಾರು ಲೀಲಾಗೆ ಮುಟ್ಟಿಸಿದರೋ ಎಂಬ ಆತಂಕದಿಂದ ಬಂದಳು. "ಎಲ್ಲಾ ಆಮೇಲೆ ನಿಧಾನವಾಗಿ ಯೋಚ್ಸಿ ತೀರ್ಮಾನಕ್ಕೆ ಬರ್ಬಹ್ದು. ನಮ್ಮ ಜೊತೆ ನೀನು ಯಾಕೆ ಅಂಕಲ್ ಮನೆಯಲ್ಲಿ ಇರಕೂಡ್ದು" ಅದೇ ಭೀತಿಯ ಪ್ರಲಾಪ. ಸುತ್ತು ಬಳಸಿ ನಾನಾ ರೀತಿಯಲ್ಲಿ ಪ್ರಸ್ತಾಪ ಮಾಡುವ ಬಗ್ಗೆ ಅವಳಿಗೆ ಜಿಗುಪ್ಸೆಯಾಯಿತು.

"ನಾನು ಪದೇ ಪದೇ ಅದೇ ಉತ್ತರ ಹೇಳ್ಬೇಕಾಗುತ್ತೆ. ಇನ್ನು ಒಂದಷ್ಟು ಕೆಲ್ಸ ಉಳಿದಿದೆ" ಅಲ್ಲಿಂದ ನಡೆದುಬಿಟ್ಟಳು.

ಆರರ ನಂತರ ಭಗವತೀ ವಿದ್ಯಾಕೇಂದ್ರದ ಅಧ್ಯಕ್ಷರು, ಕನ್ವೀನಿಯರ್ ಜೊತೆ ಇನ್ನಷ್ಟು ಜನ ಬಂದರು. ಪರಶುರಾಮ್ ಫ್ಯಾಮಿಲಿಯ ಲಾಯರ್ ಜೊತೆ ಅವರ ಫ್ಯಾಮಿಲಿಯ ಡಾಕ್ಟರ್ ಕೂಡ ಬಂದರು.

ಈ ವಿದ್ಯಮಾನದಿಂದ ಭೀಮರಾವ್ ಮುಖ ಹುಳ್ಳಗಾಯಿತು. ಕೇಂದ್ರ ಸರ್ಕಾರದ ಪೂರ್ತಿ ಒಲವು, ಸಹಕಾರ, ಗೌರವ ಪಡೆದ ವಿದ್ಯಾಸಂಸ್ಥೆಯ ಜನ. ಪೂರ್ಣ ಸೇವಾ ಮನೋಭಾವದ ಭಾರತೀಯ ಪರಂಪರೆ, ಸಂಸ್ಕೃತಿ ಬಗೆಗೆ ಅಪಾರ ಅಭಿಮಾನದಿಂದ ನಡೆಸುತ್ತಿರುವ ಆದರ್ಶ ಸಂಸ್ಥೆ.

ಪರಶುರಾಮ್‌ನ ಒಳ ಕೋಣೆಯಲ್ಲಿದ್ದ ಲೈಫ್ ಸೈಜ್ ಚಿತ್ರ ಹೊರಗೆ ಬಂತು. ಅವರುಗಳು ಅದಕ್ಕೆ ಪುಷ್ಪಮಾಲೆ ಅರ್ಪಿಸಿ ಗೌರವ ಸೂಚಿಸಿದರು.

ರೋಹಿಣಿ ಕಾಗದ, ಪತ್ರಗಳಿದ್ದ ಕವರನ್ನು ಅವರಿಗೆ ಅರ್ಪಿಸಿದಳು.

"ಇದು ನಮ್ಮ ತಂದೆ ಆಸೆ ಮಾತ್ರವಲ್ಲ; ನನ್ನ ಅಭಿಲಾಷೆ ಕೂಡ. ಮೊದಲಿನ ಹಾಗೇ 'ಧವಳ ನಕ್ಷತ್ರ' ಸಂಭ್ರಮ, ಸಡಗರದಿಂದ ತುಂಬಿ ಹತ್ತು ವಿದ್ಯಾರ್ಥಿಗಳಿಗೆ ಪ್ರಯೋಜನವಾಗ್ಲಿ" ತನ್ನ ಕೆಲಸ ಮುಗಿಸಿದ ತೃಪ್ತಭಾವ ಅವಳ ಕಣ್ಣುಗಳಲ್ಲಿ ಮಿನುಗಿತು.

ಸೇರಿದ್ದ ಜನರೆಲ್ಲ ದಂಗಾದರು. ಪರಶುರಾಮ್ ಫ್ಯಾಮಿಲಿ ಲಾಯರ್ ಬಂದು ಪೂರ್ಣ ವಿಷಯವನ್ನು ವಿವರಿಸಿದರು.

"ನೋ.....ನೋ......ಇದ್ನ ನಾವು ಒಪ್ಪೋಲ್ಲ!" ಲೀಲಾ ಕಣ್ಣು ಸನ್ನೆಯ ಗೊಂಬೆಯಾಗಿ ಜಯಚಂದ್ರ ಪ್ರತಿಭಟಿಸಿದ. "ಈ ಮನೆ ನಮ್ಮ ತಂದೆಯ ಸ್ವಂತ ದುಡಿಮೆಯಲ್ಲ, ನಮ್ಮ ತಾತ ಕಟ್ಟಿಸಿದ್ದು."

ಲಾಯರ್ ಸಮಾಧಾನಿಸಲು ನೋಡಿದಾಗ ಲೀಲಾ ಉದ್ವಿಗ್ನಳಾದಳು. "ನಮ್ಮನ್ನ ಮೋಸ ಮಾಡೋಕೆ ಪ್ಲಾನ್ ಮಾಡಿದ್ದಾರೆ. ಇದೆಲ್ಲ ರೋಹಿಣಿದೇ"

ದುರುಗುಟ್ಟಿಕೊಂಡು ಅವಳತ್ತ ನೋಡಿದಳು.

ರೋಹಿಣಿ ಶಾಂತ ಮುಖಮುದ್ರೆಯಲ್ಲಿದ್ದಳು. ಇನ್ನು 'ಧವಳ ನಕ್ಷತ್ರ' ಕಟ್ಟಡ ಕದಲಿಸುವುದು ಮಾತ್ರವಲ್ಲ. ಆ ಅಕ್ಷರಗಳನ್ನು ಅಳಿಸುವುದು ಕೂಡ ಯಾರಿಂದ ಸಾಧ್ಯವಿಲ್ಲವೆಂದು ಅವಳಿಗೆ ಗೊತ್ತು. ಎಲ್ಲಾ ಪಕ್ಕಾ ಮಾಡಿದ್ದಳು.

ಮನೆಯಲ್ಲಿನ ಪ್ರತಿಯೊಂದು ಸಾಮಾನನ್ನು ಲಿಸ್ಟ್ ಮಾಡಿದ ಪತ್ರದ ಕೊನೆಯಲ್ಲಿ ಪರಶುರಾಮ್ ಸಹಿ ಮಾತ್ರವಲ್ಲ ರೋಹಿಣಿ, ಲೀಲಾ, ಜಯಚಂದ್ರರ ಸಹಿಯೂ ಇತ್ತು. ಸಮಸ್ತವನ್ನು ವಿದ್ಯಾಸಂಸ್ಥೆಗೆ ದಾನವಾಗಿ ಕೊಡಲು ಸಹಿ ಮಾಡಿದ ಎಲ್ಲರೂ ಒಪ್ಪಿದ್ದರು.

ಲೀಲಾ ಪತ್ರದಲ್ಲಿ ಮಾಡಿದ ಲಿಸ್ಟ್ ಬೆರಳಚ್ಚಿನ ಮೂಲಕ ಸ್ಟಾಂಪ್ ಪೇಪರ್‌ಗೆ ವರ್ಗಾವಣೆ ಹೊಂದಿ ಇನ್ನಿಷ್ಟು ವಿವರಗಳೊಂದಿಗೆ ಮುಕ್ತಾಯಗೊಂಡಿತ್ತು.

ಅದನ್ನು ನೋಡಿ ಜಯಚಂದ್ರ, ಲೀಲಾ ಬೆಚ್ಚಿಬಿದ್ದರು. ಲಾಕರ್‌ನಲ್ಲಿರುವ ಪ್ರತಿಯ ಒರಿಜಿನಲ್ ಡಾಕ್ಯುಮೆಂಟ್.

ಎಲ್ಲವನ್ನು ಪರಿಶೀಲಿಸಿದ ಭೀಮರಾವ್ ತಲೆಯಾಡಿಸಿಬಿಟ್ಟರು. "ಏನು ಪ್ರಯೋಜನವಿಲ್ಲ. ಅಡ್ವಾನ್ಸ್ ವಸೂಲ್ ಮಾಡಿಕೊಳ್ಳೋದು ನೋಡು. ಇನ್ನು ಅವರು ನಮ್ಮಲ್ಲಿಗೆ ಬರೋದು ಬೇಡ. ಅದನ್ನು ಲೀಲಾ, ಜಯಚಂದ್ರನಿಗೆ ತಿಳಿಸು" ಮಗನಿಗೆ ಹೇಳಿ ಕಾರು ಹತ್ತಿಬಿಟ್ಟರು. ಅವರಿಗೆ ಪೂರ್ತಿ ನಿರಾಶೆಯಾಗಿತ್ತು. ರೋಹಿಣಿ ಕೊಟ್ಟ ಪೆಟ್ಟು ಬಲವಾಗಿತ್ತು.

ಅಷ್ಟು ದೂರ ಹೋದ ಮೇಲೆ ಕಾರು ನಿಲ್ಲಿಸುವಂತೆ ಭೀಮರಾವ್ ಡ್ರೈವರ್‌ಗೆ ಆಜ್ಞೆ ಮಾಡಿದರು.

"ಸ್ವಲ್ಪ......ಹಿಂದಿರುಗಿಸು" ಹೇಳಿದರು.

ಕಾರು ಧವಳ ನಕ್ಷತ್ರದ ಮುಂದೆ ನಿಂತಿತು. ಯಾವುದನ್ನು ಅಳಿಸಿ ಹಾಕಬೇಕೆಂದು ಪ್ರಯತ್ನಿಸಿದರೋ ಆ ಅಕ್ಷರಗಳು ಅತ್ಯಂತ ಸ್ಪಷ್ಟವಾಗಿ ಮಿನುಗುತ್ತಿದ್ದವು. ಅಲ್ಲಿ ಸಮಾಧಿಯಾಗಿದ್ದು ಅವರ ಕನಸಿನ ಕಾಂಪ್ಲೆಕ್ಸ್. ರೋಹಿಣಿ ನಕ್ಕಂತಾಯಿತು. ವಿಜಯ ಪರಶುರಾಮ್‌ರವರದೇ.

ಹೋಗುವಂತೆ ಡ್ರೈವರ್‌ಗೆ ಸನ್ನೆ ಮಾಡಿದರು. ಅದು ಕೂಡ ಅವರಿಗೆ ಉಪಯೋಗವಾಗಿಯೇ ಪರಿಣಮಿಸಿತು! ಕೆಲವು ಸಾಮಾನ್ಯ ಜನ ತಮ್ಮ ಗುರು, ಡಿಪಾಜಿಟ್ ಕಟ್ಟಿ ಎಲೆಕ್ಷನ್‌ಗೆ ನಿಲ್ಲಿಸಿದ ಪರಶುರಾಮ್‌ಗೆ ಶ್ರದ್ಧಾಂಜಲಿ ಅರ್ಪಿಸಿ ಗೌರವ ಸಲ್ಲಿಸಲು ಮಾನ್ಯ ಮಂತ್ರಿಗಳು ಇಡೀ ದಿನದ ಪೂರಾ ಕೆಲಸಗಳು ಬದಿಗೊತ್ತಿ ಬಂದು ನಿಂತರೆಂದು ಆಡಿಕೊಳ್ಳುತ್ತಿದ್ದರು.

'ಶಹಭಾಷ್, ರೋಹಿಣಿ....ನೀನು ಜಯಚಂದ್ರನಷ್ಟು ಅವಿವೇಕಿಯಲ್ಲ. ಅದೇ ಪರಶುರಾಮ್ ರೀತಿ, ನೀತಿ. ಕೋಟಿಗಳಷ್ಟು ಬೆಲೆ ಬಾಳುವ ಮನೆಯನ್ನು ನಿಶ್ಚಿಂತೆಯಾಗಿ ಬಿಟ್ಟು ಕೊಟ್ಟೆ' ಅವಳ ಬಗ್ಗೆ ಅಭಿಮಾನಗೊಂಡರೂ, ಒಳಗಿನ ಕ್ರೋಧವೇನು ತಣ್ಣಗಾಗಲಿಲ್ಲ.

ಅವರುಗಳು ಹೊರಟ ಮೇಲೆ ಒಬ್ಬೊಬ್ಬರಾಗಿಯೇ ನೆಂಟರು ಹೊರಟರು. ಅವರ ಅಷ್ಟಿಷ್ಟು ಆಸೆಯ ಮೇಲೆ ಕಲ್ಲು ಬಂಡೆ ಬಿದ್ದಂತಾಗಿತ್ತು. ಅವರ ಪ್ರಕಾರ 'ಮೂರ್ಖ ಹೆಣ್ಣು ರೋಹಿಣಿ.'

ಸೂಟ್‌ಕೇಸ್‌ಗೆ ತನ್ನ ಬಟ್ಟೆಗಳನ್ನು ಮಾತ್ರ ತುಂಬಿಟ್ಟ ರೋಹಿಣಿ ಕೋಣೆಯ ಬಾಗಿಲಿಗೆ ಬಂದಳು. ಅನ್ನಪೂರ್ಣಮ್ಮ ದೊಡ್ಡ ದನಿಯಲ್ಲಿ ಅಳುತ್ತಿದ್ದರು.

"ತಗೊಳ್ಳಿ...ಅತ್ತೆ. ಇದಕ್ಕಿಂತ ಹೆಚ್ಚಿಗೆ ನಾನೇನು ಕೊಡಲಾರೆ. ನಿಮ್ಮಕ್ಕನ ಮಗಳ ಮನೆಗೆ ಹೋಗ್ಬಿಡಿ" ಇಪ್ಪತ್ತೈದು ಸಾವಿರ ರೂಪಾಯಿಗಳ ಚೆಕ್ಕನ್ನು ಅವರಿಗೆ ಕೊಟ್ಟಳು.

"ನಂಗೆ.....ಅನ್ಯಾಯ ಮಾಡಿದೆ" ಎದೆ ಬಡಿದುಕೊಂಡರು.

ರೋಹಿಣಿ ನಿಡಿದಾದ ಉಸಿರೆಳೆದು ದಬ್ಬಿದಳು. "ಇಲ್ಲ ಅತ್ತೆ! ಹಾಗೇನಾದರೂ ಮಾಡಿಕೊಂಡಿದ್ರೆ.....ನಿಮಗೇ ....ನೀವೆ. ನಿಮ್ಮ ಪಾತ್ರ ಯಾವ ಯಾವುದರಲ್ಲಿ ಎಷ್ಟೆಷ್ಟು ಇದೇಂತ ನನಗೆ ಗೊತ್ತು. ನಾನು ನಂಬಿದಂತೆ ನಟಿಸುತ್ತಾ ಬಂದೆ, ಅಪ್ಪನಿಗೋಸ್ಕರ. ಅವರ ಮುಂದಿನ ಜನ ತೀರಾ ವಿಕೃತವಾಗಿ ಕಾಣಬಾರದು. ತೀರಾ ರೋಸಿಹೋಗ್ತಾರೆ. ಇನ್ನಷ್ಟು ದಿನ ನನಗೋಸ್ಕರ ಬದುಕಲಿ. ಸಾವು ಕೂಡ ಅವರ ಪಾಲಿಗೆ ಶಾಂತವಾಗಲೀಂತ ಬಯಸಿದೆ. ಈಗಲೂ ನನ್ನಲ್ಲಿರೋ ಹಣಾನ ನಿಮಗೇ ಕೊಟ್ಟಿದ್ದೀನಿ. ನನ್ನ ಕತ್ತಲ ಬದುಕಿನಲ್ಲಿ ನೀವು ಜೊತೆಗಿದ್ರಿ, ಅಷ್ಟೇ ......ಸಾಕು" ಕಣ್ಣಂಚಿನ ಕಂಬನಿಯನ್ನು ತೊಡೆದುಕೊಂಡಳು.

ಅನ್ನಪೂರ್ಣಮ್ಮನ ಕಣ್ಣಲ್ಲಿನ ನೀರು ಅರಿಹೋಗಿ ಭಯ ಬೆರೆತ ವಿಸ್ಮಯ ಇಣಕಿತು.

"ರೋಹಿಣಿ..." ಅವಳ ಕೈ ಹಿಡಿದುಕೊಂಡರು.

"ಏನು ಕೋಪ ಇಲ್ಲ ಬಿಡಿ. ಸ್ವಂತ ಮಗ, ಸೊಸೆಗಿಂತ ನೀವೇನು ಕೆಟ್ಟೋರಲ್ಲ" ಅವರ ಬಾಯಿಗೆ ಬೀಗ ಹಾಕಿದಳು.

ಮಹೇಂದ್ರ ಚಲನಚಿತ್ರದಂತೆ ಎಲ್ಲವನ್ನೂ ನೋಡ್ತಿದ್ದ.

"ಮತ್ತೇನಾದರೂ.........ಸಸ್ಪೆನ್ಸ್ ಇದೆಯಾ?" ರೋಹಿಣಿನ್ನೇ ಕೇಳಿದ. ನಸು ನಗೆ ಬೀರಿದಳು. "ಯಾವುದು ಸಸ್ಪೆನ್ಸ್? ಅಂತು ಈ ದಿನ ನಿನ್ನ ಪೇಷನ್ಸ್‌ಗೆ

ಸವಾಲ್. ಬೆಳಿಗ್ಗೆ ಮನೆ ವಿದ್ಯಾ ಸಂಸ್ಥೆಯ ಸುಪರ್ದಿಗೆ ಸೇರಿಹೋಗುತ್ತೆ. ಜಯಚಂದ್ರ, ಲೀಲಾನ ಜೊತೆಯಲ್ಲಿ ಕರೆದುಕೊಂಡು ಹೋಗು" ಎಂದಳು.

"ನೋ, ಅದಕ್ಕೆ ಪರ್ಮಿಷನ್ ಇಲ್ಲ. ಅವರುಗಳು ಎಲ್ಲಾದರೂ ಹೋಗ್ಲಿ. ನಿನ್ನ ನಾನು ಕರೆದುಕೊಂಡು ಹೋಗುತ್ತೀನಿ" ಎಂದ ದೀರ್ಘವಾಗಿ ಅವಳನ್ನು ನೋಡುತ್ತ.

ಅವಳಿಗೆ ತಮಾಷೆಯೆನಿಸಿತು. "ಜೋಕ್ ಮಾಡೋಕು ಮಿತಿಯಿರುತ್ತೆ ಕೀರ್ತಿ........" ಎರಡೆಜ್ಜೆ ಮುಂದಕ್ಕೆ ಇಟ್ಟವಳ ಕೈಯನ್ನು ಹಿಡಿದುಕೊಂಡ. ಜೋಕ್ ಅಲ್ಲ, ಐ ವಾಂಟ್ ಯು..." ದೃಢವಾಗಿ ಹೇಳಿದ.

ರೋಹಿಣಿ ಹಗುರವಾಗಿ ನಕ್ಕುಬಿಟ್ಟಳು.

"ಸರಿಯಾಗಿದ್ದ ನನ್ನ ತಂದೇನ ಹುಚ್ಚು ಅಂತ ಸಾಬೀತು ಮಾಡೋಕೆ ಹೋದಿರಿ. ನಾನು ಅಂದೇ ಅಂದ್ಕೊಂಡೆ... ಇದು ಕೆಟ್ಟ ಹುಚ್ಚಿನ ವರಸೆ ಅಂತ. ಅದನ್ನು ಮಾಡಿಕೊಂಡೇ ಬಂದಿರಿ. ಈಗಲೂ.........ಅದೇ......." ಅವನ ಕೈಯಲ್ಲಿನ ತನ್ನ ಕೈ ಬಿಡಿಸಿಕೊಳ್ಳಲು ನೋಡಿದಳು. ಹಿಡಿತ ಬಲವಾಗಿತ್ತು.

ಅಷ್ಟರಲ್ಲಿ ಬಂದ ನಿಶಾಂತ್, "ರೋಹೀ, ಹೊರಡೋಣವಾ......" ಎಂದವನ ನೋಟ ಮಹೇಂದ್ರ ಹಿಡಿದಿದ್ದ ಅವಳ ಕೈಯತ್ತ ಹೋಯಿತು. ಅವನ ಕಣ್ಣುಗಳಲ್ಲಿನ ಶಾಂತ ಪ್ರಖರತೆ ಗರಗಸದಂತೆ ಕೆಲಸ ಮಾಡಿದಂತಾಯಿತು. ಮಹೇಂದ್ರ ಅರಿವಿಲ್ಲದಂತೆ ಕೈ ಬಿಟ್ಟ.

"ಹಲೋ ಮಹೇಂದ್ರ.........ಸಸ್ಪೆನ್ಸ್ ಬಗ್ಗೆ ಕೇಳಿದ್ರಲ್ಲ, ಇನ್ನೊಂದು ಥ್ರಿಲ್ ಇದೆ. ರೋಹಿಣಿ ನನ್ನ ಲೈಫ್ ಪಾರ್ಟನರ್. ದಿ ಭಾರತ್ ಪತ್ರಿಕೆಯ ಎಡಿಟರ್, ಪಬ್ಲಿಷರ್ ಶ್ರೀಕಾಂತ್, ಶಶಿಕಾಂತ್, ನಿಶಾಂತ್ ಬಾಪಟ್ ಆಚಾರ್ಯ ನಾನು. ನನ್ನ ತಂದೆಗೆ ಆಚಾರ್ಯರ ಪರಿಚಯ ನಿನ್ನ ತಂದೆಗೆ ಇರುತ್ತೆ, ವಿಚಾರ್ಸು. ಪರಶುರಾಮ್‌ನಿಂದ ಸಹಾಯ ಪಡೆದ ನಿನ್ತಂದೆ ರಾಜಕೀಯಕ್ಕೆ ಇಳಿದರು. ನನ್ನ ತಂದೆ ಪತ್ರಿಕೆ ಪ್ರಾರಂಭಿಸಿದರು. ದಟ್ಸ್.....ಆಲ್....." ದಿಗ್ಭ್ರಾಂತನಾಗಿ ನಿಂತ ಮಹೇಂದ್ರ ಕೈಯನ್ನು ತಾನೇ ಕುಲುಕಿದ.

ಹೊರಗೆ ನಿಂತವನನ್ನು ಕರೆದು ರೋಹಿಣಿಯ ಸೂಟ್‌ಕೇಸನ್ನು ಕಾರಿನಲ್ಲಿ ಇಡುವಂತೆ ಹೇಳಿದ ನಿಶಾಂತ್ "ಗುಡ್..........ಬೈ.......ದೆಹಲಿಗೆ ಬಂದಾಗ ಬನ್ನಿ. ನೀವು ರಾಜಕೀಯದವರು, ನಾವು ಪತ್ರಿಕೆಯವರು. ಆಗಾಗ ಭೇಟಿಯಾಗೋ ಸಂದರ್ಭಗಳು ಇರುತ್ತೆ" ಹಂಗಿಸಿದಂತಿತ್ತು. ನಿಶಾಂತ್‌ನ ಚುರುಕು ನೋಟ.

ಅಲ್ಲಿಗೆ ಬಂದ ಜಯಚಂದ್ರ, ಲೀಲಾ ತಮ್ಮ ಕಣ್ಣು, ಕಿವಿಗಳನ್ನು ನಂಬದಾಗಿದ್ದರು.

"ನಿಶಾಂತ್........" ಅಬ್ಬರಿಸಿದ ಮಹೇಂದ್ರ.

ನಿಶಾಂತ್ ಅವನ ಭುಜದ ಮೇಲೆ ಕೈ ಹಾಕಿ "ಎನೀ ಡೌಟ್? ನಿಮ್ಮ ತಂದೆ ಪಡೆದ ಉಪಕಾರಕ್ಕೆ ನೀನು ಸೇಡು ತೀರಿಸಿಕೊಂಡೆ. ನನ್ನ ತಂದೆ ಪಡೆದ ಉಪಕಾರಕ್ಕೆ ನಾನು ಕೃತಜ್ಞತೆ ಸಲ್ಲಿಸಿದೆ. ಸ್ವಲ್ಪ ವ್ಯತ್ಯಾಸ ಅಷ್ಟೆ" ಶಾಂತವಾಗಿ ಹೇಳಿದ.

ಯಾರ ಬಾಯಿಂದಲೂ ಮಾತುಗಳು ಹೊರಡಲಿಲ್ಲ. ಗೇಟಿನಿಂದ ಹೊರಗೆ ನಡೆದ ರೋಹಿಣಿ ಹಿಂದಿರುಗಿ ನೋಡಿದಳು. ಆಡಿ ಬೆಳೆದ ಕಾಂಪೌಂಡ್, ಹತ್ತಿ ಇಳಿದ ಮೆಟ್ಟಿಲುಗಳು ಅವಳ ಹೃದಯ ಕಿತ್ತು ಬಾಯಿಗೆ ಬಂದಂತಾಯಿತು.

ನಿಶಾಂತ್ ತೋರು ಬೆರಳಿನಿಂದ ಅವಳ ಕಣ್ಣೀರು ತೊಡೆದ. "ಧವಳ ನಕ್ಷತ್ರ ಹೀಗೆಯೇ ಇರುತ್ತೆ. ಆಗಾಗ....ಬರೋಣ" ಸಂತೈಯಿಸಿ ಕಾರು ಹತ್ತಿದ.

ದಢದಢನೆ ಬಂದ ಮಹೇಂದ್ರ ತನ್ನ ಕಾರು ಹತ್ತಿದ. ಏನೋ ಹೇಳಲು ಬಂದ ಜಯಚಂದ್ರ, ಲೀಲಾ ಮುಂದೆಯೇ ದೊಡ್ಡ ಶಬ್ದದೊಂದಿಗೆ ಡೋರ್ ಎಳೆದುಕೊಂಡು ಲಾಕ್ ಮಾಡಿದ. ಹೊರಗೆ ಇಬ್ಬರೇ ಉಳಿದರು.

ರೋಹಿಣಿ ಏನೋ ಹೇಳಲು ತುಟಿ ತೆರೆಯುವ ಮುನ್ನವೇ ಮಾತಾಡಬೇಡ ವೆಂದು ಸನ್ನೆ ಮಾಡಿ ತನ್ನೆದೆಗೆ ಒರಗಿಸಿಕೊಂಡು ಹೋಗಲು ಡ್ರೈವರ್‌ಗೆ ತಿಳಿಸಿದ.

ಪರಶುರಾಮ್ ಸತ್ತ ಕೆಲವು ಗಂಟೆಗಳ ಮುನ್ನ ನಿಶಾಂತ್ ಕೈಯಲ್ಲಿ ರೋಹಿಣಿಯನ್ನಿಟ್ಟು ಮದುವೆಯನ್ನು ನೆರವೇರಿಸಿಬಿಟ್ಟಿದರು. ತನ್ನ ಗೆಳೆಯ ಆಚಾರ್ಯರ ಮಗ ನಿಶಾಂತ್ ಎಂದು ತಿಳಿದ ಮೇಲೆ ನಿಶ್ಚಿಂತರಾಗಿದ್ದರು.

* * *